காந்தியைச் சுமப்பவர்கள்

D1680883

தொகுப்பாசிரியர்

சுனில் கிருஷ்ணன்

பரிசல்

காந்தியைச் சுமப்பவர்கள்
தொகுப்பாசிரியர்: சுனில் கிருஷ்ணன் ©

முதல் பதிப்பு: டிசம்பர் 2021

வெளியீடு: பரிசல் புத்தக நிலையம்
235, 'P' பிளாக் MMDA காலனி
அரும்பாக்கம், சென்னை – 600 106.
பேச: 9382853646, 8825767500
மின்னஞ்சல்: parisalbooks@gmail.com

அச்சுக்கோப்பு: வி. தனலட்சுமி

அச்சாக்கம்: கம்ப்யூ பிரிண்டர்ஸ், சென்னை – 600 086.

பக்கம்: 294

விலை ரூ: 300

GANDHIYAI SUMAPPAVARGAL

Compiled by: Suneel Krishnan ©

First Edition: December 2021

Published by Parisal Putthaga Nilayam
No. 235, 'P' Block MMDA Colony
Arumbakkam, Chennai - 600 106.
Mobile: 93828 53646, 8825767500
Email: parisalbooks@gmail.com

DTP: V. Dhanalakshmi

Printed at: Compu Printers, Chennai - 86.

ISBN: ISBN : 978-93-91949-44-0

Pages: 294

Price Rs. 300

மருத்துவர் ஜீவானந்தத்துக்கு

உள்ளே...

முன்னுரை – கதைகளின் ஊடாக காந்தி	5
1. ஆலமரத்தில் ஒரு பறவை – பாவண்ணன்	25
2. பதச்சோறு – பி.எஸ். ராமையா	46
3. உள்ளும் புறமும் – சூடாமணி	64
4. காந்தியோடு பேசுவேன் – எஸ். ராமகிருஷ்ணன்	82
5. காந்தி – அசோகமித்திரன்	105
6. நீரும் நெருப்பும் – ஜெயமோகன்	118
7. Ecce Homo (இவன் மனிதன்!) – நகுல்வசன்	135
8. புதிய நந்தன் – புதுமைப்பித்தன்	147
9. நான்காம் தோட்டா – சி. சரவணகார்த்திகேயன்	154
10. காந்தியைச் சுமப்பவர்கள் – எஸ்.ராமகிருஷ்ணன்	176
11. பிறகொரு இரவு – தேவிபாரதி	187
12. கிழவனின் வருகை – ஜி. நாகராஜன்	232
13. ஆடல் – கலைச்செல்வி	246
14. மரணத்தை கடத்தல் ஆமோ – ரா. கிரிதரன்	262
15. ஆரோகணம் – சுனில் கிருஷ்ணன்	279
ஆசிரியர் குறிப்பு	290

முன்னுரை

கதைகளின் ஊடாக காந்தி

1

மனித சிந்தனைத் தொடர்ச்சி தொடக்க காலத்திலிருந்து இன்று வரை ஏற்பட்டுள்ள துன்பியல் காவியங்களில் எது மகத்தானது? இராமன் கதையா? தருமனா? ஈடிபஸ்ஸா? ஒதெல்லோவா, லியர் அரசனா, டாக்டர் ஃபாஸ்டஸ்ஸா? இல்லை, காந்தியல்லவா? களங்கம் நிறைந்த புறவாழ்க்கையை வெறுத்து ஒதுக்காமல் தன் வரையிலாவது சாதிக்க வேண்டும் என்று பரிசுத்தத்தையே நாடிச் சென்ற தீரன் காந்தி அல்லவா?
– காந்தி, அசோகமித்திரன்.

ஒரு புனைவெழுத்தாளராக எனக்கு காந்தியின் மீதான ஈர்ப்புக்கு அவர் மகாத்மா, தேசத்தந்தை, சுதந்திர போராட்ட வீரர் அல்லது சீர்திருத்தவாதி போன்ற அடையாளங்கள் காரணமில்லை. இவையாவும் அவருடைய அடையாளங்கள் அல்ல என்பதல்ல. அவருடைய வரலாற்று பாத்திரமும் பங்களிப்பும் முக்கியமானது. இன்றளவும் நல்லவிதமாகவோ தீயவிதமாகவோ காந்தியின் செயல்களைப்பற்றி விவாதித்துக்கொண்டே இருக்கிறோம். அதன் பொருள் இன்றுவரை அவருடைய செயலுக்கான விளைவுகளை எதிர்கொண்டு வருகிறோம் என்பதுதான். காந்தியின் சமகாலத்தைச் சேர்ந்த பல இந்திய மற்றும் உலக தலைவர்கள் விடுதலைக்கும் சீர்திருத்தத்திற்கும் காந்தியைவிடவும் தீவிரமான சிறப்பான பங்களிப்புகளை ஆற்றி யிருக்கக்கூடும். ஆனால் இன்றைய வாழ்வின் சிடுக்குகளுக்கு அவர்களிடம் எந்த விடையும் இல்லை. மதிப்புமிக்க நினைவுகளுக்கு அப்பால் அவர்களுடன் உரையாடவும் பெற்றுக்கொள்ளவும் எதுவும் இருப்பதில்லை. காந்தி அப்படி இல்லை. காந்தி தன்னை ஒருவர் மகாத்மா என விளிக்கவில்லை என்று வஞ்சம் கொள்ளமாட்டார். சமதளத்தில்

அவருடன் உரையாட முடியும். தந்தைகள் பொதுவாக வழிநடத்துவார்கள், கண்டிப்பார்கள். காந்தி இவற்றுக்கு அப்பால் முரண்படவும், விமர்சிக்கவும், மீறிச்செல்லவும் இயல்பாக இடமளிக்கும் அரிதினும் அரிய தந்தை. இதை எழுதும்போதே காந்தி அவருடைய அணுக்கர்களின் வாழ்வில் இதேயளவு நெகிழ்வுடன் நடந்துகொள்ளவில்லை எனும் முரண்பாடும் நினைவுக்கு வருகிறது. இதுதான் காந்தி. வேறு எவருடைய வாழ்விலும் இத்தனை வெளிப்படையாக தங்கள் வாழ்வின் உள் முரண்பாடுகள் பதிவாகவில்லை. விளைவாக கணக்கற்ற கதைச் சாத்தியங்களை காந்தியின் வாழ்வு எனக்கு அளிக்கிறது என்பதே அவர் மீது எனக்கிருக்கும் முதன்மை வசீகரம். காந்தி ஒரு துன்பியல் காவியத்தின் நாயகன். இயேசுவைப் போல. இயேசு கிறிஸ்து ஒரு மதமாகவும் நிறுவனமாகவும் ஆகிவிட்டப்பின்னரும் கூட கலைஞர்களே அவரை மீட்டனர். தால்ஸ்தாய், தாஸ்தாயெவ்ஸ்கி, கசன்ஜாகிஸ், மிகைல் புல்ககோவ் தொடங்கி பால் சக்காரியா, ஃபிரான்சிஸ் கிருபா, ஜெயமோகன் வரை எழுத்தாளர்கள் கிறிஸ்துவை அமைப்பிலிருந்து மீட்டு அவருடன் உரையாடலை நிகழ்த்தியுள்ளார்கள். இயேசு தேவனாக அல்ல மானுடம் கண்ட மகத்தான துன்பியல் நாடகத்தின் முதன்மை நாயகனாக நிறுவப்படுகிறார். புத்தரை ஹெர்மன் ஹெஸ்ஸி மற்றும் விலாஸ் சாரங் போன்றோர் தங்கள் நாவல்களில் வனைந்தனர். புனித ஒளிவட்டங்களுக்கு அப்பால் மானுட நாடகத்தை எழுத்தாளர்கள் காண்கிறார்கள். இயேசுவும் புத்தரும் ஆழ்படிமங்களாகி விட்டார்கள். மனித பிரக்ஞையின் ஆழ்நிலைகளுக்குள் புகும் எதற்கும் அழிவில்லை. அவை மீண்டும் மீண்டும் கலையாக வெளிப்படும்.

காந்தியின் மரணத்தின் போது இந்தியா முழுக்க வன்முறை வெடிக்கவில்லை, ஆர்பாட்டமாக துக்கம் கொண்டாடவில்லை. அழுத்தமான மவுனம் ஒரு அலைபோல இந்தியா முழுவதும் பரவியது என்கிறார் ஆஷிஷ் நந்தி. எஸ். ராமகிருஷ்ணனின் 'காந்தியைச் சுமப்பவர்கள்' கதையில் காந்தியின் மரணத்துக்கு பின் அவருடைய அஸ்தி கலயத்தை நைல் நதியில் கரைக்கச் செல்கிறார்கள். அப்போது ஆப்பிரிக்கர்களுக்கும் இந்தியர்களுக்கும் நிகழும் உரையாடல் இது.

“விசித்திரமாக இருக்கிறது. இந்தியாவின் தந்தையை ஏன் ஒரு இந்தியன் கொல்ல வேண்டும்.”

“அது தான் எங்களுக்கும் புரியவில்லை” என்றார் கித்வானி

“பிரார்த்தனைக்குச் செல்லும் வழியில் அவர் கொல்லப்பட்டார். அவரைச் சுட்டுக் கொன்றவன் கூட அவரைக் கைகூப்பி வணங்கியபிறகே தனது துப்பாக்கியை உயர்த்தினான்”

“கொலைக்காரன் ஏன் அவரை வணங்கினான்” எனக் குழப்பமான முகத்துடன் கேட்டான் ஒபாடே.

“அவனுக்கும் அவர் தந்தை தானே” என்று தணிவான குரலில் சொன்னார் சுக்லா.

தந்தையைக் கொல்வது பெரும்பாவம். அது உங்கள் தேசத்தைச் சும்மாவிடாது.

“காந்தியின் உடலை விடவும் அவரது அஸ்தியின் கனம் அதிகமாகயிருக்கும். காரணம் அது கோடான கோடி இந்தியர்களின் கண்ணீரையும் சேர்த்தது தானே” என்றார் சுக்லா.

சமூகமாக இந்தியா மொத்தமும் தந்தைக் கொலையில் மவுனமாக பங்கேற்றது, கோட்சே அவர்களின் கூட்டு அவாவின் உருவம் மட்டுமே என குற்றம் சாட்ட முடியும். தேவிபாரதியின் ‘பிறகொரு இரவு’ கதையும் காந்தியின் மரணத்திற்காக காந்தியின் அணுக்கர்கள் கூட காத்திருந்த சித்திரத்தை அளிக்கிறது. ஜி. நாகராஜனின் ‘கிழவனின் வருகையில்’ கிழவனைக் கொன்று கடந்து செல்ல வேண்டிய நிர்பந்தத்தை சொல்கிறார். காந்தி மரணத்தின் வழியாக இந்தியர்களின் பொதுமனத்தின் ஆழத்திற்குள் சென்றுவிட்டார். காந்தியின் மரணம் காந்தியின் வாழ்வை அசோகமித்திரன் சொல்வது போல் மாபெரும் துன்பியல் காவியமாக ஆக்குகிறது. ‘என் வாழ்வே என் செய்தி’ என சொன்னவர் காந்தி. காந்திய கதைகளை வாசிக்கும்போது அவருடைய வாழ்வைவிட அவர் மரணமே பெருஞ்செய்தியாக வளர்வதை உணர முடிகிறது.

இத்தொகுதியில் உள்ள பதினைந்து கதைகளில், ‘ஆடல்’, ‘நான்காம் தோட்டா’, ‘மரணத்தை கடத்தலும் ஆமோ’,

‘ஆரோகணம்’, ‘காந்தியைச் சுமப்பவர்கள்’, ‘கிழவனின் வருகை’, ‘பிறகொரு இரவு’ என ஏழு கதைகள் நேரடியாகவே காந்தியின் மரணத்தைப் பேசுபவை என்பது குறிப்பிடத்தக்கது. இந்திய பொதுமனத்தின் ஆழத்தில் ஆறாக் காயமாக, சமன்படுத்த இயலாத பள்ளமாக காந்தியின் மரணம் திகழ்கிறது என்பதையே காட்டுகிறது. இது காலப்போக்கில் பெருகவே கூடும்.

2

காந்தி *150* ஆம் ஆண்டை முன்னிட்டு பாரதிய வித்யா பவன் ஒவ்வொரு இந்திய மொழியிலும் காந்தி குறித்து ஒரு தொகைநூலை கொண்டு வரும் முயற்சியில் ஈடுபட்டது. தமிழில் அதை தொகுக்கும் பணி எனக்கு கிட்டியது. சிறுகதைகள், நாவல் பகுதிகள், கவிதைகள், கட்டுரைகள், நினைவுக்குறிப்புகள் மற்றும் அஞ்சலிகள் என பல பகுதிகளை கொண்ட அறுநூற்றைம்பது பக்க தொகுப்பு அது. ஆங்கிலத்தில் மொழியாக்கம் செய்யப்பட்டு வெளிவர இருக்கிறது. காந்தி நூற்றாண்டை ஒட்டி கே.எஸ். ஜம்புநாதன் தொகுத்த ‘காந்தி சிறுகதைகள்’ தொகுதியில் ஐம்பதுக்கும் மேற்பட்ட கதைகள் இடம்பெற்றுள்ளன. இத்தொகுப்பில் இடம்பெற்றுள்ள ஆர். சூடாமணி மற்றும் பி.எஸ். ராமையாவின் கதைகளை அங்கிருந்தே எடுத்துக்கொண்டேன். இத்தொகுதியில் இடம்பெற்றுள்ள கதைகளைத்தவிர்த்து எஸ். ராமகிருஷ்ணனின் ‘இரண்டு கிழவர்கள்’, கலைச்செல்வியின் ‘மிலியின் சகோதரன்’, ‘உதிர்ந்த இலை’, ‘முகத்துவார நதி’ ஆகிய மூன்று கதைகள், ஜெயமோகனின் ‘பின்தொடரும் நிழலின் குரல்’ நாவலுக்குள் இடம்பெற்றுள்ள ‘மெல்லிய நூல்’ மற்றும் சுரேஷ் பிரதீப்பின் ‘விடைபெறுதல்’ ஆகியவை குறிப்பிடத்தக்க விடுபடல்கள் என சொல்லலாம்.

காந்திக்கும் தமிழ் மொழிக்கும் தமிழர்களுக்கும் அவர் வாழ்ந்த காலம் வரையும் பின்னரும் கூட நெருங்கிய தொடர்பு உண்டு. பால சுந்தரம், தில்லையாடி வள்ளியம்மை தொடங்கி தம்பி நாயுடு, வின்சென்ட் லாரன்ஸ் வரை பலர் தென்னாப்பிரிக்காவில் காந்திக்கு உறுதுணையாக இருந்தவர்கள். காந்தி தென்னாப்பிரிக்காவிலிருந்து இந்தியா திரும்பி ஆசிரமம் அமைக்கையில் அதன் தொடக்க குடியேறிகளில் ஏறத்தாழ

பத்துக்கும் மேற்பட்டோர் தமிழர்கள். காந்தியின் சம்பந்தியும் சகாவுமான ராஜாஜி தொடங்கி டாக்டர். ராஜன், திரு.வி.க, ஏ.கே. செட்டியார் என பலர் காந்தியோடு தொடர்புடைய தமிழர்கள். காந்தி தமிழகத்திற்கு 1890 களிலேயே முதன்முறையாக வந்திருக்கிறார். எனினும் 1934–35 ஹரிஜன் யாத்திரையே காந்தி தமிழகத்தில் முழுமையாக மேற்கொண்ட பயணம். அப்பயணத்தின் சுவடுகளை கதைகளில் காண முடிகிறது. 'புதிய நந்தன்', 'பதச்சோறு', 'மரணத்தை கடத்தலும் ஆமோ' என மூன்று கதைகளில் அப்பயணத்தின் குறிப்புகள் கிடைக்கின்றன. தி.செ.சௌ. ராஜனின் நினைவுக்குறிப்பும் முக்கியமானது.

காந்தியின் வாழ்க்கை கதை, மரணக்கதை என இத்தொகுதியின் கதைகளை பொதுவாக இரண்டாக வகுக்கலாம். புதிய நந்தன் வரையிலான முதல் எட்டுகதைகள் வாழ்க்கைக்கதைகள். கடைசி ஏழு கதைகள் மரணத்தை பேசுபொருளாக கொண்டவை. 'பதச்சோறு', 'ஆலமரத்தில் ஒரு பறவை' ஆகிய இரண்டும் தூய லட்சியவாதக் கதைகள் என சொல்லலாம். 'உள்ளும் புறமும்', 'காந்தியுடன் பேசுவேன்' ஆகிய கதைகள் லட்சியவாதத்தின் வீழ்ச்சியில் நின்றபடி காந்திய லட்சியவாதத்தை நோக்கும் கதை என சொல்லலாம். 'புதிய நந்தன்' லட்சியவாதத்தை அங்கீகரிக்கும் அதேவேளையில் அதன் பொருளின்மையையும் சுட்டுகிறது. 'பிறகொரு இரவு' காந்தியும் அவரது லட்சியவாதமும் அவர் கண் முன்னே காலாவதியாகும் துயரத்தைப் பேசுகிறது. 'கிழவனின் வருகை' அப்படி காலாவதியாவது உலக இயல்பு என வரையறை செய்கிறது. 'Ecce homo' (இவன் மனிதன்), 'நீரும் நெருப்பும்' ஆகிய இரண்டு கதைகளும் நேரடியாக காந்தியின் வாழ்க்கை சம்பவங்களில் இருந்து புனைவு தருணத்தை உருவாக்கி கதையாக்கியவை. 'மரணத்தை கடத்தல் ஆமோ', 'ஆடல்', 'கிழவனின் வருகை', 'ஆரோகணம்', 'பிறகொரு இரவு' ஆகிய அனைத்து கதைகளுமே கனவுத்தன்மையும் மிகுபுனைவுத்தன்மையும் கொண்டவை என வகைப்படுத்தலாம்.

பாவண்ணனின் 'ஆலமரத்தில் ஒரு பறவை' கதை ஒரு லட்சியவாதக் கதை. காந்தியவாதியான தந்தை விசுவநாதனின் நினைவுக் குறிப்பை தொகுத்து அவரத மகன் நூலாக்குகிறார். அதில் சில பகுதிகளை சேர்க்கும் விதமாக தந்தையுடன்

தொடர்பிலிருந்தவர்களைத் தேடி அவர்களுள் சிலருடனான உரையாடலை பதிவு செய்கிறார். காந்திய தொண்டரின் வாழ்வின் ஊடாக காந்தியை அவர் எப்படி உள்வாங்கியுள்ளார் என்பது சுட்டிக்காட்டப்படுகிறது. காந்தியுகத்து தொண்டர்கள் காந்தியிடமிருந்து லட்சியவாதத்தைப் பெற்றுக்கொண்டு தங்கள் மொத்த வாழ்வையும் தகவமைக்கிறார்கள். காந்தி ஒரு 'ஆலமரம்' அங்கிருந்து தங்கள் வாழ்வை வளர்த்துக்கொண்ட பறவைகள் தான் விஸ்வநாதனும் அவரது நண்பர்களும். காந்தி இக்கதையில் தொண்டர்களின் புகலிடமாக திகழும் ஒரு முன்மாதிரி தலைவராக சித்தரிக்கப்படுகிறார். பென்சிலினை பயன்படுத்த காந்தி மறுத்தபோது விஸ்வநாதன் நேருக்கு நேர் நின்று அதை கேள்வி கேட்கும் பகுதியை கதையின் சுவாரசியமான பகுதி எனச் சொல்லலாம். காந்திக்கும் அவர் தொண்டர்களுக்கும் இடையிலான உறவு இருபக்க உரையாடல்தன்மை கொண்டது. 'பாபுஜி. பென்சிலினோட வருகை மருத்துவ உலகத்துல மிகப்பெரிய புரட்சி. கிட்டத்தட்ட நம்ம அகிம்சைத் தத்துவத்தப்போல. அதை நிராகரிக்கறதுக்கு உங்களுக்கு ஆயிரம் காரணம் இருக்கலாம். அதுல உங்க பிடிவாதம்தான் வெளிப்படுதே தவிர தெளிவு இல்லைங்கறது என் எண்ணம். அகிம்சைய இன்று நாடெங்கும் நாம் வலியுறுத்தி பேசறோம். அது ஒரு சக்தியாகவே வளர்த்திருக்கோம். ஆனா வன்முறையே எனக்கு வழிமுறைன்னு உறுதியா நிக்கறவங்க யாரயும் நம்மால அணுக முடிஞ்சதில்ல. ராமநாமமே எனக்கு பென்சிலின்னு சொல்லறதுக்கும் வன்முறையே எனக்கு வழிமுறைன்னு சொல்லறதுக்கும் பெரிய வித்தியாசம் இருக்கறமாதிரி எனக்குத் தெரியலை' எனச் சொல்கிறார் விஸ்வநாதன். தலைவருக்கும் தொண்டருக்கும் இடையே புரிதலும் நன்னம்பிக்கை இருக்கும்போது பாதுகாப்பின்மை இருக்காது. அச்சமற்ற சூழலில்தான் துணிந்து இத்தகைய உரையாடலை நிகழ்ந்த முடியும். காந்தியிடம் அத்தகைய உரையாடல் சாத்தியப்பட்டது.

மணிக்கொடி எழுத்தாளரான பி.எஸ். ராமையாவின் 'பதச்சோறும்' ஒரு லட்சியவாதக் கதை. கதை முடிவும் கற்பனாவாதத்தன்மை கொண்டதுதான். காந்தி வாழ்ந்த காலத்தில் எழுதப்பட்டக் கதைகள் என புதுமைப்பித்தனின் கதையும் இவரது கதையையும் சொல்லலாம். கொள்கைக்கும்

வாழ்க்கைக்கும் இடையிலான முரணைத் தொட்டுக்காட்டி, கொள்கையின் வெற்றியை பறைசாற்றுகிறது. குமுதத்தின் நினைவுகளின் ஊடாக காந்தியுடனான அவளது சந்திப்பு உயிர்பெறுகிறது. ஹரிஜன் யாத்திரைக்கு வரும்போது காந்தியிடம் கையெழுத்து பெறச்சென்று நகைகளே அணிவதில்லை என அவருக்கு உறுதி அளிக்கிறாள் குமுதம். அந்த உறுதியை காப்பதற்காக தன் குடும்பத்தையே இழக்கத் தயாராக இருக்கிறாள். காந்தியை முதல்முறை, ஒரேயொரு முறை தான் குமுதம் சந்திக்கிறாள். ஆனால் அது அவள் மொத்த வாழ்வையும் மாற்றுகிறது. அசல் வாழ்வில் ஒரே/முதல் சந்திப்பில் காந்தி பலருடைய வாழ்வை தலைகீழாக மாற்றிய வரலாறு மீண்டும் மீண்டும் பதிவாகிறது. அத்தருணத்தை படம்பிடித்து காட்டியவகையில் இக்கதை முக்கியமானது. காந்தி காந்தியாக, லட்சியவாதியாக சித்தரிக்கப்படும் கதை.

சூடாமணியின் 'உள்ளும் புறமும்' காந்திக்கு பின்பான காலத்திலிருந்து காந்திய காலத்தை, அதன் லட்சியவாதத்தை ஏக்கத்துடன் அணுகும் லட்சியவாத பிரதி. இயல்பாக கால மாற்றத்தில் ஏற்பட்ட வீழ்ச்சியையும் காந்தி வெற்று அடையாளமாக மாறி நிற்கும் நிலையையும் சுட்டுகிறது. 'பதச்சோறு' கதையை விட நுட்பமான தளத்தில் நம்முடன் உரையாடுகிறது. அன்றைய யதார்த்தத்தையும் கொள்ள வேண்டிய லட்சியத்தையும் ஒருசேர நினைவூட்டுகிறது. காந்தி பெயரில் பெரும் கட்டிடங்களை எழுப்பும் ஒரு தொழிலதிபர், காந்தி பெயரில் புத்தகங்களை எழுதும் எழுத்தாளர் என இரண்டு நண்பர்கள், தங்களுடன் போராட்டத்தில் பங்குபெற்ற, ஆனால் புகழடையாத மூன்றாவது நண்பரைத் தேடிச்செல்கிறார்கள். நண்பர்கள் இருவரும் தத்தமது மனைவிமார்களை அழைத்துக்கொண்டு சந்திப்புக்கு வருகிறார்கள். அவர்களுடைய உரையாடலின் ஊடாக பரஸ்பரம் இருவரும் தங்களது போலித்தனங்களை அறிந்து, எடைபோடுகிறார்கள். காந்தியுடன் இருந்தவரெல்லாம் காந்தியவாதியா? காந்திய அடையாளங்களை பறைசாற்றுபவர் காந்தியவாதியா? மெய்யான காந்தியவாதி யார்? எனும் கேள்வியை கதை எழுப்புகிறது. காந்தி தனிமனிதர் எனும் நிலையிலிருந்து உள் முரண்களற்ற விழுமியத் தொகையின் பிரதிநிதியாக சாராம்சப்படுத்தப்படுகிறார்.

எஸ். ராமகிருஷ்ணனின் 'காந்தியோடு பேசுவேன்' கதையில் கதைசொல்லி லட்சுமணனும் அவரது யூத மனைவி ராகேலும் வார்தாவில் காந்தி வாழ்ந்த குடிலுக்குச் செல்லும் சித்திரத்துடன் தொடங்குகிறது. நினைவுகளின் ஊடாக லட்சுமணனின் தாய் காந்தியை அடைந்த கதையும் அவரது ஆசிரம வாழ்வும் சொல்லப்படுகிறது. லட்சுமணன், அவனது மனைவி ராகேல், அவனது அன்னை ஆகியோரின் காந்தியைப் பற்றிய சிந்தனைகளும், நினைவுகளுமே கதையாகிறது. ராகேலின் பாத்திரம் வழி இந்திய பொதுமனம் மீதான அவதானிப்புகளை முன்வைக்கிறார். காந்தியை சுமக்க வேண்டியதில்லை அவருடன் ஆக்கப்பூர்வமாக உரையாட வேண்டும் என்பதே அவள் விடுக்கும் செய்தி. லட்சுமணன், ராகேல், அம்மா என மூவரும் தங்களது காந்தியை கண்டுகொள்கிறார்கள்.

லட்சுமணனின் தாய் காந்தியைக் காண வீட்டை விட்டு விலகிச் சென்றவர். காந்தியை ஒரு ஆணாக அவர் காண முடியவில்லை. ராகேல் காந்தியையும் புத்தரையும் எளிதில் வீழ்ந்துவிடாத வலுவுடைய பெண்களின் அகம் கொண்ட, தங்களைப் பெண்ணாக உணர்பவர்களாகவே காண்பதாகச் சொல்கிறாள். உண்ணாவிரதம் எனும் போராட்ட வடிவமே பெண்மை உருவாக்கிய எதிர்ப்பு வடிவம்தான் என்கிறாள். காந்தி பெண்களுடைய அகத்துடன் தனியாக ஒரு உரையாடலை நிகழ்த்திக்கொண்டுள்ளார். காந்தியின் மிக முக்கியமான பங்களிப்புகளில் ஒன்று பெண்களை அரசியல்மயப்படுத்தியது. ராகேலின் கோணத்தில் காந்தி எப்படி புலப்படுகிறார் என எஸ். ராமகிருஷ்ணன் எழுதுகிறார்.

"இந்திய பெண்கள் காந்தியை சமூகசேவகர் என்ற தளத்தில் புரிந்து கொள்ளவில்லை, பெரும்பான்மை மக்கள் சகலவிதமான அடிப்படை அறங்களையும் கைவிட்டு தீமையும் பொய்மையும் தனதாக்கிக் கொண்ட சூழலில் அறத்தின் பொருட்டு தன்னை ஒப்படைத்துக் கொண்டு சுயபரிசோதனை கொண்ட வாழ்வை மேற்கொண்ட எளிய மனிதர் என்றே புரிந்து கொண்டிருக்கிறார்கள்."

அசோகமித்திரனின் 'காந்தி' ஒரு நனவோடைக்கதை. 'காந்தி' கதைசொல்லியின் சிந்தனைபெருக்கின் ஒரு

பகுதி மட்டுமே. கசப்பை வழக்கமாக விரும்பி அருந்தும் கதைசொல்லிக்கு அன்று ருசிக்க முடியாத அளவிற்கு காபி புதிதாக கசந்தது. அது நண்பனின் மீதான, நட்பின் மீதான கசப்பு. சிம்னி விளக்கொளியில் தூரத்தில் ஒரு கணம் மின்னி மறையும் உன்னத பரிசுத்த கணத்தில் தன்வசமிழந்து கரையும் நண்பனுக்கு காந்தியை ஏன் பிடிக்கவில்லை எனும் கேள்வியே கதைசொல்லியை வாட்டுகிறது. அது கவிதை கணம், கவிஞனால் காந்தியை எப்படி வெறுக்க முடியும்? உறவின் விரிசலுக்கு கூட காந்திதான் காரணமோ என சந்தேகிக்கிறான். மனிதர்களுக்குள் உள்ள உள்முரண்களை பற்றிய விசாரணை இயல்பாக காந்தியை அடைகிறது. கதையில் உள்முரண்களின் உருவமாக காந்தி உருவெடுக்கிறார். நண்பனின் தர்க்கப்பூர்வமான எதிர்வாதங்களுக்கு முழு சித்திரத்தை பார்க்க மறுக்கிறாய் எனும் பலவீனமான, ஆனால் ஆத்மார்த்தமான பதிலைத்தவிர வேறு எதை சொல்லிவிட முடியும். ஏற்புக்கும் இறுகிய நம்பிக்கைகளுக்கும் இடையேயான போராட்டம். கதைசொல்லி தனக்குள் உள்ள முரணைக் கண்டுகொள்கிறான். தனக்குள் உள்ள முரண்களை உணர்பவர்கள் பாக்கியசாலிகள். அவர்களுக்கு காந்தியை நெருங்கி அறியவும் ஏற்கவும் இயலும்.

முந்தைய கதையான 'காந்தியோடு பேசுவேன்' கதையில் வரும் இவ்வரி காந்தியின் உள் முரண்பாடுகளில் லயித்துக்கிடப்பதின் பயனின்மையை சுட்டுகிறது. 'ஒருவரைப்பற்றி நிறையத் தெரிந்து கொள்ளும்போது அவரை உள்ளூர நமக்கு பிடிக்காமல் போய்விடுகிறது என்பது தான் உண்மை, காந்தி என்வரையில் ஒரு தூரத்து நட்சத்திரம் போல, அதன் ஒளி தான் என்னை வசீகரிக்கிறது, நெருங்கிச் சென்று அதை ஆராய்ச்சி செய்ய எனக்கு விருப்பமில்லை.' அசோகமித்திரனின் 'காந்தியும்' காந்தியின் மீதான நன்மதிப்பு ஒருவர் திறந்தமனதுடன் இருக்கும்போது அடையப்படுவது அதை தர்க்கத்தால் நிலைநிறுத்த முடியாது எனும் கண்டடைதலையே முன்வைக்கிறது.

'சத்திய சோதனையில்' ஐந்தாம் பாகம் 28 ஆவது அத்தியாயமான 'மரணத்தின் வாயிலருகில்' எனும் அத்தியாயத்தை அடிப்படையாகக் கொண்டு எழுதப்பட்ட கதை ஜெயமோகனின் 'நீரும் நெருப்பும்'. காந்தி 1918 ஆம் ஆண்டு ஸ்பேனிஷ் ஃப்ளூ காய்ச்சலில் பீடிக்கப்பட்டு

மரணத்தின் விளிம்புவரை சென்ற நிகழ்வை அதில் விவரிக்கிறார். கதையில் பைராகியாக உருமாற்றமடையும் கேல்கரை பற்றி காந்தி எழுதுகிறார் 'இவ்விதம் சதா சாவை எதிர்பார்த்துக்கொண்டு நான் படுத்திருந்தபோது, டாக்டர் தல்வல்கர், ஒரு விசித்திர ஆசாமியை அழைத்துக்கொண்டு அங்கே வந்தார். மகாராஷ்டிரத்தைச் சேர்ந்தவர் அந்த ஆசாமி. அவர் பிரசித்தமானவர் அன்று. ஆனால், அவரைப் பார்த்த மாத்திரத்திலேயே அவரும் என்னைப் போன்ற ஒரு பைத்தியம் என்பதைக் கண்டுகொண்டேன். தம்முடைய சிகிச்சை முறையை என்னிடம் சோதித்துப் பார்ப்பதற்காகவே அவர் வந்தார்.' இக்கதையில் வரும் ஒருவரி 'நான் ஒரு கிறுக்கன் என நினைக்கிறார். ஆகவே என்னைப் பார்க்கவும் என் மருத்துவத்துக்குள் வரவும் திரு. காந்தி உடன்படக்கூடும் என்றார்'.

உண்மை நிகழ்வை தொட்டுக்கொண்டு கதை தன்போக்கில் பிரம்மாண்டமாக விரிகிறது. ஜெயமோகன் நோக்கில் நல்ல சிறுகதை என்பது வளரும் உருவகத்தை தன்னகத்தே கொண்டது. அதன் வழி கவிதைக்கு நெருக்கமாகிறது. நீரையும் நெருப்பையும் உருவகங்களாக வளர்த்தெடுக்கிறார். உடலை நெருப்பு குண்டமாக எழுப்பும் சிகிச்சைமுறையை நம்பும் பைராகி இருளில் தழலென அனலுருவாக அறிமுகமாகிறார். காந்தியின் உடல் விவரிக்கப்படும்போது 'காட்டுத்தீக்குப்பின்னர் வைரம் மட்டும் எஞ்சும் சுள்ளிபோன்றது' என குறிப்பிடப்படுகிறது. பைராகி உயிரைப் பேண அனலின் வழியை பரிந்துரைக்கிறார். அனல் தான் பெருகப் பெருக அனைத்தையும் உண்டு செரிப்பது. காந்தி நீரின் வழியை உயிர்த்திருக்க தேர்ந்தெடுக்கிறார். நீர் அரவணைப்பது. தண்மையானது. நீருக்குள்ளும் நெருப்பு உண்டு எனும் தரிசனமே பைராகி வழி காந்தி அடைவது. இந்தியா தீவிரவாதிகள், மிதவாதிகள் என இரண்டுவிதமான போக்கையே காந்தியின் வருகைக்கு முன் விடுதலைக்கான வழியாக கண்டிருந்தது. காந்தி இவை இரண்டுமல்லாத புதிய பாதையை உருவாக்கினார். அவருடைய வழி நீரின் நெகிழ்வுத்தன்மை, அரவணைக்கும் தன்மை கொண்டது ஆனால் அகத்தே நெருப்பை உணர்ந்தது. காந்தியின் உயிரை பிடித்து வைத்திருந்தது அவருடைய வாழ்விச்சை. இக்கதையில்

கனவின் வழி தேச விடுதலை அவருடைய கடமையாக உணர்த்தப்படவில்லை மாறாக கடைநிலை மக்களுக்கு அவர் ஆற்ற வேண்டியதே அவருடைய வாழ்விலக்காக சுட்டிக்காட்டப்படுகிறது. அந்த அறிதலின் வழி வாழ்விச்சையை மீட்டுக்கொள்கிறார். புரட்சி எனும் நெருப்பின் பாதையை தவிர்த்து மக்கள் திரள் ஒருங்கிணைப்பு எனும் நீரின் பாதையை தேர்வு செய்யும் கணத்தையே கதையாக்கியுள்ளார் ஜெயமோகன். மானுட குலத்திற்கான காந்தியின் ஆகச்சிறந்த பங்களிப்பு இந்த போராட்டமுறையை கண்டடைந்தது அதை வளர்த்தெடுத்ததே. அந்த தருணத்தை புனைவின் ஊடாக தொட்டு மீள்கிறார் ஜெயமோகன். காந்தி இக்கதையில் ‘கட்டுத்தளர்ந்த சுள்ளிக்கட்டுபோல்’ உள்ள பலவீனமான நிலையில்தான் அறிமுகமாகிறார். இன்றே இப்போதே என எல்லாவற்றையும் மாற்ற ஓயாமல் உழைப்பவராகவும் ஆனால் எதுவுமே மாறப்போவதில்லை எனும் ஞானியர்களுக்கே உள்ள சலிப்பை அடைபவருமாக உழல்கிறார். அவருக்குள் இருக்கும் குழந்தையே அவரை சலிப்படையாமல் வைத்துக்கொண்டது. ஆனால் அவருடைய ‘ஓயாத போராட்டம் அவருள் இருக்கும் அந்தக்குழந்தையுடன்தான்.’ காந்தி தொடர் முனைப்பின் வடிவமாக ஜெயமோகன் கதையில் துலக்கமடைகிறார். காந்தி என்பது கொள்கைகளோ இயல்புகளோ அல்ல ஓயாத செயல். ‘காந்தியோடு பேசுவேன்’ ஆண் பெண் என பால்ரீதியாக என்ன உருவகத்தை கட்டமைத்ததோ அதே இருமையை ‘நீரும் நெருப்புமாக’ இக்கதை கட்டமைக்கிறது.

நகுல்வசனின் Ecce homo (இவன் மனிதன்) ‘நீரும் நெருப்பும்’ போலவே காந்தியின் வாழ்விலிருந்தே புனைவை உருவாக்குகிறது. காந்தி லண்டனுக்கு கப்பல் ஏறுவதில் தொடங்கி மீண்டும் இந்திய கரையை அடையும் வரையிலான காலகட்டத்தை சித்தரிக்கிறது. ‘சத்திர சோதனையில்’ காந்தியே எழுதிய புனைவுத் தருணங்களை மட்டும் கோர்த்து உருவாக்கப்பட்ட சித்திரம். சத்திய சோதனையின் நம்பகமான மறு ஆக்கம் என்றே சொல்லலாம். நிகழ்வுகளின் தேர்வு மற்றும் அவை கோர்க்கப்பட்ட விதமே இதை புனைவாக ஆக்குகிறது. லட்சியவாதியோ, மகாத்மாவோ அல்ல காந்தி நம்மை போல நன்மைக்கும் தீமைக்கும் இடையே சபலத்தில்

ஊசலாடிக்கொண்டிருப்பவர் என்பதே இக்கதையின் பார்வை கோணம். தலைப்பும் அதையே வலியுறுத்துகிறது. மனிதர் காந்தி எதிர்கொண்ட அலைக்கழிப்புகளே கதை. அலைக்கழிப்புகளின் ஊடாகவே காந்தி நமக்கு அணுக்கமாகவும் ஆகிறார். கலைக்கான ஊடகமாகவும் ஆகிறார்.

புதுமைப்பித்தனின் 'புதிய நந்தனை' காந்தி கதை என வகுத்துவிட முடியுமா எனத்தெரியவில்லை. ஆனால் காந்தியின் இருப்பை உணர்த்தும் கதை. காந்தியின் வருகை சமூகத்தில் ஏற்படுத்திய தாக்கத்தையும் உரையாடலையும் விவாதிக்கிறது. பொதுவாக புதுமைப்பித்தன் உட்பட நவீன இலக்கியவாதிகளின் மீது வைக்கப்படும் மிக முக்கியமான குற்றச்சாட்டு என்பது அவர்கள் சமகாலத்தை புனைவுகளில் பதிவு செய்ததில்லை என்பதே. ஆனால் 'புதிய நந்தனில்' காந்தியின் வருகை பதிவாவதோடு மட்டுமில்லாமல் அங்கிருந்து இன்று வரை தீராத சிக்கலை முன் உணர்த்துகிறது. கதையின் தலைப்பிலேயே 'நந்தனார் சரித்திரம்' சார்ந்த குறிப்பு உள்ளது. கதையும் அதை கோடிட்டு காட்டியபடியேதான் தொடங்குகிறது. நந்தனார் 'திருநாளைப் போவார்' நாயனாராக ஆக நெருப்பில் குளித்து தன் தூய்மையை நிறுவ வேண்டியிருந்தது. காந்தி தோல்வியடைந்த மீட்பர் என சொல்லலாம். கிறிஸ்துவை போல. தோல்வியின் ஊடாகவே அவர் மேலும் மேலும் நமக்கு நெருக்கமாகிறார். பேருரு கொள்கிறார்.

பாவாடையாக பிறந்து ஜான் தானியலாக வளர்ந்து தோழர் நரசிங்கமாக உருமாறியவனும் பிராமண குடும்பத்தில் பிறந்து எம்.ஏ படித்து சத்தியாகிரகத்தில் ஈடுபட்ட ராமநாதனும் ஒரே உண்மையை இருவேறு பாதையில் வந்தடைகிறார்கள். 'மவாத்துவா' கிழவரை காணவரும்போது, சிவபெருமானின் நெற்றிக்கண் தழலென ஒளிவிட்டு விரைந்து கடக்கும் ரயில் வண்டியில் விழும் குருட்டு கிழவனான கருப்பனை காக்கும் முயற்சியில் மூவரும் சிதைந்து போகிறார்கள். இவர்களில் யார் நந்தன் என்றொரு கேள்வியை எழுப்புவதோடு கதை முடிகிறது. குறியீட்டு ரீதியாக இக்கதை விரிந்தபடி உள்ளது. நிற்காத ரயில் வண்டி சனாதனம், சாதியவாதம்.

இந்திய தேசிய விடுதலை எனப் பலவாக விரித்து காண முடியும். சனாதனிகள், தோழர்கள், சாமானியர்கள்

என அனைவரும் அவர்களுக்கு மீட்பளிக்கபோகும் அந்த ரயிலுக்காக அவரவர் கணக்குகளுடன் ஆதனூர் ரயில் நிலையத்தில் காத்திருக்கின்றனர். எல்லோருக்கும் விடுதலை வேறுவேறாக பொருள்படுகிறது. சிக்கியவர்களுடன் சேர்ந்து மீட்பர்களும் அவர்களின் உன்னத முயற்சியில் ரயிலால் அடித்துச் செல்லப்படுகிறார்கள். சமகாலத்தின் இருவேறு சமூக சீர்திருத்த போக்குகளை ஒரு கலைஞனாக அவதானிக்கிறார் புதுமைப்பித்தன். இரண்டு போக்குகளையும் ஆத்மார்த்தமானதாக அங்கீகரிக்கிறார். ஆனால் எதற்குமே நிற்காத ரயில், மனிதத் தன்மையற்ற இயந்திரமான ரயிலுக்கு முன் இவை இரண்டுமே தோல்வியடையும் எனும் அவநம்பிக்கையே 'புதிய நந்தனாக' ஆகிறது. நகுல்வசனின் கதை காந்தியை லட்சியவாதத்திலிருந்து வெளியேற்றி மனிதனாக நம்முன் நிறுத்துகிறது என்றால் புதுமைப்பித்தன் அதன் மீது ஐயம் கொள்கிறார். அதுவும் காந்தி வாழ்ந்திருந்த காலத்தில் இந்தக் கதையை எழுதினார் எனும்போது அவரது மனோதர்மத்தையும் கூர்மையையும் வியக்காதிருக்க முடியவில்லை. பெரும் கலைஞர்களால் ஒரு சேர ஆசுவாசத்தையும் தொந்திரவையும் அளிக்க இயலும்.

3

காந்தியின் மரணக் கதைகளை வாசிக்கும்போது அவை மீள மீள 'ஏன்?' எனும் கேள்வியை எழுப்பி தத்தமது விடைகளை கண்டடைகின்றன. 'நான்காம் தோட்டா' துப்பறியும் கதையாக தோற்றம் கொண்டாலும் ஏன் எனும் கடினமான கேள்வியை எழுப்புவதுடன் முடிகிறது. 'காந்தியைச் சுமப்பவர்கள்' இந்தியனே காந்தியை கையெடுத்து வணங்கிவிட்டு கொன்ற வினோதத்தை புரிந்துகொள்ளாமல் திகைக்கிறது என்றால் 'பிறகொரு இரவு' அதற்கு இந்திய சமூகத்தையே பொறுப்பாக்குகிறது. 'மரணத்தை கடத்தல் ஆமோ' மெய்யியல் தளத்தில் விடை தேடுகிறது. 'ஆரோகணம்' தொன்மத்துடன் இணைவைத்து புரிந்துகொள்ள முயல்கிறது. 'ஆடல்' ஏன் எனும் கேள்வியை எழுப்பவில்லை என்றாலும் அந்த நிகழ்வை செரித்துக்கொள்ள முற்படுகிறது. 'கிழவனின் வருகை' அது இன்றியமையாத ஒரு நிகழ்வு எனும் முடிவுக்கு வருகிறது. நாவல்களில் 'மோகமுள்' '18 ஆவது அட்சக்கோடு' ஆகியவற்றிலும் காந்தியின் மரணம்

பதிவாகியுள்ளது. அசோகமித்திரனின் நாவலில் அதன் நாயகன் சந்திரசேகரன் காந்தி காந்தி எனக் கத்திக்கொண்டே ஓடுவது நாவலின் உணர்ச்சிகரமான பகுதிகளில் ஒன்று.

சி. சரவணகார்த்திகேயனின் 'நான்காம் தோட்டா' காந்தி மரணமடைந்த காலத்திலும் நிகழ்காலத்திலுமென இரண்டு காலங்களில் மாறி மாறி நிகழ்கிறது. சில ஆண்டுகளுக்கு முன் உண்மையில் காந்தி கொலை வழக்கை மீண்டும் விசாரிக்கக் கோரி ஒரு வழக்கு தொடுக்கப்பட்டது. நான்காவதாக ஒரு தோட்டா காந்தியை துளைத்தது, அதை சுட்டவர் கோட்சே அல்ல என சதி கோட்பாடுகள் கிளம்பின. சரவண கார்த்திகேயன் இந்த நிகழ்வை அடிப்படையாகக் கொண்டு காந்தியின் மரணத்தை விசாரிக்கிறார். சபர்மதி எனும் பத்திரிக்கையாளர் தில்லிக்கு சென்று இவ்வழக்கு தொடர்பாக ஆய்வுசெய்து எழுத முற்படுவது ஒரு பகுதி மறுபகுதி காந்தியின் இறுதிநாள் சித்தரிக்கப்படுகிறது. மரணத்தின் வழி தன் மகாத்மாத்துவத்திற்கு நியாயம் சேர்த்தவராக காந்தி சித்தரிக்கப்படுகிறார். துருவமயமாதலும் மதவாதமும் காந்தியின் உயிரை காவுவாங்கியது என்பதை அழுத்தமாக நினைவுறுத்தும் கதை. காந்தியின் மரணம் காந்தியின் வாழ்வைக்காட்டிலும் பெரும் செய்தியாக ஆகிவிட்ட காலகட்டத்தின் எதிரொலிப்பு என இக்கதையை சொல்லலாம்.

எஸ். ராமகிருஷ்ணனின் 'காந்தியைச் சுமப்பவர்கள்' இத்தொகுதியின் தலைப்பிற்குரிய கதை. இத்தொகுதியில் இடம்பெற்றுள்ள இரண்டாவது எஸ். ராமகிருஷ்ணன் கதையும் கூட. ஒரு எழுத்தாளரின் ஒரு கதையை மட்டுமே எடுத்துகொள்ள வேண்டும் என்றொரு திட்டம் இருந்தது ஆனால் எஸ்.ராவிற்காக அதை மீற வேண்டியிருந்தது. காரணம் ஒன்று காந்தியின் மரணத்தைப் பேசுகிறது இன்னொன்றில் காந்தி ஒரு பாத்திரமாக வருகிறார். இரண்டும் மாறுபட்ட இரண்டு தரிசனங்களை கொண்டது. காந்தியின் அஸ்தியை இந்தியர்களும் ஆப்பிரிக்கர்களுமாக உகாண்டாவிற்குள் ஓடும் நைல் நதியில் கரைக்க கொண்டு செல்லும் சித்திரத்துடன் இக்கதை தொடங்குகிறது. அவர்களுக்குள் நிகழும் உரையாடலே கதை. 'காந்தியுடன் பேசுவேன்' கதையில் ராகேல் யூத பண்பாட்டு பின்புலத்திலிருந்து காந்தியை எப்படி புரிந்து

கொண்டாரோ அப்படி இதிலும் ஆப்பிரிக்கர் கோணத்திலிருந்து காந்தி உள்வாங்கப்படுகிறார். எஸ்.ராமகிருஷ்ணன் காந்தியை உலகமயமாக்குகிறார். பண்பாட்டு தேச எல்லைகளுக்கு அப்பால் காந்தி எப்படி சென்று சேர்கிறார் என்பதை கவனிக்கிறார். காந்தி ஒரு ஒளியாக, உலகிற்கு பொதுவானவராக ஆகிறார். கதையின் இறுதிப்பகுதியில் இப்படியொரு உரையாடல் நிகழ்கிறது.

“ஒருமுறை கூட நேரில் காணாத காந்தியை இப்போது சாம்பலாக மடியில் சுமந்து கொண்டிருக்கிறீர்கள். காந்தியின் எடையை உணருகிறீர்களா” எனக்கேட்டான் ஒபாடே..

“காந்தி இப்போது எடையற்றிருக்கிறார்” என்றார் சுக்லா

“சாம்பலின் கனத்தை நம்மால் மதிப்பிட முடியாது. உயிருள்ள மனிதன் செய்ய முடியாதவற்றைக் கூட இறந்த மனிதனால் செய்து முடித்துவிட முடியும். இறந்தவர்களைப் பற்றி எளிதாக நினைக்க வேண்டாம்” என்றார் சார்லி.

எஸ். ராமகிருஷ்ணனின் கதையில் ஏன் ஒரு இந்தியர் தன் தந்தையைக் கொன்றான் என எழுப்பப்படும் கேள்விக்கான பதிலை தேவிபாரதியின் ‘பிறகொரு இரவு’ கதையில் காணலாம். இது தமிழில் எழுதப்பட்டுள்ள ஆகச்சிறந்த காந்தி கதை என நிச்சயம் சொல்வேன். தேவிபாரதியின் புனைவுலகம் தால்ஸ்தாயும் காஃப்காவும் சந்திக்கும் புள்ளியில் நிகழ்வது. இக்கதையில் காந்தி தால்ஸ்தாயுடன் இணைவைக்கப்படுகிறார். மரணத்திற்கு முன் பயணிக்க கிளம்புகிறார். காந்தி அமைப்பின் ஆளாக மாற்றப்படும் சுதந்திர இந்தியாவின் ஆகப்பெரும் துயரம் அவர் வாழ்ந்த காலத்திலேயே தொடங்கியதை கதை பேசுகிறது. காந்தியின் மரணத்திற்கு முன்பே யாருக்கு காந்தி தேவைப்படுகிறாரோ அவர்களிடமிருந்து ஒளித்தும் விலக்கியும் வைக்கப்படுகிறார். காந்தியின் இடத்தை அவருடைய போலிகள் நிறைக்கிறார்கள். ஒன்றின் மதிப்பை அழிப்பதற்கு அதை நகலெடுத்தாலே போதும். வாழ்விச்சை கொண்ட காந்தி இந்திய சமூகத்தின் விருப்பை உணர்ந்து தன் மரணத்துக்கான நியாயத்தை தானே மனமுவந்து ஏற்றுக்கொள்கிறார். காவலர்கள், அணுக்கர்கள், காந்தி வேடதாரிகள் முதல் ஒட்டுமொத்த தேசமே காந்தியின் மரணத்திற்காக காத்திருக்கும் சித்திரம் மனதை

வதைப்பது. தீர்க்க வேண்டிய கணக்குகள் எல்லாம் காந்தியின் தலை மறைவதற்காகக் காத்திருக்கின்றன. எஸ்.ராவின் புனைவுலகத்தோடு தேவிபாரதியின் கதையை சேர்த்து வாசிக்கும்போது முழுமைச்சித்திரம் கிடைக்கிறது. இந்தியர்களின் பொது விருப்பம் காந்தியைக் கொன்றாக வேண்டும் எனும் நிலையை ஏன் அடைந்தது? காந்தியோடு பேசுவேன் கதை யிலிருந்து ஒரு மேற்கோளைப் பொருத்திக்கொள்ள இயலும். 'உண்மையில் இந்தியர்கள் விசித்திரமானவர்கள், அவர்கள் எதை நேசிக்க விரும்புகிறார்களோ, அதற்கு எதிராகவே செயல்படுகிறார்கள், இந்தியர்களின் பிரச்சனை காந்தியை அவர்களால் இன்னமும் புரிந்து கொள்ளமுடியவில்லை என்பதே, அவர்களுக்கு இப்படி ஒரு அதிசயம் எப்படி சாத்தியமானது என்று வியப்பாக இருக்கிறது, உண்மையில் காந்தியின் செயல்பாடுகள், எண்ணங்கள் நமது பலவீனங்களை., குறைபாடுகளை, மனசாட்சியை கேள்விகேட்கிறதே என்று பலருக்கும் கோபமாக இருக்கிறது,' காந்தியைக் கொன்று புனிதமாக்கி கடக்க வேண்டிய நிர்பந்தம் இந்தியர்களுக்கு. ராகேல் சரியாக சுட்டிக்காட்டுகிறாள். 'இளம் இந்தியன் ஒவ்வொருவனும் தன் மனதிற்குள் காந்தியைக் கொல்ல விரும்புகிறான், ஆனால் அது எளிதான ஒன்றில்லை, அந்த தோல்வி அவனை கசப்பிற்குள்ளாக்குகிறது, அவரைக் கடந்து செல்ல ஒருவழி தானிருக்கிறது, அவரைப் புனிதமாக்கிவிடுவது, அவரை அதிமனிதாக்கிவிடுவது, அதை வெற்றிகரமாகவே செய்திருக்கிருக்கிறீர்கள்,காந்தி இன்று வெறும் பிம்பமாக, சிலையாக மட்டுமே இருக்கிறார்'

கலைச்செல்வியின் 'ஆடல்' காந்தியின் மரணத்திற்கு பின்பான கணத்திலிருந்து தொடங்குகிறது. சடலமாக கிடக்கும் காந்தியின் உடலில் இருந்து பிரிந்து கொண்டிருக்கும் உயிரும் அவர் உடலுக்கு மேல் திரண்ட சிறு வெண் மேகமாக உருக்கொண்ட கஸ்தூர்பாவும் உரையாடத்தொடங்குகிறார்கள். கற்பனையான உரையாடல். இருவரும் தமக்குள் பேசி தீர்க்க வேண்டியவற்றை பேசிக்கொள்கிறார்கள். ஒருவர் மற்றவரின் வாழ்வை எடையிடுகிறார்கள். பாவுக்கும் காந்திக்குமான உறவு பல கதைகளில் பேசப்படுகிறது. அணுக்கமும் விலக்கமும் ஒரு சேர அமைந்த உறவு. 'மரணத்தை கடத்தலும் ஆமோ', 'ஆடல்',

'ஆரோகணம்' ஆகிய மூன்று கதைகளுமே இருவருக்குமிடையிலான உறவை இதே கோணத்தில் பரிவுடன் அணுகுகிறது.

ஜி. நாகராஜனின் கிழவனின் வருகை. பிளக்கும் வெயிலில் நகரத்து நெரிசலுக்குள் கிழவன் அறிமுகமாகிறார். சாலையோரம் செருப்பு தைப்பவருக்கு நெருக்கமாக தைக்க அறிவுரை அளிக்கிறார். பதிலுக்கு அவரை நோக்கி 'நீ என்ன நம்ப ஆளா?' எனக் கேட்கிறான். அவரும் ஆம் என்கிறார். ஆலயத்துக்கு தேடிச்செல்லும் வேளையில் தாகத்திற்கு தண்ணி கேட்கும் கிழவனுக்கு சிவப்பு விளக்கு பகுதிக்கு வழி காண்பிக்கப்படுகிறது. சாக்கடையோரம் நீர் அருந்தி தாகத்தை தணித்துகொள்கிறார். பூங்காவுக்குள் ஒரு தொழு நோயாளியைக் கண்டதும் அவனைத் தழுவ செல்லும் கிழவரை கீழே வீழ்த்தி 'புண்ணியம் தேடிக்க வேற வழி கிடைக்கவில்லையா' எனக் கேலி செய்கிறான். ஃபிராய்டிய ரோகியோ கிழவனின் தலையில் தடியைக்கொண்டு ஒரு போடு போடுகிறான். பழைய சமுதாயத்தின் கருப்பையில் இருந்து புதியதை பிறப்பிக்க இதுதான் மருந்து என்கிறான். நாக்கறுத்தவர்கள் உண்ணும் இடத்திற்கு உணவு வேண்டி செல்லும் இடம் இக்கதையை காப்காத்தனமாக ஆக்குகிறது. வழிகாட்டிய சிறுமி கிழவனிடம் நரமாமிசம் சாப்பிடுகிறாயா எனக் கேட்கிறாள். கைவிடப்பட்டவர்களின் உலகம். கோஷங்கள் தாங்கிய சுவர்கள் புதிர்பாதையைப்போல் உருமாறுகின்றன. மகனைத்தேடி அலைகிறான். வாளும் ஈட்டியும் கையிலேந்தி அனல் கக்கும் மைந்தன். மொழி கற்றுக்கொடுத்த மைந்தன் நினைவுகளை கொன்று வேறு உருவில் நிற்கிறான். கிழவர் தன் மைந்தனிடம் எழுப்பும் கேள்விகளும் அதற்கு அந்த மைந்தனின் பதில்களும். கிழவன் தன் மைந்தனை வன்முறையாளனாக வரையறை செய்கிறார். மகனோ அதை மறுக்கிறான். தந்தைக் கொலை மீண்டுமொரு முறை நிகழ்கிறது. ஃபிராய்டிய கதை.

ரா. கிரிதரனின் 'மரணத்தை கடத்தலும் ஆமோ' ஒருவித பூடகத்தன்மை கொண்ட கதை. காந்தி இக்கதையில் தன் மரணத்தை தானே முன் உணர்ந்த, கனவுகளில் மரணத்துடன் உரையாடல் நிகழ்த்தும் மறைஞானியாக வருகிறார். கதையின் காலம் 1934– 35 ஆம் ஆண்டில் காந்தி தமிழகத்தில் நிகழ்த்திய ஹரிஜன் யாத்திரை. காந்தியின் துர்மரணத்தை ஒரு ஜோதிடர் கணிப்பதுடன் கதை தொடங்குகிறது.

காந்தியின் தன்னிலையில், படர்கையில், கனவு என மூன்று விதத்தில் கதை சொல்லப்படுகிறது. விதிக்கும் சுயதேர்வுக்கும் இடையேயான முரணை காந்தியின் வாழ்வைக்கொண்டு எழுப்புகிறார் கிரிதரன். காந்தியை மரணமும் வன்முறையும் வாழ்நாள் முழுவதும் நெருங்கியபடியே வருகிறது. மீண்டும் மீண்டும் அதன் மூச்சுக்காற்றை புறங்கழுத்தில் உணர்ந்தபடிதான் இருக்கிறார். காந்தி ஒரு நம்பிக்கையாளராகவும் ராஜாஜி ஒரு தத்துவவாதியாகவும் வருகிறார்கள். வினை, வினைப்பயன் மற்றும் சுயதேர்வு சார்ந்து இருவரும் விவாதிக்கிறார்கள். மரணம் ஒரு செம்புள்ளியாக ஒற்றை விழியாக அவர் கணவுகளில் வருகிறது. கயிற்றின் நீளம் அனுமதிக்கும் எல்லைவரை அதனிடமிருந்து தப்ப அவரால் முடிந்தது. தற்செயலாக ஒரு பூரான் நசுங்கி துடித்து சாகிறது. தற்செயல் என தனக்குள் கத்தினாலும் அதனால் ஒரு பயனும் இல்லை. ‘சி.ஆர், கயிறின் நீளம் எத்தனை எனும் தத்துவக்கணக்குகள் எத்தனை எத்தனை! வினைப்பயனும், நாமாக எடுக்கக்கூடிய முடிவுகளின் பயனும் எதிர் எதிர் தத்துவங்கள் அல்ல என்பதே இப்போதைக்கு என் எண்ணம். இரண்டும் ஒன்றை ஒன்று இறுக்கும் முடிச்சுகள் கொண்டவை. இந்த முடிச்சுகளை நோக்க நோக்க மனம் பேதலித்துப்போகிறது. அதனால் அதிலிருந்து தப்பிக்கும் வழியே என் தத்துவம். என் வாழ்க்கை.’ எனும் வரிகளுடன் கதை முடிகிறது.

சுனில் கிருஷ்ணனின் ஆரோகணம் கனவுத்தன்மை கொண்ட சிறுகதை. மகாபாரதத்தின் இறுதிப் பருவமான சுவர்க்க ஆரோகண பருவத்தை காந்தியைக்கொண்டு செய்த மறு ஆக்கம் என சொல்லலாம். காந்தியின் மரணத்திற்கு பின்பான அவரது பயணத்தை பேசுகிறது. ஒவ்வொரு கட்டத்திலும் ஒவ்வொன்றை துறந்து துறந்து மேலேறுகிறார். தன் மொத்த வாழ்வையும் பயணத்தினூடாக காந்தி மறுபரிசீலனை செய்கிறார். உச்சத்தை சென்றடையும் காந்தி தருமன் தேர்வு செய்ததை தேர்வு செய்யவில்லை. துன்பம் நிறைந்த உலகம் என்பதுதானே மீட்பர்களுக்கான சொர்க்கமாக இருக்க முடியும்.

ஒட்டுமொத்தமாக கதைகள் காந்தியைப் பல்வேறு கோணங்களில் வெளிக்காட்டுகின்றன.

4

இத்தொகை நூலில் இடம்பெற்றுள்ள கதைகளுக்கு மனமுவந்து அனுமதியளித்த அத்தனை எழுத்தாளர்கள், அவரது குடும்பத்தார் மற்றும் பதிப்பாளர்களுக்கு மனமார்ந்த நன்றிகள். பாரதிய வித்யா பவன் தொகை நூலை உருவாக்கும் வாய்ப்பு எனக்கு கிடைக்க முக்கிய காரணம் காலச்சுவடு கண்ணன் அவருக்கு என் நன்றி. அத்தொகுதியை ஆங்கிலத்தில் மொழியாக்கம் செய்த நண்பர் த. கண்ணன் இதில் இடம்பெற்றுள்ள சிறுகதைகளைக்குறித்து எழுதியிருந்த குறிப்புகளும் உதவியாய் இருந்தன. அவருக்கும் நன்றி. 'கிழவனின் வருகை' மற்றும் 'ஆலமரத்தில் ஒரு பறவை' கதைகளை எனக்கு அடையாளம் காட்டியவர் மொழிபெயர்ப்பாளர் கே. நல்லதம்பி. இத்தொகுதியில் இடம்பெற்றுள்ள பெரும்பாலான கதைகளை கன்னடத்தில் மொழியாக்கம் செய்து ஒரு தொகுதியாக கொண்டு வருகிறார். நல்லதம்பி அவர்களுக்கும் என் நன்றி. இத்தொகுதியை வெளியிடும் பரிசல் செந்தில்நாதனுக்கும் புத்தக வடிவமைப்பாளருக்கும் நன்றி. தொகுதிக்கு ஆலோசனைகள் வழங்கிய ஜீவ கரிகாலன், காளி பிரஸாத் மற்றும் எழுத்தில் தொடர்ந்து இயங்க அனுமதிக்கும் என் குடும்பத்துக்கும் நன்றிகள். இத்தொகுதியை காந்திய செயல்தளத்துக்கும் இலக்கியத்துக்கும் இடையில் நம்காலத்தில் பாலமாக திகழ்ந்த, காலஞ்சென்ற மக்கள் மருத்துவர் ஜீவானந்தம் அவர்களுக்கு அர்ப்பணிப்பதில் நிறைவு கொள்கிறேன்.

காந்தியை செயல்வழி அவரது எழுத்துக்கள் வழி வரலாறு வழி அவரைப்பற்றிய எழுத்துக்கள் வழி என பலவகைகளில் அறிந்துகொள்ளலாம். காந்தியை அறிவதென்பது இந்தியாவை அறிவது இப்பண்பாட்டை அறிவது, மனிதர்களை அறிவது, நம்மை நாம் அறிவதும் கூட. மேற்சொன்ன வகைகள் அல்லாமல் காந்தியை புனைவுகள் வழியும் கவிதைகள் வழியும் அறிந்துகொள்ள முடியும். நிறுவனப்படுத்தபடாத காந்தியை சுமப்பவர்கள் எப்போதும் கலைஞர்களாகவே இருக்க முடியும்.

அன்புடன்
சுனில் கிருஷ்ணன்
காரைக்குடி
நவம்பர் 27 2021

ஆலமரத்தில் ஒரு பறவை

* பாவண்ணன்

உலகம் முழுக்க வாசகர்களைக் கொண்ட "லோட்டஸ்" ஆங்கில இணைய இதழில் புத்தக அறிமுகப்பகுதிகளை எழுதிக்கொண்டிருந்த சந்திரன் என் இளம்பருவத்துத் தோழன். கூர்மையான அறிவாளி.

படிப்பும் எழுத்துமாகவே வாழ்பவன். ஒரு புத்தகத்தின் வலிமையான வரிகளும் வலிமையற்ற வரிகளும் அவன் கண்களிலிருந்து ஒருபோதும் தப்பிவிட முடியாது. இலக்குநோக்கி எய்யப்பட்ட அம்பைப்போல அவன் கண்கள் சரியாக அவற்றில் படிந்து நிற்கும்.

எந்த மனச்சாய்வுமின்றி சுதந்திரமாக கருத்துரைப்பவன் என்று சின்ன வயசிலேயே பெயரெடுத்திருந்தான். "ஆலமரத்தில் ஒரு பறவை" என்னும் தலைப்பில் என் தந்தையாரைப்பற்றி நான் எழுதி முடித்திருந்த வாழ்க்கை வரலாற்று நூலின் கையெழுத்துப் பிரதியை அச்சுக்குத் தரும் முன்னால் அவனிடம் ஒருமுறை காட்டி கருத்துக் கேட்பது மிகமுக்கியம் என்று மீண்டும் மீண்டும் வலியுறுத்திக்கொண்டே இருந்தாள் சுலோச்சனா.

எழுத்துவேலையெல்லாம் முடிந்து கணிப்பொறியில் அச்சேற்றத் தொடங்கிய நாளிலிருந்தே நினைவூட்டியபடியே இருந்தாள்..

செய்யவேண்டிய திருத்தங்கள் அல்லது விலக்கவேண்டிய பக்கங்களைப்பற்றி துல்லியமாக அவன் சொல்லக்கூடும் என்பது அவள் நம்பிக்கை. எனக்குத்தான் சற்றே தயக்கமாக இருந்தது.

"சுலோ, இது நாவலோ சிறுகதையோ அல்ல. அவன் கருத்துச் சொல்லவோ, சொல்வதற்கேற்ப மாற்றங்களைச் செய்யவோ இதில் வாய்ப்பே இல்லை. என் தந்தையார் எப்படி வாழ்ந்தாரோ, அப்படித்தானே நான் எழுதமுடியும். இந்த முயற்சியில் அவனை எதற்கு இழுக்கவேண்டும்?" என்று தட்டிக்கழித்துக்கொண்டே இருந்தேன். ஒருநாள் காலையில் நடைப்பயிற்சிக்காக பூங்காவின் பக்கம் சென்றிருந்த சமயத்தில் தொலைபேசி செய்து வரவழைத்து விட்டாள்.

காலணிகளைக் கழற்றிவிட்டு உள்ளே நுழைந்தபோது அவன் தேநீர் மேசையில் எனக்காக காத்திருந்தான். அவன் முன்னிலையில் ஸ்பைரல் பைண்டிங் செய்யப்பட்ட என் கையெழுத்துப்பிரதி. என் வருகையின் சத்தத்தால் கவனம் கலைந்து பிரதியின் பக்கங்களை மூடிவிட்டுத் திரும்பினான்.

"புத்தகப் பிரசுரத்துக்காக யாரையாவது அணுகி யிருக்கிறாயா?"

"இன்னும் இல்லை சந்திரன். எல்லாமே இனிமேல்தான் செய்யவேண்டும்."

"அவசரப்பட்டு யாருக்கும் வாக்களித்துவிடாதே கிரி. மிகச் சிறப்பான முறையில் கொண்டுவர நான் ஏற்பாடு செய்கிறேன்.

அந்தப் பொறுப்பை என்னிடம் விட்டுவிடு. ஆலமரத்தில் ஒரு பறவை. புத்தகத்தின் தலைப்பு எனக்கு ரொம்பப் பிடித்திருக்கிறது கிரி. உன் மொழி புத்தம்புதுசாக உள்ளது. புதிய தளிர்போல ஒரு மினுமினுப்பு அதில் உள்ளது. சாணை பிடித்த கத்திபோல ஒரு கூர்மை. முன்னாலுமின்றி பின்னாலுமின்றி நடுவில் பிரித்து ஏதோ நாலு பக்கங்களைப் படித்தேன். ஒரு சுழலைப் போல உன் மொழி நூலுக்குள் இழுப்பதை உணரமுடிகிறது. ஒரேஒரு வாரம் போதும்.

பிரதியை முழுக்கவும் படித்துவிடுகிறேன். பிறகு சந்திக்கலாம்."

அவன் வார்த்தைகள் உண்மையிலேயே உற்சாகம் கொடுப்பவையாக இருந்தன. ஒரு பெரிய பாரம் கரைந்து போனதைப் போல ஆனந்தமாகக் காணப்பட்டாள் சுலோ. காலைத் தேநீர் அருந்தியபிறகு கையெழுத்துப் பிரதியோடு அவன் உடனே கிளம்பிப்போனான்.

என் தந்தையார் விஸ்வநாதன். வழக்கறிஞர் பட்டம் பெற்றிருந்தாலும் வாக்குச்சாமர்த்தியம் காட்டி மனிதர்கள் தமக்குள் போட்டுக்கொள்ளும் சொத்துச்சண்டைக்கும் வரப்புத் தகராறுக்கும் வாதாடி தன்னை நிலைநிறுத்திக் கொள்ள அவருக்கு விருப்பமில்லை. காந்தியின் அழைப்பை கடமையின் அழைப்பாகக் கருதிய கோடிக்கணக்கான இளைஞர்களில் அவரும் ஒருவாரனார். உப்புச் சத்தியாக்கிரகப் போராட்டத்தில் கலந்துகொள்ள பெயர்கொடுப்பதற்காக நேராக ஆசிரமத்துக்கே சென்று காந்தியைச் சந்தித்துப் பேசினார்.

கிட்டத்தட்ட இரண்டாண்டுக்காலம் ஆசிரமத்திலேயே தங்கி பயிற்சி எடுத்துக்கொண்டார். காந்தி போகுமிடங்களிலெல்லாம் பின்னாலேயே அலைந்தார். அகமதாபாத்தில் ஒரு ஊர்வலத்தில் எதிர்பாராவிதமாக நடந்துவிட்ட தடியடியிலும் துப்பாக்கிச்சூட்டிலும் தன் மனைவியையும் மூன்று குழந்தைகளையும் பறிகொடுத்தார்.

இழப்பின் துக்கத்தையும் விரக்தியையும் காந்தியுடன் மேலும் நெருங்கி உழைப்பதன்மூலம் விரட்டினார். தில்லியில் பங்கி காலனியில் காந்தியோடு தங்கியிருந்த வெகுசிலரில் அவரும் ஒருவர். பீகாருக்கும் கல்கத்தாவுக்கும் காந்தி போகும் போதெல்லாம் அவரும் கூடவே சென்றார்.

காந்தியின் மரணம் மட்டுமே அவரைத் திசைதெரியாத பறவையாக தடுமாற வைத்தது–. இதுவரையிலான சம்பவங்களை அவருடைய வாழ்வின் முக்கியப்பகுதியாக சொல்லலாம். இதற்குப்பிறகு அரசியல் தளத்திலிருந்து விலகியிருந்தாலும் காந்தியின் எழுத்துக்களை திரட்டித் தொகுப்பதிலும் மொழியாக்கம் செய்வதிலும் ஆர்வம் காட்டி வந்தார்.

ஏழெட்டு ஆண்டுகளில் அவர் கிட்டத்தட்ட ஐந்தாயிரம் பக்கங்களை மொழிபெயர்த்துத் தொகுத்தார். அவருடைய

கடுமையான உழைப்பு ஆசிரமத்தில் அவருக்கு கௌரவமான பெயரைத் தேடிக் கொடுத்தது. 1957ல் அவருடன் தங்கி யிருந்த சங்கர்தயாள் பானர்ஜி என்னும் வங்காளநண்பர் அவரை மறுமணம் செய்துகொள்ளச் சம்மதிக்கவைத்தார். சென்னையைச் சேர்ந்த லலிதாவுக்கும் அவருக்கும் எளிய முறையில் திருமணம் நடைபெற்றது. அவர்தான் என் தாயார். ஆனால் அந்த இல்லறம் வெகுகாலம் நீடிக்கவில்லை.

என்னைப் பெற்றெடுத்தபிறகு உடல்நலம் குன்றிப் படுத்தவர் மீண்டும் எழுந்திருக்கவே இல்லை. நோயின் கடுமை அவரை மனநலம் பிறழும் கட்டம்வரை தள்ளிவிட்டது. ஆண்டுமுழுக்க அளிக்கப்பட்ட தொடர்ச்சியான மருத்துவத்துக்குப் பிறகும் அவர் இந்த மண்ணுலகைவிட்டு மறைந்துபோனார். நான் பெரியம்மா வீட்டுக்கு வந்து சேர்ந்தேன். அடுத்தடுத்து நேர்ந்த துக்கங்களால் குலைந்துபோன தந்தையார் மனஅமைதிக்காக மீண்டும் காந்திஜியின் ஆசிரமத்தை நாடிச் சென்றுவிட்டார். ஒன்றிரண்டு ஆண்டுகள் மட்டுமே அவரால் அங்கும் இருக்கமுடிந்தது. ஒருநாள் தன் அறையிலேயே மாரடைப்பில் இறந்துபோனதாகத் தகவல் வந்தது.

என் தந்தையாரின் புத்தக உடைமைகள் மூட்டைகளில் கட்டப்பட்டு பெரியம்மாவின் வீட்டுக்கு வந்துசேர்ந்தன. சுயசரிதை இந்த இடத்தில் முற்றுப்பெற்றது.

ஒரு வாரத்துக்குப் பிறகு வருவதாகச் சொல்லிவிட்டுப் போன சந்திரன் இரண்டாவது நாளே இரவுநேரத்தில் வீட்டுக்கு வந்தான்.

"ஆலமரத்தில் ஒரு பறவை" அழகாக வந்துள்ளது என்றான். எழுத்து முயற்சிகளில் இது ஒரு மைல்கல்லாக நிச்சயம் வரவேற்கப்படக்கூடும் என்றும் தெரிவித்தான். அவன் நெகிழ்ந்துபோய் சொன்னவிதம் எனக்கும் ஆனந்தமாக இருந்தது. இறுதியில் முற்றுப்பெறும் பகுதிமட்டுமே தனக்குத் திருப்தியளிக்கவில்லை என்றான்.

"எப்படி முடிந்ததோ அப்படித்தானே எழுதமுடியும் சந்திரன்?

அதை எப்படி மாற்றமுடியும்?" அவன் ஆதங்கத்தைச் சரியாகப் புரிந்துகொள்ள இயலாமல் கேட்டேன்.

“நீ ஒன்றும் செய்வதற்கில்லை என்பது சரிதான். ஒரு வாழ்க்கை வரலாற்று நூலில் பொய்யாகவோ புனைவாகவோ எதையும் எழுதிச் சேர்த்துவிட முடியாது. ஆனால் அம்முடிவை கவித்துவம் கொண்டதாக நிறைவு செய்யவேண்டும் என்பதுதான் என் விருப்பம். அப்போது புத்தகம் மேலும் சிறக்க வழிபிறக்கும்.”

கிட்டத்தட்ட அரைமணிநேரம் இதைப்பற்றியே பேசிக் கொண்டிருந்தோம். சுலோ தயாரித்துத் தந்த தேநீர் புத்துணர்ச்சி அளித்தது.

“அப்பா பல நண்பர்களுக்கு கடிதம் எழுதியிருக்காங்க. எல்லாமே இல்லைன்னாலும் ஒரு ஏழெட்டாவது இருக்கும். அப்பறமா அம்மாவும் அப்பாவும் எழுதிகிட்ட கடிதங்களும் இருக்கு. அம்மா ஆஸ்பத்திரியில இருந்தப்ப அப்பா எழுதன கடிதத்த நான் பலதரம் படிச்சிருக்கேன். ஒவ்வொரு தடவயும் அத கண்ணீர் தளும்பாம படிக்கவே முடியாது. கடிதக் குவியலிலேருந்து பத்து பதினைஞ்சயாவது சேத்துக்கலாம்.”

“நல்ல யோசன. அப்படியே செய். எனக்கு இன்னொரு யோசனையும் தோணுது. இந்தப் புத்தகத்த படிக்கும்போது கிட்டத்தட்ட இருபது முப்பது பேரப்பத்தி பேர் சொல்லியே பல இடங்களில் எழுதியிருக்கறாரு அப்பா. அந்த பேருங்களயெல்லாம் ஒரு பட்டியல் போட்டு வச்சிருக்கேன் பாரு. இவுங்க எல்லாரும் உயிரோட இருக்கறதுக்கு வாய்ப்பில்லன்னாலும் கொஞ்சம் பேராவது இருக்கலாம். அப்பாவ பத்தி அவுங்க மனப்படிமம் என்னன்னு அவுங்களயே சொல்லவச்சி பின்னிணைப்பா சேத்தா புத்தகத்தோட மதிப்பு இன்னும் கூடுதலா இருக்கும். ரொம்ப வேணாம். ஆளுக்கு ஒரு பக்கம் போதுமே. இந்தக் கோட்டுச் சித்திரம் படிக்கற வாசகர்கள் மனத்துல ஆழமான பாதிப்புகள ஏற்படுத்தும்.”

எனக்கும் அந்தத் திட்டம் சரியானதாகவே பட்டது. அன்று இரவு நானும் சுலோவும் சேர்ந்து அப்பெயர்களின் பட்டியலை வைத்துக்கொண்டு அப்பாவின் நாட்குறிப்புகளையும் வேறு சில கடிதங்களையும் அலசி ஏதாவது முகவரி கண்டுபிடிக்க முடிகிறதா என்று முயற்சி செய்தோம். நீண்ட நேர ஆராய்ச்சிக்குப் பிறகு பன்னிரண்டு முகவரிகளை மட்டுமே திரட்டமுடிந்தது. மூன்று முகவரிகள் அகமதாபாத்தைச் சேர்ந்தவை. இரண்டு

அலகாபாத்தைச் சேர்ந்தவை. மேலும் மூன்று கல்கத்தாவிலும் இரண்டு மதுரையிலும் இரண்டு திருநெல்வேலிக்குப் பக்கத்திலும் உள்ளவை.

சந்திரன் கொடுத்த உற்சாகத்துடன் கையில் பெட்டியுடன் ஒருநாள் கிளம்பிவிட்டேன். நான் குறித்து வைத்திருந்த பன்னிரண்டு முகவரிகளில் எட்டு முகவரிகளை மட்டுமே தேடிக் கண்டுபிடிக்க முடிந்தது. அவர்களில் ஐந்துபேர்மட்டுமே உயிருடன் இருந்தார்கள்.

என்னைப் பற்றிய விவரத்தைச் சொன்னதும் அவர்கள் காட்டிய மதிப்பும் அன்பும் என்னால் மறக்க இயலாதவை. என் பட்டியலிலேயே இல்லாத ஒருவரையும் ஆச்சரியப்படத்தக்க சூழலில் சந்திக்க நேர்ந்தது. அவரும் என் தந்தையைப்பற்றிய தகவலைச் சொல்பவராகவே இருந்தார். இந்த மண்ணில் அவரையும் அவருடைய அன்பையும் நினைத்து நினைத்துப் பேசுகிற உயிர்கள் இன்னும் ஏதோ ஒரு மூலையில் வசிக்கிறார்கள் என்னும் விஷயம் எனக்கு மிகவும் பெருமிதமாக இருந்தது. இந்தப் பயணத்தாலும் இந்தப் புத்தகத்தாலும் எனக்குக் கிட்டிய பேரின்பம் இந்தப் பெருமிதமே. ஊருக்குத் திரும்பியதுமே எல்லாக் குறிப்புகளையும் ஒருங்கிணைத்து சந்திரனுடைய ஆலோசனைப்படி பின்னிணைப்பாக வைத்து நானே மீண்டும் ஒருமுறை படித்தபோது ஆச்சர்யப்பட்டுப் போனேன். உலக அரங்கில் ஒவ்வொரு எழுத்தாளனும் தன் புத்தகத்தை சந்திரன் படித்துவிடவேண்டும் என்று ஏன் ஆசைப்பட்டு தவியாய்த் தவிக்கிறார்கள் என்பதன் ரகசியம் புரிந்தது. இந்த ஆறு குறிப்புகளையும் படிக்கும்போது உங்களுக்கும் புரியக்கூடும்.

★ ★ ★

"ஆசிரமத்தில் எல்லாமே கூர போட்ட கட்டடங்கள்தான். அதுலதான் நாங்க இருந்தோம். ஒன்னொன்னிலயும் ஆறு அல்லது ஏழு பேர்ங்கன்னு ஒரு கணக்கு. இருக்கற வேலைங்கள மாத்திமாத்தி செஞ்சிடுவோம். ஒருநாள் சரியான பேய்மழ. ஒரு கூரை திடீர்னு சரிஞ்சி சுவரெல்லாம் இடிஞ்சி விழுந்திடுச்சி. வீட்டுக்குள்ள இருந்த தொண்டர்ங்க கதி என்னாச்சோன்னு தெரியாம எல்லாருமே ஓன்னு அலறனோம். அப்ப சின்ன வயசுக்கார தம்பி ஒருத்தர் அம்புபோல அந்த மழயில ஓடி

இடிஞ்ச சுவர்ங்கள அந்தப்பக்கம் கொஞ்சம் இந்தப்பக்கம் கொஞ்சம்னு தள்ளி வழி உண்டாக்கறது தெரிஞ்சிது.

அவருதான் விஸ்வநாதன்னு எல்லாரும் பேசிகிட்டாங்க. ஒத்த ஆளா எல்லாத்தையும் இழுத்துப் போட்டுட்டுருந்தாரு அவரு. சின்னதா ஒரு வழி உண்டாச்சி. தரையோடு தரையா ஒரு கொழந்தமாதிரி படுத்தவாக்கில் தவழ்ந்துதவழ்ந்து உள்ள புகுந்து போனாரு.

கொஞ்சநேரம் கழிச்சி ரெண்டு காலுங்க மட்டும் வெளிய தெரிஞ்சிது. அடிஅடியா நவுந்துநவுந்து முழு உருவம் தெரிஞ்சபோது, அவரு இன்னொருத்தர புடிச்சி இழுத்துட்டு வராருங்கறது தெரிஞ்சிது. இதுக்கப்புறமும் ஒதுங்கிநின்று பாத்தா மரியாத இல்லாம போயிடும்ன்னு எல்லாருமே அங்க ஓடினோம். அடுத்த அஞ்சி நிமிஷத்துல உள்ள மாட்டிகிட்டிருந்த மத்த நாலுபேரயும் காப்பாத்தி இழுத்து வந்துட்டோம். அதுக்குள்ள விஷயம் பாபுஜி காதுக்கு போயிடுச்சு. அடுத்த நிமிஷமே அவரும் அங்க வந்துட்டாரு.

தொண்டருங்க எல்லாரும் விஸ்வநாதனப் பத்தி பாபுஜிக்கு சொன்னாங்க. பாபுஜி அவர நெருங்கி மார்போடு கட்டித் தழுவிகிட்டாரு.”

“விஸ்வநாதனப்பத்தி எப்ப நெனச்சாலும் எனக்கு இந்தச் சம்பவம்தான் உடனடியாக ஞாபகம் வரும். அதுக்கப்புறம் கதை சொல்றதுல பெரிய கில்லாடி அவரு. அதுவும் ஞாபகத்துக்கு வரும்.

ரொம்ப ரசனையோட கதை சொல்வாரு. என் ஞாபகத்துல அவரு சொன்ன பல கதைங்கல்லாம் நேத்து கேட்டாப்பல இருக்குது. பெரிய கதைசொரங்கம் அவரு. ஒவ்வொரு சந்தர்ப்பத்துக்கு தகுந்தாப்லயும் பாத்திரத்துக்கு தகுந்தாப்லயும் அவரோட கொரலும் பாவனையும் அழகழகா மாறும். நாங்கள்ளாம் ஜெயில்ல இருக்கறப்போ அவரு சொல்ற கதைங்கதான் பெரிய தொணை. விஸ்வநாதன், ஒரு கதை சொல்லுங்களேன்னு கேட்டதுமே கொஞ்சம்கூட தயக்கமே இல்லாம சொல்வாரு. அவருக்கு இந்தி, மலயாளம், தெலுங்கு, வங்காளம் எல்லா மொழியும் அத்துபடி. எல்லாத்தயும் கரச்சி

குடிச்சமாதிரி பேசுவாரு. கேக்கற ஆளுக்கேத்தமாரி அந்தந்த மொழியில பேசுவாரு.

அவரு சொன்ன ஒரு கதைய இன்னிவரிக்கும் நான் ஆயிரம் பேருக்காவது சொல்லியிருப்பேன். அவ்வளவு அற்புதமான கதை அது."

"அந்த கதையில ரெண்டு சீடருங்க வருவாங்க. ஒரு காட்டுல ரெண்டு பேரும் ஒரு குருகிட்ட பயிற்சி எடுத்துக்கறாங்க. கடுமையான தவப்பயிற்சி. பயிற்சி முடிஞ்சது கடைசி நாள் ரெண்டுபேரயும் தனித்தனியா அழைச்சி ஒரு மந்திரத்த உபதேசிக்கறாரு குரு.

இந்த மந்திரத்த சொன்னா செல்வம் கொழிக்கும்ங்கறாரு.

ஆனா வாழ்க்கையில் மூணுதரம் மட்டும்தான் இந்த மந்திரத்தை பயன்படுத்திக்க முடியும்னு சொல்றாரு. எல்லா பற்றுக்களிலிருந்தும் விடுபட்டு நிக்க பயிற்சி குடுத்த நீங்க பற்றைத் தூண்டி செல்வத்த சேர்க்கும் மந்திரங்கள எதுக்காக சொல்றீங்க குருவேன்னு ஒரு சீடரு கேக்றாரு. குரு அவரு தோளத்தட்டி உன் பற்றின்மை எந்த அளவுக்கு பற்றில்லாம இருக்குதுங்கறத பாத்துக்கறதுக்காகன்னு சொல்லி அனுப்பறாரு."

"சீடருங்க ரெண்டுபேரும் மனம்போன போக்குல நடக்கறாங்க.

ஒரு கட்டத்துக்கப்புறம் நீ ஒரு பக்கம் போ நான் ஒரு பக்கம் போறேன்னு ஆளுக்கு ஒரு தெசையை பாத்து நடக்கறாங்க. முதல் சீடர் போன தெசையில ஒரு கிராமம் தெரிஞ்சிது. கடுமையான பஞ்சத்துல அந்த கிராமத்து ஜனங்க பசி பட்டினியில ரொம்ப கஷ்டப்பறாங்க. அந்த ஊரு சிற்றரசனே பட்டினியில தவிக்கிறான்.

எல்லாத்தையும் பார்த்து சீடர் ரொம்ப துக்கத்துல முழுகிடறாரு.

குருவ நெனச்சி மந்திரத்த சொல்றாரு. உடனே ஏரி கொளம்லாம் ரொம்பி வழியுது. காடு மேடெல்லாம் பயிர் பச்சையாயிடுது.

எல்லா எடங்களும் செழிப்பாவுது. ஒவ்வொரு வீட்டுக்குள்ளயும் நிலவறையில ஏகப்பட்ட தானியம் சேந்துடுது.

கிராமத்து ஜனங்க முகக்திலும் சந்தோஷம் கொடிகட்டி பறக்குது. ராவோட ராவா சீடர் அந்த ஊரவிட்டு அடுத்த ஊருக்கு போயிடறாரு. கொஞ்ச நாள் கழிச்சி ஒரு விசித்திரமான கிராமத்த பாக்கறாரு. அந்த ஊருல கால்நடைங்களே இல்ல. அந்த ஊருல காலடி எடுத்து வைக்கற கால்நடை எப்படிப்பட்ட திடகாத்திரமானதா இருந்தாலும் நாலே நாள்ள வதங்கி செத்துபோவுது. கால்நடைங்க இல்லாததால விவசாயம் இல்ல. விவசாயம் இல்லாததால செழிப்புங்கறதே இல்ல. சீடருக்கு தன் உள்ளுணர்வு மூலமா நிலத்தடி நீரில் ஒருவித நச்சுத்தன்ம படர்ந்திருக்கிறது தெரியுது. கருணையோட தன் கமண்டலத்துலேருந்து கொஞ்சம் தண்ணிய உள்ளங்கையில ஊத்தி மந்திரத்த முணுமுணுத்து பூமிலே தெளிக்கிறாரு. உடனே மண்ணுக்குள்ள இருந்த நச்சு அகன்று போவுது. செத்துப்போன கால்நடைங்கல்லாம் மறுபடியும் உயிர்வந்து நிக்குதுக. எல்லாருடைய கொட்டிலுங்கள்ளயும் அம்மா அம்மான்னு மாடு கன்னுங்க கத்துது.

கால்நடைச்செல்வம் திரும்ப கெடைச்சதும் மக்கள் ஆனந்தத்துல ஆட ஆரம்பிச்சிட்டாங்க"

"தொடர்ந்து காட்டுவழியா போயிட்டே இருக்கறாரு சீடர். ஒரு குகை வாசல்ல ஒருத்தன் பித்தனப்போல முணங்கி கிட்டிருக்கான்.

என்னன்னு நெருங்கி விசாரிக்கறாரு. காட்டுக்கு பக்கத்துல இருக்கற பட்டணத்துக்காரன் அவன். பெரிய நகை வியாபாரி. விக்கறதுக்காக நாடுதாண்டி நாட்டுக்கு அனுப்பன ஆபரணங்கள யாரோ கொள்ளையடிச்சிட்டாங்க, வியாபாரிங்களயும் கொன்னுட்டாங்கன்னு சேதி கெடைச்சதா சொல்றாரு. மொத்த ஆஸ்தியையே மொதலா போட்டு அந்த நகைங்கள செஞ் சிருக்காரு. அதுல கெடைக்கற செல்வத்த வச்சிதான் ஏழு பொண்ணுங்களுக்கு கல்யாணம் செய்ய நெனைச்சிருக்கறாரு. செல்வம் வந்துரும்னு கல்யாணத்துக்கு வேணுங்கற ஏற்பாடுங்க நடக்குது. வியாபாரி ஓட்டாண்டின்னு தெரிஞ்சதும் எல்லாரும் ஒதுக்கிடறாங்க. துக்கத்துல அழுதுக்கிட்டே இருக்கிற ஏழு பொண்ணுங்க மொகத்த பாக்க மனசுல தெம்பில்லாம பகல் முழுக்க காட்டுல கழிக்கறாரு வியாபாரி. ராத்திரி நேரத்துல

சொந்த ஊட்டுக்கே பிச்சைக்காரன்போல போயி சாப்புட்டு திரும்பறன்னு சொல்றாரு. வியாபாரி கதைய கேட்டு மனது நொந்துபோறாரு சீடர். மூணாவது மந்திரத்தயும் சொல்லி வியாபாரி இழந்த செல்வத்தயெல்லம் கெடைக்கறமாரி செய்றாரு.

"எங்கயும் தங்காம நடந்துட்டே இருக்கறாரு சீடர். சில ஆண்டுகளுக்கு அப்புறமா ஒரு பட்டணத்துக்குள்ள வராரு.

ஒரு மாளிகைமுன்னால் பிச்சைக்காக நிக்கறாரு. காவல்காரங்க மொதலாளி வர நேரம், போபோன்னு அவர விரட்டறாங்க. அவரும் கௌம்பறாரு. அப்ப மொதலாளி பல்லக்குல வந்து எறங்கறாரு.

பாத்தா ரெண்டாவது சீடர்தான் அவரு. ரெண்டு பேருக்கும் அடயாளம் தெரிஞ்சிடுது. சிரிச்சிக்கிறாங்க. சீடரா இருந்த ஆளு செல்வந்தரா மாறனது எப்படின்னு கேக்கறாரு மொதல் சீடர்.

ரெண்டாவது சீடர் அதுக்கு பொறுமையா பதில் சொல்றாரு.

குரு சொன்ன மந்திரத்த ரொம்ப நாளா பயன்படுத்தாமத்தான் இருந்தான். அதுக்கான சந்தர்ப்பமே அமையாம இருந்திச்சி.

குரு நமக்கு மந்திரத்த சொன்னதுக்கான காரணம் நம்மள நாமே செல்வந்தனா மாத்திக்கறதா இருக்குமோன்னு எனக்கு தோணிச்சு. உடனே அந்த மந்திரத்த மூணுதரமும் எனக்கு நானே சொல்லி செல்வத்த பெருக்கிட்டேன். இன்னிக்கு இந்த நாட்டு அரசனவிட, நானே பெரிய செல்வந்தன் தெரியுமான்னு சிரிச்சாரு.

அங்க தங்கறதுக்கு முதல் சீடருக்கு தயக்கமாக இருந்திச்சி. சரி, போய்வரன்னு சொல்லிட்டு கௌம்பி நடக்க ஆரம்பிக்கறாரு."

"விஸ்வநாதன் இந்த இடத்துல கதைய நிறுத்திடுவாரு. இதுதான் இந்தியாவின் இரண்டு முகங்கள்னு சொல்லி நாங்க விவாதிப்போம்.

தன்னையே இழப்பது என்பது ஒருபுறம். தன்னை நோக்கி எல்லாத்தையும் இழுத்துக்கறதுக்கறது இன்னொருபுறம். நாங்க சொன்ன விளக்கங்கள அவரு தப்புன்னு சொன்னதில்ல,

சரின்னும் சொன்னதில்ல, மர்மமா சிரிச்சிட்டு விட்டுடுவாரு. அந்தச் சிரிப்பு அவருக்கு பெரிய வரம்னுதான் சொல்லணும்.

"விஸ்வாநாதன் புள்ளயா நீங்க? வாங்க. வாங்க. உள்ள வாங்க.

உங்கள பாக்கறது ரொம்ப சந்தோஷமா இருக்குது. அந்தக் காலத்துல அவர பாத்தமாதிரியே இருக்குது. அந்த நாற்காலிய இப்படி இழுத்து போட்டுக்கங்க. எனக்கு காது கொஞ்சம் மந்தம். சத்தமா பேசனாதான் கேக்கும்."

"இந்த ஒத்த கால வச்சிட்டு நான் எங்கயும் போவறதில்ல.

சுதந்தரத்துக்கு பிறகு உப்ப வாங்கி வியாபாரம் பண்ணினேன்.

புள்ளைங்க வளந்தது எல்லாத்தையும் உட்டுட்டன். ஒருத்தன் மொளகா வியாபாரம் செய்றான். இன்னொருத்தன் பொகயில மண்டி வச்சிருக்கான். எனக்கு இந்த மூலைதான் கதின்னு ஆயிடுச்சி.

வேளாவேளைக்கு சாப்பாடு வந்துடும். கண்ண மூடனா அந்த காலத்துல நடந்ததெல்லாம் படம்படமா ஓடும். எப்படிப்பட்ட மனுஷங்களோடயெல்லாம் நாம் இருந்திருக்கம்னு தோணும்.

அதையெல்லாம் அசைபோடறதுதான் என் வேல."

"விஸ்வநாதன நெனைக்காத நாளே இல்ல தம்பி. என்னடா கெழவன் அதிகமா சரடுவிடறானோன்னு உங்களுக்குத் தோணலாம்.

எதுக்காக அப்படி நெனைச்சிக்கறன்னு சொன்னாதான் உங்களுக்கு புரியும்."

"ஒரு ஊர்வலத்துல போலீஸ் துப்பாக்கி சூடு நடந்திச்சி.

எனக்கு கால்ல குண்டடி. ஆஸ்பத்திரில சேத்துட்டாங்க. கால எடுக்கணுமின்னு சொல்லிட்டாரு டாக்டரு. சொந்தக்காரங்க யாரும் பக்கத்துல இல்ல. ஆசிரமத்துலேருந்து சில தொண்டருங்கதான் வந்து பொறுப்பா பார்த்துகிட்டாங்க. விஸ்வநாதன் அப்படித்தான் பழக்கமானாரு. அவரு என்ன சொந்த தம்பியப்போல பாத்துகிட்டாரு.

நாப்பது நாளோ ஐம்பது நாளோ ஆஸ்பத்திரில படுக்கை. அவர் எனக்கு உயிர் குடுத்த தெய்வம்னுதான் சொல்லணும்."

"வலி தாங்கவே முடியாது. கூரான கத்தியால யாரோ கோடு கிழிச்சிகிட்டே இருக்கமாதிரி ஒரே வேதனையா இருக்கும். மனச எங்கயும் எதிலயும் திருப்பமுடியாது. என் மனச திசை திருப்பறதுக்காக எங்க எங்கயோ தேடி புஸ்தகங்கள கொண்டுவந்து குடுப்பாரு விஸ்வநாதன். அம்மா அப்பாவுக்கு கூட்டாளிங்களுக்கு கடிதம் எழுதுங்கன்னு கத்த கத்தயா பேப்பருங்க தருவாரு. என்னைக்காவது ஒருநாளு பக்கத்துல ஒக்காந்து அழகா பாடுவாரு. கேக்க கேக்க வேதனையெல்லாம் கரைஞ்சி போனமாதிரி ஆயிடும். யாரோ தேவதைங்க எறங்கிவந்து வேதனைய போக்கறமாதிரி இருக்கும். இதமா பேசறமாதிரி இருக்கும். எல்லாரும் கண்முன்னால நடமாடறமாதிரி இருக்கும். ஒடம்புல புது ரத்தம் பாயரமாதிரி இருக்கும். பரவசத்துல மிதக்கறமாதிரி இருக்கும்."

"என் பக்கத்து படுக்கையில இன்னொரு தொண்டர் இருந்தாரு. விஸ்வநாதன் இல்லாத சமயத்துல எனக்கு அவருதான் பேச்சுக்தொண. பாபுஜி சொல்ற தியாகம், அர்ப்பணிப்புணர்வு, உழைப்புலாம் அவரிடம் முழுஅளவுல இருக்கறத பாக்கறேன்னு சொன்னாரு. வாஸ்தவம்தான். முன்னபின்ன தெரியாத என்கிட்டயே இவ்வளவு பாசம் காட்டறாரே, அவரு மனசுக்குள்ள கடவுள்தான் இருக்கணும்ன்னு நான் சொன்னன். அப்படின்னா விஸ்வநாதனைப் பத்தி முழுசா ஒங்களுக்கு தெரியாதான்னு கேட்டாரு அவரு.

தெரியாதுன்னு சொன்னன். பாபுஜி கூட பத்து வருஷத்துக்குமேல இருக்கறாரு. ஏதோ ஒரு ஊர்வலத்துல நமக்கு நடந்தாமாதிரி துப்பாக்கிசூடு நடந்து பொண்டாட்டியையும் மூணு புள்ளைங்களயும் பறிகுடுத்துட்டாரு. அவருக்கு உண்டான வேதனை உலகத்துல வேற யாருக்கு நடந்திருந்தாலும் தாங்கமாட்டாங்க. விஸ்வநாதன் கல்ல முழுங்கி தண்ணி குடிச்சமாதிரி எல்லாத்தயும் மனசுக்குள்ளேயே போட்டு அழுத்திக்கிட்டாருன்னு சொன்னாரு. அதக்கேட்டதும் எனக்கு தூக்கிவாரிப்போட்டுது. தன் கஷ்டத்திபத்தி வாயே திறக்காம ஒருத்தர் இவ்வளவு தூரம் சேவை செய்யறாரேன்னு ஆச்சரியமா

இருந்தது. மனஉறுதிக்கு அவர்தான் எனக்கு முன்மாதிரி. எந்த துக்கம் வந்தாலும் அவரத்தான் நெனைச்சிக்குவேன். விஸ்வநாதனைப்போல மனஉறுதியக் குடு கடவுளேன்னு தான் வேண்டிக்குவேன்."

"பாபுஜி வார்த்தைக்கு இந்த தேசமே கட்டுப்பட்டு நின்னதுன்னு சொல்வாங்க. அந்த பாபுஜியயே கட்டுப்படுத்தற மாதிரி கேள்வி கேட்டவங்க யாரும் இருக்கமாட்டங்கன்னுதான் எல்லாரும் நெனைச்சிட்டிருப்பாங்க. எனக்கு தெரிஞ்சி அவர கட்டுப்படுத்தறமாதிரி கேள்விகேட்ட ஒரே ஆள் விஸ்வநாதன்தான்."

"ஒரு தரம் பாபுஜிக்கு உடல்நலம் ரொம்ப சரியில்லாம போயிடுச்சி. படுத்த படுக்கையாயிட்டாரு. பல டாக்டருங்க வந்து பாத்தாங்க. நானும் விஸ்வநாதனும் இன்னும் ஆறேழு தொண்டருங்களும் அங்கதான் இருந்தோம். பென்சிலின் மருந்து அப்போதான் பிரபலமாயிட்டிருந்த நேரம். ஒரு வாரம் அந்த ஊசி போட்டுக்கணும்னு சொன்னாங்க டாக்டருங்க. பாபுஜிக்கு அதுல விருப்பமில்ல. முடியாதுன்னு மறுத்துட்டாரு. எனக்கு ராமநாமமே பென்சிலின், அதுவே போதும்னு சிரிச்சாரு. அவர பேசி ஜெயிக்க முடியாத டாக்டருங்க சரி, உங்க விருப்பம்னு போயிட்டாங்க. தொண்டர்ங்களும் ஒரொருத்தவங்களா வெளிய போயிட்டாங்க. நானும் விஸ்வநாதனும் மட்டும்தான் இருந்தோம். விஸ்வநாதன் பாபுஜிய நெருங்கி உங்ககிட்ட ஒருநொடி பேசலாமான்னு தயக்கத்தோட கேட்டாரு. சொல்லுங்கன்னு தலயாட்டனாரு பாபுஜி. பென்சிலினோட வருகை மருத்துவ உலகத்துல மிகப்பெரிய புரட்சி. கிட்டத்தட்ட நம்ம அகிம்சைத் தத்துவத்தப்போல. அதை நிராகரிக்கறதுக்கு உங்களுக்கு ஆயிரம் காரணம் இருக்கலாம். அதுல உங்க பிடிவாதம்தான் வெளிப்படுதே தவிர தெளிவு இல்லைங்கறது என் எண்ணம். அகிம்சைய இன்று நாடெங்கும் நாம் வலியுறுத்தி பேசறோம். அது ஒரு சக்தியாகவே வளர்த்திருக்கோம். ஆனா வன்முறையே எனக்கு வழிமுறைன்னு உறுதியா நிக்கறவங்க யாரயும் நம்மால அணுக முடிஞ்சதில்ல.

ராமநாமமே எனக்கு பென்சிலின்னு சொல்லறதுக்கும் வன்முறையே எனக்கு வழிமுறைன்னு சொல்லறதுக்கும்

பெரிய வித்தியாசம் இருக்கறமாதிரி எனக்குத் தெரியலைன்னு பேச்ச நிறுத்தினாரு. பாபுஜி எதுவும் பேசாம ரெண்டு மூணு வினாடி அவரு முகத்தயே உத்துப் பாத்தாரு. அவருடைய உதடுகள் துடிச்சிது. விஸ்வநாதன பக்கத்துல வான்னு சைகை காட்டனாரு. உங்க ஆலோசனைக்கு நன்றி. நான் இதைப்பற்றி யோசிக்கிறேன்னு சொல்லி அனுப்பனாரு.

★ ★ ★

நிறைய குழந்தைகளுக்கு நடுவே உட்கார்ந்திருந்தார் அப்துல் காதர்.

நான் சென்ற நேரத்தில் அக்குழந்தைகளுக்கு கதையோ பாட்டோ சொல்லிக்கொண்டிருந்தார் அவர். என்னைப் பார்த்ததும் அன்பு நிறைந்த புன்னகையோடு அருகில் வருமாறு அழைத்தார். வயசு நிறைய ஆகிவிட்டது. கைத்தடியின் உதவியோடு கூட அவரால் எழுந்து நிற்க இயலவில்லை. என் கைகளை வாங்கித் தன் கைகளுக்குள் வைத்துக்கொண்டு வெகுநேரம் பேசாமல் இருந்தார்.

அவருடைய உருண்ட விழிகள் தளும்பின. நிதானமாக பேசத் தொடங்கினார்.

"நான் ஆசிரமவாசியல்ல. எப்பவாவது சிலமுறை போயிருக்கேன்.

தங்கன சமயத்துல விஸ்வநாதன் தங்கியிருந்த அறையிலதான் நானும் தங்கினேன். அவர் அதிகமா பேசக்கூடிய ஆளில்ல. ஆனா உறுதியான மனம் உள்ளவரு. ஓவியத்துல அவருக்கு ரொம்ப ஆர்வம் இருந்திச்சி. நேரம் கெடைக்கும் போதெல்லாம் ஒரு பெரிய நோட்டுல பென்சிலால படம் வரைஞ்சிசிட்டே இருப்பாரு. மரம், செடி, கொடிங்க, விலங்குகள், மலைகள்னு வரையறதில ரொம்ப பிரியம். நான் பாக்கும்போதே ரெண்டு மூணு நோட்டு நெறயா வரஞ்சி வச்சிருந்தாரு."

"ஒருநாள் ஏதோ ஒரு ஆர்வத்துல யாருக்காக இத்தன படங்கள வரையறீங்கன்னு கேட்டேன்."

"என் புள்ளைங்களுக்குன்னு சொன்னாரு அவரு."

"எத்தன புள்ளைங்க ஒங்களுக்குன்னு மறுபடியும் கேட்டேன்."

“மூணு பேரு. ரெண்டு ஆணு, ஒரு பொண்ணுன்னு சொன்னாரு.

எங்க இருக்காங்கன்னு கேட்டேன். அமைதியா அண்ணாந்து ஆகாயத்த காட்டனாரு. அப்பறமா மெதுவா கடவுள்கிட்ட போயிட்டாங்கன்னாரு – விஷயம் என்னன்னு புரிஞ்சதும் ஒருநொடி எனக்கு உடம்பே ஆடி நின்னுது. பேசறதுக்கு நாக்கே வரலை.

ரொம்ப கூச்சமா இருந்திச்சி. அப்புறம் எதஎதயோ பேசி அவர் கவனத்த வேற பக்கமா திருப்பினேன்.”

“ஒரு நாள் என் கொழைந்தங்களுக்கு ரெண்டு படம் வரைஞ்சி தரீங்களான்னு தயக்கத்தோடு கேட்டன். அவரு சரின்னு சிரிச்சிக்கிட்டே தலயசச்சாரு. நான் கௌம்பற அன்னிக்கு பத்து பதினைஞ்சி படங்கள ஒரு பைக்குள்ள போட்டு கொண்டுவந்து குடுத்தாரு.”

அத்தருணத்தில் அவரது பேச்சில் குறுக்கில் புகுந்து “அந்தப் படங்கள இன்னும் வச்சிருக்கிங்களா, நான் பாக்கலாமா?” என்று அவசரமாக கேட்டுவிட்டேன். ஒரு வேளை நான் அப்பேச்சில் புகாமல் இருந்திருப்பின், அவர் இன்னம் கூடுதலான தகவலைச் சொல்லியிருக்கக்கூடும். என் ஆவலைப் பார்த்ததும் அடுத்த அறைப்பக்கம் திரும்பி “உஸ்மான் உஸ்மான்” என்று இரண்டுமுறை அழைத்தார். ஒரு சிறுவன் ஓடிவந்து நின்றான். சுவரோரமாக இருந்த அலமாரிகளில் ஒன்றைச் சுட்டிக்காட்டி திறக்கச் சொன்னார். அதன் அடித்தட்டில் துணிமணிகளுக்குக் கீழே இருந்த பையைக் கொண்டுவருமாறு சொன்னார். சிறுவன் ஒரு புதையலைக் கொண்டுவருவதைப்போல எடுத்துவந்து கொடுத்தான்.

என்னிடம் தரும்படி அவர் அச்சிறுவனிடம் சொன்னார். அதை வாங்கும்போது என் உடல் சிலிர்த்ததை உணர்ந்தேன். பைக்குள் கையைவிட்டு அப்படங்களை வெளியே எடுத்தேன். பழமையின் காரணமாக தாள்கள் பழுப்பேறியிருந்தன. தாள்களுடைய உறுதியின் காரணமாகவே அவை எடுத்துப் புரட்டிப் பார்க்கும் நிலைமையில் இருந்தன. என் அப்பாவின் விரல்பட்ட தாள்கள் அவை. அவர் விரல்கள் தீட்டிய ஓவியங்கள். அவற்றைத் தொடுவது அப்பாவின் விரல்களைப்

பற்றுவதைப்போல இருந்தது. அப்பா என்று மனத்துக்குள் சொல்லிக்கொண்டேன். நெஞ்சம் விம்மியது.

கண்கள் தளும்பித் தேங்குவதை தவிர்க்க இயலவில்லை. ஒவ்வொரு படத்திலும் அவருடைய கற்பனை சிறகடித்துப் பறந்தபடி இருந்தது.

கிட்டத்தட்ட பத்து நிமிஷங்களுக்கும் மேல் அந்தப் படங்களை மாறிமாறிப் பார்த்துக்கொண்டிருந்தேன். அவருடைய ஓவியச் சுவடிகளில் ஒன்றுமே பெரியம்மாவின் வசம் இருந்ததில்லை என்பது ஞாபகம் வந்தது

ஏக்கத்தோடு அப்படங்களை அவரிடம் திருப்பியளித்தேன்.

"ஒரு பொதையல்போல இன்னைக்கு வரைக்கும் அதை நான் காப்பாத்தி வந்தாச்சி. இனிமேல் இது உங்க புதையலா இருக்கட்டும்.

நீங்களே வச்சிக்குங்க"

நான் பேச முடியாமல் தடுமாறினேன்.

"ஆமா. நீங்களே வச்சிக்குங்க. என் மனசுக்கு அதுதான் சரின்னு படுது

★ ★ ★

"எரவாடா ஜெயில்லதான் நான் அவர முதல்முதலா பாத்தேன்.

எலும்பான தேகம். ஆனா கண்கள்ல அசாதாரணமான வெளிச்சம்.

நான் எப்பவும் படபடபன்னு பேசிட்டே இருக்கற ஆளு. ஏழெட்டு ஆளுங்கள கூட வச்சிகிட்டு பேசிட்டே இருப்பேன். கீதையபத்தி அப்ப நான் ஒரு புத்தகம் எழுதியிருந்தன். அதன் சிந்தனைகளைப்பத்தி தொண்டர்களுக்கு முடியும்போதெல்லாம் சொல்லுவேன்.

ஒருநாளு விஸ்வநாதன் சின்னதா அடக்கமா ஏதோ ஒரு புத்தகத்த படிச்சிட்டிருந்ததப் பாத்தேன். என்ன புத்தகம்னு கேட்டேன்.

திருக்குறள்னாரு. தமிழ்ல பல நூற்றாண்டுகளுக்கு முன்னால் எழுதப்பட்ட புத்தகம்னாரு. எனக்கு அவர சீண்டிப்பாக்கணும்னு ஆவல். ஒரே ஒரு குறள் சொல்லுங்கன்னு கேட்டேன். அறிவினான் ஆகுவதுண்டோ பிறிதின் நோய் தன்நோய்போல் போற்றாக் கடைன்னு சொல்லி முடிச்சாரு. இவ்வளவுதானான்னு அவசரப்பட்டு கேட்டுட்டன். தொடங்கனதும் தெரியலை, முடிச்சது தெரியலையேன்னு ஆச்சரியமா இருந்திச்சி. என்ன விளக்கம்னு கேட்டேன். பத்து நிமிஷம் அவர் அதைப்பத்தி ஆழமா சொன்னாரு.

எனக்கு ரொம்ப கூச்சமா போச்சி. என் ஆராய்ச்சியெல்லாம் அதுக்கு முன்னால ஒன்னுமே இல்லைன்னு தோணிச்சி. ஆறுமாசம் நாங்க அந்த சிறையில இருந்தோம். ஒவ்வொரு நாளும் எனக்கு அவர் தமிழ் சொல்லிக்குடுத்தாரு. திருக்குறளும் சொல்லிக்குடுத்தாரு. அது மிகப்பெரிய அனுபவம் எனக்கு. வாழ்க்கையில் ஒரு தத்துவம் பயன்படும் விதம் பத்தி வேற எந்த புத்தகமும் இந்த அளவுக்கு அழகா சொன்னதா தெரியலன்னு சொன்னேன். சிறையிலிருந்து வெளியே வந்ததும் மறுபடியும் திருக்குறள முழுசா ஆங்கிலத்திலயும் தமிழ்லயும் மாத்திமாத்தி படிச்சேன். கிட்டத்தட்ட ஒரு வருஷம்.

அதுலயே மூழ்கியிருந்தேன்னுதான் சொல்லணும். அதுக்கு அடுத்த வருஷத்தில் திருவள்ளுவரின் வாழ்வியல் தத்துவம்னு ஒரு புத்தகம் எழுதி முடிச்சேன். என் வாழ்க்கையில அது ரொம்ப முக்கியமான கட்டம். வங்காளத்து அறிவு ஜீவிங்க கவனத்த திருக்குறள் பக்கம் திருப்பனது ஒருமுக்கியமான திருப்பம். விஸ்வநாதன சந்திச்சுது என் வாழ்க்கையில் மிகப்பெரிய திருப்புமுனைன்னு சொல்லணும். அவர ஒரு நண்பர்ங்கறதவிட ஒரு குருன்னு சொல்லணும்."

★ ★ ★

பயணத்துக்குத் தயாராவதன் பொருட்டு துணிகளையெல்லாம் பெட்டியில் அடுக்கிக்கொண்டிருந்த சமயத்தில் என்னைப் பார்ப்பதற்காக மூதாட்டி ஒருவர் வந்திருப்பதாக வரவேற்பறை யிலிருந்து தொலைபேசி வழியாகச் சொல்லப்பட்டதும் ஆர்வத்தோடு வெளியே வந்தேன். படியிறங்கி வரும்போதே வரவேற்பறைக்கு அக்கம்பக்கமாக பார்வையை ஓட்டியபடி

வந்தேன். வெள்ளைப் புடவையில் வயதான ஒரு பெண்மணி நீண்ட இருக்கையில் உட்கார்ந்திருந்தார்.

வரவேற்பறை இளம்பெண் கண்களாலேயே அவரே என்னைத் தேடி வந்தவர் என்பதை உணர்த்தினாள். சுருக்கம் விழுந்து தளர்வைக் காட்டும் முகம். அருகில் சென்று என்னை அறிமுகப்படுத்திக் கொண்டதும் அவர் முகம் மகிழ்ச்சியில் மலர்ந்தது.

ஒரு குழந்தையை வாங்குவதற்கு நீள்வதைப்போல என்னை நோக்கி நீண்டன அவர் கைகள். அவர் அருகில் உட்கார்ந்தபடி என் கையை நீட்டினேன். அவர் என்னைத் தொட்டதும் உடல் முழுக்க ஒரு மின்சக்தி பாய்ந்ததைப்போல சிலிர்த்தது. உள்ளங்கையை வருடிக் கொடுத்தார். மனத்துக்குள் அவர் சமநிலைக்கு வர இயலாத அளவுக்கு போராடிக் கொண்டிருப்பதை என்னால் உணரமுடிந்தது. கண்கள் திடீரென குழம்பிச் சிவந்தன. மற்றொரு கையில் மடித்துவைத்திருந்த கைக்குட்டையை மூக்குக்கு அருகில் வைத்து உறிஞ்சிக்கொண்டார். வாய் ஒரு கணம் கோணலாகி சரியானது.

“நேத்து ராத்திரி அப்துல் காதர் போன்பண்ணி விஸ்வநாதன் புள்ளை வந்திருக்காம்மான்னாரு. எனக்கு நம்பிக்கையே வரலை.

அவருதான் இந்த இடத்துல தங்கியிருக்கறதா சொன்னாரு. இன்னிக்கு கௌம்பிடுவாம்மான்னு சொன்னாரு. அதுதான் அவசரமா நானே கௌம்பிவந்தேன். உன்ன பாத்தா அச்சுஅசலா விஸ்வநாதன் மாதிரியே இருக்குது. ஒரேஒரு இம்மிகூட மாத்தமில்லாம இருக்கிற.

அவரே மறுபொறப்பெடுத்து வந்ததுபோல இருக்குது.”

நிறுத்திநிறுத்திப் பேசினார். வயதின் காரணமாக அவரால் வேகமாகப் பேசமுடியவில்லை. நான் அவர் கண்களையே பார்த்தபடி இருந்தேன்.

“அவருடைய ஒழுக்கம், கடமையுணர்ச்சி, சுத்தம், எல்லாமே பாக்கறவங்களை உடனே அவர் பக்கம் இழுத்துரும். எந்த நேரமும் தேனீபோல சுறுசுறுப்பா இருப்பாரு. ஆசிரமத்துல நான் பெண்கள் பிரிவுல இருந்தேன். பால்யவிவாகம் நடந்து

விதவையான பொண்ணு நானு. எங்க அண்ணனுக்கு காங்கிரஸ் மேல தீவிரமான ஈடுபாடு.

அவரும் நானும்தான் ஆசிரமத்துல சேவை செஞ்சோம். சுதந்திரப் போராட்டங்கறது ராமர் பாலம் கட்டணமாதிரி பெரிய வேல.

அதுல அணில்சேவ மாதிரி எங்க ஆசிரமத்து வேலைங்க. முடிஞ்ச அளவுக்கு சின்னச்சின்ன காரியங்கள்."

அவர் நிறுத்தி மூச்சு வாங்கினார். அங்கிருந்தபடியே அவருக்கு ஒரு பழச்சாறு கொண்டுவருமாறு சொன்னேன். வந்ததும் நிதானமாக உறிஞ்சிப் பருகியபிறகு மீண்டும் பேசத் தொடங்கினார்.

"அவரு கதையெல்லாம் ரொம்ப தாமதமாத்தான் தெரிஞ்சிது. சொந்த விஷயத்த பேசறதுல அவருக்கு ரொம்ப தயக்கம்.

சாயங்காலம் பிரார்த்தனைக் கூட்டத்துக்குப் பிறகு ஒரு மரத்தடியில எல்லாரும் உக்காந்திருந்தாங்க. இவரு கண்கள மூடிட்டு ரொம்ப ரசனையோட மோகன ராகத்துல பாடிட்டிருந்தாரு. அந்த இசைதான் என்ன அந்தப்பக்கம் இழுத்துச்சி. நானும் போயி அந்த மரத்தடியில உக்காந்திட்டேன். மனசெல்லாம் குளுந்தமாதிரி ஆயிடுச்சி.

அவ்வளவு உசத்தியான சங்கீதத்த கேட்டு ரொம்ப நாளாய்டுச்சி.

ரொம்ப சந்தோஷமா இருக்குதுன்னு அவருகிட்ட சொன்னேன்.

தலையாட்டி சிரிச்சிகிட்டாரு. அதுக்கப்பறம்தான் கொஞ்சம் கொஞ்சமா பேசிப் பழகினேன்."

"அவரப்பத்திய விவரமெல்லாம் தெரிஞ்சதும் அவர்மேல நாட்டம் அதிகமாயிடுச்சி. அவர் சம்மதிச்சா திருமணம் செய்துக்கலாம்னு நெனைச்சேன். நேரா கேக்க எனக்கு தயக்கம். அண்ணன் வழியா சொல்லி அனுப்பினேன். ஆனா அவருக்கு

அதுல விருப்பமில்லன்னு சொல்லி அனுப்பிட்டாரு. எனக்கு அது பெரிய அதிர்ச்சி. ஒருநாள் சமயம் பார்த்து என்கிட்ட என்ன கொறைன்னு தயக்கத்தோடு கேட்டேன்."

"உங்கள கொறசொன்னா என் நாக்கு அழுகிடும். எனக்கு அந்த பாக்கியமில்ல. ஒன்னுக்கு ரெண்டுதரம் பாத்தாச்சி. எதுவுமே சரியா அமையல. போதும் அந்த அனுபவம். இன்னொரு பொண்ண நான் பலி குடுக்கணுமா?– என்னால அத தாங்கமுடியாதுன்னாரு.

அவ்வளவு தீர்மானமா இருக்கறவங்கள மாத்தறது கஷ்டம்ன்னு நெனச்சி அவர தொந்தரவு செய்யாம தள்ளி வந்துட்டேன்."

பேச இயலாதபடி அவருக்கு இறைத்தது. கண்களும் லேசாக கசிந்தன. வாட்டம்கொண்ட குழந்தையைப்போல ஆனது அவர் முகம். இருக்கையுடன் ஒரு தலையணையை அண்டக்கொடுத்து அவரைச் சாய்ந்துகொள்ளச் செய்தேன். சில நிமிடங்களுக்குப் பிறகு அவர் சகஜமானார்.

என்னையே சற்றுநேரம் கூர்ந்து பார்த்தபிறகு புன்னகை புரிந்தார். ஏதோ சொல்வதற்கு அவர் உதடுகள் துடித்தன. ஆனால் பேசவில்லை. சிறிது இடைவெளிவிட்டு நான் மட்டும் மேலும் சில கேள்விகளைக் கேட்டு பதில் தெரிந்துகொண்டேன். சிறிது நேரத்துக்குப் பிறகு அவர் என்னைக் கேட்டார்.

"ஒனக்கு திருமணம் ஆயிடுச்சா?"

"ம்."

"மனைவி பெயர்?"

"சுலோச்சனா."

"என் ஞாபகமா அவளுக்கு இத குடு".

ஒரு பவழமணியை கைப்பைக்குள்ளிருந்து எடுத்துக் கொடுத்தார்.

நான் கூச்சத்தோடு வாங்கிக்கொண்டேன். மிகவிரைவில் அவர் என்னைக் கவர்ந்துவிட்டது எனக்கே ஆச்சரியமாக இருந்தது.

அவரிடமிருந்து கண்களை விலக்கவே முடியவில்லை. இந்தக் கண்களில் என் தந்தையின் சித்திரங்கள் பதிந்திருக்கின்றன என்ற எண்ணம் மகிழ்ச்சியளித்தது. அக்கண்களைப் பார்ப்பது ஒருவகையில் அவரையே பார்ப்பதைப் போல அல்லவா என்று சொல்லிக்கொண்டேன்.

"உங்க பெயரை கேட்டுக்க மறந்துபோயிடுச்சி."

புன்னகைத்தபடி அவரைப் பார்த்தேன்.

"மீரா"

(அமுதசுரபி தீபாவளி மலர், 2004)

◆

பதச்சோறு

● பி. எஸ். ராமையா

கொதிக்கும் உலைப்பானையிலிருந்து ஒரு சோற்றையெடுத்துப் பதம் பார்க்கிறவர்கள், அந்தப் பருக்கையைத் தேடிப் பொறுக்கியெடுப்பதில்லை. விரலில் அகப்படுவதை அழுத்தி நசுக்கி மொத்தச் சோற்றுக்கும் பத நிலைமையைப் பரிசோதிக்கிறார்கள். புதிதாகச் சமைக்கப்படும் ஒரு சமூகத்திலும் இதே நிலைமைதான். அந்தச் சமூகத்தின் பக்குவத்தைப் பரிசோதிக்கும் கால சக்தியின் விரல்கள், அதற்காக தேடிப் பார்த்து ஒரு தனி நபரைப் பொறுக்கியெடுப்பதில்லை. விரல்களினிடுக்கிலே சிக்கியவனை அல்லது சிக்கியவளைக்கொண்டு சமூகத்தின் பத நிலைமையை அறிந்து கொள்கிறது. "நான் காலத்தின் விரல்களில் சிக்கிய சோறுதான் போலிருக்கிறது" என்ற அளவுக்கு குமுதம் தன் நிலையைப் புரிந்துகொண்டிருந்தாள்.

அவளது தாய் மங்கையர்க்கரசி திடீர் திடீரென்று உணர்ச்சி வேகத்துடன், அந்தச் சிக்கலைப்பற்றிப் பேசத் தொடங்கும் போதெல்லாம் குமுதம் அதே மனோ நிலையிலிருந்து தான் பதில் சொல்லி வாதாடுவாள்.

"அம்மா! அந்த மகாபுருஷரை ஏன் குறை சொல்லுகிறாய்? உலகம் முழுவதையும் உய்விக்க வந்த காந்தி என் ஒருத்தியை மாத்திரம் வெற்று வாழ்க்கைக்கு ஆளாக்கி விட்டுவிட்டார் என்று சொல்லுவது பொருந்துமா?" என்று தாயின் முணுமுணுப்புகளுக்குப் பதில் சொல்லுவாள்.

"உங்கள் காந்தியை நான் என்ன குறை சொல்லிவிட்டேன்? உன் விதி அப்படியிருந்தால் அதற்கு யாரைக் குறை சொல்லித் தான் என்ன பயன்?" என்பாள் மங்கையர்க்கரசி.

"பார்த்தாயா! மறுபடி ஆரம்பித்து விட்டாயே. இது விதியல்ல அம்மா. அதைக்கூட மாற்றிவிடும் காலவேகம் என்கிற ஒரு மகாசக்தி. ஆறாயிரம் மைல்களுக்கப்பாலிருக்கிற ஒரு அன்னிய ஜாதியாரின் அடிமைகள் என்று விதிக்கப்பட்டிருந்த, நாற்பதுகோடி மக்கள் தலையெழுத்தை ஒரே நொடியில் அழித்து, அவ்வளவு பேர்களும் 'சுதந்திரர்கள்' என்று எழுதிய சக்தி அது" என்று பிரசங்கம் செய்வாள் குமுதம்.

மங்கையர்க்கரசி, "நான் எப்படிச் சொன்னாலும் அதை மடக்கி அப்படியில்லை இப்படியென்கிறாய். நான் உன்னைப்போலக் கல்வியெல்லாம் படித்தவளில்லை. எங்கள் பெரியவர்கள் சொல்லிக் கொடுத்ததெல்லாம் தான் சரியென்று நம்புகிறவள். இவ்வளவு சட்டம் பேசுகிறவள் நீதான் எனக்குப் புரியும் பாஷையில் சொல்லேன். உன் புருஷன் எதற்காக இப்படி எல்லாம் வம்பு செய்ய வேண்டும்? நீ எதற்காக இப்படி வீம்பு பிடிக்க வேண்டும்?" என்று கேட்பாள்.

குமுதம், "நூறுதடவை சொல்லியாகிவிட்டது. உனக்கு அது பிடிக்க வில்லை. அதனால் புரியவில்லை யென்கிறாய். இன்னொரு தடவையும் சொல்கிறேன். அவர் உன் மருமகன். இந்த தேசத்திலே வெள்ளைக்காரன் படைத்துவிட்டுவிட்டுப்போன ஜாதி. நான் காந்தி மகாத்மா சமைக்கத் தொடங்கிய புதிய பாரத ஜாதி. இரண்டும் முதல் கலப்பிலே ஒட்டமுடியாமல் தத்தளிக்கின்றன. அவ்வளவுதான்" என்பாள்.

"உங்கள் மகன் பாபு? அவன் என்ன ஜாதி?" என்று குரலிலே கோபம் தொனிக்கக் கேட்பாள் மங்கையர்க்கரசி.

குமுதத்திற்கு அந்த தொனி நன்றாகத் தெரியும். ஆயினும் பொறுமையை இழக்காமல் நிதானமாக "அவன்தான் புதிய பாரத சமூகத்தின் முதல் தலைமுறை யென்று நம்பிகொண்டிருக்கிறேன்" என்பாள்.

மங்கையர்க்கரசி மகளைப் பரிதாபத்துடன் பார்த்து, "நீ இந்நேரம் சொன்னதில் எனக்கு ஒரு வார்த்தை கூடப்

புரியவில்லை. புருஷனும், பெண்சாதியும்தான் மனது ஒத்துக்கொள்ளவில்லை. நீ கோர்ட்டுக்குப் போய், உங்களப்பா சொல்லுகிறபடி ஒரு வார்த்தை சொல்லிவிட்டு வந்தால் என்ன? உங்கள் காந்தி விரதமே வீணாகிப் போய்விடுமோ?” என்பாள்.

குமுதம் கண்களில் கண்ணீர் துளிர்த்துவிடும். அதைக் கண்ட மங்கையர்க்கரசியின் நெஞ்சம் பதைத்துப்போகும். ஏற்கனவே நொந்துபோயிருந்த மகள் உள்ளத்தைக் கிளறிவிட்டு விட்டோமே என்று பச்சாத்தாபம் எழும். மகள் அருகில் போய் “உன் கதியை நினைத்தால் வயிறு கொதிக்கிறது. அந்த வேகத்திலே ஏதாவது சொல்லிவிடுகிறன். நீ செய்வதெல்லாம் சரியாகத்தானிருக்குமென்று மனத்துக்குத் தெரிகிறது. இருந்தாலும் அஞ்ஞானம் அதை உடனே மறைத்து விடுகிறது“ என்று குமுதத்தின் கூந்தலைக் கோதுவதுபோல விரலையோட்டுவாள்.

குமுதம் சிரித்துக்கொண்டே “என் அஞ்ஞானி அம்மாவைத் தான் எனக்குப் பிடித்திருக்கிறது” என்று தாயின்மேல் செல்லமாகச் சாய்வாள்.

குமுதம் சொல்வது போலத் தாய் மகளுக்கிடையில் இந்த மாதிரி தர்க்க வாதம் இதுவரை நூறுதடவைகூட நடந்திருக்கும். மங்கையர்க்கரசி அப்போதைக்குப் பேச்சை நிறுத்துவாள்; ஆனால் மறுபடியும் சமயம் வந்தவுடன் பழைய தோரணை யிலேயே தொடங்கி விடுவாள்.

அன்று இருவரும் அந்த மாதிரியான ஒரு வாதப் பிரதிவாதத்திற்கு ஏற்ற மனோநிலையில் இல்லை. உள்ளூர இருந்த பதைப்பை வெளியில் காட்டாமலிருக்க இருவரும் ரொம்ப ரொம்ப சிரமப்பட்டுக் கொண்டிருந்தார்கள்.

மங்கையர்க்கரசி கூடத்தின் ஒருபுறத்திலிருந்த ஸோபாவில் உட்கார்ந்திருந்தாள். குமுதம் மறுகோடியிலிருந்த மேஜையடி நாற்காலியில் உட்கார்ந்து ஒரு புஸ்தகத்தைப் பிரித்துப் பிடித்துக்கொண்டு படிக்க முயன்றாள். கண்கள் புஸ்தகத்திலே ஊன்றிய மாதிரி யிருந்தன. ஆனால் அந்தப் பக்கங்களிலிருந்த ஒரு எழுத்துக்கூட அவள் மனத்தில் பதியவில்லை. அவளது வலது கைவிரல்கள் புஸ்தகத்தின் தாள்களைக் கோதிக்கொண்டிருந்தன. அடிக்கடி முகத்தை புஸ்தகத்திலிருந்து நிமிர்த்தி எதிரில் சுவரின்

மேலிருந்த கடிகாரத்தைப் பார்த்துக்கொண்டேயிருந்தாள். அப்படிப் பார்த்துத் திரும்பும்போது அவளது விழிகள் மேஜை மேலிருந்த டெலிபோனின் புறம் ஓடிவிட்டு திரும்பின.

மணி பன்னிரண்டரை என்று காட்டின கடிகாரத்தின் முட்கள். குமுதம் உள்ளக் கொந்தளிப்பை அடக்க முடியாத எல்லையை எட்டி விட்டாள். எழுந்து தாயிடம் போய் "மணி பன்னிரண்டரை யாகிறது. இன்னுமா தீர்ப்புச் சொல்லாமலிருப்பார்கள்?" என்றாள். அவள் குரல் நடுங்கியது.

ஜட்ஜு சொன்னவுடன் உங்கப்பா போனில் சொல்லுகிறேன் என்று சொல்லியிருக்கிறாரே. கவலைப்படாமல் இப்படி உட்காரு, தெய்வம் நம்மைக் கைவிட்டு விடாது" என்றாள் மங்கையர்க்கரசி பரிவுடன்.

குமுதம் அவளருகில் உட்கார்ந்தாள். துக்கம் அவளையும் மீறிப் பொங்கியது. கண்கள் நீர் சொரியத் தொடங்கி விட்டன. மங்கையர்க்கரசி துடித்துப் போனாள். இருந்தாலும் சமாளித்துக் கொண்டு, வேடிக்கையாக, உங்கப்பா சொல்லுவதுபோல அவ்வளவு தர்க்க நியாயம் பேசும் நீயும் ஒரு அஞ்ஞானிதான். ' என்ன முடிவு வந்தாலும் நாம் சரியான வழியில் போக வேண்டியது, அவ்வளவுதான் நம்முடைய பொறுப்பு ' என்று எங்களுக்கு மட்டும்தான் உபதேசமா? அது உனக்குமில்லையா? என்றாள்.

குமுதம் கண்ணீரைத் துடைக்கவும் முயலாமல்" பாபுவை நினைத்தால் அடிவயிற்றில் என்னவோ செய்கிறதம்மா. குப்பென்று நெருப்புப் பிடிப்பது போல இருக்கிறது" என்று தாயின்மேல் சாய்ந்தாள்.

மங்கையர்க்கரசி பதில் சொல்லாமல் அவளை அணைத்துக் கொண்டு அவள் தலையை வருடினாள்.

பதினைந்து வருஷங்களுக்குமுன் மகாத்மா காந்தியைத் தரிசிக்க குமுதத்தை அழைத்துக் கொண்டு போனபோது தம் மகளின் வாழ்க்கையில் இவ்வளவு பெரியதொரு புயல் அடிக்குமென்று சிவசங்கர முதலியார் நினைக்கவேயில்லை.

1934ம் வருஷத்தில் காந்தி ஹரிஜன நிதி வசூலுக்காகத் தமிழ்நாட்டில் சுற்றுப் பிரயாணம் செய்தார். அவர் விஜயம்

செய்த ஊர்களிலெல்லாம், மக்கள் வெள்ளம்புரண்டு வருவது போலத் திரண்டு சென்று அவரைத் தரிசித்தார்கள்.

அந்த வேகம் அப்போது பதினான்கு வயதுச் சிறுமியாக இருந்த குமுதத்தையும் வளைத்து இழுத்தது. தந்தையிடம், காந்தியைப் பக்கத்திலிருந்து பார்க்கும்படிக் கூட்டிக் கொண்டு போகச் சொல்லிக் கெஞ்சி கொஞ்சினாள்.

சிவசங்கர முதலியார் அவளிடம் ஐந்து ரூபாய் நோட்டைக் கொடுத்து "இதை மகாத்மாவிடம் கொடுத்து உன் புத்தகம் ஒன்றில் கையெழுத்து வாங்கிக் கொள். அப்போது அவரை உன்னால் முடிந்தவரைக்கும் பார்த்து விடு" என்று சிரித்துக் கொண்டே சொல்லி அழைத்துச் சென்றார்.

குமுதம் கையெழுத்து வாங்குவதற்கு ஒரு புஸ்தகம் தேடினாள். பாரதி உரையெழுதிய கீதைதான் கிடைத்தது. அதை எடுத்துக்கொண்டு புறப்பட்டாள்.

கூட்டத்தில் முந்தியடித்துக் கொண்டு தந்தையும் மகளும் முன் வரிசைக்குப் போய் சேர்ந்தார்கள். காந்தி ஹிந்தியில் பேசியதை ஒருவர் தமிழில் மொழி பெயர்த்துச் சொன்னார். குமுதம் பாதி புரிந்தும் புரியாமலும் அதைக் கேட்டாள். நிதி வசூல் ஆரம்பமாயிற்று. யார் யாரோ என்னவெல்லாமோ காணிக்கை செலுத்தினார்கள்.

குமுதம் எழுந்து அவரருகில் போய் நோட்டை கொடுத்துப் புஸ்தகத்தைக் காட்டி, அதில் கையெழுத்துப் போடச் சொல்லி கேட்டாள்.

காந்தி அவளைக் கருணை வழியும் கண்களால் ஏற இறங்கப் பார்த்து "என் கையெழுத்துக்கு விலை ஐந்து ரூபாய் தானென்று உனக்கு யார் சொன்னது" என்று கேட்டார் இங்கிலீஷில்.

இரண்டாவது பாரத்தில் படித்துக் கொண்டிருந்த குமுதத்திற்கு அது புரிந்தது. "குளறிய இங்கிலீஷில் எங்கப்பாதான் சொன்னார்" என்றாள்.

"அதற்குமேல் கொடுக்க முடியாத ஏழைகளுக்குத்தான் அந்த விலை. உன்னைப்பார்த்தால் பணக்காரியாகத் தோன்றுகிறது. இதோ கையில் வளைகள், காதில் தோடு, கழுத்தில் சங்கிலி எல்லாம் அணிந்திருக்கிறாயே. இடைக்குத் துணிகூட இல்லாத

ஏழை ஹரிஜனங்களுக்கு அதை யெல்லாம் நீ கொடுத்துவிடக் கூடாதா?" என்றார் காந்தி.

குழந்தை முன்பின் யோசிக்காமல், தயங்காமல் நகைகளை கழற்றினாள்.

காந்தி பொக்கைவாயை நிறையத்திறந்து சிரித்துக் "கொஞ்சம் பொறு; இதையெல்லாம் கழற்றி என்னிடம் கொடுத்துவிட்டு நீ வீட்டுக்குப் போய் வேறு நகைகள் போட்டுக் கொள்ளக் கூடாது. அதற்கு சம்மதித்தால்தான் இவற்றை என்னிடம் கொடுக்கலாம்" என்றார்.

குமுதம் "சம்மதம்" என்று ஒரே வார்த்தையில் பதில் சொன்னாள்.

"உன்னுடைய பெற்றோர்கள் நீ நகை போட்டுக்கொள்ள வேண்டுமென்றால்?" என்றார் காந்தி.

உங்களுக்கு வாக்குக் கொடுத்திருப்பதைச் சொன்னால், சரி போட்டுக் கொள்ள வேண்டாமென்று சொல்லி விடுவார்கள்."

"நாளை உனக்குக் கலியாணமாகும் போது உனக்குக் கணவனாக வருகிறவர் சொன்னால்?"

"கலியாணத்திற்கு முன்பே எனக்கு நகையணியா விரதம் என்பதை அவரிடம் சொல்லிவிடச் சொல்லுவேன். என் விரதத்தோடு என்னை ஏற்றுக் கொள்ளச் சம்மதிக்கிறவரைத்தான் மணந்துகொள்வேன்" என்று திடமாகப் பதிலளித்தாள் குமுதம்.

காந்தி, ஒருகணம் அவள் முகத்தைக் கூர்ந்து பார்த்தார். இரண்டு ஜதைக் கண்களும் சந்தித்தன. குழந்தையின் உள்ளத் திலிருந்த உறுதியை, அவளது விழிகளில் கண்டு காந்தி அவள் கொடுத்த புஸ்தகத்தைப் பிரித்தார். அது கீதை யென்று கண்டவுடன் இன்னொரு முறை அவள் முகத்தைக் கவனித்தார். அவர் முகத்தில் ஒரு அபூர்வமான புன்னகை பூத்தது.

புஸ்தகத்தின் முகப்புப் பக்கத்தில் "மேற்கொண்ட விரதத்தை நடத்தி முடிக்க நீ எந்தத் தியாகத்திற்கும் சித்தமாக இருக்க வேண்டும். அதற்கு வேண்டிய மனோபலத்தை இந்த கீதை ஒன்றுதான் உனக்குக் கொடுக்கவல்லது" என்று எழுதி அதன் கீழே "எம்.கே,காந்தி" என்று கையெழுத்திட்டு அவளிடம் கொடுத்தார்.

தன் மகளுடன் அந்த மகாபுருஷன் அவ்வளவு நேரம் பேசிக்கொண்டிருந்த பெருமையில், சிவசங்கர முதலியாருக்குத் தலைகால் புரியவில்லை. அவர்கள் என்ன பேசினார்கள் என்பதைக் கூட சரியாக புரிந்து கொள்ளவில்லை. குமுதம் நகைகளை கழற்றிக் கொடுத்ததைப் பார்த்தார். அவ்வளவு தான்.

குமுதம் திரும்பி வந்தவுடன் அவள் கையிலிருந்த புஸ்தகத்தை வாங்கி, காந்தி கையெழுத்திருந்த பக்கத்தைக் கண்ணில் ஒற்றிக் கொண்டு மூடி வைத்தார்.

மூன்று வருஷங்களுக்குப் பிறகுதான் அந்தச் சம்பவத்தின் பொருளும் பலாபலன்களும் அவருக்குப் புரியத் தொடங்கின. குமுதத்தின் பதினேழாவது வயதில் அவளுடைய மணத்தைப் பற்றி யோசிக்கத் தொடங்கினார்.

இதோ இதழவிழ்ந்து மலரப் போகிறது என்று காட்டும் குமுதமொக்கைப் போலவே யிருந்தாள் குமுதம். சாதாரண ஒற்றை வர்ணச் சேலை யுடுத்து, கொஞ்சம் அழுத்தமான நிறத்தில் ரவிக்கை யணிவாள். கூந்தலைச் சீவிச் சடை பின்னி அதில் மலர் சூடி அவள் நிற்பதைப் பார்த்தால், யாரோ வனதேவதை வழி தவறி நாகரிகத்திற்குள் வந்துவிட்டது போலத் தோன்றும்.

அவளுடைய இயற்கை எழிலுக்கு ஏற்றபடி நகைநட்டுகள் போட்டு அலங்கரித்துப் பார்ப்பதிற்கில்லையே யென்று ஏங்கினாள் மங்கையர்க்கரசி. சிவசங்கர முதலியார்க்கும் உள்ளூர அந்த மனக்குறையுண்டு.

ஆலயத்திற்கு சென்று ஆண்டவன் முன்னிலையின் பரிசுத்த வாழ்க்கை விரதம்பூண்டு வெளியேறுகிறவர்களே சில நிமிஷங்களில் தங்கள் விரதத்தை மறந்து விடுகிறார்கள். மனிதக் காந்தியின் முன் மேற்கொண்ட மட்டும் நிலைத்து நிற்குமென்று என்ன நிச்சயம்?

குமுதம்–காந்தி சந்திப்பைப் பற்றிச் சிவசங்கர முதலியார் அப்படித்தான் நினைத்திருந்தார். குழந்தை ஏதோ விளையாட்டுப் போக்கில் அவரிடம் சொல்லி விட்டாள். காலத்துடன் மனம் மாறத் தானாக அலங்கார ஆசை பிறந்துவிடும் என்று நம்பினார். ஆனால் காலத்துடன் அவள் மன உறுதி பலமடைந்ததைத்தான் கண்டார்.

காந்தியைச் சந்திக்குமுன் தனது பிராயத்திற்கேற்ற மனப் பாங்கிலிருந்தவள், மிக மிக விரைவில் உள்ளூர வளர்ந்து ஒரு பக்குவ நிலையை எய்தி விட்டதைக் கண்டார். படபடக்காமலும், சிந்தனையிலே தடுமாற்றமில்லாமலும் அவள் தமக்கே எட்டாத எல்லையிலிருந்து பேசியதைக் கேட்க அவருக்கும் பெருமையாகத் தானிருந்தது.

ஆனால் அவளுடைய விரதம், தந்தை யென்ற முறையில் தான் நிறைவேற்ற வேண்டிய பொறுப்புக்குத் தடையாக வருவதை எண்ணும்போது அவருடைய பொறுமை தடுமாறியது.

முதல் முதலாக அவர் தமது உறவினரிலேயே ஒரு மருமகனைத் தேடிப் பேச்சுத் தொடங்கியவுடனேயே தமது நிலைமையிலிருந்த சிரமத்தை உணர்ந்தார். சகஜமாகப் பிள்ளை வீட்டார், பெண்ணுக்கு நகைகள் போடுவதைப் பற்றிக் கேட்டார்கள். முதலியார் காந்தி சம்பவத்தை விளக்கிச் சொல்லி "குழந்தைக்கு நான் செய்யக்கூடியதை யெல்லாம் நிலமாக சீதனம் எழுதிவைக்கப் போகிறேன்" என்றார்.

பிள்ளை வீட்டாருக்குச் சப்புத் தட்டி விட்டது. அதில் ஒரு அம்மாள் "தாலியும் சிறகும்கூட நகைதானே. அதையாவது கட்டிக்குவாளா இல்லையா?" என்று ஏளனமாகக் கேட்டாள்.

முதலியார் மனம் புண்ணாகிவிட்டது. ஆயினும், அந்த அனுபவம் அப்போதுதான் ஆரம்பித்திருக்கின்றதென்பதை யுணர்ந்து பதில் சொல்லாமல் எழுந்து வந்துவிட்டர்.

அதன் பின்னர் மூன்று இடங்களில் மாப்பிள்ளை தேடினார். ஒரு இடத்தில் அவருக்கே திருப்தியில்லை.

இன்னொரு இடத்தில் "பெண் நகை போட்டுக்கொள்ள முடியாதென்றால், அந்தத் தொகையை எங்களிடம் ரொக்கமாகக் கொடுத்துவிட வேண்டும்" என்று நிபந்தனை போட்டார்கள்.

"அதாவது நகை யணியாத பெண்ணைக் கட்டிக்கொள்ள உங்கள் மகனுக்கு நான் கைக்கூலி கொடுக்க வேண்டுமென்கிறீர்கள்; இல்லையா?" என்று படபடத்துப் பேசி விட்டு வெளியேறினார்.

மூன்றாவது இடத்தில் பேச்சுவார்த்தை யெல்லாம் முடிந்து கடைசியாகக் குமுதத்தின் விரதவிஷயம் வெளி வந்தவுடன்

“காந்தி கட்சிக்கும் எங்களுக்கும் ரொம்ப தூரம்” என்று அவருக்கு விடை கொடுத்து அனுப்பி விட்டார்கள்.

இதிலேயே இரண்டு வருஷங்கள் கழிந்து விட்டன. மகளுக்கு கலியாணமே ஆகப்போவதில்லை என்று கருதத் தொடங்கிவிட்டாள் மங்கையர்க்கரசி.

குமுதம் தான் மேலே படித்து ஏதாவது உத்தியோகம் தேடிக் கொள்வதாகச் சொல்லிப் பெற்றோரைச் சமாதானம் செய்ய முயன்றாள். ஆனால் அவர்களுக்கு அதில் திருப்தியில்லை. “கலியாணம் ஆகும் வரை வேண்டுமானால் படி. அப்புறம் உன்னை மணந்துகொண்டவன் இஷ்டம்தான். உன்னை யாருக்காவது கட்டிக்கொடுக்காமல் எங்கள் பொறுப்புத் தீராது” என்று தீர்மானமாகச் சொல்லிவிட்டார் முதலியார்.

அந்த சமயத்தில்தான் சென்னையிலிருந்து ஷண்முக சுந்தரத்தின் பெற்றோர்கள், யாத்ராமார்க்கத்தில் அவர்கள் வீட்டுக்கு வந்து சேர்ந்தார்கள். விருந்தாளிகளாக வந்தவர்கள் சம்பந்திகளாக மாறினார்கள்.

பெற்றோர் அழைப்பின் மேல் நேரில் வந்து குமுதத்தைப் பார்த்த ஷண்முகசுந்தரம் ஒரே நொடியில் அவளை மணக்க இசைந்தான். அவள் காந்திக்குக் கொடுத்த வாக்கைக் காப்பாற்றுவதற்குத் தான் தடையாக இருப்பதில்லை என்றும் உறுதியளித்தான்.

குமுதத்தின் மணவாழ்க்கையில் முதல் ஆறு வருஷங்கள் மிக மிக இன்பமாகக் கழிந்தன. மணமான மூன்றாம் வருஷம் அவள் ஒரு ஆண் குழந்தைக்குத் தாயானாள். குழந்தைக்கு மோகன் என்று பெயர் வைத்தார்கள். எல்லாரும் அவனை பாபு என்று செல்லப்பெயரால் அழைத்தார்கள்.

குமுதத்தின் பதிபக்தி உள்ளூரக் கனிந்த பிரேமை யிலிருந்து வளர்ந்தது. அதன் இனிமை முழுவதையும் உணர்ந்த ஷண்முகசுந்தரம் அவளை மனைவியாக அடைந்ததில் தனக்கு நிகரேயில்லை யென்று பெருமிதம் கொண்டிருந்தான்.

அவன் தந்தைக்குச் சென்னையில் பெரிய வியாபாரம். மணத்திற்குப் பிறகு அவன் அதில் அதிக கவனம் செலுத்தி,

இரண்டே வருஷங்களில் அதன் பொறுப்பு முழுவதையும் தானே ஏற்றுக்கொள்ளும் நிலைமையை அடைந்தான். அவன் தந்தை எல்லாவற்றையும் அவனிடம் ஒப்படைத்துவிட்டார்.

பணத்திற்குச் சொந்தமாக ஒரு இயல்பும் கிடையாது. அது போய்ச்சேரும் ஆளைப்பொறுத்து அதற்குத் தன்மை பிறக்கிறது என்பது ஒரு கட்சி. பணம் இயல்பாகவே மனித மனத்தை நேர் வழியிலிருந்து திருப்பிக் கீழ்நோக்கி இழுத்துச் செல்லும் சக்தி படைத்திருக்கிறது என்பது இன்னொரு கட்சி.

ஷண்முகசுந்தரம் விஷயத்தில் இரண்டாவது கட்சிதான் சரியென்று நிரூபித்துவிட்டது அவனையடைந்த பணம். யுத்த கெடுபிடியில் அவனுடைய வியாபாரம் அமோகமாகப் பெருகியது. அதிலும் கணக்குக்குக் கொண்டுவராமல், கள்ளச் சந்தை லாபமாக ஏராளமாகச் சம்பாதிக்க வழிகள் தோன்றின. ஷண்முகசுந்தரம் அந்த வழிகளில் இறங்கினான்.

ஆரம்பத்தில் குமுதத்திற்கு அது தெரியாது. கொஞ்சம் கொஞ்சமாக உண்மையை யறிந்தபோது அவள் மனம் மிகுந்த வேதனையடைந்தது. கணவனிடம் ஜாடைமாடியாகப் பேசினாள் பலனில்லை.

"இதெல்லாம் என் வியாபார விஷயம். நீ தலையிடக் கூடாது" என்று கண்டிப்பாகச் சொல்லிவிட்டான்.

அவன் அதோடு நின்றிருந்தால் நிலைமை இவ்வளவு சீர்கெட்டிருக்காது. தான் கள்ள மார்க்கெட்டில் சம்பாதித்த பணத்தைப் பயன்படுத்திக் கொள்ளப் புதிதாக ஒரு வழி கண்டு பிடித்தான். குமுதம் நகைகள் அணிய வேண்டுமென்று சொன்னான். அவள் மறுத்தபோது "நீ அதையெல்லாம் போட்டுக்கொள்ளா விட்டால் என்ன? உனக்காகவென்று நகைகள் வாங்கித்தான் தீரவேண்டும். பின்னால் சமயோசிதம் போல நான் அதைப் பணமாக மாற்றிக் கணக்குக் கொண்டுவர வழிசெய்து கொள்ளுவேன்" என்றான்.

குமுதம் அதற்கும் இணங்கவில்லை. அங்கிருந்துதான் அவர்கள் வாழ்க்கையில் கரகரப்புத் தட்டத் தொடங்கியது. குழந்தை மோகன் பாபுதான் கரகரப்பு, கலகமாக முற்றாமல் காப்பாற்றி வந்தான்.

ஆனால் இரு வெவ்வேறு திசைகளில் திரும்பிப் புறப்பட்டுவிட்ட உள்ளங்கள் எத்தனை நாளைக்குத்தான் அம்மாதிரிச் செயற்கைப்பூச்சில் ஒட்டிக்கொண்டிருக்க முடியும்!

"தான் கணவன்; என் உத்தரவுக்குக் கட்டுப்பட்டு, நான் சொல்லுகிறபடி நடக்க, செய்யக் கடமைப்பட்டவள் அவள். என் வார்த்தையை அவள் மறுப்பதா?" என்ற அகங்காரம் தோன்றி அதிவேகமாக வளர்ந்தது, ஷண்முகசுந்தரம் மனதில். தினசரி வாழ்க்கையில், சிறு சிறு காரியங்களில்கூட அவன் காட்டிய அந்த மனோபாவத்தைக் கண்டு குமுதம் கலங்கினாள். என்ன நேர்ந்தாலும் காந்திக்குக் கொடுத்த வாக்கைக் கைவிடுவதில்லை யென்ற உறுதி மாத்திரம் அதிக பல மடைந்தது.

அதே நிலைமையில் இருவரும் ஒதுங்கி ஒதுங்கி ஒரு வருஷம் தள்ளிவிட்டார்கள். அந்த அசட்டுக் கசப்பு நிலையை நீடிக்க விடாமல் காப்பாற்ற இந்திய சர்க்காரின் வருமான வரி விசாரணைக் கமிட்டி நியமன அறிவிப்பு வெளி வந்தது. யுத்த காலத்தில் கொள்ளை லாபம் அடித்துவிட்டு அதற்குரிய வருமான வரியைச் செலுத்தாமல் ஏமாற்றியவர்களைக் கண்டு பிடிப்பதுதான் கமிட்டியின் பொறுப்பு.

அந்த அறிக்கையைப் படித்த ஷண்முகசுந்தரம் பயந்து விட்டான். குமுதத்திடம் நகைகள் வாங்கும் விஷயத்தை அதிகமாக வற்புறுத்தத் தொடங்கினான்.

"நான் கழுதை மாதிரி நகை சுமக்கச் சம்மதித்தாலும், அதிகமானால் ஐம்பதினாயிரம் அல்லது ஒரு லட்சத்திற்கு நகைகள் வாங்கலாம். உங்கள் இருட்டடி லாபம் அதற்குமேல் நாலைந்து மடங்கு இருக்குமே. அதற்கென்ன செய்வீர்கள்?" என்று கேட்டுவிட்டாள் குமுதம்.

ஷண்முகசுந்தரம் "அது என் கவலை. நான் சொல்வதை மாத்திரம் நீ செய்தால் போதும்" என்றான்.

குமுதம், அன்றுவரை நேருக்கு நேர் பதில் சொல்லி வாதாடி யவளல்ல. அன்று என்னவோ அவளுக்குப் பேசித்தான் தீர வேண்டும் போலிருந்தது. "அன்னிய ஆதிக்கம் ஒழிந்து நாட்டை நாமே ஆளும் உரிமை வேண்டுமென்று போராடினோம். இன்னும் சில மாதங்களில் நம்முடைய

சொந்த சர்க்கார் ஏற்பட இருக்கிறது. அது நடக்கப் பணம் கொடுக்க நாம் தயாராக இல்லை. உங்களைப் போன்றவர்கள் வெள்ளைக்காரனே இருந்துவிட்டுப் போகட்டும் என்று நேரடியாக சொல்லிவிடலாமே இப்படி செய்வதற்கு" என்றாள்.

ஷண்முகசுந்தரத்தின் அகங்காரம் அவன் மனிதத்தன்மைக்கே திரையிட்டுவிட்டது. அவனை ஆட்டிவைத்த பணம் சீறிக்கொண்டு எழுந்து அவனைத் தூண்டியது. "சீ நாயே வாயை மூடு" என்று அவள் கன்னத்தில் அடித்துவிட்டான்.

அன்றுவரை அவன் குமுதத்தை "அடி" என்று கூடச் சொன்னதில்லை. அதனால் அவனுடைய அந்த நடத்தை அவனையே குலுக்கிவிட்டது. தான் செய்தது தவறுதான், மிருகத் தனம் தான் என்று உணர்ந்தான். அதுவே அவனுடைய ஆத்திரத்தையும் எரிச்சலையும் அதிகரிக்கக் காரணமாயிற்று. தன்னை அப்படி மிருகத்தனத்திற்குத் தாழ்த்தியது அவளுடைய தூய்மையும், உறுதியும் தான் என்று கருதினான். அதனால் அவளைக் கண்டாலே அவன் நெஞ்சில் வெறி பிறந்தது.

திடீரென்று ஒருநாள் அவளையும் குழந்தை பாபுவையும் ரயிலேற்றி, அவளுடைய பிறந்த வீட்டுக்கு அனுப்பினான். அவள் அங்கே போய் இறங்கும்போது அவள் விலாசமிட்ட கடிதமொன்று காத்திருந்தது அவளுக்காக.

"உன் வீட்டுக்காரர் கையெழுத்து, நீ அங்கிருக்கும்போதே இங்கே எதற்காக இப்படிக் கடிதம் போட்டிருக்கிறார் என்பது விளங்காமல் திகைத்துக்கொண்டிருக்கிறேன்" என்று அதை அவளிடம் கொடுத்தார் சிவசங்கர முதலியார்.

குமுதத்திற்கு அதில் என்ன எழுதியிருக்குமென்பது ஒருவாறு தெரிந்துவிட்டது. பிரித்துப் பார்த்தாள்.

" நீ என் மனைவி. என் உத்தரவின்படி நடக்கக் கடமைப் பட்டவள் என்பதை நிச்சயமாக உணர்ந்து அதற்குச் சித்தமாக இருப்பதாகக் கடிதம் எழுதிவிட்டு இங்கே திரும்பிவந்தால் போதும்" என்று எழுதியிருந்தான் ஷண்முகசுந்தரம்.

குமுதம் தன் பெற்றோரிடம் நடந்ததை யெல்லாம் விவரமாகச் சொன்னாள், "மணத்தின் போது நீ நகை போட்டுக்கொள்ள

மாட்டாய் என்பது தெரிந்துதானே அதற்கு இசைந்தான்? இன்று இப்படி வாக்கு மீறுவதுதான் அழகா? அதைக் காரணம் காட்டி உன்னை வாழாவெட்டியாக்க முயலுவது சரிதானா என்று கேட்டு எழுதுகிறேன். இல்லாவிட்டால் நானே நேரில் போய் கேட்கிறேன்" என்று குதித்தார் முதலியார்.

குமுதம் அவரைச் சமாதானம் செய்து "இப்போது நீங்கள் என்ன செய்தாலும் அவருடைய பிடிவாதம் தான் வலுக்கும் அப்பா. கொஞ்சம் பொறுமையாக இருந்தால் தானாக மனம் இளகிவிடுவார். அவர் சுபாவம் எனக்கு நன்றாக தெரியும்" என்றாள்.

ஆனால் அவள் ஷண்முகசுந்தரத்தின் சுபாவத்தைச் சரியாகத் தெரிந்துகொள்ளவேயில்லை யென்பதைத்தான் காலம் காட்டியது. ஒரு வருஷம் வரை அவனிடமிருந்து கடிதமே வரவில்லை. குமுதம் எழுதிய கடிதங்களுக்கும் பதிலில்லை.

அவள் பிறந்த வீட்டுக்கு வந்து சரியாக ஒரு வருஷம் ஆன அன்று காலையில் அவள் தந்தை சிவசங்கர முதலியாருக்குச் சென்னை ஹைகோர்ட்டில் இருந்து ஒரு சம்மன் வந்தது.

சென்னை ஷண்முகசுந்தர முதலியார் தன் மகனைத் தன்னிடம் ஒப்படைக்க உத்தரவிடவேண்டுமென்று கோர்ட்டில் மனுச் செய்துகொண்டிருப்பதாகவும், தற்சமயம் குழந்தையை வைத்திருக்கும் குமுதம் பையனுடன் கோர்ட்டில் ஆஜராகித் தன் கட்சியைத் தெரிவிக்கவேண்டுமென்றும் அதில் உத்தரவிடப் பட்டிருந்தது.

அதைப்படித்த சிவசங்கர முதலியார் மனம் கொதித்து விட்டது. "அயோக்கிய பயல், வேண்டுமென்று வம்பு செய்வதற்காகவே இப்படிச் செய்திருக்கிறான். அவனை விடுவதில்லை, ஒருகை பார்த்து விடுகிறேன்" என்று இரைச்சல் போட்டார்.

குமுதம் "எதற்காக அப்பா இப்படிப் பேசுகிறீர்கள்? அவர் மகனை அவர் கேட்டால் நாம் ஒப்படைத்து விடவேண்டியவர்கள் தானே" என்றாள்.

"நீ பேசாமலிரு. வாய் வார்த்தையாகக் கேட்டால் போதாதோ? திடீரென்று கோர்ட்டுக்குப் போவானேன்?

என்னை யாரென்று நினைத்திருக்கிறான்? நான் போய் நல்ல வக்கீல் ஒருவரை வைத்து பேசுகிறேன். இவனைச் சும்மாவிடப் போவதில்லை. குழந்தைக்கும் உனக்கும் சொத்தில் பங்கு கொடுக்க வேண்டுமென்று எதிர் வழக்குப் போடுகிறேன்" என்று சீறினார்.

ஆனால் அவர் சொன்னபடி எதிர்வழக்குப் போடவில்லை. குமுதம் அதற்கு இணங்கவே முடியாதென்று சொல்லிவிட்டாள். குழந்தையை ஒப்படைக்கும் விஷயத்தில் மாத்திரம் அவள் தந்தையின் போக்கை ஆதரிக்க வேண்டிய நிர்ப்பந்தம் ஏற்பட்டது. அவளுடைய தாய்மை உணர்ச்சி தீவிர வேகத்துடன் எழுந்து குழந்தையைத் தன்னிடம் இருத்திக்கொள்ளத் தூண்டியது.

குமுதமே நேரில் கோர்ட்டுக்குப் போய்த் தன் கட்சியைச் சொல்லவேண்டுமென்று விரும்பினார் முதலியார். என்ன காரணத்தினால் இந்த விபரீத வழக்கு வந்திருக்கிறதென்பதை விளக்கிச் சொன்னால், சுலபமாக ஜயித்துக்கொண்டு வந்து விடலாமென்று வக்கீலும் யோசனை சொன்னார். குமுதம் அதற்கு இசையவில்லை. தன் பெயரால் ஒரு வாக்குமூலம் பதிவு செய்வதற்கும், அதில் தான் குழந்தையை எவ்வித குறைவுமின்றி வளர்க்கமுடியும், அது தன் தாயுடன் வளர்வதால் எவ்விதக் கோளாறும் நேர்ந்து விடாது என்று சொல்வதற்கும் மாத்திரம் அனுமதியளித்தாள்.

இந்த வழக்கைப்பற்றிய விஷயங்களைக் குழந்தையிடம் யாரும் பேசக்கூடாது. அவனெதிரில் பெரியவர்கள் அதைப் பற்றிக் குறிப்பிடவும் கூடாது என்று கண்டிப்பான நிபந்தனையும் விதித்தாள். பெரியவர்கள் குரோதத்தில் காட்டும் ஆபாச மனப்பான்மை குழந்தைக்கும் படிந்துவிடக் கூடாது, என்று தன் தாய்க்கு விளக்கிச் சொன்னாள்.

வழக்கு இழுத்துக்கொண்டே போயிற்று. ஷண்முகசுந்தரம் வேண்டுமென்றே வளரவிட்டான். குமுதத்தின் உள்ளத்தை வதைத்து அவளைப் பணியவைத்துவிட வேண்டுமென்ற பேய் வெறி அவனை ஆட்டிவைத்துக் கொண்டிருந்தது. அதனாலேயே வழக்கை இழுக்கடித்தான்.

சிவசங்கர முதலியார் சென்னையிலேயே ஒரு தனி வீடாக பிடித்துக் குடும்பத்துடன் வசிக்க வந்துவிட்டார்.

அன்றுதான் தீர்ப்பு. சிவசங்கர முதலியார் பாபுவுடன் கோர்ட்டுக்குப் போயிருந்தார். வக்கீல் எவ்வளவோ எடுத்துச் சொல்லியும், பெற்றோர்கள் எவ்வளவோ வற்புறுத்தி மன்றாடியும், குமுதம் தன் கட்சி சம்பந்தமாகப் பல தகவல்களைக் கோர்ட்டில் வெளியிட அனுமதியளிக்கவேயில்லை.

அதனாலேயே அன்று தீர்ப்பு அவர்களுக்கு எதிராகத்தான் இருக்கப்போகிறது என்று மற்ற எல்லாரும் நம்பினார்கள். ஆனால் குமுதம் மட்டும் தன் கட்சியிலிருந்த சத்தியமும் தாய் உரிமையும்தான் ஜயிக்கும் என்று நம்பிக்கொண்டிருந்தாள்.

அந்த நம்பிக்கையையும் மீறி உள்ளம் பதைத்தது. மற்றவர்கள் எல்லோரும் கருதுவதுதான் சரியாக இருந்து விடுமோ என்ற சந்தேகம் அடிக்கடி எழுந்து அவளை வதைத்தது. தான் பதியையும் இழந்து, பாபுவையும் இழந்துவிட நேர்ந்தால் அப்புறம் வாழ்க்கை சர்வ சூனியமாகிவிடுமே என்ற எண்ணம் எழுந்து எழுந்து அவளைத் துடிக்க வைத்தது.

தாயில்மேல் சாய்ந்து அவள் மனத்திற்குள்ளாகவே தியானம் செய்தாள்.

கடிகாரம் ஒரு மணியடித்தது. குமுதம் திடுக்கிட்டு நிமிர்ந்து உட்கார்ந்தாள். டெலிபோன் மணியும் கிணுகிணுவென்று ஒலித்தது. அவசரமாக எழுந்துபோய் ‘வாங்கி’ யுறுப்பைக் கையிலெடுத்தாள். அவள் கை நடுங்கியது. உறுப்பைக் காதருகில் கொன்டுபோகத் தயங்கினாள். மனத்தைத் திடப்படுத்திக் கொண்டு உறுப்பில், “சிவசங்கர முதலியார் வீடு. யார் வேண்டும்?” என்றாள்.

“நீதான் வேண்டும்” என்று பதில் வந்தது மறுபக்கத்திலிருந்து.

“நீங்களா?” என்றாள் குமுதம்.

எழுந்து அவளிடம் வரப்புறப்பட்ட மங்கையர்க்கரசி அவள் குரலை கேட்டவுடன் தயங்கி நின்றாள்.

மறுபக்கத்திலிருந்து ஷண்முகசுந்தரம் பேசினான். “குமுதம், உனக்குக் கடைசியாக ஒரு சந்தர்ப்பம் அளிக்கிறேன். நீங்கள் சொல்லுகிறபடி நடக்கிறேன் என்று ஒரு வார்த்தை சொல்லிவிடு. எல்லாம் சரியாகிவிடும்” என்றான்.

குமுதம் பணிவுடன் இதுவரை உங்கள் சொல்லை மீற வேண்டுமென்று நான் நினைத்தது கூட இல்லை" என்றாள்.

"அதனால் தான் நகைகள் வாங்கக்கூடச் சம்மதிக்க மாட்டேனென்கிறாயோ" என்று ஏளனமாய்க் கேட்டான் ஷண்முகசுந்தரம்.

"அதற்கு நான் இசைந்தால் என் வாக்கைமாத்திரமல்ல, உங்கள் வாக்கையும் காப்பாற்றாத பாவம் சேரும். உங்களுக்கு நான் என்ன சொல்வதற்கிருக்கிறது" என்றாள்.

ஷண்முகசுந்தரம் "ஓகோ! என்னை அரிச்சந்திரனாக்கிவிட வேண்டுமென்றுதான் கோர்ட்டில்கூட எதிர்வழக்காடுகிறாயோ? சரிதான். தீர்ப்புச் சொல்லியாகிவிட்டது. பாபு என்னுடன் வந்துவிடுவான். இனிமேல் அவனைத் தூரத்திலிருந்து கூடப் பார்க்க முடியாது நீ. அந்த ஆசை ஏதாவது இருந்தால் இப்போதே அதை விட்டுவிடு" என்றான்.

குமுதம் பிரமையடித்தவள் போலக் கேட்டுக்கொண்டு நின்றாள். முடிவில், "சரி" என்று ஒரு வார்த்தையில் பதில் சொல்லிவிட்டு உறுப்பைத் திருப்பி வைத்தாள்.

அதுவரை அவள் கட்டுப்பாட்டுக்கடங்கியிருந்த துக்கம் பீறிட்டுக்கொண்டு எழுந்தது. 'அம்மா!' என்று கதறிக்கொண்டு தாயிடம் ஓடினாள். அவள் மடியில் முகத்தைப் புதைத்துக் கொண்டு கோவென்று குரலிட்டு அழுதாள்.

மங்கையர்க்கரசிக்கு ஒன்றும் புரியவில்லை. குமுதம் தன் கணவனுடன் பேசினாள் என்று யூகித்துக் கொண்டாள். ஆனால் முடிவில் அவள் அப்படிக் கதறிக்கொண்டு வருவானேன்? குமுதத்திடம் பேச்சுக் கொடுக்கவும் அவள் விரும்பவில்லை. வாய்விட்டுக் கதறினால் நெஞ்சையழுத்தும் துக்கத்தின் வேகம் குறையுமென்று பேசாமல் இருந்தாள்.

நாலைந்து நிமிஷங்கள்வரை அழுதுகொண்டிருந்த குமுதம் மெள்ள எழுந்து "அம்மா! பாபுவை அவரிடம் ஒப்புவிக்கும்படித் தீர்ப்பாகிவிட்டதாம். அவரே சொன்னார்" என்றாள்.

மங்கையர்க்கரசி மகளை இழுத்துக் கட்டியணைத்துக் கொண்டாள்.

வாசலில் மோட்டார் வந்து நின்ற சத்தம் கேட்டது. குமுதம் தாயின் அணைப்பிலிருந்து விடுவித்துக்கொண்டு

எழுந்தாள். "அம்மா! நானாக வெளியே வரும்வரை என்னை யாரும் கூப்பிடவேண்டாம்" என்று சொல்லிவிட்டு அவசரமாக வீட்டினுள்புறம் சென்றாள்.

அவள் கூடத்தின் மறுபுற வாசலருகில் போனபோது பின்னாலிருந்து "அம்மா!" என்று அழைத்த பாபுவின் குரல் வந்தது. துள்ளித் திரும்பினாள். எதிர்ப்புர வாசலிலிருந்து பாபு அவளை நோக்கிப் பாய்ந்தான்.

குமுதமும் கட்டவிழ்த்துக்கொண்டு வரும் பசுவைப்போல ஓடிவந்தாள். அவனை நெருங்கியவுடன் அவள் முழங்கால்கள் சடக்கென்று முறிந்ததுபோல மடிந்தன. தன் நெஞ்சத்திலே பொங்கிய ஆசை – பாசத்தையெல்லாம் கொட்டி அவனை இழுத்து அணைத்துக்கொண்டாள்.

பாபுவின் தோளின் மேல் சாய்ந்து குமுதம் கண்களை மூடிக் கொண்டாள், குழந்தை தாயின் தலையை வருடிக்கொண்டே "அம்மா! நான் அப்பா கூடத்தான் இருக்கணும்னு ஜட்ஜு தீர்ப்பு சொன்னாரு எல்லாரும் சரின்னுட்டாங்க, தாத்தா கூடத்தான், "நான் ஜட்ஜு தொரைகளே! என்று கூப்பிட்டேன்."

'கோர்ட்டுச் சேவகன் 'ஷ் சைலன்ஸ்னு' அதட்டினான். ஜட்ஜு ரொம்ப நல்லவரு அம்மா. "என்ன வேணும் தம்பி" ன்னு கேட்டாரு.

"எங்கம்மா காந்திக் கட்சி. எங்கப்பா அதுக்கு எதிர்க்கட்சி. அதுதான் அவங்களுக்குள்ளே சண்டை. நானும் காந்தி கட்சி யிலேதான் இருக்க போகிறேன்னேன்."

"எல்லாரும் திருதிருன்னு முழிச்சாங்க. அப்பா வக்கீல் எழுந்து இங்கிலீஷிலே என்னவோ படபடான்னாரு. ஜட்ஜு அவர் சொன்னதைக் கேக்கவேயில்லை. என்னை நடுவிலே ஒரு பெட்டிமாதிரி இருக்குதே அங்கே வந்து நிக்கச் சொன்னாரு. நான் பயப்படாமே போயி நின்னேன்."

"தம்பி! உனக்கு எது நல்லது இல்லேன்னு தெரிஞ்சிக்கிற வயசு வரல்லே இன்னம். நீ குழந்தை, ஆகையினாலே சட்டப்படி உனக்கு எது நன்மையோ அப்படித் தீர்ப்புச் செய்திருக்கோம்" னாரு.

"நான், எங்கப்பா என்னைக் காட்டிலும் கொழந்தையா இருக்காருங்களே" ன்னேன். அது தப்பா அம்மா? பின்னே அங்கேயிருந்தவங்கள்ளாம் எதுக்காக அப்படிச் சிரிக்கணும்?

"ஜட்ஜு உனக்கு யாருகிட்ட இருக்கப் பிரியம்னு கேட்டாரு. அம்மா கூடத் தான்னேன். தீர்ப்பை மாத்தி போட்டாரு அம்மா" என்றான்.

குமுதம் வியப்பில் விரிந்த தனது பெரிய கண்களால் அவன் முகத்தை தாகத்துடன் பருகிக் கொண்டே அதையெல்லாம் கேட்டாள்.

அவன் முகத்தை இரு கைகளாலும் பற்றி இழுத்து முகம் முழுவதும் முத்த மழை பெய்து தள்ளிவிட்டாள்.

கூடத்தின் வெளிவாசலருகில் நீர் துளித்த கண்களுடன் பார்த்துக்கொண்டிருந்த சிவசங்கர முதலியார், "குமுதம்! இந்த தேசத்திலிருந்து வெள்ளைக்காரன் வெளியேறியதுடன், காந்தி மேற்கொண்டு வந்தவேலை முடிந்துவிட்டதென்று எல்லாரும் நினைக்கிறார்கள். அது தவறு. காந்தி சக்தியின் வேலை இப்போதுதான் ஆரம்பமாகியிருக்கிறது என்பாயே. அது அப்படியே சரியென்பது இன்றுதான் எனக்கு விளங்குகிறது. வாசலில் ஷண்முகசுந்தரம் தான் காத்திருக்கிறான். நீ உத்தரவு கொடுத்தால் உள்ளே வருவான்" என்றார்.

குமுதம் பாபுவைக் கொஞ்சம் விசையுடனேயே ஒதுக்கித் தள்ளிவிட்டு எழுந்து வாசல்புறம் ஓடினாள்.

◆

உள்ளும் புறமும்

* ஆர்.சூடாமணி

ஓட்டலின் 'குடும்ப அறை'க்குள் நுழைய முன்பு சிறிது நின்று சுற்றும் முற்றும் பார்வையை வீசிய முத்து, "இன்னும் ரமணன் வரவில்லைன்னு தோணுது" என்றான்.

அருகில் நின்ற அவன் மனைவி வள்ளி "நாம் போய் உட்காரலாம் வாங்க. அவர் வரப்போ வரட்டும்" என்று அலுப்புற்ற குரலில் கூறினாள்.

"அது நல்லாயிருக்குமா? ஸ்பெஷலாய் இங்கே வந்து எங்களோடு சாப்பிடுன்னு அழைப்பு கொடுத்துவிட்டு அப்புறம் அலட்சியப்படுத்தறோம்னு அவனும் அவன் பொண்டாட்டியும் நினைச்சுகிட்டால்?"

"நினைச்சால் நினைக்கவேண்டியதுதான். அதுக்கு நாம் என்னங்க செய்யறது? சொன்ன டயத்துக்குச் சரியா வரலேன்னா யார் தப்பு அது? அந்த பங்க்ச்சுவாலிட்டியெல்லாம் வெளியூர்க்காரங்க கிட்டேதான் கத்துக்கணும். நம்மவங்களுக்கு எங்கே!"

முத்துகிருஷ்ணனுக்கு நாற்பத்து மூன்று வயது. பிறவிப் பணக்காரன் மட்டுமின்றிப் பிரபல தொழிலதிபர் கூட. உணவு வாசனைத் திரவியங்களை ஏற்றுமதி செய்யும் வாணிபம் மிகச் செழிப்பாய் நடந்துகொண்டிருந்தது. அவ்வப்போது வெளிநாட்டுப் பயணங்களுக்காக அவன் கிளம்பும்போது

வள்ளியும் உடன் செல்வாள். அந்நாடுகளில் அவளுக்கு ஏற்பட்ட ஈடுபாட்டினால் அவையே நாகரீகத்தின் உறைவிடமாகவும் தன் சொந்த மண் பாமர நாடாகவும் தோன்றியது. புக்ககம் வந்துவிட்ட புதுமணப்பெண் பிறந்தகத்துக்கு ஏங்குவதுபோல "எங்கேயானும் பாரினிலே போய் செட்டில் பண்ணிடலாங்களே!" என்று அடிக்கடி கூறுவாள்.

முத்து பட்டதும் படாததாகவும் ஒரு பார்வை அவளைப் பார்த்தான். அதில் அவன் மனத்தில் குழம்பிக்கொண்டிருந்த சஞ்சலங்களெல்லாம் நிழலாடின.

"நீ உள்ளே போய் உட்காரு. நான் அவங்க வந்ததும் கூட்டிகிட்டு வரேன்."

ஓட்டல் பையன் எவனண்டையாவது சொல்லி அவங்களை உள்ளே அனுப்பச் சொன்னால் போச்சு. அதுக்காக நீங்களேதான் காவல்காரன் மாதிரி நிற்கணுமா என்ன?"

ரமணன் என் நண்பன், வள்ளி! ஞாபகமிருக்கட்டும். நாங்க ரெண்டுபேரும் ஒண்ணா படிச்சவங்க. ஒண்ணா சத்தியாக்கிரகம் செய்தவங்க. ஒரே கொள்கையைக் கடைப்பிடிச்சவங்க."

அவன் முன், காலம் சரிந்தது. அந்தக் கொள்கை, அந்த சத்தியத் தீவிரம்...

அகிம்சையின் வழியிலேயே போராட்டம் நடத்தி அன்னிய ஆட்சியை முறியடிக்க அன்று அறைகூவல் எழுப்பிய ஓர் எளிய, மெலிந்த, முதிர்ந்த உருவம் அவன் மனத்தில் தெளிவாக எழுந்தது. அன்பே வடிவான அந்தத் தூய திருவுருவம், அந்த மகான், ஆயுதமின்றியே போர் நடத்தி அதில் வெற்றியும் கண்ட புதுமையை உலகமே பார்த்து அதிசயிக்கவில்லையா? பகைவனை வெறுக்காமல் அநீதியை மட்டுமே வெறுத்த அந்த அகிம்சைத் தளபதி காட்டிய நெறியில், அன்று அடிமைப்பட்டிருந்த நாட்டில் பலகோடி இதயங்கள் விழிப்படைந்து வீறு கொண்டன. சத்தியமும் அகிம்சையும் வீரத்தின் மறு பெயர்கள் என்பதைத் தம் ஒவ்வொரு செயலிலும் நிலை நிறுத்திக் காட்டினார் அவர்.

அந்த நினைப்பிலேயே முத்துவுக்கு மெய்சிலிர்த்தது. நாடு முழுவதிலும் அன்று சிம்ம கர்ஜனையை ஒலித்த அந்தச் சத்தியப்

பெருமுழக்கம் தீமுட்டிச் சுடரெழுப்பிய எண்ணற்ற வாலிப உள்ளங்களில் அவனுடையது, கோபியினுடையது...

கோபி என்னவானான்? அவன் இருக்குமிடமே தெரியவில்லையே?... போகட்டும், இத்தனை ஆண்டுகளில் அவ்வப்போது ரமணனையேனும் சந்திக்க முடிந்ததே.

"என்ன அப்படி பிரமிச்சிட்டு நிற்கறீங்க?"

"நீ உள்ளே போ வள்ளி, சொன்னேனில்லை?"

அதே சமயம் வாயிற்புறம் அடர்ந்த சிறு கும்பலிலிருந்து உதிர்ந்துகொண்டு முன்னால் வந்து நின்ற வடிவம் அவனைப் பார்த்துப் புன்னகை புரிந்தது.

"குட் ஆப்டர்னூன், முத்து! கொஞ்சம் லேட்டாயிட்டுது மன்னிச்சுக்கப்பா! நீ பெரிய பிசினஸ்மேன். உலகம் பூரா சுத்துற பணக்காரன். உன் நேரத்துக்குக் கூட விலை உண்டுதான்! ஆனாலும் நண்பனாச்சேன்னு பொறுத்துக்க."

"வா ரமணா! ரூமுக்குள்ளே போகலாம் வா"

"நான் ரெடி." தான் ஒரு செல்வச் சீமானின் நண்பன் என்பதைக் காட்டிக்கொண்டுவிட்டபிறகு, தனிப்பட்ட முறையிலும் தான் ஒரு முக்கியமான புள்ளி என்று வலியுறுத்துபவனாக ரமணன் சிறிதுநேரம் அப்படியே நின்று, அறையிலிருந்தவர்களில் யாரேனும் இயன்றால் தன்னை அடையாளம் கண்டுகொள்ள நேரமளித்தான். "இதோ, இவள் என் மனைவி, சீதா. இவன்தான் என் நண்பன் முத்துக்கிருஷ்ணன். நாங்க அடிக்கடி சந்திச்சுக்க முடியாமல் போனாலும் ரொம்ப நாளைய நண்பர்கள். பழைய நாளில் ஒண்ணா படிச்சவங்க."

அதைச் சொல்லும்போது அவன் உள்ளத்திலும் ஒரு வீறுகொண்ட இளைஞர் கூட்டம் தெரிந்ததோ? "இந்தியாவினின்று வெளியேறு" என்று அந்நியனை நோக்கி வீரவாக்கு மொழிந்து எந்தத் தண்டனைக்கும் அஞ்சாது நின்ற அந்த மகாத்மாவின் குரல் கேட்டுச் சிலிர்த்தெழுந்து, கிளர்ச்சியில் குதித்த மாணவர்க கூட்டம் தெரிந்ததோ? முத்து அதை அறிய நண்பனின் முகத்தை உன்னினான். ரமணனின் திருப்திகொண்ட தோரணையில் அந்தத் துடிப்பு மிக்க கூட்டத்தின் காட்சி மங்கலாகக் கூடப் பிரதிபலிக்கவில்லை.

பரஸ்பரம் வணக்கம் தெரிவித்துக் கொள்கையில் இருபெண்களும் ஒருவரையொருவர் கண்களால் நிறுத்து அளந்துகொள்வதை அவன் கவனித்தான். அதே சமயத்தில் அறையில் சிற்றுண்டி புசித்துக்கொண்டிருந்த ஒருவர் ரமணனை அடையாளம் கண்டுகொண்டுவிட்டு அருகிலிருந்த தோழனின் கையைத் தொட்டு "அதோ அவர்தான் பி.டி.ரமணன். காந்திஜியைப் பத்தி நிறைய புத்தகங்கள் எழுதியிருக்காரே, அந்த ஆள்!" என்று மூணு முணுத்தார். இதைக் கவனித்துக்கொண்ட ரமணனின் முகத்தில் திருப்தி அதிகரித்தது. பிறகு குடும்ப அறையினுள் நால்வரும் நுழைந்தனர். கண்ணாடி கதவு பின்னே மூடிக்கொண்டது. முதலில் உணர்வாகும் ஒருவித மெல்லிய நெடியோடு குளிர்சாதனத்தின் இதம் வந்து சூழ்ந்துகொண்டது.

"என்னடா சாப்பிடறே, ரமணா?" என்றான் முத்து.

"உனக்கு எது இஷ்டமோ கொண்டுவரச் சொல்லேன்!"

சரி, முதல்லே சூடா வெஜிடபிள் சமோசா. அப்புறம் க்ரீன் பீ மசாலா, பாதாம் அல்வா, உருளைக்கிழங்கு கட்லெட். அதன் கூட தக்காளி, பட்டாணி, லெட்யூஸ் இதெல்லாம் சேர்த்துதான். அப்புறமா காப்பி, ஐஸ்காப்பியாவே இருக்கட்டும், என்ன ரமணா?"

"ஒ கே! வாட் எவர் யூ ஸே,"

"அந்தப் பொருள்களின் பட்டியலே ரமணனுக்கும் சீதாவுக்கும் அஜீரணம் ஏற்படுத்திவிடும் என்ற நினைப்பில் சிறிது உற்சாகம் கொண்டவளாய் வள்ளி சீதாவை நோக்கிச் சிக்கனமாக ஒரு புன்னகை உதிர்த்தாள். ஆனால் தம்மிருவருக்கும் கூட இம்மாதிரி உணவு பழக்கம்தான் என்று காட்டிக்கொள்பவனாக ரமணன் முகத்தில் எவ்விதத் திகட்டாலும் இன்றி இயல்பாக, "நல்லவேளை! போன தடவை நாங்க இங்கே வந்தப்போ வெஜிடபிள் புலாவும் பட்டர் மசாலா தோசையும் குலோப்ஜாமுனும் சாப்பிட்டோம். நீ அதையே சொல்லாதது நல்லதாப் போச்சு, அப்புறம் என்ன சமாசாரம் முத்து? மெட்ராஸில் எத்தனை நாள் இருப்பே?" என்றான்.

"இன்னும் ரெண்டு நாளில் ஊட்டிக்குக் கிளம்பறேன். நீயும் வாயேன் குடும்பத்தோட!"

தொகுப்பாசிரியர்: சுனில் கிருஷ்ணன்

"குடும்பத்தோடடா! நாலு குழந்தைகளப்பா எனக்கு!"

"பரவாயில்லை. எனக்கும் தான் ரெண்டுபேர் இருக்காங்க!"

"ஆசைக்கொரு பெண், ஆஸ்திக்கொரு பிள்ளை! வேண்டியதுதான். ரெண்டும் நிறைய இருக்குதே உனக்கு முத்து!"

"உனக்கு மட்டும் என்ன குறைச்சல்? என்னைப் போல பிசினெஸ்மேனா இல்லைனாலும் நீயும் தான் கைநிறையச் சம்பாதிக்கற வேலை பார்க்கறே. அதுவும் தவிர பெரிய எழுத்தாளன் வேறே!"

ரமணன் மிகுந்த செருக்குடன் நிமிர்ந்து உட்கார்ந்தான். "ஆமாம், நாற்பத்திரெண்டாம் வருஷம் மாணவர்களாய் இருந்தப்போ நாம் கிளர்ச்சி, மறியல் எல்லாம் செய்திருக்கோமே! அந்த நாளிலே காந்திஜியாலே நாம் இன்ஸ்பைர் ஆனோமில்லையா? அதனால் தான் நான் ஒரு எழுத்தாளன்!"

"ஆமாம், அவர் கொள்கைகள் ஒவ்வொண்ணைப் பத்தியும் தான் பல புத்தகங்கள் எழுதியிருக்கியே!"

"நீ மட்டும் சளைச்சவனா? அவர் பெயரிலே எத்தனை கட்டடம் நிறுவியிருக்கே நீ! உனக்கு அதனாலெல்லாம் எத்தனை புகழ் தெரியுமா?"

அந்தப் பாராட்டைக் கேட்டு முத்துவின் நெஞ்சம் உள்ளே குமையும் அதிருப்தியையும் மீறி உடனுக்குடன் பெருமிதமுற்றது.

"அப்படியா! எனக்குப் புகழ் வந்திருக்குன்னு சொல்றே?" என்றான் புன்னகையை மறைத்துக்கொள்ள முயன்றவாறே.

"ஆமாம்ப்பா, ஆமாம்! நீ நிறுவிய காந்திக் கட்டடங்களில் வடக்கே ஏதோ ஒண்ணிலே அடிக்கடி ஏதானும் முக்கிய அரசியல் கூட்டங்களெல்லாம் அமோகமா நடத்தறாங்களாமே! அங்கே நீ ஆர்டர் கொடுத்துத் தீட்டப்பட்ட காந்திஜி சித்திரம் கூடப் பிரமாதமாயிருக்குதாமே! இந்த மாதிரி எத்தனையோ புகழ் மாலை உனக்கு!"

முத்துவின் புகழ்ச்சியில் வள்ளி முக்குளிக்கும் பெருமையைக் கண்டு அதற்கு அணைபோடும் நோக்கத்துடன் சீதா, "இவங்க காந்தியடிகளைப் பத்தி எழுதியிருக்கற நூலெல்லாம்

எத்தனை நல்லா விற்குது தெரியுமா? ரொம்பத் தெளிவாகவும் எளிமையாகவும் பக்தியோடும் எழுதப்பட்டிருக்குதுன்னு சொல்லி எல்லாருமே பாராட்டறாங்க. பெண்கள் முன்னேற்றம், பெண்களை மதிச்சு நடத்தணும், அப்படிங்கற காந்திஜியின் கொள்கையைப் பத்தி இவர் எழுதின புஸ்தகத்துக்கு நாலாவது எடிஷன்கூட கொண்டுவரணும்னு பப்லிஷர் சொல்லிக்கிட்டிருந்தாரு" என்றவாறு தன் பங்குப பெருமைக்கு உரிமை நாட்டினாள்.

"அப்படியா! நான் அந்த மாதிரி புஸ்தகமெல்லாம் படிக்கிறதில்ல". வள்ளி அலட்சியமாகத் தன் அழகிய வாயைக் குவித்தாள். "படிப்பு, நாகரிகம் இதெல்லாம் எனக்கு எப்பவுமே இருந்ததாலே அது ஒரு பெரிய விஷயமா எனக்கு தெரியலே. பாமரப் பெண்களாய் இருக்கவங்களுக்கு, பாவம் , அதெல்லாம் அவசியம் படிச்சுத் தெரிஞ்சுக்க வேண்டியதுதான்" என்றவாறு சீதாவை நேருக்கு நேராக நிதானமாய் பார்த்தாள்.

சீதாவின் முகம் சிவந்தது. ரமணனும் சட்டென்று வள்ளியை உற்று நோக்கி, "சீதா பாமரப் பெண்ணில்லை மிஸஸ் முத்து! அவளுக்கு எல்லா உரிமைகளும் உண்டு" என்றான்.

சீதாவின் கோபம் இன்னும் தணியவில்லை. முத்துவைப் பார்த்து அவள், ஏதோ நீங்களும் அவரும் ரொம்பப் பழைய சிநேகிதர்கள் அப்படின்னும் உங்களையும் உங்க சம்சாரத்தையும் நேத்து பீச்சிலே சந்திச்சபோது எங்களை நீங்க இங்கே டிபனுக்கு அழைச்சீங்கன்னும் அவர் சொன்னாரு. அதனாலேதான் முன்னே பின்னே எனக்குப் பழக்கமில்லேனாலும் பரவாயில்லேன்னு நான் வந்தேன். உங்களை பார்த்தால் நல்லவராய்த்தான் தோணுது. ஆனால் அந்தம்மா என்னை இப்படி அவமானம் செய்ய வேண்டியது அவசியம் தானா?" என்று படபடத்தாள்.

ரமணன் தேள் கொட்டிவிட்டவன் போல மனைவியின் பக்கம் திரும்பி "நீ எதுக்குப் பேசறே, சீதா? அவன் கிட்ட ஏதானும் சொல்லணும்னா நானே சொல்லிக்கறேன்" என்று ஆத்திரமாய் முணுமுணுத்தான்.

முத்து "மன்னிச்சிடுங்க மிஸஸ் ரமணன்" என்றபோது ரமணனின் முகம் பின்னும் விகாரமாயிற்று. சூழ்நிலையில்

படிந்த மௌனம் இனிமையாக இல்லையே என்று முத்து தவித்த நேரத்தில் ஓட்டல் சிப்பந்தி அறைக்குள் நுழைந்து உணவுப் பொருள்களை அவர்கள் முன் இட்டுச் சென்றான்.

"சாப்பிடுங்க எல்லோரும்" என்ற அவனது உபசரிப்பின் நயத்திலும் பிறகு உணவு உட்கொள்ளும் கவனத்திலும் நிலைமையின் சங்கடம் சிறிது விடுபட்டது. ஆனால் ரமணனின் முகத்தில் சிடுசிடுப்பு மாறவில்லை. மனைவியின் பக்கம் திரும்பி, "சத்தம் போடாமல் உனக்குச் சாப்பிடத் தெரியாதா?" என்று அவன் காரணமின்றி கடிந்துகொண்டபோதுதான், சீதா தன்னோடு அப்படி நேராகப் பேசிவிட்டது அவனுக்குப் பிடிக்கவில்லை என்பதை முத்து புரிந்துகொண்டான். மனைவிக்கு எல்லா உரிமையும் உண்டு சொன்னவனின் உண்மையான மனப்பான்மை இப்படியா! எத்தகைய போலி இந்த ரமணன்! முத்துவின் உதட்டோரம் சுழித்துக்கொண்ட ஏளனப் புன்னகை அடுத்த கணமே வற்றிப்போயிற்று. 'நான் மட்டும் போலியில்லையா?'

மகாத்மா மகாத்மா என்று கதைக்கிறானே, அவர் கொள்கைகள் எங்கே? அவன் எங்கே? பொருள் ஈட்டுவதில் குற்றமில்லை தான். ஆனால், 'செல்வர்களின் செல்வம் அவர்களிடம் ஏழையரின் நலனுக்காக ஒப்படைக்கப்பட்டுள்ள பொருளாக இருப்பது என்று கூறியிருந்தாரே அந்த மகான்! அவன் தன் செல்வத்தால் எந்த ஏழையின் துயரைக் களைந்தான்? அதுகூடப் போகட்டும் அவன் பொருள் தேடிய வழிகள்! எத்தனை சந்தர்ப்பங்களில் தொழிலில் மோசடி செய்திருக்கிறான்! ஏற்றுமதி செய்த ஏலத்தில் எலிப்புழுக்கை சேர்த்த செயல் அத்தகைய எத்தனையோ சந்தர்ப்பங்களில் ஒன்றுதான். அவ்வாறெல்லாம் நேர்மை தவறியவர்கள் சத்திய வடிவினரின் பெயரில் பொதுக் கட்டடங்கள் கட்டுவதுமட்டும் போலியில்லையா?

அண்மையில் சிறிதுகாலம் அவ்வப்போது இதுபோன்ற சுய ஆராய்ச்சிகள் தலையெடுத்து முத்துவின் நிம்மதியை குலைத்தவாறு இருந்தன. தன் செழிப்பில் மனைவியின் சகிக்கமுடியாத ஆணவத்தில், பதினாறு வயதான மகனின் கல்லூரிப் பிரவேசத்தில், பன்னிரண்டுவயதுப் பெண்ணின் "டாடி

டாடி" என்ற கொஞ்சலில், எல்லாவற்றிலுமே திடீரென்று ஒரு சலிப்பு ஏற்பட்டு விட்டாப்போல் இருந்தது. வயதின் முதிர்ச்சி உட்பார்வையைத் தெளிவாக்கத் தொடங்கியதுமே வாழ்வின் வசதிகளையெல்லாம் தாண்டிக்கொண்டு அடியிலிருந்து இதயத்தின் ஒருபாகம் இலேசான புரட்சியில் தலைநீட்டிப் பார்க்க ஆரம்பித்துவிட்டது.

அன்று பாபாஜியின் காந்தத்தால் இழுக்கப்பட்ட மூன்று நண்பர்களில் தன் நிலை இப்படி: ரமணன் இப்படி.கோபி? கோபி எங்கே இருக்கிறானென்றே தெரியவில்லையே? கல்வி முடியும் வரையில் தான் அவனுடன் தொடர்பு இருந்தது. பிறகு அவன் அவர்கள் வட்டாரத்திலிருந்தே மறைந்து விட்டான். முத்துவும் ரமணனும் அடிக்கடி சந்தித்துக் கொள்ளாவிட்டாலும் சில ஆண்டுகளுக்கு ஒரு முறையேனும் – முத்து வடக்கிலிருந்து சென்னைக்கு விஜயம் செய்யும் நேரமும் ரமணன் தன் அலுவலக வேலையை ஒட்டி வெளியூர் செல்லாமல் சென்னையில் தங்கியிருக்கும் நேரமும் கூடும்போது – பார்த்துக்கொள்ள வாய்ப்புக்கிட்டும். மேலும் முத்து ஒரு வெற்றிகரமான தொழில் நிபுணன். ரமணன் ஒரு புகழ்பெற்ற எழுத்துச் சிற்பி. ஒருவரைப்பற்றிய செய்திகள் மற்றவர் காதில் விழ இவையும் காரணங்களாய் அமைந்தன. ஆகவே அந்தப் பிணைப்பு அறவில்லை. ஆனால் கோபியின் தொடர்பு தொடக்கத்திலேயே நின்றுபோய்விட்டது. நாட்டின் பெருத்த பரப்பு அவனை விழுங்கிக் கொண்டு விட்டது. அவன் சுவடே தெரியவில்லை. மகாத்மாவின் கொள்கைகளைப் பரப்ப ரமணன் நூல்கள் எழுதியது போலவோ, முத்து அவரைப் பற்றிய சொற்பொழிவுகளுடன் அவர் பெயரில் மன்றங்கள் எழுப்பியது போலவோ, கோபி அந்த மகானிடம் தனக்கிருந்த பக்தியின் நினைவாக எதுவும் செய்ததாகத் தெரியவில்லை. அப்படி அவன் அவருக்காக ஏதேனும் முறையில் பிரச்சாரம் செய்திருந்தால் அதுபற்றிய செய்தி எட்டாமலேயா இருந்திருக்கும்?

அவன் மெதுவாக எண்ணங்களினின்று தன்னை விடுவித்துக்கொண்டு "என்ன, ஒன்னும் பேசாமலே இருக்கிரே, ரமணா!" என்றான்.

"என்னத்தைப் பேசறதாம்?"

“காந்திஜியின் தத்துவங்களில் உனக்கு ரொம்பப்பிடிச்சது எது?”

“பெண்கள் முன்னேற்றம்தான்.”

“அவர் நினைவுக்கு நீ செய்யற நல்ல பணி இந்த மாதிரி புஸ்தகங்கள் நீ எழுதறது. ஏதாவது சொல்லேன் அந்த புஸ்தகங்களைப் பத்தித்தான்!”

“அதை ஏன் கேக்கறே!” ரமணன் திடீரென்று ஆவேசமாய்ப் பேசினான். “அந்த பப்ளிஷர் இருக்கானே, ஒண்ணாம் நம்பர் பிராட். சரியாகவே பணம் கொடுக்கறதில்லை. புஸ்தகம் எழுதுறவன் என்ன, தானமா செய்யறான்? காந்திஜி பேரைச் சொல்றதிலே எனக்குப் புகழ் கிடைக்குது, இல்லேன்னு சொல்லல. ஆனால் அது மட்டும் போதுமா? புகழும்தான் வேணும், பணமும்தான் வேணும். இரண்டுக்காகவும்தான் நான் எழுதறேன். என்னை அந்த ஆள் மோசம் செய்யறாப்பலே நானும் செய்யப்போறேன் அடுத்ததாக என்னை அவன் புஸ்தகம் எழுதித் தரச் சொல்றப்போ நான் எழுத மாட்டேன். இவனுக்கு எழுதித்தரதைவிட ஒரு சினிமாவுக்குச் கதை எழுதிக் கொடுத்தாலும் ஆயிரக் கணக்கில் வாரிக் குவிக்கலாமே! ஏதோ காந்திஜி பேரைச் சொன்னா நமக்கு ஒரு மதிப்பாச்சேன்னு பார்த்தால்...”

‘நம்ப யாருக்குமே அந்தப் பெயரைச் சொல்லத் தகுதி இல்லேடா!’ என்று கத்தவேண்டும் போலிருந்தது முத்துவுக்கு. தன் நாடே ஆத்மாவை இழந்துவிட்டிருப்பதாக அவனுக்குத் தோன்றியது.

இங்கு விடுதலைப் போரை முன்னின்று நடத்தியவர் ஒரு மகாத்மா. அதிலிருந்தே அந்தப் பேரின் இயல்பு புரியவில்லையா? சாத்வீக வீரமும் சத்தியத்தின் வலிமையும் அகிம்சையின் ஆண்மையும் நேர்மையான லட்சியங்களின் அஞ்சாமையும் புனிதர்களின் தியாகமும் படைகளை இலங்கிச் சாதித்த வெற்றி நம்முடையது. இப்போதெல்லாம் நடைபெறும் மறியல், வேலை நிறுத்தம், சத்தியாகிரகம், ஒத்துழையாமை இவற்றுக்கும் முன்பு நடந்தவைக்கும் சாரத்திலே எத்தனை வேறுபாடு! இப்போது இவற்றுக்கெல்லாம் அடிப்படை நோக்கம்

சுயநலம் தான், முன்போ? அந்த மகான் உண்ணாவிரதம் மேற்கொண்ட போதெல்லாம் அதன் நோக்கம் தனைத் தூய்மைப்படுத்திக்கொள்வதும், நிகழும் குற்றங்குறைகளுக்கு ஒரு கழுவாயாக நோன்பு வடிவமாய் இறங்குவதும் தான். இப்போது எங்கும் சுயநலம் மலிந்த சூழ்நிலையில் முக்கிய நாட்களிலும் கூட்டங்களிலும் சொற்பொழிவுகளில் அடிபடும் ஒரு பெயர் மட்டுமாக நின்றுவிட்டாரே! பெரும்பான்மையோர் அவர் கொள்கைகளைக் காற்றில் விட்டுவிட்டார்களே! அவர்கள் யாவரும் அவருக்கு வாய்ப்பூஜை செய்வதை நிறுத்திவிட்டு ஒழுக்கத்தில் அவர் உயிரளித்தால் இந்தப் பாரத மண்ணில் பிறந்த ஒவ்வொருவரும் ஒரு காந்தியாகி விடமாட்டார்களா! ஏனெனில் அண்ணலே கூறியிருக்கிறார்: "நான் ஏதும் செயற்கரியது செய்துவிடவில்லை: நான் சாதித்தது ஒவ்வொருவரும் சாதிக்க கூடியதுதான்."

ரமணன் இப்போதும் தன மனைவியை நோக்கி சினப் பார்வையை அவ்வப்போது வீசிக் கொண்டிருந்தான். அற்ப விஷயத்துக்கெல்லாம் வெளியிடும் பொறாமையினால் மனைவியை அவமதிக்கும் இவன் மகாத்மாவின் பெண் முன்னேற்றம் பற்றிய கருத்துக்களை விரும்பி எழுதுகிறானாம்! என்ன கேலி இது! பெண்ணுக்கு அவர் எத்தகைய சுதந்திரமெல்லாம் கொடுக்க வேண்டுமென்றார்! சொந்த வாழ்வில் மட்டுமின்றி நாட்டு விடுதலைப் போராட்டத்திலும் ஆணுக்கு நிகராய் அவள் இலங்க வேண்டுமென்றார். அவளுக்கு கல்வி அவசியமென்றார். குழந்தைகளின் மனத்தைப் பக்குவப்படுத்திப் போதிப்பதிலே அவளுக்குத்தான் முக்கிய பங்கு என்றார். அவ்வாறு பெண்மையில் தாய்மைக்கு மதிப்பளித்துப் போற்றியவர். நாட்டுப் பிரிவினையை அடுத்து நிகழ்ந்த வகுப்பு வெறியாட்டத்தின் புயலிலே கற்பழிக்கும் கொடுமைக்கு ஆளான பெண்களின் விஷயத்தில் எத்தகைய கம்பீரமான, மனிதாபிமானக் கருத்தை முழங்கினார்!

அந்த நினைவிலேயே அந்தப் பழைய பேய் வெறியும் அதற்குப் பலியாகி அமைந்து நின்ற பெண் வடிவங்களும் அவன் கண்முன்னே காட்சியில் எழுந்து நின்றன. கூட்டம் கூட்டமாய் அந்தப் பெண்கள் மறுத்துவிட்ட உயிருக்குச் சாட்சியாய் பேய்க்கண்டவை போன்ற விழிகள் எதிரே

நிலைகுத்தி வெறித்து நோக்கும் தோற்றம். இனி இழக்க எதுவுமே மிச்சமில்லை என்னும் கடைநிலையில் பரிபூரணத் துன்பம் நிராசையாகக் கவிந்துகொண்டுவிட்ட சாம்பிய கோலம். அவர்களில் ஒரு பெண் – அவள் பெயரைக் கூடப் பிறகு யாரோ சொன்னார்களே, என்ன அது?... ஆம், மிருணாளினி. திடீரென்று உணர்ச்சித்துடிப்பின் வேகத்தில் அந்தப் பெயர்கூட மின்வெட்டுப்போல நினைவுக்கு வந்துவிட்டது – அந்தப் பெண் அதிர்ச்சியில் மரத்துப்போன நிலையில், அவலத்துக்கு ஒரு கண்ணாடி போல, வெறும் மனித சிதிலமாகப் பிரமித்து உட்கார்ந்திருப்பதைப் பார்த்தவாறு அவனும் மற்றவர்களும் பயங்கரத்தில் உறைந்துபோன இதயத்தோடு கல்லாய் நின்ற நினைவு இப்போது சாணைதீட்டிய கத்திபோன்ற கூறிய தெளிவுடன் அவனுள் எழுந்தது.

அத்தகைய அபலையரின் சார்பில் அந்தக் கருணாமூர்ததி எழுப்பிய நியாயத்தின் குரலும் இப்போது அவன் காதுகளில் ஒலித்தது:

“அவர்களுடைய குற்றம் இதில் ஏதும் இல்லை. அவர்கள் வஞ்சிக்கப்பட்டவர்கள். இவ்வாறு பலியான பெண்களை மணந்துகொள்ள இளைஞர்கள் முன்வர வேண்டும்.”

இவன் இந்த ரமணன்! மனைவி இன்னொருவனுடன் வலுவில் பேசிவிட்டால் என்பதற்காகச் சினந்து நோக்கும் இந்தக் குறுகியவன்! இவனா எழுதுகிறான் அவருடைய மாதர் முன்னேற்றக கொள்கைகளைப் பற்றி!

போலி, போலி... ரமணன் சின்னமிட்ட போலித்தன்மை சமூகம் முழுவதிலுமே புரையோடியிருக்கிறது. தான் மட்டும் என்ன? காந்தியடிகளினால் ஈர்க்கப்பட்ட அந்த மாணவ இளைஞனில் ஒளிமிக்க விழிகள் என்னவாயின? அந்த உத்தமருக்கு ஆட்பட்ட உள்ளம் வெறும் கணநேரத் துடிப்பாக, இளமை ஆர்வத்தின் ஒரு தெறிப்பு மட்டுமாக, மாண்டு போய்விடவில்லையா? அந்தத்தூய லட்சியங்களையெல்லாம் மறந்து அவன் உலக வாழ்வின் புற வெற்றிகளுக்குத்தானே தன்னைத் தந்து கொண்டுவிட்டான்? அதில் உண்மைச்சத்து இல்லாததால்தானே இப்போது வாழ்வில் இந்த அலுப்பும் தோல்வியுணர்வும்.

அண்ணல் கூறியிருக்கிறாரல்லவா? “நேர்மை சத்தியம் போன்றவைகளை ஏதோ அரிய தெய்வீக குணங்களென்று கருதவேண்டாம். அவை மனிதப் பண்புகள்தாம். உண்மையான மனிதனுக்கு இயல்பாக இருக்க வேண்டிய குணங்கள்தாம்“.

அதாவது, அவை இருப்பது தனிப்பட்ட பெருமையல்ல. அவை இல்லாதவன் தான் விலங்கினம். அப்படிப் பார்த்தால் அவன் மனிதனாகவே வாழவில்லை.

தாங்க இயலாமல் மூச்சு முத்துவதுபோன்ற உணர்வில் அவன் சட்டென்று எழுந்து நின்றான். “எல்லாரும் சாப்பிட்டா யிடுச்சுல்லே? போகலாமா? ரமணா. நீயும் உன் மிஸஸும் இப்படி எங்ககூட வீட்டுக்கு வந்துட்டுப் போங்களேன்” என்று சீதாவின் பக்கம் கவனமாய் முதுகைத் திருப்பிக்கொண்டு கேட்டான்.

வள்ளியின் முகம் சிணுங்கியது. இவர்களும் என்னதான் வசதியுள்ளவர்கள் என்றாலும் தம்மைப்போல லட்சாதிபதி அல்லவே! எவ்வளவுக்கென்று ஒட்டிக்கொள்வது?

“அவங்களுக்கு எத்தனை வேலையோ என்னமோ பாவம்! நம்ம பங்களாவுக்கு வர நேரமிருக்குமா?” என்றான். சீதாவுக்குச் சுருக்கென்றது.

“ஆமாம். நாங்க என்ன, வேலையத்தவங்களா? அவர் இன்னிக்கு ஒரு முழு அத்தியாயம் எழுதியாகணும். நாங்க நேரே வீட்டுக்குப் போயிடறோம். மிஸ்டர் முத்து கிருஷ்ணன் உங்கள் அழைப்புக்கு நன்றி” என்று சீதா அவனை நோக்கிக் கரங்களை குவித்தாள்.

ரமணனின் முகம் தழலாய்ச் சிவந்துவிட்டது. இவள் என்ன தம்மிருவருக்காகவும் முடிவு செய்து ஓர் ஆண்பிள்ளையிடம் சொல்வது என்ற நினைப்போ?

“நீ பேசாமலிருக்கமாட்டே, சீதா? நாங்க உன் வீட்டுக்கு வரோம் முத்து. நாம் ரெண்டுபேரும் எப்பவோ சந்திக்கிறோம். நிறையத்தான் பேசுவமே!” மனைவி மீது தன் அதிகாரத்தை நாட்டிவிட்ட பெருமையில் அவன் வேண்டுமென்றே சீதாவைப் பார்த்துச் சிரித்தான்.

முத்துவின் பளபளக்கும் அம்பாஸிடர் வண்டி நால்வரையும் சுமந்துகொண்டு மௌண்ட் ரோட்டிலிருந்து தியாகராய நகருக்குப் பாய்ந்தது.

அழகிய முகப்பு வாசல் அமைந்த நாகரிகமான கட்டடத்தின் முன் கார் நின்றதுமே குட்டைப் பாவாடையும் கழுத்தளவு முடியுமாக ஒரு சிறுமி ஓடிவந்து: டாடி, வந்து பாரேன், அண்ணா கிட்ட இன்னிக்கு ஒரு காக்காய் மாட்டிக் கிட்டுது!" என்று கிளர்ச்சி வெடிக்கும் குரலில் கூவி முத்துவின் கையைப் பற்றி இழுத்துச் சென்றாள்.

பின்புறத் தோட்டத்தில் செடிகளுக்கிடையே ஒரு காகம் செத்து விழுந்திருந்தது கையில் துப்பாக்கியுடன் அதைப் பெருமிதத்துடன் பார்த்தவாறு மண்டியிட்டிருந்தான் முத்துவின் மகன். மேலே கூட்டமாய்க் காகங்கள் பெருத்த இரைச்சலுடன் வட்டமிட்டுக் கொண்டிருந்தன.

"காக்காயை ஷூட் செய்துட்டேன்! செத்தே போச்சு டாடி! என் குறி இப்போ எவ்வளவு நல்லா ஆயிட்டது தெரியுமா? இன்னிக்குத்தான் என் முதல் பெரிய சக்ஸஸ்!" என்று பையன் தந்தையைக் கண்டதும் கும்மாளமிட்டான்.

முத்துவின் உடல் கூசிச் சுருங்கியது. மகன் ஆசைப்பட்டதற்காக 'ஏர் கன்' வாங்கித் தந்தவன் அவன்தான். இப்போது அந்தக் குறி அவனுள்ளேயே பாய்ந்து வீட்டைப்போல் உயிர்துடித்தது.

"பையன் கெட்டிக்காரனாயிருக்கானே!" என்று ரமணன் பாராட்டினான்.

"அதிருக்கட்டும் ரமணா, உன் குழந்தைகளை நான் அதிகம் பார்த்ததே இல்லையே, நாளைக்கு கூட்டிக்கிட்டு வரியா? என்று பேச்சை மாற்றிய முத்து மகனைப் பார்த்து "நீ உள்ளே போ. அப்புறமா உன்னோடு பேசிக்கிறேன்" என்று கடுகடுத்தான்.

"அதுக்கென்ன முத்து, கூட்டிக்கிட்டு வரேன். என் இரண்டாவது பயல் உன் மகன்கிட்டேயிருந்து இந்தச் சாமர்த்தியமெல்லாம் கற்றுக்கட்டுமே:"

"வேணாம், வேணாம், சின்னக் குழந்தைக்கு இதெல்லாம் எதுக்கு? பத்து வயதுதானே ஆகுது அவனுக்கு? நல்லாப் படிக்கிறானா?"

"ஏதோ, பேருக்குத்தான்!"

“தவறாமல் பாஸ் பண்ணிக்கிட்டு வரானில்லே?”

“பாஸ் பண்றத்துக்குப் படிக்கணுமா என்ன?” ரமணன் அவனைப் பார்த்துக் கண்ணைச் சிமிட்டினான். அதன் பொருள் புரிந்தபோது முத்துவின் நெஞ்சம் பின்னும் சுருங்கி கொண்டது.

எல்லாரும் ஹாலில் அமர்ந்து உரையாடிய போதெல்லாம் தமது பகட்டான உடையணிந்த வடிவங்களிடையே அரையில் உடுத்த ஒரே ஆடையுடன் ஓர் எளிய முதிய மோகன உருவம் சுவரில் தொங்கிக் கொண்டிருந்த படத்திலிருந்து தங்களை மூக்குக்கண்ணாடிக்குப் பின்புறமிருந்து பார்த்தவாறு தேனூற்றாய்ப் புன்னகைத்துக் கொண்டிருந்த காட்சியை அவனால் தாங்க முடியவில்லை. அந்தப் புன்னகையில் கண்டனம் இல்லை. எதிராளியையே வெறுக்காதே அன்பின் மந்தகாசம் அல்லவா? அது அவர்களுக்காகப் பரிதாபம் தான் காட்டியது.

“இதைவிடப் பெரிசாய்க் காந்திஜியின் படம் நான் என் வீட்டில் மாட்டி வச்சிருக்கேன்” என்றான் ரமணன்.

முத்துவின் உடல் எரிந்தது. அகிம்சையாளரின் பெயரில் கட்டடங்கள் எழுப்பிவிட்டு மகனுக்குத் துப்பாக்கி வாங்கித் தருபவனும், சத்தியத்தின் பூஜாரியைப்பற்றி நூல்கள் வரைந்துவிட்டு மகனின் தேர்வுக்காக லஞ்சமளிப்பவனும் கூடும் இடந்ததில் அந்த மகான் ஏன் நிற்கிறார்? போலிகளிடையே அவருக்கு என்ன வேலை? அவர்களிடையே அவர் நின்றால், எளியவர் துயர்துடைக்கும் பொருட்டு பகை நடுவில் அஞ்சாது நடந்த மெலிந்த பொற்பாதங்கள் கறைபடாவோ?

இவ்வாறு பேச்சுக்கும் செயலுக்கும் சம்பந்தமின்றி வாழும் தம்மிருவரைவிடப் பெயரைப் போலியாக உபயோகிக்காமல் ஒரேயடியாய் அவரை மறந்துபோன கோபி எத்தனையோ மேல்.

திடீரென்று அவன் கேட்டான். “நம் செட்டில் மூணு பேர் இருந்தோம். நீயும் நானும் தொடர்பு வெச்சிக்கிட்டிருக்கோம். ஆனால் கோபி என்ன ஆனான்னே தெரியலை பார்த்தியா?”

“தெரியாம என்ன?”

அவன் அதிர்ந்து விட்டான். ராமணனுக்குத் தெரியுமா கோபியின் தற்போதைய விவரங்கள்? பின்னே இத்தனை பேச்சில் ஒருமுறை கூட அது பற்றிக் குறிப்பிடவில்லையே?

"உனக்குத் தெரியுமா ரமணா?"

"தெரியுமே!"

"எனக்கு நீ சொல்லவே இல்லையே! நம்ம ரெண்டு பேருக்குமே அவன் தொடர்பு விட்டுப் போச்சின்னிலே நினைச்சுக்கிட்டிருந்தேன்!"

"எனக்குக் கூட இவ்வளவு காலம்வரை தெரியாது. இப்போதான் ஒரு மாசம் முந்தி தற்செயலாக அவனைப் பார்த்தேன்."

"இந்த ஊரிலேயே!"

"ஆமாம்."

"என்ன செய்யறான்? எப்படி இருக்கான்?"

"அந்த நாளில் இருந்த மாதிரியே சோனியாய்த்தான் இருக்கான். வாழ்க்கையிலே ரொம்ப முன்னேறலேன்னு தோணுது. ஏதோ சாதாரண வேலைதான் பார்க்கறான். அது என்னன்னு கூடச் சொன்னான், எனக்கு மறந்துபோச்சு. தலையெல்லாம் ஒரேயடியாய் நரைச்சு அடையாளமே தெரியாம மாறிட்டான்."

"நீ பின்னே எப்படி தெரிஞ்சுக்கிட்டே?"

"அவன்தான் என்னை அடையாளம் கண்டுகிட்டுக் கூப்பிட்டு விசாரிச்சான்."

"அவன் வீடு எங்கேன்னு சொன்னானா?"

"ம்"

"அதெங்கே!" ரமணன் உதட்டைப் பிதுக்கினான். "எனக்கு நேரமே கிடைக்கலே."

தான் சந்திக்கச் சொல்லும் அளவுக்குக் கோபியின் வாழ்க்கைத் தரம் அமையவில்லை என்பது ரமணன் கருத்துப் போலும். அதைத் தெரிந்துகொண்டதாய்க் காட்டிக்கொள்ளாமல் முத்து "இப்போ அவனைப் போய் பார்க்கலாம் வரயா" என்றான்.

"இப்போவா? எனக்கு வேலை இருக்கே. இன்னொரு நாள் வேணும்னா...."

“டோண்ட் பி.எ. வெட்பிளாங் கெட்.” எனக்கு எத்தனை நாளா கோபியை மறுபடியும் சந்திக்கணும்ன்னு ஆசை தெரியுமா? ஊட்டியிலிருந்து திரும்பியதும் நான் ஊருக்குக் கிளம்பிடுவேன். தற்செயலாய் இப்போ நாம் மூணுபேரும் ஒரே ஊரில் இருக்கோம். சும்மா வா போகலாம்“

ரமணனால் மேலும் மறுக்க முடியவில்லை.

இரு பெண்களும் தம் கணவரின் நண்பனைச் சந்திப்பதில் ஆர்வம் காட்டாததால் வள்ளியை அங்கேயே விட்டு விட்டு, சீதாவை அவள் வீட்டில் இறக்கிவிட்டு, முத்து, ரமணனுடன் அம்பாஸிடரை அயனாவரத்துக்கு ஓட்டிச் சென்றான்.

மாலை பொன் கருக்கத் தொடங்கும் நேரமாகி விட்டதே, கோபி சினிமாவுக்கோ கடற்கரைக்கோ போயிருப்பானோ என்று சுயவழக்கத்தின் சுவற்றில் இயல்பாய் எழுந்துவிட்ட அவன் எண்ணம் முற்றுப்பெறு முன்பே வாசலில் ஒரு வடிவம் வந்து நின்றது.

சிறிது நேர மௌன வெறிப்புக்குப் பிறகு, எதிரே யிருந்தவனின் முகமெங்கும் புன்முறுவலின் அலை ஒன்று படர்ந்தது:

“முத்து! முத்துதானே? வா! வா! என்ன ஆச்சரியம்! எத்தனை காலமாச்சு நாம் சந்தித்து! சொப்பனம் மாதிரி இருக்குடா! நிஜமாவா நீ வந்திருக்கே முத்து? கோபி முன்னால் விரைந்து வந்து அவன் கைகளைப் பற்றிக்கொண்டான்.

“நான் அணிக்கு ரமணனைச் சந்திச்ச வேளை நல்லவேளைதான்! பழையநாள் சிநேகிதன்களில் ஒருவனைப் பார்த்த ஒரு மாசத்திலேயே இன்னொருவனையும் பார்க்கற சந்தர்ப்பம்னா சும்மாவா? வா, வா! வா, ரமணா!”

மகிழ்ச்சியுடன் தம்மை வரவேற்று வீட்டினுள் அழைத்து அமரச்செய்த நண்பனை முத்து உன்னிப்பாக பார்த்தான். ரமணன் சொல்லியிருந்தது உண்மைதான். கோபி அடையாளம் தெரியாமல் தான் மாறியிருந்தான். தம் மூவருக்கும் ஒரே இளமை யின்மீதே இளைப்பாறியிருக்க, கோபி மட்டும் கிழவனாகிக் கொண்டிருந்தான். ஆனால் அவன் பேச்சிலும் பழக்கத்திலும் அவனைச் சந்தித்ததில் அவனுடைய நீரோட்டமான சரளத்தன்மை தனிப்பட்ட ஒரு மகிழ்ச்சியைத் தந்தது.

"நீ எப்படி இருக்கே கோபி? உன்னை ஆயிரம் கேள்விகள் கேட்கணும் போல இருக்குடா ஆனால் ஒண்ணுமே கேட்கத் தோணலே! உன்னைப்பத்தி எல்லாம் சொல்லு"

கோபி விவரித்தான். சராசரியான, வியப்புறுத்தும் தன்மை எதுவுமற்ற எளிய வாழ்வு அவனுடையது. பாரதத்தின் கோடிக்கணக்கான மாந்தருள் அவனும் ஒருவன், அவ்வளவுதான்.

"முத்து ஒரு பெரிய பிஸினஸ்மேன், கொள்ளைப் பணக்காரன், தெரியுமா?" என்றான் ரமணன்.

"அப்படியா! எனக்கு யாரைப்பத்தியுமே தெரியாது. நீ ஒரு புகழ்பெற்ற எழுத்தாளன்னு கூட அன்னிக்கு நீ சொல்றவரைக்கும் எனக்குத் தெரியாதுன்னா பாரேன்!" என்று கூறி தன் அறியாமைக்குத் தானே சிரித்துக்கொண்டான் கோபி.

வெகுநேரம் அவர்கள் பேசிக்கொண்டிருந்தார்கள். ஆனால் மகாத்மாவைப் பற்றிய ஒரு சொல் கூட கோபியின் வாயிலிருந்து வரவில்லை. அந்த அறையில அவருடைய ஒரு படம் கூட மாட்டப்படவில்லை என்பதையும் முத்து கவனித்தான்.

உங்க ரெண்டுபேருக்கும் சாப்பிட ஏதாவது...?"

"சாப்பிட்டுத்தான் வந்தோம். கொஞ்சம் தண்ணி மட்டும் கொடு, தாகமாயிருக்கு" என்றான் முத்து.

கோபி எழுந்து உள்ளே சென்றுவிட்டு வந்தான். "கொண்டுவரச்சொல்லியிருக்கேன்... அப்புறம் என்ன சங்கதி? டே, இன்னைக்கு உங்க ரெண்டு பேரையும் இப்படி என் வீட்டில் வரவேற்பேன்னு நான் நினைக்கவேயில்லைடா!"

நண்பனைப் பார்த்து விரிந்த முத்துவின் புன்னகை சட்டென்று நின்றது. உள்ளேயிருந்து வந்த ஒரு பெண் தன் கையிலிருந்த நீர் நிறைந்த தம்ளரை அவர்கள் முன் மேஜை மேல் வைத்தாள்.

"இவள்தான் மிருணாளினி, என் மனைவி" என்றான் கோபி.

முத்து பேச இயலாமல் அப்பெண்ணை பார்த்துக்கொண்டே கல்லாய் அமர்ந்துவிட்டான். தலைமுடி சற்று வெளுத்திருந்ததே தவிர முகம் மாறவில்லை அந்த முகத்தை மறக்கமுடியுமா? அவலத்துக்கு ஒரு கண்ணாடிபோல அவள் பிரமித்து உட்கார்ந்திருந்ததைப் பார்த்தவாறு இதயம் பயங்கரத்தில்

உறைந்துபோனவனாகத் தான் நின்றிருந்ததைத்தான் மறக்க முடியுமா?

தன்னையும் ரமணனையும் போன்றோரின் உலகத்தை மகத்தான தரிசனம் ஒன்று உலுக்கிப் பிளந்துவிட்ட அதிர்ச்சியில் அவன் வெறும் கண்ணாய், மனமாய், உணர்ச்சியாய், உயிராய், நோக்கியவாறிருந்தான்

முத்துவின் பார்வையில் இதயம் சுரந்து வந்து ததும்பியது துடிக்கும் இதழ்களுடன் தன் விழிகளை அவளிடமிருந்து அகற்றிக் கோபியின்மேல் பதித்தான்.

எழுந்து அப்படியே அவன் காலில் விழவேண்டும்போலிருந்தது. இருகரங்களாலும் அவனைத் தழுவிக்கொள்ள வேண்டும் போலிருந்தது. அவன் மார்பில் புதைத்துக்கொண்டு குழந்தை போல் விம்மியழுது ஆறுதலுற வேண்டும் போலிருந்தது. "என் நாட்டின் ஆன்மா அழியவில்லை!" என்று எக்காளமிடவேண்டும் போல் இருந்தது.

கோபி... கோபி...

அவன் மகாத்மாவைப் பற்றி எழுதவில்லை, சொற்பொழிவுகள் நிகழ்த்தவில்லை, பேச்சில் கூட அவரைக் குறிப்பிடவில்லை.

இன்முகத்துடன் கம்பீரமாய் அருகில் மிருணாளினியுடன் வாய்பேசாது நின்றுகொண்டுதான் இருந்தான்.

ஒளி "என்னைப் பார்" என்று சொல்வதில்லை: அது உதிக்கிறது, நாம் பார்க்கிறோம், நம் பார்வை தெளிவுறுகிறது.

அதன் உதயமே அதன் விளக்கம்.

அந்த விளக்கத்தில், திடீரென்று மகாத்மாவின் அருட்புன்னகை அங்கு உயிர்கொண்டு பளீரிடுவதை உணர்ந்து உள்ளம் சிலிர்த்தபோது முத்துவும் பேசவில்லை.

◆

காந்தியோடு பேசுவேன்

* எஸ். ராமகிருஷ்ணன்

காலையில் தான் வார்தாவிற்கு வந்து இறங்கியிருந்தேன், நான் வார்தாவில் உள்ள காந்தி ஆசிரமத்திற்கு வருவது இதுவே முதன்முறை, ஆனால் அதைப்பற்றி நிறைய வாசித்திருக்கிறேன். புகைப்படங்களிலும் பார்த்திருக்கிறேன். ஆனால் நேரில் காணும்போது அதன் பெருமைகள் எதுவும் கண்ணில்படவில்லை. சுமாரான பராமரிப்பில் நடைபெறும் ஒரு முதியோர் விடுதி ஒன்றைப்போலவே இருந்தது.

ராகேல், காந்தியின் குடிலை புகைப்படம் எடுத்துக் கொண்டிருந்தாள், இந்த அறையில் தான் காந்தி தங்கி யிருந்திருக்கிறார். கூரை வேய்ந்த எளிமையான அறை, காந்தியின் கைத்தடி மற்றும் காலணிகள், எழுதும்பொருள்கள், பாதுகாப்பாக வைக்கபட்டிருந்தன, ஒரு அரிக்கேன் விளக்கு படுக்கையின் அருகில் இருந்தது.

காந்தி இந்த ஆசிரமத்தில் மின்சாரத்தை பயன்படுத்தினாரா என்று ராகேல் என்னிடம் கேட்டாள்.

இல்லை என்றே நினைக்கிறேன், ஆனால் மின்சாரத்தின் வருகை இந்திய கிராமங்களின் இயல்பை மாற்றிய முக்கியமான அம்சம் என்பதை காந்தி நிச்சயம் உணர்ந்திருப்பார் என்றேன்.

காந்தியின் அறையில், மூங்கிலால் செய்யப்பட்ட ஒரு அலமாரி, பித்தளை செம்புகள், முக்காலி, இருந்தன, அருகில் ஒரு பழைய மரக்கட்டில், மிகச்சிறிய ஜன்னல்.

தனது தேவைகளை ஒரு மனிதன் எப்படி முடிவு செய்து கொள்கிறான் என்பதில் தான் அவனது வாழ்க்கை துவங்குகிறது, காந்தி தனது தேவைகள் குறித்து மிகவும் கவனம் கொண்ட மனிதராகவே தோன்றுகிறார்.

தேவைகளை உருவாக்கி கொள்வது எளிது, விட்டுவிடுவது கடினம் என்பதை நான் இப்போது தான் உணர்ந்து வருகிறேன், ஒருவகையில் காந்தியின் மீதான எனது ஈர்ப்பிற்கு அதுவும் ஒரு முக்கியமான காரணம் என்றே சொல்வேன்.

காந்தி வாழ்ந்த காலத்தில் அந்த அறைக்குள் வந்து நிற்பது பலருக்கும் நெகிழ்வான சம்பவமாக இருந்திருக்கும், ஒரு நிமிசம் மனக்கண்ணில் அந்த காட்சி தோன்றி மறைந்தது, காந்தி இந்த இடத்தில் தான் உட்கார்ந்து கொண்டிருப்பார், காந்தி வெறுமனாக உட்கார்ந்திருப்பார் என்று நினைக்கவே முடியாது, ஏதாவது ஒரு வேலையை பரபரப்பாக செய்து கொண்டே யிருந்திருப்பார், ஏன் அவருக்குள் இத்தனை பரபரப்பு, வேகம், ஓய்வு என்பதை ஏன் அந்த மனிதன் பலவீனமாக கருதுகிறார் என்றெல்லாம் எனக்கு தோன்றியது.

காந்தி நிமிசங்களை எண்ணி வாழ்ந்திருக்கிறார், நான் அப்படியில்லை, சோம்பலும் எதிலும் திருப்தியின்மையும், தேவையற்ற பயமும் கவலையுமே என்னை உருவாக்கின, நான் கல்வியின் வழியே என் வாழ்வினை உருவாக்கி கொண்டவன், காந்தி படிப்பை கைவிட்டு தனது வாழ்க்கையை முன்னெடுத்து சென்றவர், வாழ்வின் முடிவில் ஒரு எளிய இந்திய விவசா யியைப் போல தான் அவர் இருந்தார், அதிகமான நம்பிக்கை, அதிகமான ஏமாற்றம் இரண்டும் அவருக்கு பரிசாக கிடைத்தன.

காந்தியை அறிந்து கொள்ள வாசிப்பு உதவி செய்யாது என்றே நான் நம்புகிறேன், வாசிப்பின் வழியே காந்தி கருத்துருவமாக மட்டுமே பதிவாகிறார், அவரது செயல்பாடுகளின் பின்னுள்ள வலியை, எளிமையை, நேரடித்தன்மையை வாழ்ந்து பார்க்க வேண்டும், அப்போது தான் காந்தி, மணல்கடிகாரத்தில் ஒவ்வொரு துளி மணலாக விழுந்து நிரம்புவதைப் போல கொஞ்சம் கொஞ்சமாக நமக்குள் விழுந்து நிறைவார்.

எனக்கு காந்தியை அறிமுகப்படுத்தியது என்னுடைய அம்மா, என் பனிரெண்டு வயதில் காந்தியை பென்சிலில்

படம் வரைந்து முதல் பரிசு வாங்கி வந்ததைக் கண்டு சந்தோஷப்பட்டபடியே தத்ரூபமா வரைஞ்சிருக்கே, நான் காந்தியை நேர்ல பாத்து இருக்கேன் என்று அம்மா சொன்னார்.

என்னால் அதை நம்ப முடியவில்லை, அம்மா எப்படி காந்தியை நேரடியாக பார்த்திருப்பாள், ஒரு வேளை காந்தி அவளது பாட்டைகுளம் கிராமத்திற்கு வந்திருந்தாரா எனக்கேட்டேன்.

என் ஊருக்கு காந்தி வரவில்லை, ஆனா நான் காந்தியை அவரது வார்தா ஆசிரமத்திற்கே தேடிப்போய் பார்த்திருக்கேன் என்றாள்.

நிஜமா எனக்கேட்டபோது, அது ஒரு பெரிய கதை, அப்போ நீ எல்லாம் பொறக்கவேயில்லை, என்றபடியே தனது இடதுகையை நீட்டி காட்டினாள், அம்மாவின் இடதுகை சற்று வளைந்து துருத்திக் கொண்டது போலதானிருந்தது.

இந்த கை காந்திக்காக உடைப்பட்டது, யார் உடைச்சா தெரியும்லே உங்கப்பா, காந்தியைப் பாக்கப் போனதுக்கு கிடைத்த தண்டனை, உங்கப்பாவுக்கு காந்தியை சுத்தமா பிடிக்காது, உங்கப்பா என்ன பெரும்பான்மை ஆம்பளைகளுக்கு காந்தியை பிடிக்காது, அதிகாரம் பண்ண ஆசைப்படுற ஆம்பளை காந்தியை வெறுக்கதானே செய்வாங்க, ஆனா பெண்களாலே காந்தியை ஆழமாக புரிந்துகொள்ள முடியும்.

வார்தாவுக்கு போயி காந்தி முன்னாடி நின்னுகிட்டு இருந்தப்போ அவரை ஒரு ஆணாக வேறுபடுத்தி பாக்க என்னாலே முடியலை, பேச்சு வராமல் நாக்கு தடிச்சி போனது மாதிரி ஆகிருச்சி, என்னை மீறி அழுதுட்டேன், பாபுஜி கருணையான கண்களோட சிரிச்சிகிட்டே என் கிட்டே வந்து ஏதோ சொன்னார், எனக்கு அப்போ ஒரு வார்த்தை இங்கிலீஷ் தெரியாது, ஹிந்தியும் தெரியாது, ஆனா பாபுஜி எனக்கு ஆறுதல் சொல்றாருனு மட்டும் புரிஞ்சது.

அங்கேயே பாபுஜியோட ஆசிரமத்திலே வாழ்நாள் பூரா இருந்திர மாட்டமானு ஏக்கமா இருந்துச்சி, அதுக்கு கொடுத்து வைக்கலே, திடீர்னு ஒரு நாள் உங்கப்பா வந்து இழுத்துட்டு வந்துட்டார், ஆசிரமத்தை விட்டு போகமாட்டேனு பிடிவாதம்

பண்ணினேன், பாபுஜி என் தலையை தடவி ஊருக்கு போயிட்டு வரச்சொல்லி அனுப்பி வச்சார், அவர் சொல்லுக்கு கட்டுபட்டு தான் உங்கப்பாவோட இத்தனை வருஷம் வாழ்ந்திருக்கேன், என்றார்.

நீ எதுக்காக அம்மா காந்தியை தேடிப்போனே என்று கேட்டேன்.

அம்மா பதில் சொல்லவில்லை, மௌனமாக இருந்தாள், பிறகு லேசாக தலையை ஆட்டியபடியே அதை பத்தி உனக்கு சொன்னா புரியாது, சொல்றதுல எனக்கும் விருப்பம் இல்லே என்று பேச்சை துண்டித்துவிட்டாள்.

அதன்பிறகு ஒன்றிரண்டு முறை காந்தியைப் பற்றி பேச்சு வரும்போது அம்மா வார்தாவிற்கு ஓடிப்போன கதையின் ஒரு சில நிகழ்வுகளை கேட்டிருக்கறேன், அப்பா ஒரு முறை கோபத்தில் உங்கம்மா ஒரு ஓடுகாலி முண்ட, வேற ஆம்பளையா இருந்தா இந்தநேரம் அவளை வெட்டி கொன்னு புதைச்சிருப்பான் என்று கத்தினார்.

அதை தான் எப்பவோ செய்துட்டீங்களே என்று அம்மா அமைதியாக சொன்னாள், அப்பா அம்மாவை முறைத்தபடியே வெளியேறிப் போய்விட்டார்.

பொம்பளைங்க அரசியல் பேசினா உங்கப்பாவுக்கு பிடிக்காது, அதுவும் படிக்கிற பொம்பளைன்னா அவருக்கு எட்டிக்காய், இதுல காந்திகட்சியில வேற சேந்துகிட்டா, அதான் உங்கப்பாவுக்கு அம்மாவுக்குமான பிரச்சனை என்று ஒரு முறை வெங்கடரத்னம் மாமா என்னிடம் சொன்னார்.

அந்த வயதில் இதை வெறும் கணவன் மனைவி சண்டை என்று மட்டும் தான் நினைத்திருந்தேன், ஆனால் இது குடும்ப சண்டையில்லை, வெறுப்பிற்கும் அன்பிற்குமான ஊசலாட்டம் என்பதை பின்னாளில் தான் புரிந்து கொண்டேன், அம்மாவை குடும்ப வாழ்க்கை இருட்டிற்குள் பிடித்துத் தள்ளிய போது அதிலிருந்து காந்தி தான் அவளை மீட்டிருக்கிறார், தனது உண்மையான செயல்களின் வழியே மற்றவர்களின் ஏளனத்தை கடந்து செல்ல முடியும் என்பதை நிருபணம் செய்திருக்கிறார், தனது மனசாட்சியின் குரலுக்கு மதிப்பளிக்க வேண்டும்

என்பதை கற்றுதந்திருக்கிறார், எல்லாவற்றையும் விட அடுத்தவர் பொருட்டு வாழ்வது எப்போதும் வலிமிக்கதே, ஆனால் அதில் கிடைக்கும் மனசாந்தி பெரியது என்பதை காந்தியே உணர்த்தியிருக்கிறார்.

இதைப்பற்றி பேசுகையில் ராகேல் சொன்னாள்.

லட்ஸ், உண்மையில் கடவுள் கைவிட்டு போன உலகை காந்தி நிரப்பியிருக்கிறார், அது தான் உன் அம்மா விஷயத்தில் நடந்திருக்கிறது, இரண்டு முறை கர்ப்பசிதைவு, அடுத்தடுத்து குழந்தைகள், வறுமை, கூட்டு குடும்பத்தின் அவமானம் இத்தனையும் உனது அம்மாவை மூச்சு திணற அமுக்கும் போது காந்தி மட்டும் தான் அவளுக்கான நம்பிக்கை வெளிச்சமாக இருந்திருக்கிறார், காந்தி என்ற சமூகப்போராட்டக்காரனை விட காந்தி என்ற இந்த எளிய நம்பிக்கை அதிகம் வலிமையுடையது, அதை உணர்ந்தவர்கள் காந்தியை எப்போதும் நேசித்து கொண்டுதானிருக்கிறார்கள்.

ராகேல் சொல்வது உண்மை, இந்திய பெண்கள் காந்தியை சமூகசேவகர் என்ற தளத்தில் புரிந்து கொள்ளவில்லை, பெரும்பான்மை மக்கள் சகலவிதமான அடிப்படை அறங்களையும் கைவிட்டு தீமையும் பொய்மையும் தனதாக்கி கொண்ட சூழலில் அறத்தின் பொருட்டு தன்னை ஒப்படைத்துக் கொண்டு சுயபரிசோதனை கொண்ட வாழ்வை மேற்கொண்ட எளிய மனிதர் என்றே புரிந்து கொண்டிருக்கிறார்கள்.

ராகேலுக்கு வன்முறையின் கொடூரம் தெரியும், அவள் யூதப்பெண், எனது மாணவியாக அறிமுகமாகி என்னை திருமணம் செய்து கொண்டவள், அவளுக்கு என்னை விடவும் என் குடும்பத்தை சேர்ந்த பெண்களிடம் அதிகம் ஒட்டுதல், அந்த பெண்கள் நித்யமான வதைமுகாமில் வாழ்பவர்கள் என்று ஒருமுறை ராகேல் என்னிடம் சொன்னது நிஜமான உண்மை.

நான் லண்டனுக்கு பொருளாதாரம் படிக்க போய் அங்கேயே வேலை பார்க்க துவங்கிய போது அம்மா ஒரு முறை போனில் கேட்டாள்.

ஒரேயொரு தரம் லண்டனுக்கு வரணும்னு ஆசையா இருக்கு லட்சுமா.

அம்மா ஒருத்தி தான் லட்சுமணன் என்ற என் பெயரை லட்சுமா என்று அழைப்பவள், லண்டன்வாசிகள் என்னை லட்ஸ் என்கிறார்கள், அப்பாவிற்கும் மற்ற நண்பர்களுக்கும் மணா, ஆனால் அம்மா என்னை லட்சுமா என்று அழைக்கையில் அது பெண் பெயர் போலவே இருக்கிறது, அம்மா அப்படி அழைக்கையில் அதில் ஒரு தனியான பிரியம் கலந்திருக்கும்.

அடுத்த முறை ஊருக்கு வரும்போது உன்னையும் லண்டனுக்கு அழைச்சிட்டு வர்றேன்மா என்றேன்.

இல்லைடா, நானா. தனியா லண்டனுக்கு வரணும்னு ஆசை, அதுவும் கப்பல் போகணும்னு ஆசை என்றாள் அம்மா.

எனக்கு புரிந்துவிட்டது, இந்த ஆசையின் அடிநாதமாக இருப்பதும் காந்தியின் மீதான பற்றுதல், பத்தொன்பது வயதில் மொழி தெரியாமல் லண்டனுக்கு படிக்க போன காந்தியின் மனதை தானும் அனுபவித்து பார்க்க விரும்புகிறாள், அப்படி என்ன காந்தியின் மீது கிறுக்குதனம்.

நான் சிரித்தபடியே இப்போ கப்பல் பயணம் கிடையாதும்மா, நீ பிளைட்ல தனியா வரலாம் என்றேன்.

அப்படித்தான் அம்மா தனி ஆளாக லண்டனுக்கு பயணம் செய்து வந்திறங்கினாள், முற்றிய முதுமை அவளுக்கு தனியான சோபையை தந்திருந்தது, ஆரஞ்சு நிற சால்வை ஒன்றினை போர்த்தியபடி வெளிர்சிவப்பு வண்ண சேலையை அழகாக உடுத்தியபடியே கொக்கின் வெண்மை போன்ற தலைமுடியுடன், சோகை படிந்த முகத்துடன் அம்மா இறங்கி மெதுவாக கண்ணாடி கதவுகளை தாண்டி நடந்துவந்தாள்.

அவளது கண்களில் ஒரு துளி பயமில்லை, கடந்து செல்லும் பயணிகள் யாரையும் அவள் ஏறிட்டு கூட பார்க்கவில்லை, நிதானமாக, மெதுவாக அவள் வெளியேறும் வாசலை நோக்கி நடந்து வந்து கொண்டிருந்த காட்சி என் மனதில் அப்படியே பதிவாகியிருக்கிறது.

இமிகிரேஷனில் ஏதாவது கேட்டார்களா என்று இறுக்கமான குரலில் கேட்டேன்.

எதற்காக இந்த பயணம் என்று கேட்டார்கள், நான் சும்மா என்று சொன்னேன், இமிகிரேஷன் அதிகாரி சிரித்தபடியே

சும்மா லண்டனுக்கு வருகின்றவர்கள் இதை விட்டு ஒரு போதும் திரும்பி போக மாட்டார்கள், நீங்களும் அப்படி ஆகப்போகிறீர்கள் பாருங்கள் என்றார்.

எனது நினைவுகள் என்னை வெளியூரில் தங்கவிடாது என்று சொன்னேன், அவர் வியப்புடன் கையை உயர்த்தி நீங்கள் சொல்வது முற்றிலும் உண்மை என்றார், அவ்வளவு தான் நடந்தது என்றபடியே காரின் கண்ணாடி வழியாக தெரியும் பரபரப்பான லண்டன் வீதிகளை பார்த்தபடியே வந்தார்.

அப்பா இறந்து போன கடந்த பத்து வருஷங்களாக அம்மா நாள் முழுவதும் படித்துக் கொண்டேயிருக்கிறாள், தமிழ் ஆங்கிலம் இரண்டிலும் மாறிமாறிப் படிக்கிறாள், சில இரவுகளில் அவள் படிப்பதை காணும் போது ஏதோ பரிட்சைக்கு படிப்பது போல இருக்கும், சில சமயம் நாற்காலியில் சாய்ந்து கொண்டு மடியில் புத்தகத்தை வைத்து கொண்டு தனக்கு தானே பேசிக் கொண்டிருப்பாள், அம்மாவிற்கென தனியான உலகம் ஒன்றிருக்கிறது, அவள் தன்னை சுற்றி தானே ஒரு அரூபவலையைப் பின்னிக் கொண்டுவிட்டாள்.

லண்டனில் அம்மா என்னுடன் இரண்டரை மாதம் தங்கியிருந்தாள், தனியாக அவளாக டியூப் ரயிலில் பயணம் செய்து காந்தி படித்த யூனிவர்சிட்டி காலேஜ், காந்தி நடந்த வீதிகள், காந்தி உறுப்பினராக இருந்த வெஜிடேரியன் சங்கம் என்று ஒவ்வொன்றாகத் தேடி பார்த்துக் கொண்டிருந்தாள், அதைப்பற்றி என்னிடம் அதிகம் பேசிக் கொண்டது கிடையாது, சில வேளைகளில் எனது மனைவி ராகேலிடம் காந்தியைப் பற்றி பேசியிருக்க்கூடும்.

ராகேலும் அம்மாவும் பேசிக் கொள்வது வேடிக்கையாக இருக்கும், அம்மா ராகேலை ஒரு பள்ளி சிறுமியை நடத்துவது போலவே நடத்தினாள்.

ஒரு நாள் ராகேல் என்னிடம் கேட்டாள்.

பொதுவாக இந்தியப்பெண்கள் அதிகம் தலையை ஆட்டுவார்கள், உன் அம்மா பேசும்போது அப்படியில்லையே அது ஏன்?

நான் அப்போது தான் அப்படி ஒரு விஷயமிருப்பதை கவனித்தேன், என்ன சொல்வது எனப் புரியாமல் சிரித்தபடியே பெண்கள் எந்த ஒன்றையும் உன்னிப்பாக கவனிக்கிறீர்கள், உன் கேள்விக்கு என்னிடம் பதில் இல்லை என்றேன்.

ராகேல் சொன்னாள்.

உன் அம்மாவிடம் பேசிக் கொண்டிருக்கும் போது பலநேரங்களில் பயமாக இருக்கிறது, அவரது கண்களில் சொல்லப்படாத விஷயங்கள் புதையுண்டுகிடக்கின்றன, அவர் ஒரு விசித்திரமான பறவை.

அம்மா ஒரு விசித்திரமான பறவை என்று ராகேல் சொன்னது எனக்கு பிடித்திருந்தது, நானும் அப்படி உணர்ந்திருக்கிறேன், வெறும் பறவை இல்லை, காந்தியைத் தேடும் பறவை.

அம்மா காந்தி வழியாக என்ன தேடுகிறாள் என்று தெரிந்து கொள்வதற்காக ஒரு நாள் அவளுடன் நானும் வருவதாக சொன்னேன், அம்மா மறுக்கவில்லை, இருவரும் ஒன்றாக ரயில் பிடித்துப் போய் டோவர் வீதியில் உள்ள உணவகம் ஒன்றில் காபி அருந்திவிட்டு அம்மா வழக்கமாக செல்லும் பழைய நூலகம் ஒன்றிற்கு சென்றோம்.

அம்மா பாதியில் விட்டுவந்த ஒரு புத்தகத்தை எடுத்துவந்து மௌனமாக வாசிக்க துவங்கினாள், அம்மா உட்கார்ந்திருந்த ஜன்னலில் இருந்து லண்டன் நகரம் ஒளிர்வது தெரிந்தது, படிப்பதற்காக அந்த இடத்தை அம்மா தேர்வு செய்திருக்கவில்லை, அவள் லண்டன் நகரின் இயக்கத்தை கொஞ்சம் கொஞ்சமாக அவதானிக்கிறாள்.

இந்த நகருக்கு என்றே ஒளிரும் மஞ்சள் வெளிச்சத்தை, ஈரம் படிந்த காற்றை அவள் தனக்குள் நிரப்பிக் கொள்கிறாள், அம்மா நீண்ட நேரம் மௌனமாக இருந்துவிட்டு சொன்னாள்.

"காந்தி லண்டனுக்கு வந்த போது தனது தாயை விட்டு விலகி வந்திருப்பதை அதிகம் உணர்ந்திருப்பார், இந்த நகரம் பிரிவை அதிகமாக உணரவைக்கிறது.

நிஜம் நானும் அப்படி உணர்ந்திருக்கிறேன், பல்கலைகழகத்தில் பாடம் நடத்திக் கொண்டிருக்கும் போது திடீரென ஒரு

பனிக்கட்டி உடைவது போல மனதிற்குள் ஏதோவொரு கடந்தகால சம்பவம் உடைபட்டு பிரிந்து போன உறவுகளை பற்றிய நினைவுகள் பீறிடத்துவங்கிவிடும், அந்த மனநிலை ஒன்றிரண்டு நாட்களுக்கு தீவிரமாக இருந்து பின்பு வடிந்து போய்விடும்.

அதைப்பற்றி ராகேல் சொல்வாள்.

இந்தியர்கள் அதிகம் கடந்த காலத்தை பற்றி நினைக்கிறார்கள், வருத்தபடுகிறார்கள், அது தான் அவர்களின் பலமும் பலவீனமும்.

அவள் சொல்வது உண்மை, ஆனால் அது வெறும் வருத்தமில்லை, ஆழமான தன்னுணர்வு, ஒரு தோழமை, சொல்லால் பகிர்ந்து கொள்ளமுடியாத ஒரு நிலை, அது போன்ற நாட்களில் ராகேலுடன் நான் ஒரு வார்த்தை கூட பேசமாட்டேன்.

அவள் அதை புரிந்து கொண்டிருப்பாள், அவளைப்போன்ற யூதப்பெண்களுக்கு ஆண்களின் பேச்சை விட மௌனம் அதிகமாக பிடிக்கிறது, எளிதாகப் புரிந்து கொள்ள முடிகிறது.

அம்மா நூலகத்தில் வைத்து என்னிடம் சொன்னாள்.

காந்தி தனது தந்தையை பற்றி அதிகம் நினைவுகள் இல்லாதவர், தந்தையின் நிழலில் இருந்து முற்றிலும் விடுபட்டவராக தன்னை உணர்ந்தவர், அவரும் ஒரு நல்ல தந்தையில்லை. ஆனால் தாயோடு நெருக்கமாக இருந்திருக்கிறார், தன்னை ஒரு பெண்ணாக உணர்ந்த மனிதராகவே அவரையும் புத்தரையும் பார்க்கிறேன், இருவரிடமும் நிறைய ஒப்புமைகள் இருக்கின்றன, காந்தியிடம் இந்திய பெண்களின் அகமே உள்ளது, அது வலிமையானது, எளிதில் வீழ்ந்துவிடாதது, உண்ணாவிரதம் இருப்பதை ஆயுதமாக பயன்படுத்துகிறார் என்றாலே அது பெண்மை உருவாக்கிய எதிர்ப்பு வடிவம் தானே என்றாள்.

அம்மா ஆழ்ந்து பேசுகிறாள், புத்தகங்கள் அவளுக்கு நிறைய கற்றுதந்திருக்கின்றன, எது எனக்கு வெறும் தகவலாக இருக்கிறதோ, அது அவளுக்கு அனுபவமாக மாறியிருக்கிறது என்று மட்டும் புரிந்தது, மற்றபடி காந்தி என்னைப் பெரிதாக வசீகரிக்கவில்லை.

அதன்பிறகு ஒரு நாள் அம்மாவும் நானும் நடந்தே விக்டோரியா பார்க்கிற்கு போனோம், அம்மா அன்று தான் வார்தாவிற்கு தான் ஓடிப்போன கதையை முழுமையாக சொன்னாள்.

★ ★ ★

அப்போது அம்மாவிற்கு வயது பத்தொன்பது வயது நடந்து கொண்டிருந்தது. பதினாலு வயதில் அவளுக்கு திருமணம் நடந்துவிட்டது, திருமணத்திற்கு பிறகு ஆறுமாதம் அவள் அம்மாவீட்டிலே இருந்தாள், அந்த நாட்களில் அப்பா சால்ட் இன்ஸ்பெக்டராக மரக்காணத்தில் வேலையில் இருந்தார்.

முற்றிய கோடைகாலத்தில் அம்மாவை அழைத்துக் கொண்டு அப்பா கடற்கரையில் தனக்கு ஒதுக்கபட்ட வீட்டிற்கு புதுக்குடித்தனம் போயிருந்தார், ஆள் அரவமற்ற அந்த வீடு, மினுக்கும் உப்பளங்கள், உப்பு காய்ந்து உருகும் மணம், கடற்காகங்களின் பீதியூட்டும் குரல், கொதிக்கும் வெயில் எல்லாமும் ஒன்று சேர்ந்து இரண்டுவாரத்திலே அம்மாவின் உடல்நிலையை மோசமாக்கியது, இருமலும் காய்ச்சலும் ஒன்று சேர்ந்து வாட்டின, உறங்க முடியாமல் இரவெல்லாம் இருமிக் கொண்டே கிடந்தாள், இதை சகித்துக் கொள்ள முடியாமல் அப்பா அவரது அத்தைவீடான கொல்லத்தில் கொண்டு போய் அம்மாவை விட்டுவந்தார்.

அங்கே இருக்கும் போது தான் முதன்முறையாக அம்மா சுதந்திர போராட்ட ஊர்வலங்களை காணத்துவங்கியிருந்தாள், அவளும் நாராயணி என்ற பெண்ணுமாக சாலையில் கொடிபிடித்தபடியே செல்லும் காங்கிரஸ் காரர்களுக்கு வாழ்த்து சொல்வார்கள், ஒரு நாள் இருவரும் பகவதி கோவிலில் போய் காங்கிரஸ் ஜெயிக்க வேண்டும் என்று பிரார்த்தனை செய்தார்கள், அதன்பிறகு தான் அம்மா காந்தியைப் பற்றி கேள்விபடத்துவங்கினாள், அதுவும் நீலம்மை வழியாக தான் கேட்டறிந்தாள்.

நீலம்மை ஒரு பணிப்பெண், அவள் காந்தியைப் பற்றி சொல்லும் போது வியப்புடன் சொன்னாள்.

சுசிலா கேட்டியோ, அந்த மனுசன் ஆம்பளைக யாரும் கள்ளுக்குடிக்க கூடாதுனு சொல்றார், அது ஒண்ணு போதும்

அவர் நல்லவர்ங்கிறதுக்கு, போலீஸ்கிட்ட அடிவாங்கி ஜெயிலுக்கு போயிருக்கிறார், தான் துணியை தானே துவைச்சிகிடுறார், கழிப்பறையை கூட தானே சுத்தப்படுத்துறதா தளியத் முதலாளி சொன்னார், அப்படி ஒரு மனுஷன் நடந்துகிடுறார்னா, அவர் தானே உண்மையான தலைவர்.

நீலம்மை வழியாக காந்தியைப் பற்றி கேட்டு அறிந்த இரண்டுநாட்களுக்கு பிறகு உள்ளூரில் நடந்த காங்கிரஸ் கூட்டத்திற்கு ரகசியமாக ஒளிந்து போய் கேட்டாள், அதில் தான் காந்தியைப் பற்றிய பாடலை முதன்முறையாக கேட்டாள், உருக்கமான பாடலது, அந்த பாடல் காந்தியின் பற்றிய ஒரு பிம்பத்தை அவள் மனதிற்குள் உருவாக்கியது.

காந்தி என்பவர் ஒரு மீட்பர், வெள்ளைகாரர்களிடம் இருந்து இந்திய ஜனங்களை மீட்பதற்காக பாடுபடுகின்றவர், எளிமையான மனிதர், ஓயாத போராட்டக்காரர், அன்றைய கூட்டத்தில் கூட காந்தியைப் பற்றி பலரும் புகழ்ந்து, வியந்து பேசினார்கள், கேட்க கேட்க காந்தியை உடனே பார்க்க வேண்டும் போலிருந்தது.

கொல்லத்தில் இருந்த போது அம்மா முதல்முறையாக கர்ப்பிணியானாள், உடனே அவளை சில மாதங்கள் அவளது தாய்வீட்டிற்கு அனுப்பி வைத்தார்கள், அங்கே அவள் சீனுவாச மாமாவிடம் இருந்து காந்தியைப் பற்றி பிரசுரம் ஒன்றினை வாங்கிவந்து படிக்க துவங்கினாள், படிக்க படிக்க அவளுக்குள் காந்தி என்ற மனிதன் வேர்விட்டு வளரத்துவங்கினார், காந்தியைப் பற்றி அவளுக்குள் ஏதேதோ கேள்விகள், எழுந்தன, அவற்றை யாரிடம் கேட்டு விளக்கம் பெறுவது என்றே தெரியவில்லை.

இதற்குள் அவளை மறுபடியும் மரக்காணம் அழைத்துப் போனார், அப்பா, இடமாற்றம், அப்பாவின் தீராத காமஇச்சை இரண்டும் அவளை மிகவும் சோர்வடையச் செய்தன, தூரத்து கடற்கரையின் ஓயாத சப்தம், உக்கிரமான வெயில் இரண்டும் அவளுக்கு தலைவலியை அதிகமாக்குவதாக இருந்தது, வெறுமையான பகல்கள், அர்த்தமில்லாத பொழுதுகள் என்று நீண்டன நாட்கள், இதற்கிடையில் அவளது கர்ப்பம் கலைந்து போனதுடன் அதிக ரத்தம் போக்கும் ஏற்பட்டு அவள் நலிவுறத்

துவங்கினாள், அப்பா அவளை போன்ற ஒரு உதவாக்கரையை கட்டிக் கொண்டு தான் அவதிப்படுவதாக மாமனாருக்கு தந்தி அனுப்பி உடனே கூட்டிப்போக செய்தார்.

ஒன்றரை வருஷம் அவள் ஊரிலே வாழவெட்டியாக இருந்தாள், அந்த நாட்களில் அவளை மனச்சோர்வில் இருந்து காப்பாற்றியவர் காந்தி, அவள் சதா காந்தியைப் பற்றிய செய்திகளை கேட்டறிந்து கொண்டும் ராட்டை நூற்றுக்கொண்டுமிருந்தாள், இடையில் ஒருமுறை மரக்காணத்தில் இருந்து அப்பா வந்து சமாதானம் பேசி அவளை அழைத்துக் கொண்டுபோனார், அவர்கள் மதுரை ரயிலடி போவதற்குள் வழியில் சண்டை வந்து அப்பா ரோட்டிலே அம்மாவை அடித்து வளையல்களை உடைத்து போட்டதுடன் அவளை அங்கேயே தனியே விட்டுவிட்டு தனி ஆளாக மரக்காணத்திற்கு கிளம்பி போய்விட்டார்.

அப்பாவின் கெடுபிடியும் கோபமும் ஆத்திரமும் அம்மாவின் மனநிலையை ஒடுக்க துவங்கின, மனநலம் பாதிக்கபட்டவரை போல அப்பாவின் பெயரைச் சொன்னாலே நடுங்க துவங்கினாள், அந்த நாட்களில் சீனுமாமா அவளை நூலகத்திற்கு அழைத்துப்போய் புத்தகம் எடுத்துவர உதவி செய்தார், அது தான் அம்மாவின் சகல மாற்றங்களுக்குமான முதற்படி, வள்ளல் ரத்னம் செட்டியார் நூலகத்திற்கு போய் வரத்துவங்கியது அவளுக்கு ஆசுவாசம் தருவதாக இருந்தது.

காந்தியைக் காண வேண்டும் என்ற ஆசை அவளுக்குள் புகைந்து கொண்டிருந்த போது அப்பா இடமாற்றம் ஏற்பட்டு தூத்துக்குடி வந்து சேர்ந்தார், தனிமையும் பதவி உயர்வும் அவருக்குள் சில மாற்றங்களை ஏற்படுத்தியிருந்தன, மறுபடி அம்மா கர்ப்பிணி ஆனாள், இந்த முறை பெண் குழந்தை இறந்தே பிறந்தது, அதை அப்பா ஏறிட்டு கூட பார்க்கவில்லை, அப்படியே புதைத்துவிடும்படியாக சொன்னார், அம்மா தனது குழந்தையை நினைத்து பல நாள் அழுதபடியே கிடந்தாள், அந்த நாட்களில் படுக்கை சுகம் தவிர வேறு எதற்கும் அப்பா அவளை நாடவில்லை.

மறுமுறை கர்ப்பிணியானதும் வீட்டில் பாட்டு கேட்பதற்கு கிராமபோன் பெட்டி ஒன்றினை வாங்கி வைத்தார், அம்மாவிற்கு

புத்தகம் மேலிருந்த விருப்பம் இசையின் மீது கூடவில்லை, அவள் புத்தகம் படிக்க மட்டுமே ஆசைப்பட்டாள், அப்பா அதை அனுமதிக்கவேயில்லை, பருப்பு, கடுகு சீரகம், புளி வாங்கி வரும் காகிதங்களை தவிர வேறு காகிதங்கள் அந்த வீட்டில் கிடையாது, அப்பா உள்ளூர் நூலகத்திற்கு போய் வருவதற்குள் அவளை அனுமதிக்கவில்லை. அப்போது தான் பெரிய அண்ணன் பிறந்தான், அவன் கைக்குழந்தையாக இருந்த போது அண்டை வீட்டிற்கு வந்த ஜெபமேரியின் ஸ்நேகிதம் கிடைத்தது, அவளுக்காக ஜெபமேரி புத்தகங்ளை வாங்கிவருவாள், அவற்றை அவளது வீட்டில் வைத்தே படிக்க வேண்டிய கட்டாயம் இருந்தது, ஒரு நாள் ஜெபமேரி தனது சகோதரன் நாக்பூரில் இருப்பதாகவும் அவனைப் பார்த்தால் காந்தியைப் பார்க்க வார்தா ஆசிரமத்திற்கு அழைத்துப்போய் காட்டுவான். அதில் ஒரு பிரச்சனையும் இருக்காது என்றாள்.

அப்பா வேதாரண்யத்திற்கு அலுவலக கேம்பிற்காக கிளம்பிய போது அம்மா மனதில் வார்தாவிற்கு போய்விட வேண்டும் என்ற எண்ணம் முளைவிட துவங்கியிருக்க வேண்டும், அப்பா போன மறுநாள் தனது கைக்குழந்தையை ஜெபமேரியிடம் ஒப்படைத்துவிட்டு கோவிலுக்கு போய்வருவதாக கிளம்பினாள்.

அதன்பிறகு எப்படி பஸ் பிடித்து மதுரை வந்து அங்கிருந்து ரயிலேறி சென்னை வந்து இன்னொரு ரயில் பிடித்து நாக்பூருக்கு போய் ஜெபமேரியின் சகோதரன் தாவீது வீட்டிற்கு போய் சேர்ந்தாள் என்பது அவளுக்கு நினைவில்லை, ஒரு விசை, கட்டுபடுத்தமுடியாத வேகம், அவளை இழுத்துக் கொண்டு போய்விட்டிருக்கிறது.

தாவீது அவளை இரவு தனது வீட்டில் தங்க சொல்லிய போது கூட தான் காந்தியை சந்திக்காமல் எங்கும் தங்க மாட்டேன் என்று பிடிவாதம் செய்திருக்கிறாள், இரவிலே அவர்கள் கிளம்பி வார்தாவிற்கு போய்விட்டார்கள். ஆனால் ஆசிரமத்தில் அனைவரும் ஒன்பது மணிக்கு உறங்கப் போய்விடுவார்கள் என்பதால் அது அமைதியாக இருந்தது.

எளிய குடில்களுடன் இருந்த அந்த கிராமப்புற இடத்தை அம்மா திகைப்புடன் பார்த்துக் கொண்டிருந்தாள், இந்த இருட்டிற்குள் தான் காந்தி வசிக்கிறாரா, வார்தா ஆசிரமம்

என்பது இவ்வளவு ஒதுக்குபுறமான ஒன்று தானா, அவர்கள் ஆசிரமவாசியாக இருந்த சியாம்லாலை சந்தித்தார்கள், அவர் விடிகாலையில் பிரார்த்தனையின் போது பாபுஜியை சந்திக்கலாம் என்று சொன்னார்

அன்று தான் பாபுஜி என்ற சொல்லை அவள் முதன்முறையாக கேள்விபடுகிறாள், அவளுக்கு அன்றிரவு தூக்கமில்லை, தனது அருகாமையில் உள்ள ஏதோவொரு குடிலில் காந்தி உறங்கிக் கொண்டிருக்கிறார், பொழுதுவிடிந்தவுடன் அவன் முன்னால் போய் கைகூப்பி வணங்கித் தொழ வேண்டும் என்று தோணியது.

விடிகாலை நான்கரை மணிக்கு ஆசிரமவாசிகள் எழுந்துவிடுவார்கள், நாலே முக்காலிற்கு காலை பிரார்த்தனை துவங்கிவிடும், அதற்குள் குளிர்ந்த தண்ணீரில் குளித்துவிட்டு நடுங்கிய உடலுடன் அம்மா பாபுஜியை பார்ப்பதற்காகக் காத்துக் கொண்டிருந்தாள்.

அந்த ஆசிரமத்தில் நூற்றுக்கும் அதிகமானவர்கள் இருந்தார்கள், அதில் ஒரு வெள்ளைகாரப்பெண் தெரிந்தார், அவள் எப்படி காந்தியோடு இணைந்து வேலை செய்கிறாள் என்று அம்மாவிற்கு வியப்பாக இருந்தது, அவளைப் போலவே காந்தியைப் பார்ப்பதற்காக இரண்டு தொழுநோயாளிகள் நின்றிருந்தார்கள், அவர்களை யாரும் வெறுப்புடன் விலக்கவில்லை, அன்பாகவே நடத்தினார்கள், பர்ச்சூரி குடிலில் இன்னமும் வைத்திய சிகிட்சைகள் துவக்கபடவில்லை, மனோகர்ஜி திவான் அங்கே இலவச சிகிட்சைகள் செய்து கொண்டிருந்தார்.

மகாதேவ் குடில் என்றொரு சிறிய குடில் காந்தியின் குடிலுக்கு அருகில் இருந்தது, அதில் தான் மகாதேவ் தேசாய் தங்கியிருந்தார், அவர் காந்தியின் உதவியாளர், தீவிர பற்றாளர்.

இன்னமும் முழுமையாக விடியாத அந்த இளங்காலையில் பாபுஜி பிரார்த்தனைக்காக எழுந்து வந்திருந்தார், முதுமையின் அழகுடன் கூடிய அவர் முகத்தில் உறக்கத்தின் சுவடேயில்லை, அதே மாறாத புன்னகை, குழந்தையின் துறுதுறுப்பு, அவருடன் ரஹீம் என்ற சேவாகிரகவாசி உடன் வந்து கொண்டிருந்தார், காந்தி தனது ஆசிரமவாசிகளை அக்கறையுடன் விசாரித்தபடியே

நடந்து வந்த போது தாவீது, அம்மாவை அறிமுகப்படுத்தி உங்களை பார்ப்பதற்காக வீட்டை விட்டு ஓடிவந்திருக்கிறாள் என்று ஹிந்தியில் சொன்னார்.

பாபுஜி வியப்புடன் கேட்டார்.

உனக்கு திருமணம் ஆகிவிட்டதா?

அம்மா பதில் பேசாமல் நின்று கொண்டிருந்தாள், தாவீது சொன்னார்.

திருமணமாகி குழந்தையும் இருக்கிறது, அவளுக்கு உங்களைக் காண வேண்டும் என்ற ஆசை.

என்னிடம் என்ன இருக்கிறது நான் ஒரு சேவகன், பணியாளன், என்றபடியே அம்மாவை அருகில் அழைத்து ஆறுதலாக தலையைத் தொட்டிருக்கிறார்.

அம்மாவிற்கு அந்த ஸ்பரிசம் அவளது மனவேதனையை உடைத்துக் கொண்டு கண்ணீரை பெருகச்செய்தது, அந்த கண்ணீரின் வெதுமையை காந்தி புரிந்திருக்க கூடும், அவர் மெதுவான குரலில் சொன்னார்.

உன்னை போல ஆயிரமாயிரம் இந்திய பெண்கள் சொல்ல முடியாத வேதனைகளில் அழுது கொண்டிருக்கிறார்கள், அம்மா உங்களை போன்றவர்களுக்கு அந்த கடவுளால் மட்டுமே ஆறுதல் தர முடியும், ஒன்று மட்டும் சொல்வேன், எனது மனஉறுதியும், போராட்ட குணமும் பெண்களிடம் இருந்து நான் கற்றுக் கொண்டது, உன்னை என் மகளைப் போலவே நினைக்கிறேன், இது நம் அனைவருக்குமான வீடு, உன் விருப்பமான நாள் வரை நீ இங்கே இருக்கலாம், ஆனால் சொகுசாக இங்கே வாழமுடியாது, வேலை செய்ய வேண்டும், சமூக சேவை செய்ய வேண்டும், நோயாளிகளுக்கு மருந்திட வேண்டும், உன்னால் முடியுமா?

பாபுஜியின் ஒரு சொல்கூட அம்மாவிற்கு புரியவில்லை, ஆனால் அவள் அத்தனைக்கும் சம்மதம் தெரிவித்து தலை அசைத்தாள், பாபுஜி சிரித்தபடியே வா மகளே பிரார்த்தனையுடன் நாளை துவங்குவோம் என்று அழைத்துக் கொண்டு போனார்.

அப்படிதான் அம்மா வார்தா ஆசிரமத்திற்குள் நுழைந்தாள், அம்மா எங்கே போனாள் என்று அப்பா தேடவேயில்லை, அவ்வளவு கோபம், ஒடுகாலி நாய் என்று திட்டியபடியே அவர் குழந்தையை வளர்ப்பதற்காக தனது சகோதரி வீட்டில் ஒப்படைத்துவிட்டு அம்மாவை மறந்தே போனார்.

இரண்டரை மாதகாலம் அம்மா காந்தி ஆசிரமத்தில் வாழ்ந்திருக்கிறாள், காந்தியின் அருகாமை அவளுக்கு நிறையக் கற்றுதந்திருக்கிறது, அவளது செயல்களில் பேச்சில், பார்வையில் காந்தியின் மென்மை கலந்துவிட்டிருக்கிறது, அம்மா தொழுநோயாளிகளுக்கு சிகிட்சை தரும் செவிலியாக வேலை செய்திருக்கிறாள், மீராபென். அம்மாவிற்கு ஆங்கிலம் கற்றுதந்திருக்கிறாள். ஒருநாள் அம்மாவும் மீரா பென்னும் கோல்வாடா என்ற ஊரில் உள்ள தேவாலயத்திற்குப் போன போது மீரா பென் அங்கிருந்த பியானோவில் பீதோவனின் உன்னத சங்கீதம் ஒன்றினை வாசித்து கேட்கையில் அம்மா அழுதிருக்கிறாள், மீரா பென் அம்மாவின் கைகளை பற்றிக் கொண்டு பீதோவன் இசையின் கடவுள், காந்தி சேவையின் கடவுள் என்று சொல்லியிருக்கிறாள், அம்மா அங்கிருந்த இரண்டரை மாதங்களில் ராட்டை நூற்கவும் ஆசிரம நடைமுறைக்கும் பழகிவிட்டிருந்தாள்.

ஆசிரமத்தில் நாலரை மணிக்கு எழுந்து கொள்ள வேண்டும், நாலேமுக்காலுக்கு பிரார்த்தனை, ஐந்தே கால் மணி முதல் ஒரு மணி நேரம் படிப்பு, அதன் பிறகு ஆறரை முதல் ஏழரை வரை சமையற்பணிகள், பாத்திரங்களை துலக்குவது, எட்டு மணிக்குள் காலை உணவு, அதன்பிறகு தோட்டவேலை, மருத்துவ சேவை பனிரெண்டு மணிக்கு மதிய உணவு, சாப்பிட்ட பாத்திரங்களை தானே கழுவி வைக்க வேண்டும், அதன்பிறகு ஒய்வு, பின்பு இரண்டரை முதல் ராட்டை நூற்பது, மீண்டும் படிப்பு, கூட்டுவிவாதம், சில சமயங்களில் சொற்பொழிவு நடைபெறும், மாலை ஐந்தரை மணிக்குள் இரவு உணவு முடிந்துவிடும், சூரியன் அஸ்தமனம் ஆனதும் இரவு பிரார்த்தனை துவங்கிவிடும், பிறகு பரஸ்பரம் பேசிக் கொள்வது, சில வேளைகளில் இசை கேட்பது நடக்கும், ஒன்பது மணிக்கு உறங்கிவிடுவார்கள்

இந்த ஒழுங்கும் எளிமையும் அம்மாவின் மனதை முற்றிலும் மாற்றியிருந்தன, அம்மா தனக்கு கடந்த காலமென ஒன்று

இருந்ததை மறந்து போயிருந்தாள், ஒரு நாள் அம்மா காந்தியின் அறைக்குள் தேசாய் கொடுத்து அனுப்பி கடிதம் ஒன்றினை கொடுக்கச் சென்ற போது பார்த்தாள், காந்தி இரண்டு கிளிஞ்சல்களை தனது மேஜையில் காகிதம் பறந்து போகாமல் வைத்திருந்தார்.

பாபுஜி இந்த கிளிஞ்சல்கள் அழகாக இருக்கின்றன என்று சொன்னாள்

அதற்கு அவர் இவை போர்பந்தரில் உள்ள கடற்கரையைச் சேர்ந்தவை, சிறுவயதில் இருந்தே இந்த கிளிஞ்சல்களை கூட வைத்திருக்கிறேன், இந்த கிளிஞ்சல்களை என்னோடு லண்டனுக்கு கொண்டு சென்றிருந்தேன், இவை தான் எனது துணை, இன்றுவரை இவை என் ஊரை, அதன் நினைவுகளை என்னோடு மௌனமாக பகிர்ந்து கொண்டிருக்கின்றன, ஒவ்வொரு மனிதனும் தனது கடந்தகாலத்தினை நினைவுபடுத்தும் ஒரு பொருளை தன்னோடு எப்போதும் வைத்துக் கொண்டிருக்கிறான், அதன் மகத்துவம் மற்றவர்களுக்குப் புரியாது என்று சொல்லி சிரித்தார்.

பின்பு ஒரு நாள் அப்பா, சீனுவாச மாமாவுடன் வார்தா ஆசிரமத்திற்கு வந்து சேர்ந்திருந்தார், அவர்களுடன் ஊருக்கு போக மறுத்த அம்மாவை பிடிவாதமாக அப்பாவும் சீனுவாச மாமாவும் அழைத்துக் கொண்டு போனார்கள், அம்மா ஆசிவாங்குவதற்காக பாபுஜியிடம் போனாள்.

காந்தி அமைதியான குரலில் சொன்னார்.

குடும்ப அமைப்பிற்குள் உள்ள வன்முறையை என்னால் மாற்றவே முடியவில்லை, தோற்றுப்போன மனிதனாகவே என்னை உணருகிறேன், பெண்களின் முழுமையான பங்களிப்பும் ஆதரவும் இல்லாமல் இந்தியாவில் எந்த பெரிய மாற்றத்தையும் ஏற்படுத்திவிட முடியாது என்பதை உணர்கிறேன், ஒரு தாய் மகளிடம் சொல்வதை போலவே சொல்கிறேன், நெருக்கடிக்குள் வாழ்வது ஒரு சவால், அதை எதிர்கொண்டே ஆக வேண்டி யிருக்கிறது, இந்த சேவகனிடம் உன்னைப் போன்ற தூய உள்ளம் கொண்ட பெண்ணுக்கு தருவதற்கு வேறு எந்த ஆலோசனையும் இல்லை, ஆனால் நீயும் மற்றவர்களும் எனது செயல்பாடுகளின் மீது உருவாக்கி வைத்துள்ள நம்பிக்கையில் நான் என்றும் உறுதியாக இருப்பேன், இந்த நம்பிக்கையை

ஏற்படுத்தி தந்தவர்களில் நீயும் ஒருத்தி என்பதால் உனக்கு நன்றி கூறுகிறேன்.

அம்மா அழுதாள், முதல்நாள் பாபுஜியை பார்த்தபோது அழுததை விடவும் பலமாக அழுதாள், பாபுஜி அமைதியாக அவளைப் பார்த்துக் கொண்டிருந்தார், அம்மாவை அப்பா இழுத்துக் கொண்டு ஊருக்கு ரயிலேறிய இரவில் அப்பா ஒரு வார்த்தை கூட பேசவில்லை, ஊருக்கு வந்தபிறகு காந்தியை தேடி ஓடியதற்காக, அம்மாவின் கையை முறித்தது அப்பா தந்த தண்டனையாக இருந்தது.

★ ★ ★

நடந்த எல்லாவற்றையும் சொல்லிவிட்டு முடிவில் அம்மா சொன்னாள்.

லட்சுமா, ஏதோ நான் ஒருத்திக்கு இது அதியசமாக நடந்த சம்பவம் என்று நினைக்காதே, இதே அனுபவத்திற்கு உள்ளான பலநூறு பெண்கள் இருக்கிறார்கள், அவர்கள் காந்தியை மறக்கவேயில்லை, அவர்களுக்குள் காந்தி எப்போதும் ஒளிர்ந்து கொண்டேதானிருக்கிறார்.

வீடு திரும்பி வரும்வரை அம்மா காந்தியை நோக்கி போனதை விடவும் அப்பா அம்மாவை மிக மோசமாக நடத்தியது என்னை உறுத்திக் கொண்டேயிருந்தது, இதற்கு நான் மன்னிப்பு கேட்கலாமா என்று நினைத்தேன், இறந்து போன ஒருவர் மீதான கசப்புணர்வை எப்படி போக்கிக் கொள்வது என்று எனக்கு தெரியவில்லை.

அம்மாவும் ராகேலும் அன்றிரவு ஒன்றாக டிவியில் ஏதோவொரு தமிழ்படம் பார்த்து சிரித்துக் கொண்டிருந்தார்கள், அந்த அந்நியோன்யம் ஏனோ எனக்கு மிகவும் பிடித்திருந்தது.

அன்றிரவு படுக்கையில் ராகேலிடம் கேட்டேன்.

உனக்கு காந்தியை பிடிக்குமா?

இந்தியர்கள் காந்தியை காரணம் இல்லாமலே வெறுக்கிறீர்கள், அது ஒரு சிண்ட்ரோம், காந்தியைப் பலநேரங்களில் ஒரு டஸ்ட்பின் போல உபயோகிக்கிறீர்கள், அது எனக்கு மிகவும் வருத்தமளிக்கிறது என்றாள்.

ஏன் அப்படி சொல்றே என்று கேட்டேன்.

ராகேல் சொன்னாள்.

நான் காந்தியை அதிகம் வாசித்ததில்லை, ஆனால் காந்தியின் புகைப்படத்தை பார்க்கும் போது ஏதோவொரு ஈடுபாடு உண்டாகிறது, களங்கமில்லாத காந்தியின் சிரிப்பை பாருங்கள், இப்படி சிரிக்க முடிந்த ஒரு மனிதன் நிச்சயம் உயர்வான வாழ்வையே வாழ்ந்திருப்பான் என்று உறுதியாக சொல்வேன், அவரைப்பற்றி நான் கேள்விப்பட்ட ஒன்றிரண்டு தகவல்களே அவரை என் விருப்பத்திற்குள்ளாக போதுமானதாக இருந்தது, ஒருவரைப்பற்றி நிறைய தெரிந்து கொள்ளும்போது அவரை உள்ளூற நமக்கு பிடிக்காமல் போய்விடுகிறது என்பது தான் உண்மை, காந்தி என்வரையில் ஒரு தூரத்து நட்சத்திரம் போல, அதன் ஒளி தான் என்னை வசீகரிக்கிறது, நெருங்கிச் சென்று அதை ஆராய்ச்சி செய்ய எனக்கு விருப்பமில்லை.

நான் ராகேலை கட்டிக் கொண்டேன்.

பெண்கள் காந்தியை வேறுவிதத்தில் அணுகுகிறார்கள், ஆழமாக புரிந்து கொள்கிறார்கள் என்பது மறுபடியும் நிருபணம் ஆனது போலிருந்தது.

மறுநாள் அம்மாவிடம் நான் காந்தியின் சுயசரிதை படிக்க விரும்புகிறேன் நூலகத்தில் இருந்து எடுத்து வாருங்கள் என்று சொன்னேன்.

அம்மா சிரித்தபடியே சொன்னாள்.

வேகமாக காந்தியை நோக்கி வருகிறவர்கள், வேகமாக வெளியேறிப் போய்விடுவார்கள்.

நானும் சிரித்தேன், அம்மா காந்தியின் சத்திய சோதனையை நூலகத்தில் இருந்து கொண்டுவரவில்லை, லண்டனுக்கு வந்து இருந்து திரும்பிய ஆறேழு மாதங்களுக்குப் பிறகு ஒருநாள் போனில் பேசும் போது அம்மாவிடம் சொன்னேன்.

வார்தாவிற்கு ஒரு முறை போய்வர வேண்டும் நீயும் எங்களுடன் வரவேண்டும் என்று தோன்றுகிறது.

உதிர்ந்த சிறகு பறவையோடு மீண்டும் ஒட்டுவதில்லை என்ற கவிதை வரி நினைவிற்கு வருகிறது என்றாள்.

காந்தி இல்லாத ஆசிரமத்திற்கு வருவதற்கு தயக்கமாக இருக்கிறதா என்று மறுபடி கேட்டேன்.

முறிந்த எனது கை ஒவ்வொரு நாளும் காந்தியை நினைவுபடுத்திக் கொண்டுதானிருக்கிறது, வார்தாவிற்கு போய் நினைவுகளை புதுப்பிக்க வேண்டிய அவசியமில்லை என்றாள் அம்மா.

அம்மா பேசி சம்மதிக்க வைக்க முடியாது என்பதால் அந்த திட்டத்தை கைவிட்டேன், ஆனால் அம்மா இறந்து போன பிறகு ராகேல் அதை மறுபடியும் நினைவூட்டினாள்.

லட்ஸ், உன் அம்மாவிற்காக நாம் ஒருமுறை வார்தாவிற்கு போய்வருவோம், கடந்த காலத்தை நினைவுபடுத்த ஏதாவது ஒன்று தேவையாக தானே இருக்கிறது.

அப்படித்தான் நானும் ராகேலும் வார்தாவிற்கு வந்து இறங்கினோம், இங்கே வந்து இறங்கிய நிமிசம் முதல் அவள் பரபரப்பாக புகைப்படங்களை எடுத்துக் கொண்டிருந்தாள்.

இது தான் வார்தா ஆசிரமம் என்பதை என்னால் நம்பவே முடியவில்லை, காந்தி ஆசிரமத்தை ஏன் இப்படி கைவிடப்பவர்களுக்கான ஆசிரமம் போல வைத்திருக்கிறார்கள், இங்கே உற்சாகமான செயல்பாடுகள் எதையும் காணமுடியவில்லையே.

அங்கே தங்கியருப்பவர்கள், வந்து போகிறவர்கள் ஒருவரிடமும் காந்தியின் மீதான ஈர்ப்பு துளியுமில்லை, அது ஒரு புகலிடம் போலவே இருந்தது.

மாலை வரை நானும் ராகேலும் வார்தாவில் இருந்தோம், இரவு புறப்படும் போது ராகேல் சொன்னாள்.

உண்மையில் இந்தியர்கள் விசித்திரமானவர்கள், அவர்கள் எதை நேசிக்க விரும்புகிறார்களோ, அதற்கு எதிராகவே செயல்படுகிறார்கள், இந்தியர்களின் பிரச்சனை காந்தியை அவர்களால் இன்னமும் புரிந்து கொள்ளமுடியவில்லை என்பதே, அவர்களுக்கு இப்படி ஒரு அதிசயம் எப்படி சாத்தியமானது என்று வியப்பாக இருக்கிறது, உண்மையில் காந்தியின் செயல்பாடுகள், எண்ணங்கள் நமது பலவீனங்களை.,

குறைபாடுகளை, மனசாட்சியை கேள்விகேட்கிறதே என்று பலருக்கும் கோபமாக இருக்கிறது, இன்றைய இளைஞர்களுக்கு காந்தி ஒரு விளையாட்டு பொம்மை, அவர்கள் உதைத்து விளையாட விரும்பும் ஒரு கால்பந்து, அவர்களுக்கு புதிராக இருப்பது எவ்வளவு உதைத்தாலும் இந்தப் பந்து திரும்பத் திரும்ப அதன் இயல்பிற்கு வந்துவிடுகிறதே என்பது தான்.

இளம் இந்தியன் ஒவ்வொருவனும் தன் மனதிற்குள் காந்தியைக் கொல்ல விரும்புகிறான், ஆனால் அது எளிதான ஒன்றில்லை, அந்த தோல்வி அவனை கசப்பிற்குள்ளாக்குகிறது, அவரை கடந்து செல்ல ஒருவழி தானிருக்கிறது, அவரை புனிதமாக்கிவிடுவது, அவரை அதிமனிதாக்கிவிடுவது, அதை வெற்றிகரமாகவே செய்திருக்கிருக்கிறீர்கள், காந்தி இன்று வெறும் பிம்பமாக, சிலையாக மட்டுமே இருக்கிறார், அவரது குரலை இந்த தலைமுறையினர் கேட்டதில்லை, ஒருமுறை அவரது குரலை கேட்டுப்பாருங்கள், எப்படி சொல்வது, தற்செயலாக ஒரு நாள் இணையத்தில் அவரது குரல் பதிவு ஒன்றினை கேட்டேன், என்னால் முழுமையாக கேட்கமுடியவில்லை, கண்ணீர் பெருக்கெடுத்துவிட்டது ஹி இஸ் இம்பாசிபிள், எப்படி சொல்வது என்று தெரியவில்லை, ஹி இஸ் ப்யூர், ஹி டச் அவர் ஹார்ட்.

அந்த மனிதர் என்ன சொல்கிறார் என்பது முக்கியமில்லை அவர் எதைச் சொல்லும் போதும் அதில் வெளிப்படும் பரிவும் தன்னமல்லமற்ற தூய்மையான எண்ணமும் தான் அவரை பிடிக்க செய்கிறது, சிலவேளைகளில் அவர் எனது தந்தையைப் போல இருக்கிறார், சில வேளைகளில் அவர் நாளை பிறக்க போகிற எனது பிள்ளையைப் போல இருக்கிறார், இதற்கு மேல் என்னால் சொல்லமுடியவில்லை

என்று அமைதி அடைந்தாள், ஆனால் அவளிடம் ஆழமான பெருமூச்சு வெளிப்பட்டது.

அந்த நிமிசம் நான் ராகேலிடமிருந்து எனக்கான காந்தியை உருவாக்கிக் கொள்ள துவங்கினேன், காந்தியை உதைத்து விளையாட விரும்புகிறவர்களில் நானும் ஒருவனாகவே இருந்தேன், காந்தியை வெறுத்தேன் என்று சொல்ல முடியாது,

ஆனால் காரணம் இல்லாமல் காந்தியை விலக்குகின்ற பல்லாயிரம் மனிதர்களில் ஒருவராக இருந்தேன், காந்தியை நெருங்கிச் செல்வதற்கு தான் ஈடுபாடு தேவை, வெறுப்பதற்கு எவ்வளவோ காரணங்கள் முன்னதாக உருவாக்கி வைக்கபட்டிருக்கின்றன.

இந்தியாவில் இவ்வளவு மோசமான வசைகள், அவதூறுகள், தூஷணைகளை சந்தித்த மனிதர் வேறு யாராவது இருக்க கூடுமா என்ன, அப்படியிருந்தும் காந்தியின் வசீகரம் குறையவே யில்லை, ஒருவேளை காந்தியை வெறுப்பது என்பது அவரை நேசிக்கச் செல்வதற்காக ஒரு பயிற்சி தானோ என்னவோ.

அந்தரங்கமாக ஒருவன் தனது மனதினுள் ஆழ்ந்து போனால் அவன் காந்தியின் நெருக்கத்தை உணரவே செய்வான், அவனால் காந்தியை வெறுக்கமுடியாது, அப்படி வெறுப்பதாக நடிப்பதற்கு தனக்குள்ளாக மன்னிப்பு கேட்டுக் கொள்வான், ஆனால் வெளியுலகிற்கு காந்தியை வெறுப்பவர்கள் தேவைப்படுகிறார்கள், அது காந்தியின் காலத்தில் இருந்தே தொடர்ந்து கொண்டுதானிருக்கிறது.

காந்தி ஒரு தூய்மையான காற்று, அது எப்போது உக்கிரம் கொள்ளும், எப்போது தணிவு கொள்ளும் என்று தெரியாது, ஆனால் அதன் வேகத்தில் தூசிகள், குப்பைகள் அடித்து கொண்டு போகப்படும் என்பது உண்மை தானே.

ஏதேதோ யோசனைகளுடன் நான் வாங்கியிருந்த சத்தியசோதனை நூலை பயணத்தில் வாசிக்கத் துவங்கி யிருந்தேன், அதன் பிறகு இரண்டுவாரங்கள், மதுரை காந்தி ம்யூசியம், போர்பந்தர், சபர்மதி, டெல்லி என்று சுற்றிவிட்டு மீண்டும் லண்டன் திரும்பியிருந்தேன்

திடீரென காந்திய நூல்களாக எனது வீட்டில் நிரம்பத் துவங்கின, காந்தியைப்பற்றி பலரிடம் நான் பேசவும் விவாதிக்கவும் துவங்கினேன், ஒருநாள் ராகேல் என்னிடம் சொன்னாள்

லட்ஸ் நீ காந்தியை வழிபட ஆரம்பித்திருக்கிறாய், வழிபடுதல் பரிசோதனைக்கான முறையில்லை, அவரை புரிந்து கொள்ளவும் அது போல வாழவும் முயற்சி செய், உன் அம்மாவைப் போல.

காந்தி தனது புத்தகத்திற்கு The Story of My Experiments with Truth என்று பெயரிட்டிருக்கிறார், Experiment என்பது வெறும் சொல் கிடையாது, அது ஒரு, செயல்பாடு, அறிவியல்பூர்வமான வேலை, காந்தி என்ற மனிதனுக்குள் ஒரு விஞ்ஞானியிருக்கிறார், அவர் தொடர்ந்து மனிதனை ஆராய்ந்து கொண்டேயிருக்கிறார், இந்தியர்கள் பொதுவில் உடலை மர்மபடுத்தவே விரும்புகிறார்கள், அப்படி நடந்து கொள்ளாத முதல் இந்தியனாக காந்தியை மட்டுமே கருதுகிறேன்.

காந்தி கைத்தடியை ஊன்றி நடப்பதில்லை, கையில் அதை துணையாகத் தான் வைத்திருக்கிறார், அவருக்கு கைத்தடி என்பது வேகத்தை அதிகப்படுத்தும் ஒரு கருவி.

லட்ஸ் இருப்பை விட இன்மை தான் அதிகம் நினைவுகளை தூண்டிவிடுகிறது, காந்தி விஷயத்தில் அது தான் இப்போது நடந்து கொண்டிருக்கிறது என்று சொல்லிச் சிரித்தாள்.

அந்த சிரிப்பின் ஊடாக அம்மாவின் புன்னகையும் சேர்ந்து வெளிப்படுவதாகவே எனக்குத் தோன்றியது, அவளை இறுக்கி கட்டிக் கொண்டேன்.

◆

காந்தி

● அசோகமித்திரன்

அன்று காபி அவனுக்கு மிகவும் கசப்பாக இருந்தது. கசப்பு அவனுக்கு என்றுமே பிடித்தமானதொன்று. பத்து நண்பர்களோடு இருக்கும்போதுகூட 'பத்து கப், ஒன்றில் மட்டும் சர்க்கரை இல்லாமல்' என்று அவன்தான் காபி கொண்டு வருபவனிடம் கூறுவான். அந்தக் காபியைக் குடிப்பதில் ஆரம்ப நாட்களில் இருந்த பெருமை விலகிப் போய், அதுவே பழக்கமாகப் போய்விட்டு வெகு நாட்களாகியும், அன்றுதான் காபியின் கசப்பை கசப்பாக, ருசிக்கத்தக்கதல்லாததாக உணர முடிந்தது. 'சர்க்கரை கொண்டு வா' என்று சொல்லத் திடமில்லாமல் கோப்பையில் பாதிக்கு மேல் காபியிருக்க அவன் அதை ஒதுக்கி விட்டு நாற்காலியில் சாய்ந்து கொண்டான். அந்த ஹோட்டலிலும் மின் விசிறிகளை ஓட வைப்பதை நிறுத்தி வெகு நாட்களாகிவிட்டன. அவன் சட்டையின் பொத்தான்களை அவிழ்த்துக்கொண்டு ஊதிக் கொண்டான். மார்பின் மேல் காற்று கசப்பாகப் படிந்து மறைந்தது.

உள்ளிருக்கும் கசப்புத்தான் வெளியிலும் கசப்பாக உணர்வளிக்கிறது என்று அவனுக்குத் தெரியாமலில்லை. உண்மை கசப்பானது, உண்மை கசப்பானது என்று நண்பர்களுடன் விவாதிப்பதையே மிக முக்கியமானதாக, அர்த்தம் பொருந்தியதாக, வாழ்வே அதில்தான் மையம் கொண்டிருக்கிறது என்பது போன்ற மனநிலை கொண்டுவிட்ட

இந்த ஏழெட்டு வருட காலத்தில் பல நூறு முறை அவன் அதைக் கூறியிருப்பான். உண்மை கசப்பானது என்று யாராலோ எந்தச் சந்தர்ப்பத்திலோ கூறப்பட்டாலும் அவர்கள் அவனைப் பார்த்து ஒரு முறை கண் சிமிட்டும் அளவுக்கு அவன் உண்மை கசப்பானது என்ற வாக்கியத்துடன் இணைக்கப்பட்டிருந்தான். அதில் அவனுக்கு முதலில் சங்கோசமிருந்து பின் சங்கடமிருந்து, அதன் பின் பெருமையிருந்து, அதற்குப் பின்னால் அது சம்பிரதாயமான கிட்டத்தட்ட உணர்வேயெழுப்ப இயலாத, செத்த அசைச் சொல்லாகவும் போய் விட்டிருக்கும் என்ற நேரத்தில் அவன் கசப்பை மனதில், உடலில், வாயில், காபியில் உணர வந்திருப்பதை நினைக்க, அந்த நினைப்பைத் தடுக்க இயலாமல் போன தன் நிலையை எண்ணி மேலும் மாய்ந்து போனான்.

இவ்வளவிற்கும் அவனைப் பற்றிப் பொய்யைப் பரப்பித் திரிபவன் அவனுடைய நண்பன். 'திரிபவன்' என்று நினைத்து விட்டோமே என்று வருத்தம் கொண்டான். அவனைப் பற்றி பொய்யை ஒருவரிடத்தில், ஓரிடத்தில் மட்டும் அவன் நண்பன் கூறியிருந்தால் அந்த நண்பனையே நேருக்கு நேர் பார்த்துக் கேட்டுவிடலாம். ஆனால் அதற்கு இடம் கொடுக்காமல் அந்த நண்பன் பலரிடத்தில், பல சந்தர்ப்பங்களில் பொய்யை, பல பொய்களைக் கூறியிருக்கிறான். தீர்மானமாக, முன் திட்டத்துடன், துவேஷத்துடன் கூறியிருக்கிறான். இன்னமும் கூறி வருகிறான். இனியும் அந்த நண்பனைப் பார்த்து அதுபற்றிக் கேட்க முடியாது, கேட்க வேண்டியதில்லை. அந்தப் பொய்களைத் தான் நம்புகிறான் என்னும் அளவுக்கு அந்த நண்பன் நடந்து கொண்டு வருகிறான். அபிப்ராயங்கள் பற்றிச் சந்தேகம் கொண்டு, சந்தேகம் கொள்ள வைத்துப் பேசலாம், விவாதிக்கலாம், மாற்றிக் கொள்ளலாம், மாற்ற வைக்கலாம். ஆனால் நம்பிக்கைகளை மாற்ற முடியுமா?

அவனுக்கு அவனைப் பற்றிப் பொய்கள் வெளியில் உலவுகின்றன என்பதில்கூட அவ்வளவு துக்கம் ஏற்படவில்லை. ஆனால் அந்த நண்பனால் அவை உலவவிடப் படுகின்றன என்பதுதான் சித்ரவதையேற்படுத்தியது. நண்பன்! எப்பேர்ப்பட்ட நண்பன்.

ஒருகணம் எல்லா வேதனையும் மறந்து அந்த நண்பனைப் பற்றிய ஒட்டுமொத்தமான உணர்வில் தன்னை பற்றிய நினைவும் மறைய லயித்தான். அவர்கள் இருவரின் உறவு நான்கு மாதங்களுக்கு மேற்பட்டதில்லை. நான்கே மாதங்கள். தன்னைப் பிறப்பிக்க அம்மா, அப்பா; தன்னோடுகூடப் பிறந்தவர்கள்; சந்தர்ப்ப சூழ்நிலையானாலும் தன்னிச்சை காரணமாகவும் பள்ளி நாட்களில் ஏற்பட்ட எண்ணற்ற நண்பர்கள்; உறவுகள்; நான்காம் படிவத்தில் டபிள்யு. எச். ஹென்லியின் 'இரவிலிருந்து' என்னும் கவிதையை ஒரு தரிசனமாக மாற்றிக் கற்றுக்கொடுத்த ஆங்கில மொழி ஆசிரியர்; எவ்வளவோ மாதங்கள் புரியாத முடிச்சாக இருந்த கால்குலஸ் இண்டெக்ரேஷன் அடிப்படையை ஒரு வலுவிழந்த நொடியில் தனக்குப் பிரகாசமாக்கிய கணிதப் பேராசிரியர்; நன்றாகத் தூக்கியெறியப்பட்டு மெதுவாகக் கீழிறங்கும் சுழற் பந்தைத் தவறாமல் கவர் – டிரைவ் செய்யப் பாதங்களை நகர்த்திக் கொள்ளக்கற்றுக் கொடுத்த கிரிக்கெட் வைஸ் காப்டன்; தன்னுடைய அழுக்குப் படிந்த ஷர்ட்களையும் டிரௌசர்களையும் பச்சைக் குழந்தையைக் கையாளுவது போல நல்ல வெயில் நேரத்திலும் பொறுமையாகக் கிணற்றடியில் சோப்புப் போட்டு அலசி உலர்த்தும் அவன் தங்கை; இப்படி இன்னும் எவ்வளவோ பேர்கள் எவ்வளவோ ஆண்டுகளாக அவன் மனத்தில், அவன் பிரக்ஞையில் ஆழ்ந்து போயிருந்த போதிலும் அந்த நண்பன், நான்கே மாதங்கள் முன்பு ஏற்பட்ட நண்பனுக்கு அவனுடைய முழு ஜீவித இயக்கத்தையும் அர்ப்பணம் செய்திருந்தான். நண்பர் வட்டமே முழு உலகமும் என்றிருந்த அந்த வயதில், அந்த நண்பர் வட்டத்திலும் அந்த நண்பனே முழு வியாபகமும் என இருந்த நேரத்தில் தன் பிரக்ஞையே சிதறிப் போகிற விதத்தில் அந்த நண்பன் தோற்றம் கொண்டு விட்டான். தோற்றம் என்றால் என்ன?

சளசளவென்று பேசிக்கொண்டு காலைத் தேய்த்துத் தேய்த்து நடப்பதால் உண்டாகும் அளவு மீறிய செருப்புச் சப்தத்துடன் மூன்று இளைஞர்கள் அந்த ஹோட்டலுக்குள் நுழைந்தார்கள். வேண்டுமென்றே செய்கிறார்கள் என்றுகூடத் தோன்றும் முறையில் நாற்காலிகளைத் தடாம் முடாம் என்று நகர்த்தி ஒரு மேஜையைச் சுற்றி உட்கார்ந்தார்கள். அவர்களில் ஒருவனின் தலை மயிர் நீண்டு வளர்ந்து கழுத்துக்குப் பின்னால்

ஷர்ட் காலரைத் தொட்டுப் புரண்ட வண்ணமிருந்தது. இப்போது எல்லோரும் தலைமயிரை நீளமாக வளர்த்துக் கொள்கிறார்கள். ஆனால் எல்லோருக்கும் கழுத்துக்கு அடியில் உள்பக்கமாக மயிர் தானாகச் சுருண்டு கொள்வதில்லை. அவனுடைய நண்பன் முடி அப்படித்தான் சுருண்டு கொண்டிருக்கும். அவனை முதன் முதலாகச் சந்தித்த தினத்தன்றுகூடப் பேச்சு எது எதிலோ சென்று தலைமுடி பற்றி ஒருகணம் சுழன்றபோது அந்த நண்பன் பெருமையடித்துக் கொண்டான். அன்றிரவு மற்ற நண்பர்கள் நேரமாகிவிட்டது என்று ஒவ்வொருவராகச் சென்றுவிட்ட பின் அவர்கள் இருவரும்தான் வீட்டு மொட்டை மாடியில் உட்கார்ந்து பேசிக் கொண்டிருந்தார்கள். அறிமுகமான முதல் நாள் என்ற உணர்வே இருவருக்கும் தோன்ற முடியாத வண்ணம் அந்த நண்பன் தொடர்ச்சியாகவும் முழு ஈடுபாடுடனும் பேசிக் கொண்டிருந்தான். அவன் எதைப் பற்றிப் பேசினாலும், அவன் பேசுவது மிகவும் அபத்தமானதாக இருந்தாலும், முழு மூச்சோடும் மனித சம்பாஷணையில் சாத்தியமான அதிக பட்ச ஆர்வத்துடனும் பேசிக்கொண்டிருந்தான். இவன் அந்த நண்பன் பேசும் விஷயங்களைக் காட்டிலும் அவனுடைய பேச்சு வெளிப்பாடு விதத்தில் லயம் கொண்டு தலையசைத்துக் கொண்டிருந்தான். அந்த இடத்தில் அவர்கள் உட்கார்ந்திருந்த நிலையில் அப்போது ஆகாயத்தில் தத்தளித்துக் கொண்டிருந்த நட்சத்திரங்களும் வேறு சில வீடுகளின் மாடிப் பகுதிகளும் மட்டும் நிழலாகப் பார்வையில் தெரிந்தன. அப்போது அந்த நண்பன் சட்டென்று “அதோ பார்” என்றான். அது எதிர்வீட்டு மொட்டைமாடி. அங்கே யாரோ ஒரு பையன் ஒரு சிம்னி விளக்கு உதவியில் பரிட்சைக்குப் படித்துக்கொண்டிருக்க வேண்டும். விளக்கு இவர்கள் இருந்த இடத்தில் தெரியவில்லை. அந்தப் பையன் எழுந்திருக்கிறான். சிம்னி விளக்கின் மங்கல் ஒளி ஒருகணம் பையன் முகத்தில் விழுந்தது. அந்த ஒருகணத்தில் கோடிகணக்கான மைல் தூரத்தில் நட்சத்திரங்கள் சிறு புள்ளிகளாக மின்னிக் கொண்டிருக்கும் கருநிற வானப் பின்னணியில் சுமார் இருபது முப்பது அடி தூரத்தில் அந்தப் பையனின் முகத்தின் ஒரு பகுதி மட்டும் சிம்னி விளக்கு ஒளிவிழுந்து ஆகாயத்தில் சஞ்சரிக்கும் தேவதை போல – அப்படித் தேவதைகள் இருக்குமானால் பூமியின் எண்ணற்ற

ஸ்தூல சக்திகளால் கட்டுப்பட்டிருக்கும் மனித உணர்வை, மனிதக்கற்பனையை, உள்மன எழுச்சியை, எல்லைக்கடங்கா அகண்ட வெளியில் இழுத்துச் செல்லும் தேவதை போலக் காட்சியளித்தது. அந்த ஒரு கணம் அப்பையனின் முகம் சாந்தத்தில், அமைதியில், அழகில், பரிசுத்தத்தில் தெரிந்தது தெரியாததான இலட்சிய மனிதப் பிறவிகள் யாவரையும் ஒரு நொடியில் பிரகாசப்படுத்திப் போவது போல இருந்தது. அந்தப் பையன் விளக்கை எடுத்துக் கொண்டு கீழே இறங்கிப் போய்விட்டான். நண்பன் பேசுவதை நிறுத்திவிட்டு வெகுநேரம் சிலைபோல உட்கார்ந்திருந்தான். அவன் லயம் கலைந்து ஒரு முறை பெருமூச்சு விட்டவுடன் இவன், "நீ சாப்பிட்டுவிட்டு இன்றிரவு இங்கே இருந்து விடேன்," என்றான். சிறிது நேரம் முன்பு வரை ஆவேச இயக்கத்தின் உருவமாக இருந்த நண்பன் இப்போது எதிர்ப்பே சாத்தியமில்லாதவனாக மாறியிருந்தான். இரவு உணவு முடித்துவிட்டு இருவரும் மீண்டும் மாடிக்கு வந்தார்கள். ஏனோ இருவருக்கும் பேச விஷயங்களே இல்லாமல் போயிருந்தது. திடீரென்று நண்பன் அழ ஆரம்பித்தான். விம்மி விம்மி அழ ஆரம்பித்தான். இவன் அவனை அணைத்துக் கொண்டான். என்ன காரணம் என்று கேட்கத் தோன்றாமல் அவனை இறுக அணைத்துக் கொண்டான். அந்தச் சோகம் அற்ப சுய நல சோக்கு மன முறிவால் உண்டானதாகத் தோன்றவில்லை. ஒரு மனிதனின் வாழ்க்கைச் சோகமாகவும் தோன்றவில்லை. காலம் காலமாகக் கோடிக்கணக்கில் தோன்றி, உழன்று, மறைந்த மனித குலம் அனைத்திற்குமாக உண்டான சோகமாக இருந்தது. மனிதனின் முதன்மையானதும், மகத்தானதுமான இழப்புக்கு ஏற்பட்ட சோகமாக இருந்தது. மனித இனம் இழந்த பரிசுத்தத்திற்காக உருகி அழித்துக்கொள்ளும் சோகமாக இருந்தது. நண்பன் வெகு நேரம் அழுது ஓய்ந்தபின் அப்படியே படுத்துத் தூங்கிவிட்டான். இவனும் தன் கண்களிலிருந்து தாரை தாரையாகப் பெருகிய கண்ணீரைத் துடைத்துக்கொண்டு படுத்தபடியே வெகுநேரம் ஆகாயத்தைப் பார்த்த வண்ணம் விழித்திருந்தான். அந்த நண்பன், பரிசுத்தத்தின் எல்லையையும் சோகத்தின் எல்லையையும் உணர்வில் எட்டி அந்த மகத்தான அனுபவத்தை இன்னொருவனுக்கும் பகிர்ந்தளிக்கக்கூடிய நண்பன், இப்பொழுது முன் திட்டத்தோடும் துவேஷத்தோடும் ஒருவனைப் பற்றிப் பொய்களைக் கூறிப் பரப்பி வருகிறான்!

அந்த மூன்று இளைஞர்கள் எழுந்து போய்விட்டார்கள். அவர்களை விட ஓரிரு வயதே பெரியவனாக இருக்கக்கூடிய தனக்கு அவர்களை எப்படித் தனியே இளைஞர்கள் என்று அழைக்கத் தோன்றியது என்று எண்ணிக் கொண்டான். ஏன் தன்னால் இப்படி முதுமையுணர்ச்சியோடு சிந்தனையில் விழுந்து கிடக்க முடிகிறது? அவன் எதிரே அந்த அசைவ ஹோட்டலிலும் தனக்கு இடமுண்டு என்று சொல்வது போல் ஒரு காந்திப் படம் புன்முறுவலித்துக் கொண்டிருந்தது. காந்தி! எப்பேர்ப்பட்ட மனிதர்! எவ்வளவு அசாத்தியமான நம்பிக்கைகளும் எதிர்ப்பார்ப்புகளும் கொண்ட அபூர்வப் பிறவி! முப்பது வயதிலேயே முதுமை கொண்ட மனிதர். எங்கோ கடல் கடந்த நாட்டில் தனக்கு நேர்ந்த ஒரு அவமதிப்பை மனித இனத்திற்கே பொதுமைப்படுத்திக் கொள்ளக்கூடிய மன விசாலம் பெற்று இயற்கையின் தன்னிச்சையான அள்ளித் தெளிப்பால் கிடைத்த தோல் நிறத்தாலே கூட ஒரு மனிதன் இன்னொருவனை விட உயர்த்தி எனக் கொள்ளக்கூடிய எந்தவித நியாயவாதத்திற்கும் உட்பட முடியாத ஆனால் எவ்வளவோ நூற்றாண்டுகளாக நடைமுறை வாழ்க்கையில் ஒன்றிப் போய்விட்ட சிருஷ்டி விநோதப் பெருமையையும் அகங்காரத்தையும் முற்றிலும் உணர்ந்து, சோகத்தில் தோய்ந்து, அந்தச் சோகத்தின் உந்துதலால் எண்ணற்ற அசாத்தியமான பணிகளில் ஈடுபட்ட மனிதர். அந்த வெள்ளிக்கிழமையன்று மாலை குண்டடிப்பட்டுச் சாகும்வரை சுயசுத்திரிகரிப்புத் தவத்தைத் தவறவிடாதவர். மனித இயல்பின் சபலங்களையும் பலவீனங்களையும் தெள்ளத் தெளிவாக உணர்ந்தவர். அப்படிப்பட்ட மனிதருக்கு மனமுறிவும் ஏமாற்றங்களும் சாத்தியமேயில்லை. ஆனால் அவருடைய கடைசி ஆண்டுகள் கண்ணீரில் உப்பரிக்கப்பட்டவை. அழையா இடங்களுக்கு அவராகப் போய் அவரைக் கேட்காத ஆலோசனைகளையும் அறிவுரைகளையும் அவராகக் கொடுத்து, பிரளயமாகப் பொங்கி வந்தப் பயங்கரக் கேடுகளுக்கு அவரே காரணம் எனத் தோற்றம் கொண்டு மற்றோரையும் நினைக்க வைத்து, தான் கண்டெடுத்து உருவாக்கி வளர்த்துவிட்ட சீடர்களைக் கிழம் ஏன் இப்படி தொல்லை கொடுக்கிறது எனச் சொல்லாமல் சொல்ல வைத்து, தன்னை வணங்கிய ஒருவன் கையாலேயே சாவும்

அடைந்தவர். மனித சிந்தனைத் தொடர்ச்சி தொடக்க காலத் திலிருந்து இன்று வரை ஏற்பட்டுள்ள துன்பியல் காவியங்களில் எது மகத்தானது? இராமன் கதையா? தருமனா? ஈடிபஸ்ஸா? ஒதெல்லோவா, லியர் அரசனா, டாக்டர் ஃபாஸ்டஸ்ஸா? இல்லை, காந்தியல்லவா? களங்கம் நிறைந்த புறவாழ்க்கையை வெறுத்து ஒதுக்காமல் தன் வரையிலாவது சாதிக்க வேண்டும் என்று பரிசுத்தத்தையே நாடிச் சென்ற தீரன் காந்தி அல்லவா?

அவன் காந்தியைப் பார்த்தது கிடையாது. அவன் பிறந்ததே அவர் இறந்து சில ஆண்டுகளுக்குப் பிறகுதான். அவரைப்பற்றி அவன் முதன் முதலில் கேட்டதெல்லாம் அவர் பெயருடன் கூடவே தாத்தா, தாத்தா என்று சொல்லப்பட்டு ஏதோ பல்லுப்போன, உடல் வலுவிழந்த, விவரம் அறியாச் சிறுவர்களுக்கு மட்டும் களிப்பூட்டும் விதூஷக உருவம்தான். ஆனால் அப்படி இல்லை, எண்பது வயதை நெருங்கியபோதும் உலகம் அனைத்துக்கும் பொதுவான, பொருத்தமான பிரச்சினைகளில் முழு மூச்சுடன் தன்னை ஈடுபடுத்திக் கொண்டவர், தனக்கு அந்தரங்கம் என்று எதையுமே வைத்துக் கொள்ளாதவர், ஒரு நாளில் இருபத்திநான்கு மணி நேரத்திலும் தன்னை மற்றவர் பார்வைக்கும் பரிசோதனைக்கும் பாராட்டுக்கும் கண்டனத்திற்கும் வெளிப்படுத்திக் கொண்டவர். தனக்கே கூச்சமேற்படுத்தும் நினைவுகளையும் அனுபவங்களையும் அவரைப் பேர் ஊர் தெரியாதவர்கள் கூட என்றோ எப்போதோ அறிந்து அவரைப்பற்றி விகாரமாக எண்ணிக் கொள்ளக்கூடிய வகையில் ஒப்புதல் வாக்குமூலம் போல சுயசரிதை எழுதியவர், தான் நேற்றிருந்தவனில்லை, ஒவ்வொரு கணமும் மறுபிறவி எடுக்கக் கூடியவன் – மாற்றம் கொள்ளக் கூடியவன் – உயரக்கூடியவன் – என்ற அசைக்க முடியாத நம்பிக்கையில் தான் முன்கணம் களங்கமுற்றதை இந்தக் கணம் பகிரங்கப்படுத்தத் தயங்காதவர், இந்த மனிதர் கடவுளைக் குறிப்பது என்று தான் நம்பிய ஒரு சொல்லை உச்சரித்தபடிதான் தன் இறுதி மூச்சை விட்டார். அவர் கடவுளைக் கண்டாரா? கடவுள்தான் மனித துயரத்தின் எல்லையா? இந்த மனிதரால் எப்படிச் சிரிக்கவும் முடிந்திருக்கிறது?

காபிக் கோப்பை மீது உட்கார வந்த ஒரு ஈயைச் சட்டென்று விரட்டினான். அரைக் கோப்பை அளவு மிஞ்சியிருந்த காபி மீது லேசாக ஏடு பரவ ஆரம்பித்திருந்தது.

இந்த காபியைத்தான் குடிக்கப் போவதில்லையே, ஏன் ஈயை விரட்டினோம் என்று அவனுக்குத் தோன்றியது. ஓர் ஈ எத்தனை நாட்கள் உயிர் வாழ்ந்திருக்கும்? பத்து நாட்கள்? இருபது நாட்கள்? ஒரு மாதம்? அந்தக் குறுகிய கால வாழ்க்கையில் ஒரு கணம், அதன் ஒரு வாய் உணவு, பெரும்பங்கைத்தான் வகிக்க வேண்டும். அவனால் இப்போது சாக்கடையில் கொட்டப்பட இருக்கும் அந்த காபி எத்தனை ஜீவ ராசிகளின் முழு ஜீவித ஆதாரமாக இருக்கக்கூடும்?எவ்வளவு எளிதில் சிருஷ்டி தர்மத்தை, ஓருயிர் தான் வாழவேண்டும் என்று மேற்கொள்ளும் இயக்கத்தை, தன்னால் ஒரு சலனம் கூட இல்லாமல் புறக்கணிக்க முடிகிறது, துஷ்பிரயோகம் செய்ய முடிகிறது? மனிதனுக்கும் மனிதனுக்கும்கூட இப்படித்தானோ? காந்தி இதற்குத்தான் மீண்டும் மீண்டும் தான் ஆங்கிலேயரை வெறுக்கவில்லை, ஆங்கிலேயரைத் துவேஷிக்கவில்லை என்று கூறிக் கொண்டாரோ?

ஆனால் காந்தியை அவனுடைய நண்பன் ஒத்துக்கொண்டதில்லை. காந்தியாலே கூட தனக்கும் தன் நண்பனுக்கும் இப்படிக் குரோதம் தோன்றிவிட்டதோ என்று நினைத்துக் கொண்டான். “காந்தியைப் போல ஒரு அயோக்கியன் மனித சரித்திரத்திலேயே பிறந்ததில்லை. அவனைப் போல் ஒரு மனித இன விரோதி செயல்பட்டதேயில்லை. இன்று சோவியத்தாரர்கள் அவர்களுக்குச் சௌகரியமாயிருக்கிறது என்று அவர்களும் காந்தி பஜனை செய்யலாம். ஆனால் அவனைப் போன்ற ஒரு பாட்டாளி வர்க்கச் சத்ரு உலகத்தில் தோன்றியதே இல்லை” – இவ்வளவு திட்டவட்டமாக, தீவிரமாக, பெயர் ஊர் தெரியாத ஒரு சிறுவன் முகத்தின் பரிசுத்தத் தோற்றத்தில் உள்மன வயப்பட்டு உருகிக் கண்ணீர் வடிக்கவும் கூடிய அவனுடைய நண்பன் கூறியிருந்தான். திரும்பத் திரும்பக் கூறியிருக்கிறான். காந்தியைப் பற்றித் தான் அறிந்ததெல்லாம் அவனுடைய நண்பனும் அறிந்திருக்க வேண்டும். அப்படியிருந்தும் இவ்வளவு நிந்தனையை வெகு எளிதாக மனதின் அடித்தளத் திலிருந்து காந்திமீது சுமத்த முடிகிறது. “எப்படிக் கூறுகிறாய்?” என்று இவன் கேட்டிருக்கிறான்.

“அந்த மனிதனுடைய ஒவ்வொரு செய்கையும் அவன் அயோக்கியன் என்று காட்டுகிறது. ஊருக்கெல்லாம் உபதேசம். தான் செய்வதெல்லாம் அதற்கு நேர் எதிரானது.”

"எப்படி?"

"ஒரு செயல்கூடப் பாட்டாளி மக்கள் நன்மைக்காக என்று கிடையாது. தானும் தன் பனியா இனத்தினரும் நிரந்தரமாக ஏகபோக வர்த்தக ஆதிக்கம் இழக்காமல் இருக்கவேண்டும் என்றுதான் அவன் செயல்பட்டது. ஒருமுறை கூட உண்மையான தொழிலாளிகள் வர்க்கத்துடன் இணைந்துகொள்ளவில்லை மாறாக ஒவ்வொரு தொழிலாளர் கிளர்ச்சியின் போதும் பனியா முதலாளிகள் உடைமைகளையும் நலன்களையுமே பாதுகாக்க விவரமறியா ஏழைகளைப் பலியிட்டிருக்கிறான். சுதேசி இயக்கம் சுதேசி இயக்கம் என்று கூச்சலிட்டதெல்லாம் பனியா மில் முதலாளிகளின் கொள்ளையடிப்பைப் பாதுகாக்கத்தான். ஆங்கிலத் துணி பகிஷ்கரிப்பு பம்பாய் மில்களின் ஏகபோக வர்த்தகத்தை வலுப்படுத்தத்தான். எந்தத் தொழிற்சங்கக் கிளர்ச்சியிலும் தலையிட்டு மில் முதலாளிகளுக்குச் சாதகமாகவே கிளர்ச்சியைத் திசை திருப்பி விடுவதுதான் அவன் நோக்கம். எந்த உண்மையான மக்கள் எழுச்சியும் பண முதலைகளுக்குச் சாதகமாக மாற்றி விடுவதுதான் அவன் ஆயுள் லட்சியம். கை நூற்பு, கைவேலை, சர்வோதயம் என்றெல்லாம் ஏழைகள் என்றென்றைக்கும் ஏழைகளாகவே இருந்து சாவதற்காகச் செய்த தந்திரம். யாரும் ஆங்கில மருந்துகளை உபயோகிக்கக் கூடாது, மேல் நாட்டு வைத்திய முறை நோயாளிகளைக் கொள்ளையடிப்பதற்காக என்று நாளெல்லாம் அலறி விட்டுத் தனக்கு மட்டும் உடம்புக்கு வந்தால் உடனே அதே வைத்தியர்களிடம் ஓடுவதுதான் அவனுடைய வழக்கம். 'உனக்கு ஆபரேஷன் செய்தால் நீ பிழைப்பாய்' என்று கூறியபோது வாயை மூடிக்கொண்டு ஆபரேஷன் செய்துகொண்டவன் தானே இந்தக் காந்தி!"

"தன் உயிரைக் காப்பாற்றிக்கொள்வது யாருக்கும் முதல் தர்மமில்லையா?"

"அதுதான், அதுவேதான். தன் உயிர் என்றால் எது வேண்டுமானாலும் செய்து கொள்ளலாம். மற்றவர்களுக்கெல்லாம் உபதேசம். மாட்டுப் பால் குடித்தால் ஹிம்சை. ஆட்டுப்பால் குடித்தால் அஹிம்சை."

"இப்படி ஒன்றிரண்டு விஷயங்களை மட்டும் வைத்துக்கொண்டு ஒருவரின் முழு வாழ்நாள் சாதனைகளையும் இலட்சியங்களையும் புறக்கணிக்க முடியுமா?"

"என்ன சாதனை? என்ன இலட்சியம்? ஒத்துழையாமை என்று கூறி மக்களை ஏவி விடுவது, அது ஒரு உண்மையான மக்கள் புரட்சியாக மாறும்போது எஜமானர்களுக்குச் சாதகமாகக் கைவிடுவது! பெஷாவரில் என்ன நடந்தது? மக்களோடு கார்வாலி ரெஜிமெண்ட் இணைந்து கொண்டு ஒரு வாரத்திற்கும் மேலாக ஆங்கில ஆதிக்கத்தை உதறித் தள்ளியிருக்கிறது. நினைத்துப் பார்க்கவும் முடியாத பயங்கர அடக்குமுறையைக் கட்டவிழ்த்து அந்த கார்வாலி ரெஜிமெண்டைச் சின்னாபின்னமாகப் படுகொலை செய்து, சித்திரவதை செய்து அந்தமானில் தீவாந்திரத்திற்கு அனுப்பிய போது இந்த மகாயோக்கியன் இர்வினுடன் ஒப்பந்தம் செய்து கொண்டிருக்கிறான். 'அரசியல் கைதிகள் எல்லாரையும் விடுவிக்க வேண்டும். கார்வாலி வீரர்களைத் தவிர.' இவன் தேசப்பிதா."

"நீ முழு விவரங்களையும் ஒருங்கிணைத்துப் பார்க்காமல் பகுதி பகுதியாகத் துண்டித்துப் பேசுகிறாய்."

"நான் பேச என்ன இருக்கிறது? இந்திய சரித்திரம் முழுக்கவே இவன் துரோகச் செயல்களை அடுக்கிக் கொண்டே போகிறதே? பம்பாயில் கப்பற்படைக் கிளர்ச்சியின் போது என்ன நடந்தது? கப்பற்படை வீரர்களுடன் பம்பாய் நகரத் தொழிலாளர் வர்க்கம் அனைத்துமே சேர்ந்து கொண்டது. இந்திய வரலாற்றிலேயே முற்றிலும் சுயமான, பூரணமான இந்து முஸ்லீம் – இணைப்பு என்று அப்போதுதான் நடந்தது. அந்தப் போராட்டம் மட்டும் அரவணைக்கப்பட்டு வளர்க்கப்பட்டிருந்தால் 1857 புரட்சியைக் காட்டிலும் பரிபூரணமான உண்மையான சுதந்திரப் புரட்சியாக மாறியிருக்கும். ஆனால் இந்த மகாத்மா என்ன செய்தான் அப்போது? ஆங்கிலப்படை பலத்தைத் திரணமாக மதித்து எதிர்த்து நின்ற அந்த உண்மையான வீரர்களை ஆதரித்து ஒரு வார்த்தை கூறவில்லை. ஒரு அறிக்கை விடவில்லை. மாறாக அவர்கள் முதுகில் கத்தி பாய்ச்சினான். 'இந்த விதமான இணைப்பு நான் வேண்டும் உன்னத ஹிந்து – முஸ்லீம் இணைப்பு அல்ல. படைவீரர்கள் அதிகாரிகளை மீறித் தள்ளும் கட்டுப்பாடற்ற தன்மையை என்னால் ஒப்புக் கொள்ள முடியாது.'

கட்டுப்பாடற்ற தன்மை! இவன் வாழ்க்கையே முழுக்க முழுக்கக் கட்டுப்பாடற்ற தன்மை. இவன் உபதேசிக்கிறான் கட்டுப்பாடு!"

"நீ தவறான ஆதாரங்களையே படித்திருக்கிறாய்."

"இவன் தவறான ஆதாரங்களைத்தான் உலகமெல்லாம் பரப்பியிருக்கிறான்? அதைத்தானே உலகமெல்லாம் தெரிந்து கொண்டிருக்கிறது? பொய், புனைசுருட்டு, திரித்துக்கூறல், உள்ளொன்று வைத்துப் புறமொன்று பேசுதல், தனக்கு ஒரு நியாயம், மக்களுக்கு வேறொரு நியாயம்...."

"உன் ஆதாரம் எது? நீ எதை வைத்துக்கொண்டு இப்படிப் பேசுகிறாய்?"

"நீ ஆர்.பி. டட் எழுதிய 'இன்றைய இந்தியா' படி. புரியும் இந்த மகாத்மாவின் மகாத்மியம். இவன் கைப்பட எழுதிய கடிதங்களும் அறிக்கைகளுமே இருக்கின்றன."

"அவ்வளவுதானா? ஒருவரைப்பற்றி ஒருவர் எழுதியதை மட்டும் வைத்துக்கொண்டு தீர்ப்புக்கூறிவிட முடியுமா? ஒருவன் எண்பதாண்டுகள் பொது வாழ்க்கைக்கே அர்ப்பணித்துச் செயல்பட்டிருந்த போது ஒருவர் விமர்சனத்தை மட்டும் வைத்துக்கொண்டு அந்த எண்பதாண்டு பணிகளை உதறித் தள்ளிவிட முடியுமா? நாம் அவரின் செயல்களை நாமாகப் பரிசீலித்து முடிவுக்கு வர வேண்டாமா?"

"என் பரிசீலனை முடிந்துவிட்டது. இவன் கார்வாலி ரெஜிமெண்டைத் துரோகம் செய்யவில்லை என்று கூற முடியுமா? இவனுடைய காந்தி இர்வின் ஒப்பந்தம் பனியா முதலாளிகள் உடமைகள் பாதுகாப்புக்காகவென்றே செய்யப்படவில்லை என்று கூறமுடியுமா? இவன் மேல்நாட்டு வைத்தியமுறை ஆபரேஷன் செய்து கொள்ளவில்லை என்று கூற முடியுமா? இவன் கப்பற்படை வீரர்கள் எழுச்சியை ஒடுக்குவதற்குச் செயல்படவில்லை என்று கூறமுடியுமா? என் பரிசீலனை முடிந்துவிட்டது. அஹீம்சையாம் அஹிம்சை! காஷ்மீரில் இவன் அஹிம்சையைக் காண்பித்திருக்கலாமே? படையெடுப்புக்கு எதிராக இந்தியத் துருப்புக்களை அனுப்பியபோது இவன் வாயை மூடிக்கொண்டிதானே இருந்தான்!"

இப்போது காந்தி படம் இன்னமும் அதிகமாகப் புன்முறுவலித்துக் கொண்டிருப்பது போல் தோன்றிற்று. பல கோடி ஆண்டுகள் முன்பு நேர்ந்திருக்க வேண்டிய சிருஷ்டியிலிருந்து தொடங்கி உலக வரலாற்றின் ஒவ்வொரு நாளும் மறுபரிசீலனைக்கும் புது முடிவுகளுக்கும் உட்பட்டுக் கொண்டிருக்கும் இன்றுகூட காந்தி பற்றி மட்டும் ஒருவனுக்கு அவன் பரிசீலனை முடிந்துவிட்டது. அந்த நண்பனுக்குக் காந்தி பற்றிய பரிசீலனை மட்டும் என்றில்லை. அந்த நண்பனுடைய காந்தி பற்றிய பரிசீலனையைத் துணை வைத்துக்கொண்டு தன்னைத் தானே பரிசீலித்துக்கொள்ள முடியுமா எதை சத்தியம் என்று வைத்துக்கொண்டு அடுத்தக் கட்டத்திற்குப் போவது? இதனால் தான் காந்தி தன் சுயசரிதத்தைச் 'சத்திய சோதனை' என்று பெயரிட்டாரோ?

அவனுடைய நண்பன் 'சத்திய சோதனை'யைப் படித்திருக்க மாட்டானென்று அவனுக்குத் தோன்றிற்று. அதைப் படித்திருந்தால் அவன் பார்வைக்கு இன்னும் டஜன் கணக்கில் குறைகளும் பாதகங்களும் அடுக்க முடியும். அந்த மனிதர் அதெல்லாவற்றையும் எழுதி வைத்துப் போ யிருக்கிறார். அது முழு வாழ்க்கைச் சுயசரிதம் அல்ல. அதில் கண்டிருப்பதற்குப் பின்னர் இன்னும் இருபதாண்டுகளுக்கும் மேலாக காந்தி வாழ்ந்திருக்கிறார். உலக சரித்திரம் அந்த இருபதாண்டுகளில்தான் பயங்கரத் தீவிரம் அடைந்திருக்கிறது. முழு தேசங்கள் அழிந்திருக்கின்றன. முழு நம்பிக்கைகள் அழிந்திருக்கின்றன. முழு கலாச்சாரங்கள் அழிந்திருக்கின்றன. நேரடியாகவும் சில இயக்கங்களின் விளைவாகவும் மக்கள் லட்சக் கணக்கில் அணு அணுவாகவும் ஒரேயடியாகவும் படுகொலை செய்யப்பட்டிருக்கிறார்கள். காட்டுமிராண்டிகளாக மனிதர் வாழ்ந்த காலத்தில் ஒருவன் முகத்தை இன்னொருவன் அறிந்துதான் கொலை செய்திருக்கிறான். இன்று கொலையாளிக்கு அவன் யாரை எவ்வளவு பேரைக் கொலை செய்யப்போகிறான் என்று தெரியாது. அவன் வரையில் அவன் விசையைத் தள்ளுபவன். கொலை செய்யப்படுபவர்களுக்கும் அவர்களுடைய முடிவுக்கு எவன் உண்மையான காரணம் என்று தெரியாது. அப்படித் தெரிந்தாலும் அவன் பல ஆயிரம் மைல்களுக்கப்பால் ஒரு சுரங்க அறையில் மிகவும் பத்திரமாக, மிகவும் பத்தியமாக

வாழ்க்கை நடத்திக் கொண்டிருப்பான். அங்கு அவன் கூட இருக்கும் நாய் பூனைகளிடம் கருணையின் வடிவமாக இருப்பான்..

நான் யாரையோ எதற்குச் சொல்ல வேண்டும், என் நண்பனே அப்படித்தானே இருக்கிறான்? – சிந்தனை பொது விஷயங்களிலிருந்து பிரிந்து மீண்டும் தன்னைப் பற்றியதாக மாறியதில் அவன் வேதனை தணிந்தது போலிருந்தது. சட்டென்று பொங்கி எழுந்தது. தன்னலனைப் பற்றிய சிந்தனைகளுக்குத்தான் எவ்வளவு கட்டுப்பட்டு அடிமையாக இருக்கிறானென்ற உணர்வு அவன் வேதனையை அக்கணத்தில் விம்மியழுது தீர்க்க வேண்டியதொன்றாகக் கூர்மைப்படுத்தியது. அந்த உண்மையும் எல்லா உண்மைகளைப் போலக் கசப்பாக இருந்தது.

அவன் எதிரே அரைக்கோப்பையளவில் ஆறிக்குளிர்ந்து போயிருந்த காபி மீது காற்று வீசும்போது நூற்றுக்கணக்கான நுணுக்கமான கோடுகளின் நெளிவுமூலம் காபி திரவத்தின் மேற்பரப்பில் பரவிய மெல்லிய ஏடு தன்னை வெளிக்காட்டிக் கொண்டிருந்தது.

(1973)

◆

நீரும் நெருப்பும்

* ஜெயமோகன்

இரவு பன்னிரண்டரை மணிவாக்கில் பூல்சந்திரர் பாபுவின் மலச்சட்டியுடன் வெளியே வந்து ஆசிரமத்தின் தெற்குமூலையில் வெட்டப்பட்டிருந்த குழியைநோக்கிச் சென்றபோதுதான் அவரைப்பார்த்தார். ஆசிரமத்தின் நுழைவாயிலில் நடப்பட்டிருந்த மூங்கில்கழியில் தொங்கிய அரிக்கேன் விளக்கின் ஒளி அவருக்குப்பின்னால் இருந்ததனால் நிழலுருவமாகவே அவரைப்பார்க்கமுடிந்தது. தோளில் புரண்ட தலைமுடியிலும் தாடியிலும் விளக்கின் செவ்வொளி பரவி மின்னிக்கொண்டிருந்தது.

'யார்?' என்றார் பூல்சந்திரர்.

அவர் 'சிவோஹம்!' என்றார்.

யாரோ பைராகி. அபூர்வமாக அப்படி சிலர் வந்துவிடுவதுண்டு. சபர்மதியின் கரையிலிருக்கும் ஏதேனும் கோயில்களுக்கு வருபவர்கள் அங்கே எவரிடமாவது தங்குமிடம் பற்றி கேட்பார்கள். கிராமவாசிகளுக்கு இன்னும் இந்த ஆசிரமத்துக்கும் சாமியார்களின் ஆசிரமத்துக்கும் வேறுபாடு தெரியாது. கைகாட்டிவிடுவார்கள்.

பூல்சந்திரர் 'இது துறவிகளின் ஆசிரமம் இல்லை' என்று சொன்னார். முன்பெல்லாம் வருபவர்கள் அனைவரையும் தங்கவைக்கும் வழக்கமிருந்தது. ஆனால் பெரும்பாலான

பைராகிகளும் துறவிகளும் கஞ்சா இழுப்பவர்கள். மேலும் ஆசிரமத்தில் தங்களுக்குத் துறவிகளுக்கான சிறப்பு மரியாதைகள் செய்யப்படவேண்டும் என்றும் எதிர்பார்ப்பார்கள். பாபு அவ்விஷயத்தில் மிகமிக கறாரானவர். அவருக்கு அலைந்து திரியும் சாமியார்கள்மேல் உள்ளூர வெறுப்பிருந்தது. அவர்களின் வாழ்க்கையும் ஆன்மீகமும் அவருக்குப் புரியவில்லை. ஒருமனிதன் தன்னுடைய புலன்வாயில்களை மூடிப் புறவுலகை அணைத்துத் தன்னைத் துண்டித்துக்கொள்வதை பாபு ஒரு பாவமென்றே எண்ணினார்.

'தெரியும்' என்றார் பைராகி 'நான் திருவாளர் காந்தியைப் பார்ப்பதற்காக வந்திருக்கிறேன்' அவர் சரளமான ஆங்கிலத்தில் பேசியது பூல்சந்திரை ஆச்சரியப்படுத்தியது.

பூல்சந்திரர் 'எங்கிருந்து?' என்றார்.

'தொலைவிலிருந்து.'

சட்டென்று அது வந்தவரின் மாறுவேடமா என்ற எண்ணம் ஏற்பட்டது. தலைமறைவாகச்செயல்படும் பயங்கரவாதக்குழுக்களைச் சேர்ந்தவர்கள் எப்போதும் தேர்ந்தெடுக்கும் வேடம் பைராகிதான். இந்தியாவில் பைராகிகளிடம் எந்தக்கேள்வியையும் கேட்க முடியாது, எவரிடமும் எந்த ஆதாரமும் இருப்பதில்லை. சாமியார்களிடம் போலீஸ் அத்துமீறினால் பொதுமக்கள் துணைக்குவருவார்கள். ஒருமாதம் முன்புகூட ஒருவர் பைராகி வேடமிட்டு வந்து பாபுவிடம் அதியுக்கிரமாக வாதிட்டுவிட்டுச் சென்றிருந்தார்

'அவர் நோயுற்றிருக்கிறார்' என்றார் பூல்சந்திரர் .

'தெரியும். நான் அதைக் கேள்விப்பட்டுத்தான் அவரைச் சந்திக்க வந்தேன்..'

பூல்சந்திரர் பெருமூச்சுவிட்டார். சரிதான், இன்னொரு வைத்தியர். கடந்த பன்னிரண்டு நாட்களாகவே பாபு உடல்நலமில்லாமலிருக்கிறார். சுற்றுப்புறங்களிலிருந்தெல்லாம் நாட்டுவைத்தியர்களும் பூசாரிவைத்தியர்களும் மந்திரவாதிகளும் ஆசிரமத்திற்குத் தேடிவந்துகொண்டிருக்கிறார்கள். அனைவரிடமும் பாபுவைக் காப்பாற்றும் ஏதோ ஒரு சஞ்சீவிமருந்து இருந்தது.

தொகுப்பாசிரியர்: சுனில் கிருஷ்ணன்

‘ஒரு நிமிடம்’ என்றார் பூல்சந்திரர் . குழியை அணுகி உமியும் மண்ணும் மலமும் கலந்த கலவையை அதில் கொட்டிவிட்டு தொட்டியைக் கழுவி உள்ளே ஊற்றியபின் மண்வெட்டியால் மண்ணை வெட்டி உள்ளே கொட்டி மூடினார். சாமியார் அங்கேயே அவர் செய்வதைப் பார்த்துக்கொண்டு நின்றார்

பூல்சந்திரர் தொட்டியுடன் சாமியார் அருகே வந்து ‘உள்ளே வாருங்கள். சற்றுநேரம் அமர்ந்துகொள்ளுங்கள். நான் இதோ வருகிறேன்’ என்றார். சாமியார் தலையை அசைத்தாலும் அங்கேயே நின்றுகொண்டிருந்தார்.

பூல்சந்திரர் உள்ளே சென்றார். ஆசிரமத்தின் எளிய மூங்கில் குடிலுக்குள் நாட்டுமரப் பலகைகளை அடுக்கிச்செய்த கட்டில்மீது பாபு படுத்திருந்தார். அவர் தூங்கவில்லை என்பது பூல்சந்திரரின் காலடியோசை கேட்டு அவரது மூடிய இமைகள் அசைந்தவிதத்தில் இருந்து தெரிந்தது. பன்னிரண்டுநாட்களில் பாபுஜி மிக மிக மெலிந்துவிட்டார்.சதையே இல்லாத மெலிந்த உறுதியான உடல் அவருடையது. காட்டுத்தீக்குப்பின்னர் வைரம் மட்டும் எஞ்சும் சுள்ளிபோன்றது அவரது உடல் என பூல்சந்திரர் நினைப்பதுண்டு. அவரது ஊரில் அத்தகைய கழிகளைத் தேடி எடுத்துவந்து வயலில் சேற்றிலிறங்கி வேலைசெய்யும்போது ஊன்றி நடக்கப் பயன்படுத்துவார்கள். வங்காளத்தின் சேற்றுச்சூழலில் எந்தக் கழியும் ஒருவருடம்கூடத் தாக்குப்பிடிக்காது. காட்டுத்தீயில் கிடைக்கும் கழிகள் தலைமுறைகளைத் தாண்டிப் பயன்பட்டுக்கொண்டிருக்கும்.

ஆனால் பாபு சட்டென்று கட்டுத்தளர்ந்த சுள்ளிக்கட்டுபோல ஆகிவிட்டார். கிருஷ்ணஜெயந்தியன்று காலையில்தான் அவர் ஆசிரமத்துக்கு வந்தார். அவருக்கு ஏற்கனவே உடல்நிலை சரியில்லை. நிலக்கடலைநெய்யும் எலுமிச்சம்பழமும் பழங்களும் மட்டுமே அவர் அப்போது உணவாகக் கொண்டிருந்தார். நிலக்கடலைநெய்யை ஒருவர் இரண்டு கரண்டிகளுக்கு மேல் சாப்பிட்டு பூல்சந்திரர் பார்த்ததில்லை. வயிறுகலங்கும்போது பாபு சாப்பிடுவதை நிறுத்திக்கொள்வார். ஒருநாள் உபவாசத்தில் குடல்சுருங்கி வயிறு அமைதியானதும் மீண்டும் அதே உணவு.

கிருஷ்ணஜெயந்திக்குப் பாகும் பாயசமும் செய்யவேண்டுமென ஆசிரமத்தின் குழந்தைகள் ஆசைப்பட்டார்கள். குழந்தைகள்

சார்பில் ரேணு சென்று கஸ்தூர்பாவிடம் சொன்னார். ஆசிரம நிதியை நிர்வாகம்செய்துவந்த பேராசிரியர் கோஸாம்பி அவ்வாரு ஒரு சிறப்பு உணவுக்கு ஆசிரம விதிகளில் அனுமதியில்லை என்று சொல்லிவிட்டார். ஆனால் கஸ்தூர்பா அந்தச்செலவை நான்குநாள் உபவாசமிருந்து தான் சரிக்கட்டிவிடுவதாகச் சொன்னபோது கோஸாம்பியால் ஏதும் சொல்லமுடியவில்லை. அவர் குழம்பிப்போனவராகத் தலையைப் பென்சிலால் நீவிக்கொண்டார்.

பாபு இரவில்தான் வந்தார். களைத்துப்போயிருந்தார். பா அவருக்கு வெந்நீர் போட்டுக்கொடுத்தார். நெடுந்தூரம் நடந்த கால்கள் மண்ணும்புழுதியும் படிந்து அகழ்ந்தெடுத்த கிழங்குகள் போலிருந்தன. பா அவற்றை ஆவி பறக்கும் வெந்நீர் விட்டு தேய்த்துக்கழுவினார். பாபு தன் பலகையில் அமர்ந்ததும் பா சூடாகப் பயறுப்பாயசத்தைக் கொண்டுசென்று அவருக்குக் கொடுத்தார். பாபு புருவம் சுருங்க ஏறிட்டுப்பார்த்ததுமே 'இது குழந்தைகளுக்காகச் செய்தது... இன்றைக்கு கிருஷ்ணஜெயந்தி. இதன் செலவுகளை நான் உபவாசமிருந்து சரிக்கட்டுவதாக கோஸாம்பியிடம் சொல்லியிருக்கிறேன்' என்றார்.

புன்னகையுடன் பாபு அந்தக்கோப்பையை வாங்கிக் குடித்தார். அவரது முகம் மலர்வதை பூல்சந்திரர் கண்டார். அவருக்குள் ஒரு குழந்தை இருக்கிறது. அது இன்னும் விளையாடவும் தின்பண்டங்கள் சாப்பிடவும் இலக்கில்லாமல் அலையவும் ஆசைப்படுகிறது. பாபுவின் ஓயாத போராட்டம் அவருள் இருக்கும் அந்தக்குழந்தையுடன்தான்

'இன்னும் கொஞ்சம் சாப்பிடுகிறீர்களா?' என்றார் பா. பாபு மலர்ந்த முகத்துடன் தலையசைத்தார். அவர் இரண்டுகோப்பை உணவுண்பதை பூல்சந்திரர் முதல்முறையாகப் பார்த்தார். அவருக்கு அப்போதே ஏதோ உறுத்தியது. ஒருமணிநேரத்திலேயே பாபுவின் உடல்நிலை மோசமடைந்தது. கடுமையான சீதபேதி. பா அவரை ஆசிரமத்திலேயே தங்கும்படி சொன்னார். ஆனால் வேலையை நிறுத்தமுடியாது என்று மறுநாள் காலை பாபு கிளம்பிச்சென்றார்.

நதியாத்தில் ஹிந்து ஆதரவற்றோர் விடுதியில் அவர் படுக்கையில் கிடப்பதாகச் செய்திவந்தது. பா உடனே கிளம்பி

அங்கே சென்றபோது பூல்சந்திரரும் கூடவே சென்றார். பாபுவை கவனித்துக்கொண்ட டாக்டர் கனுகா அவர் அலோபதி மருந்துகள் சாப்பிடுவதுடன் உணவுமுறையை மாற்றிக்கொண்டே ஆகவேண்டும் என்று கோரினார். பாபு எந்த மருந்தும் சாப்பிடமாட்டேன் என பிடிவாதமாக மறுத்துவிட்டார். உடம்பின் அமைப்பில் வரும் சிக்கல்களை உடம்பேதான் தீர்த்துக்கொள்ளவேண்டும், மருந்துமூலம் சரிசெய்யக்கூடாதென்று வாதிட்டார். டாக்டர் கனுகா பாலாவது அருந்தும்படி மன்றாடினார். மிருகங்களிடமிருந்து பெறப்படும் எந்த உணவையும் ஏற்றுக்கொள்வதில்லை என பாபு உறுதியாக மறுத்துவிட்டார். பாலைக் குட்டிகளுக்காகத்தான் அந்த மிருகம் சுரக்கிறது, மனிதர்களுக்காக அல்ல. அது திருட்டு.

‘இதோபாருங்கள் டாக்டர், என்னுடைய கொள்கைகளைக் கடைசி எல்லை வரை பரிசோதனைசெய்துபார்க்க இது ஒரு சந்தர்ப்பம். நான் உயிருடன் மீண்டுவிட்டால் என் சோதனைகள் வெற்றி என ஆகிவிடும். அப்போது எனக்கு எவ்வளவு மகிழ்ச்சியும் நிறைவும் கிடைக்கும்... அதை நான் ஏன் இழக்கவேண்டும்?’ என்றார் பாபு.

‘ஆனால் உங்கள் உடல் அதைத் தாங்காது... நீங்கள் எனக்கு முக்கியமானவர்.’

‘நான் நம்பும் விஷயங்களை என் ஆன்மாவைக்கொண்டும் என் உடலைக்கொண்டும்தான் நான் பரிசோதனை செய்யமுடியும்... என் உயிரையே எதன்பொருட்டுக் கொடுக்கச் சித்தமாக இருக்கிறேனோ அதைத்தான் நான் இன்னொருவருக்கு பரிந்துரைக்கமுடியும்.’

கனுகா கோபத்துடன் தலையை ஆட்டினார். பாபு புன்னகையுடன் கண்களை மூடிக்கொண்டார். கனுகா சோர்வுடன் பெருமூச்சுவிட்டு எழுந்து சென்றார்.

நான்கு நாட்களில் நிலைமை மேலும் மோசமானது. சேத் அம்பாலாலின் மிர்ஜாபூர் பங்களாவுக்கு பாபுவைக் கொண்டுசென்றார்கள். அங்கே அவருக்குக் கடுமையான காய்ச்சல் வந்தது இலை போல அவரது உடம்பு நடுங்கிக்கொண்டே இருந்தது. ஆனால் எந்த மருத்துவமுறைக்கும் ஆட்பட மறுத்துவிட்டார். நோய் ஒரு உச்சநிலையை அடைந்தபோது

அவர் தன்னினைவை இழந்து எப்போதும் ஒரு தியானநிலையில் இருந்தார். தூங்குவதில்லை. சூழலைப்பற்றிய நல்ல பிரக்ஞை உடலில் இருந்தது. ஆனால் மனம் வேறெங்கோ இருந்தது.

இரண்டுநாட்கள் முன் பாவிடம் தன்னை சபர்மதிக்குக் கொண்டுசெல்லும்படி சொன்னார். கனுகாவிடம் ஆலோசனை கேட்டபோது விரக்தியுடன் ‘எங்கிருந்தால் என்ன?’ என்றார். பா பாபுவின் பாதங்களை வருடியாப்டி அருகே இருந்தார். பாபு புன்னகையுடன் ‘ஒருவேளை அது நிகழ்ந்தால் சபர்மதிதான் நல்ல இடம்...’ என்றார். பா ஒரு துளி கண்ணீர் கன்னங்களில் உதிர முகத்திரையை இழுத்துவிட்டுக்கொண்டார்.

சபர்மதிக்கு வந்தபின் அனேகமாக பாபு பேசவே யில்லை. அஹமதாபாதிலிருந்து டாக்டர் தல்வல்கர் வந்து பாபுவை கவனித்துக்கொண்டார். ஆசிரமத்திற்கு வெளியே மரத்தடியில் நின்றபோது ‘இது ஒருவகையில் புரோகிதர் வேலைதான்...’ என்று கசப்புடன் தல்வல்கர் சொன்னார். ’அவர் முடிவுசெய்துவிட்டார்...’

ஆசிரமத்தில் அனைவருமே அதை உள்ளூர உணர்ந்திருந்தார்கள். ஒவ்வொருநாளும் வந்து சன்னல்வழியாக பாபுவைப் பார்த்துவிட்டுப் பெருமூச்சுடன் திரும்பிச் சென்றார்கள். மெல்ல அணைந்துகொண்டிருப்பது ஒவ்வொருநாளும் தெரிந்தது. இருந்தாலும் தல்வல்கர் அப்படிச் சொன்னது பூல்சந்திரரை அதிர்ச்சியடையச் செய்தது. ‘என்ன சொல்கிறீர்கள்?’ என்றார் பூல்சந்திரர்.

தல்வல்கர் “எந்நேரமும் ஆவேசமாக வேலைசெய்யும் இன்னொரு மனிதரை நான் கண்டதில்லை. இன்னும் கொஞ்சம் கடுமையாக உழைத்தால் உலகை மாற்றிவிடலாம் என்று நம்புகிறார் என்று நான் நினைப்பதுண்டு. ஆனால் அவருக்குள் எப்போதும் ஒரு சலிப்பும் இருந்துகொண்டிருக்கிறது. உள்ளே, வெகு ஆழத்தில். அது அவருக்கு மனிதர்களின் ஆழம் உண்மையில் என்ன என்று நன்றாகவே தெரியும் என்பதனால்தான். உலகப்போக்கை அறிந்த ஞானிகள் அனைவருக்கும் அந்தச் சலிப்பு இருந்துகொண்டிருக்கும். அவர்கள் கனிந்த பழம்போல எப்போதும் விடைபெற்றுச்செல்லத் தயாராக இருப்பார்கள்...’ என்றார்.

பாபு கண்விழித்து பூல்சந்திரரைப்பார்த்தார். என்ன என்பதுபோல. பூல்சந்திரர் மலச்சட்டியை வைத்துவிட்டு மெல்ல வெளியேறினார்.

வெளியே அந்தச்சாமியார் அங்கேயே அப்படியே நின்று கொண்டிருந்தார். பூல்சந்திரர் 'வணங்குகிறேன் மகாராஜ்... இன்றிரவு நீங்கள் பாபுவைப் பார்க்கமுடியாது. டாக்டர் தல்வல்கர்தான் இப்போது–'

'நான் டாக்டர் தல்வல்கர் அனுப்பி வந்தவன்.'

'அவர்...'

'என் மருத்துவமுறைகளைப்பற்றி நான் அவரிடம் விரிவாகப் பேசியிருக்கிறேன்..'

'தல்வல்கர் என்ன சொன்னார்?'

'நான் ஒரு கிறுக்கன் என நினைக்கிறார். ஆகவே என்னைப் பார்க்கவும் என் மருத்துவத்துக்குள் வரவும் திரு. காந்தி உடன்படக்கூடும் என்றார்.'

'ஓ' என்றார் பூல்சந்திரர்.

'நான் பொதுவாகக் கிறுக்கர்களை மட்டும்தான் சிகிழ்ச்சைசெய்து காப்பாற்றுகிறேன்... அவர்கள்தான் இந்த உலகுக்குத் தேவை...'

திடுக்கிட்டவராக 'ஏன்?' என்றார் பூல்சந்திரர்.

'ஏனென்றால் இந்தப் பிரபஞ்சம் மிகமிகக் கிறுக்குத்தனமான விதிகளாலானது. கிறுக்கர்கள் தங்கள் கிறுக்குப்போக்கில் சென்றால்தான் அதைத் தொட்டறியமுடியும்...' பைராகி முன்னால் வந்து 'நான் ஜெர்மனியில் எட்டுவருடம் அலோபதி முறைகளையும் கற்றிருக்கிறேன். கேரளத்தில் நான்குவருடம் ஆயுர்வேதம். அதன்பின் இந்தப் பன்னிரண்டு வருடங்களாக பாரதவர்ஷத்தை அளந்துகொண்டிருக்கிறேன்... நான் இந்த அலையாத பைராகியைப் பார்க்கவேண்டும்.'

'வாருங்கள்' என்றார் பூல்சந்திரர். அந்த முடிவை ஏன் எடுத்தோம் என்று அவருக்கு ஐயமாக இருந்தது. ஆனால் பலசமயம் முடிவுகள் அப்படித்தான் அனிச்சையாக எடுக்கப்படுகின்றன.

பைராகி பாபுவின் அருகே அமர்ந்தார். பாபு கண்விழித்து அவரைப் பார்த்தார். முகம் மலர்ந்து சுருங்கிய வாய்க்குள் இருந்து பற்கள் வெளியே வந்தன. 'சிவோகம்' என்றார் பைராகி.

பாபு "ராம் ராம்' என்றார்.

பைராகி 'நான் உங்கள் நாடியைப்பார்க்கலாமல்லவா?' என்றார். பாபு புன்னகை செய்தார்,

பூல்சந்திரர் நாடியைப் பிடித்ததுமே 'நெருப்பு இருக்கிறது... ஆனால் அணைந்துகொண்டிருக்கிறது' என்றார்.

பாபு புன்னகை செய்தார்.

'நெருப்பை அணைக்க முயன்றுகொண்டிருக்கிறீர்கள். எல்லாவகையிலும்... ஆனால் தைலமரத்தில் பற்றிக்கொண்ட நெருப்பு அணைய விரும்புவதில்லை.'

'உங்கள் சிகிழ்ச்சை முறை என்ன?'

'நெருப்புமுறை என்று நான் அதை விளக்குவேன்' என்றார் பைராகி. 'இந்தப் பிரபஞ்சத்தை ஒட்டுமொத்தமாக நெருப்பு என்று நான் நினைக்கிறேன். நான் சாங்கியதர்சி. நான்குபூதங்களால் ஆனது இப்பிரபஞ்சம் என்பது எங்கள் கொள்கை. ஆனால் நெருப்பு மட்டுமே முதற்பெரும் பூதம். நெருப்பின் வெவ்வேறு வடிவங்கள்தான் நீரும் நிலமும் காற்றும். அவையும் நெருப்பாலானவை...'

'நீர்கூடவா?' என்றார் பாபு.

'ஆமாம்... என்ன ஐயம்? நீருக்குள்ளும் நெருப்பு இருக்கிறது... அதை ஒருவேளை நாளைய இயற்பியலாளர்கள் வெளியே எடுக்கக்கூடும்... நிலத்துக்குள் ஒவ்வொரு துகளும் நெருப்பே என்று அவர்கள் இன்று கண்டுபிடித்துவிட்டார்கள்... ஒரு துகளில் உள்ள நெருப்பால் ஒரு உலகை அழிக்கமுடியும் என்கிறார்கள். உங்களுக்கு நவீன இயற்பியல் அறிமுகம் இருக்கலாம்.'

'கேள்விப்பட்டிருக்கிறேன்...' என்றார் பாபு.

'இந்த உடலும் நெருப்பாலானதே. காய்ச்சல் என்பது நெருப்பு வெளிவரும் விதம்தான்...' பைராகி சொன்னார்.

'உங்கள் உடம்புக்குள் இருக்கும் நெருப்பை நீங்கள் அணையச் செய்துகொண்டிருக்கிறீர்கள். நான் அதைக் கொஞ்சம் கொஞ்சமாக ஊதிப்பற்றவைக்கிறேன். அதைப் பெருக்குகிறேன். உங்கள் உடலை ஓர் யாக குண்டமாக ஆக்குகிறேன்.. நீங்கள் விரும்பினால் நாளையே.'

'நான் யோசிக்கிறேன்.'

'யோசனைக்கு ஒன்றுமில்லை... இந்தக்காய்ச்சல்நாட்களில் நீங்கள் என்ன சிந்தனை செய்துகொண்டிருந்தீர்கள் என எனக்கு நன்றாகவே தெரியும்... சலிப்பாக இருப்பதனால் கிளம்பிவிடலாம் என்று நினைத்தீர்கள். ஆனால் கிளம்ப முடியவில்லை. பிடித்து வைத்திருப்பது எது என்று தெரியவில்லை. அதைத்தான் உங்களுக்குள் தேடிக்கொண்டே இருந்தீர்கள். அதைக் கண்டுபிடித்துவிட்டீர்கள்...'

'இல்லை... அதை என்னால் விளக்க முடியவில்லை.'

'ஆனால் கண்டுபிடித்துவிட்டீர்கள்... நான் உங்கள் நாடிகளைத் தொடும்போது அவை மீண்டும் உறுதியாகத் துடிப்பதைக் கண்டேன். நாங்கள் அதை இச்சாநாடி என்போம். நீங்கள் வாழ விரும்புகிறீர்கள்.'

'எனக்குத்தெரியவில்லை' என்றார் பாபு. 'ஆனால் நேற்றிரவு நான் முடிவெடுத்தேன். போதும் என்று அந்த முடிவுடன் கண்ணைமூடினேன். காலையில் நான் கண்களைத் திறக்கப்போவதில்லை என்றுதான் நினைத்தேன். என் உடம்பு முழுக்க எடையிழந்து பஞ்சுபோல காற்றில் அலைவதாக உணர்ந்தேன். ஆனால் சற்றுமுன் ஒரு கனவு.'

பைராகி பார்த்துக்கொண்டிருந்தார்.

'ஒரு குழந்தை பெரிய ஒரு மண்சட்டியுடன் சாலையோரமாக அமர்ந்திருக்கிறது... வற்றி உலர்ந்த கிராமப்புறக் குழந்தை... அனேகமாக அது ஒரு ஹரிஜனக் குழந்தை.. அந்த வெற்றுச்சட்டியில் இருந்து அது எதையோ எடுத்து தின்றுகொண்டிருந்தது. நான் சட்டிக்குள் பார்க்கிறேன். ஒன்றுமே இல்லை. அது வெறுமையைத்தான் தின்றுகொண்டிருந்தது. நான் திடுக்கிட்டுக் குழந்தையைப் பார்த்தேன். அது குழந்தையே இல்லை. ஒரு கிழவன். மூன்றுவயது குழந்தை அளவே உள்ள படுகிழவன்... அவ்வளவுதான். விழிப்பு வந்துவிட்டது.' பாபு

பெருமூச்சு விட்டார். 'கொடூரமான கனவு... ஆனால் அது வந்ததுமே மனம் தெளிவடைந்துவிட்டது.'

'அந்தக்காட்சியை நீங்கள் கைக்குழந்தையாக இருக்கும்போது உண்மையிலேயே கண்டிருக்கலாம்...' என்றார் பைராகி. சென்ற நூறுவருடங்களாக அன்னியர் ஆட்சியில் இந்த தேசம் பஞ்சத்தால் அழிந்துகொண்டிருக்கிறது. இந்த தேசத்து மக்கள் கோடிக்கணக்கில் செத்து சருகுபோலக்குவிந்து மட்கி அழிந்துகொண்டிருக்கிறார்கள். இங்குள்ள அடித்தளச்சாதிமக்கள் பெரும்பாலும் அழிந்துவிட்டார்கள்...'

பாபு பெருமூச்சுவிட்டார்.

'அவர்களுக்கு நீங்கள் செய்யவேண்டிய கடமை மிச்சமிருக்கிறது... நீங்கள் உங்கள் உத்தரவைப் பெற்றது லண்டனிலோ தென்னாப்ரிக்காவிலோ அல்ல. போர்பந்தரில்தான். அதை உணர்வதற்குத்தான் மேலும் பலவருடங்கள் ஆயின.'

'ஆம்.'

பைராகி 'கனவு அதைத்தான் சொல்கிறது. ஆனால்–'

'ஆனால்?'

'மேலும் சொல்கிறது. அதை பிறகு அறிவீர்கள்... எப்படியோ உங்கள் பிறவிநோக்கத்தை உணர்ந்துவிட்டீர்கள். நீங்கள் செய்யவேண்டியவை நிறையவே மிச்சமிருக்கின்றன. நீங்கள் வாழ்ந்தாகவேண்டும்.'

'ஆமாம்.'

'நாளைமுதல் உங்கள் உடலை எனக்குக் கொடுங்கள்... வெறும் ஏழுநாட்கள். அதில் உள்ள நெருப்பை நான் மீட்டு எடுக்கிறேன். வளரச்செய்கிறேன்.'

'என்ன செய்வீர்கள் என நான் அறியலாமா? ஏனென்றால் நான் ரசாயனங்களையோ மாமிச உணவுகளையோ உண்ண விரும்பவில்லை.'

'அவை ஏதும் தேவை இல்லை... என் வழிகள் வேறு...' பைராகி சொன்னார் 'ஒரு அணையப்போகும் யாக குண்டத்தை மீட்பதுதான் நான் செய்யப்போவது.'

பாபு பார்த்துக்கொண்டிருந்தார்.

'அக்கினியே உண்ணுக! அக்கினியே எழுக!' என்றார் பைராகி சம்ஸ்கிருதத்தில். உரக்க, மந்திர கோஷமிடுவதுபோல. 'வேதங்கள் அதைத்தான் சொல்கின்றன. அக்கினி உண்மையில் உண்பது எதை? அந்த யாககுண்டத்தையேதான். உண்ணும் எதையும் அது தன்னிடம் வைத்திருப்பதில்லை. தன்னில் விழும் அனைத்தையும் அது பூர்வ வடிவுக்குக் கொண்டு வந்துவிடுகிறது... மீண்டும் பிரபஞ்சவெளியில் கலக்கச்செய்துவிடுகிறது.'

பானீஸ் விளக்கு ஒளியில் பைராகியின் கண்கள் இரு சிறிய கனல்களாக ஒளிவிட்டன. 'நான் உங்களுக்குச் சொல்லித்தருவது சில மந்திரங்களைத்தான். அந்த மந்திரங்களுக்கு வலுவூட்ட சில உணவுகள்... நெருப்புக்குப்பிரியமான சில உணவுகள்... அவ்வளவுதான். நாளைக்காலை பார்ப்போம்.'

பைராகி திரும்பியதும் பாபு மெலிந்த குரலில் 'மகராஜ்' என்றார். பைராகி திரும்பினார்.

'இந்த தேசமும் என்னைப்போலத்தான் கிடக்கிறது. மரணவிளிம்பில்... அதை அழியாமல் வைத்திருப்பது ஒரு மெல்லிய ஏக்கம் மட்டும்தான். அல்லது ஒரு மங்கலான கனவு.'

'ஆம்... அதை சாம்பல்மூடிய நெருப்பு என்று சொல்வேன்' என்றார் பைராகி 'இங்கே எழவேண்டியது நெருப்புதான்... இந்த தேசம் ஒரு வேள்விக்குண்டமாக எழுந்து எரிய வேண்டும்... இங்குள்ள அனைத்துக் கீழ்மைகளையும் தின்று தழல்கள் ஓங்கவேண்டும்...' சட்டென்று அவர் கைகளைத்தூக்கினார்.

'அக்கினியே எழுக!

தன்னொளியால் துலங்குகிறாய்

செம்புரவிகளில் பாய்கிறாய்

எங்கும் துதிக்கப்படுகிறாய்

உன்னைச்சேர்பவை எல்லாமே

நீயாக ஆகின்றன

உன்னை அழிக்க நினைப்பவற்றை

உண்டுதான் நீ மதம் கொண்டு கூத்தாடுகிறாய்

அக்னியே நீ மகத்தானவன்!'

வேதகோஷம் எழுப்பியபின் கூர்ந்து பாபுவைப்பார்த்தார் 'ரிஷி வசுகிருதன்... ஏழாயிரம் வருடம் முன்பு பாடியது... நம் பிதாமகன். நமக்கெல்லாம் குரு... அக்கினியில் நமக்கு முன்னரே எரிந்தவன்.'

அடுத்த சொல் பேசாமல் பைராகி வெளியே சென்றார். பாபு பார்த்துக்கொண்டே இருந்தார். பின்பு கண்களை மூடிக்கொண்டார்.

பூல்சந்திரர் கொஞ்சம் தயங்கிவிட்டு பைராகியைப் பின் தொடர்ந்து சென்றார்.

பைராகி நேராகச்சென்று ஒரு மரத்தடியில் அமர்ந்துகொண்டார்.

'மகராஜ், உங்கள் உணவு மற்றும்–'

'சூரியன் உதயமானதும் நானே எழுந்து ஓடும்நீரில் குளிப்பேன்... அப்போது எனக்குத் தேவையான உணவை நானே தேடிக்கொள்வேன்'

'சபர்மதி அருகேதான் ஓடுகிறது.'

'ஆமாம்... அங்கே சிறிய பிராணிகளும் உண்டு.'

பூல்சந்திரர் திடுக்கிட்டார்.

பைராகி கண்களை மூடிக்கொண்டார். அதன்பின்னரும் பூல்சந்திரர் நின்றுகொண்டிருந்தார். பின்னர் மெல்ல திரும்பி நடந்தார். இன்றிரவு இனிமேல் என்னால் தூங்க முடியாது என்று சொல்லிக்கொண்டார். என்ன நடந்தது என்று யாரிடமாவது சொல்லவேண்டுமா? ஆனால் எல்லாமே ஒரு கிறுக்குத்தனமான நாடகம் போலத்தான் தோன்றியது.

தன் குடிசைக்குள் படுத்துக் கண்களைமூடிக்கொண்டார் பூல்சந்திரர். கண்களுக்குள் ஓடிக்கொண்டே இருந்த ஒளியை கவனித்தார். தீயைப் பார்ப்பதுபோலத்தான் இருந்தது. உடலுக்குள்ளும் தீ எரிகிறதா என்ன? சிதையில் எரிகையில் வெளியே இருக்கும் தீயுடன் உள்ளே இருக்கும் தீ

இணைந்துகொள்கிறதா? என்ன கிறுக்குத்தனமான சிந்தனைகள். கிறுக்குச்சிந்தனை ஒரு அன்னியத்தேனீ போல. மூளையின் தேனீக்கூட்டை அது கலைத்துவிடுகிறது.

விடிகாலையில் பூல்சந்திரர் எழுந்து கொண்டார். நல்லவேளையாக விடியவில்லை. அவசரமாக எழுந்து மேல்துண்டைத் தலையில் போட்டுக்கொண்டு பின்பக்கமாக ஓடினார். சமையலறையில் பா வந்திருந்தார். குளித்து உடைமாற்றியிருந்தார். கூந்தல்நுனி நீர் சொட்ட வெள்ளை சேலைக்கு மேல் படிந்திருந்தது. சமையலைக்கவனிக்கும் சோட்டுவும் சியாம்லாலும் வந்திருந்தார்கள். மணி என்ன?

மணி நான்கரைதான். பா வழக்கமாக ஐந்துமணிக்குத்தான் எழுவது வழக்கம். பெரிய கடாய் அடுப்பில் ஏற்றப்பட்டிருந்தது. சோட்டு அதற்குள் எண்ணையில் முக்கிய துணிச்சுருளைப் போட்டு இரும்புக்குழாயால் ஊதினான். மெல்ல தீ எழுந்து விறகைப் பற்றிக்கொண்டது. தாய்முலைக்குக் கைநீட்டும் சிவந்த குழந்தை. காலைக்கவ்வும் சிவந்த பாம்பு. நக்கி உண்ணும் நாயின் நாக்கு.

பாவின் முகம் சிலை போலிருந்தது. பாபு இருக்கும் நிலை பிற அனைவரையும் விட பாவுக்குத்தெரியும். ஆனால் ஆசிரமத்திலேயே அவர் ஒருவர்தான் நிதானமாக இருந்தார். சிலசமயம் தோன்றுவதுண்டு, பா முகமளவுக்கு நிதானமும் முழுமையும் கொண்டதாக ஒருபோதும் பாபுவின் முகம் இருந்ததில்லை என்று. என்ன இருந்தாலும் பாபு குழந்தைகளை வயிற்றில் சுமந்ததில்லை, ரத்தத்தை முலைப்பாலாக ஆக்கியதில்லை.

பூல்சந்திரரைப் பார்த்ததும் பா நிதானமான குரலில் 'பாபு எழுந்துவிட்டார்.. இன்று ஏதோ புதிய சிகிழ்ச்சை செய்துகொள்ளப் போகிறார்.'

'ஆமாம்' என்றார் பூல்சந்திரர்.

'களிமண், குளிர்ந்த தண்ணீர் எல்லாம் கேட்டார். சிமன்பாய் கொண்டு சென்றார். நீங்களும் போய்ப்பாருங்கள்.'

களிமண்ணா. என்ன இது புதிய விஷயமாக இருக்கிறது. நெருப்பை வரவழைக்கும் பைராகி களிமண்ணை எதற்காகக்

கேட்கிறார்? பூல்சந்திரர் பாபுவின் அறைக்குச் சென்றபோது உள்ளே சிமன்பாய் மட்டும்தான் இருந்தார். ஒரு கலுவத்தில் சந்தனம் போல எதையோ அரைத்துக்கொண்டிருந்தார்.

'என்ன?' என்று ஓசையில்லாமல் கேட்டார்பூல்சந்திரர்.

'களிமண்... சபர்மதியில் இருந்து கொண்டுவந்தேன்.'

அறைக்குள் ஒரு மரத்தட்டில் சணல்நூல்சுருள்கள் இருந்தன. செம்பு அண்டாவில் குளிர்ந்த நீர். 'ஓடும் நீர் கேட்டார்... நானே சபர்மதிக்குச் சென்று பிடித்துவந்தேன்.'

'பைராகி எங்கே?'

'எந்த பைராகி?'

பூல்சந்திரர் புரியாமல் பேசாமல் பார்த்தார். மெல்லிய முனகலுடன் பாபு கண்களைத் திறந்தார். உதடுகள் அசைந்தன 'பூல்'

'பாபு'

'அந்த சணலை நீரில் நனைத்து என்னுடைய தலையில் சமமாகப் போடு.'

'காய்ச்சல் இருக்கிறது...'

'காய்ச்சலுக்குத்தான்...'

பூல்சந்திரர் சணல்நூல்பிரிகளை நீரில் நனைத்து பாபுவின் நெற்றியில் போட்டார். பாபு 'ம்ம் ம்ம்' என முனகிக்கொண்டார். பின்பு மெல்லியகுரலில் 'அந்தக்களிமண்விழுதை என் நெற்றியிலும் வயிற்றிலும் பூசு...' என்றார்.

பூல்சந்திரர் களிமண் பூசிக்கொண்டிருந்தபோது பா வந்தார். கையில் மரக்குடுவையில் பழச்சாறு இருந்தது.

'என்ன அது?' என்றார் பாபு.

'பழச்சாறு கேட்டீர்களே.'

'ஆம்... அதை அங்கே வை. ஒருமணிநேரம் கழித்துதான் குடிக்கவேண்டும்.'

பா அதை வைத்துவிட்டு வெளியே சென்றார். பாபு 'பூல் நீ போகலாம்...' என்றார்.

தொகுப்பாசிரியர்: சுனில் கிருஷ்ணன் ♦ 131 ♦

'பாபு'

'யாரும் இங்கே இருக்கவேண்டியதில்லை'

பூல்சந்திரர் வெளியே சென்றார். கன்றுக்குட்டியை அவிழ்த்துக்கொண்டு பா சென்றுகொண்டிருந்தார். குளிருக்குக் கைகளைக் கட்டிக்கொண்டு கோஸாம்பி வந்து நின்றார்.

'பாபு எப்படி இருக்கிறார்?'

'புதிய மருத்துவம் எதையோ ஆரம்பிக்கிறார்' என்றார் பூல்சந்திரர்.

கோஸாம்பி முகம் மலர்ந்து 'நல்லது...' என்றார்.

'கிறுக்குத்தனமான வைத்தியமாக இருக்கிறது.'

'ஆமாம்... அவருடைய எல்லாமே கிறுக்குத்தனம்தான்... ஆனால் அவர் வாழ முடிவுசெய்துவிட்டார் என்று தெரிகிறது... இனிமேல் பயமில்லை' கோஸாம்பி அலுவலகக் கட்டிடம் நோக்கிச்சென்றார்.

பூல்சந்திரர் சமையலறைக்குச் சென்றார். பா அடுப்பருகே இருந்தார். மாவு அளந்து பெரிய தடுக்கில் கொட்டிக்கொண்டிருந்தார். அருகே சோட்டு. ஆசிரமத்தில் எப்படியும் நாற்பதுபேர் காலையில் சாப்பிடுவார்கள்

பாவிடம் எல்லாவற்றையும் சொல்லிவிடவேண்டுமென்று பூல்சந்திரர் நினைத்தார். ஆனால் எங்கே தொடங்குவது? 'பா'

'என்ன குழந்தை?'

'நேற்று ஒரு பைராகி வந்தார்...'

சொல்லி முடித்தபோது பூல்சந்திரர் ஆறுதலாக உணர்ந்தார். எல்லாவற்றையும் அம்மாவிடம் சொல்லிமுடித்த சின்னக்குழந்தை போல. ஆனால் அவர் பாவின் சலனமில்லாத தெளிந்த முகத்தைப்பார்த்தபோது மேலும் சற்று எதிர்பார்த்தார் 'எனக்கு பயமாக இருக்கிறது அம்மா'

பா 'பயம் வேண்டாம்' என்றார் 'அவர் அப்படி ஒன்றும் சாகமாட்டார்... அவரை வாழவைப்பவை நிறைய இருக்கின்றன. அவற்றுடன்தான் அவர் எவ்வளவோ வருடங்களாகப்

போராடிக்கொண்டிருக்கிறார்' சட்டென்று குளத்தில் வெயில் பட்டது போல புன்னகையால் பா முகம் மலர்ந்தது 'அவரால் ஒருபோதும் விரும்பி சாகமுடியாது... கடைசிக்கணம் வரை அவர் சலிப்படையவும் போவதில்லை.'

சிமன்லால் ஓடிவந்தான் 'ஒரு பைராகி வந்து நிற்கிறார்... கோபமாக ஏதோ சொல்கிறார். நான் அவரை வெளியே நிற்கச்சொன்னேன்.'

பூல்சந்திரர் ஓடிச்சென்றபோது பைராகி எரிபவர் போலக் குடிசை வாசலில் நின்றிருந்தார். பூல்சந்திரர் அருகே போனதும் 'யார் இதைச்செய்யச்சொன்னது? என்ன இதெல்லாம்?' என்றார். குரல் நடுங்கியது. தாடை அசைய தாடி ஆடியது.

'பாபுதான்'

'நான் அவரை இப்போதே பார்க்கவேண்டும்.'

'தாரளமாகப் பார்க்கலாம்' என்றார் பூல்சந்திரர் 'வாருங்கள்'

பைராகி உள்ளே சென்றதும் பாபுவைப் பார்த்துத் திகைத்து நின்றார். பாபு சேற்றுப் பூச்சும் சணல்நூலுமாக மண்ணில் இருந்து அகழ்ந்து எடுக்கப்பட்ட ஒரு பெரிய கிழங்கு போல கிடந்தார்.

'என்ன இதெல்லாம்?' என்றார் பைராகி.

'மகராஜ்.. நீங்கள்தான் என் கண்களைத் திறந்தீர்கள்... நேற்று சொன்னீர்களே, எல்லாம் நெருப்புதான் என்று.'

'ஆமாம்'

'உடனே எனக்குத் தோன்றியது, என் வழி நீரின் வழிதான் என்று..' பாபு சொன்னார் 'இந்த தேசம் நெருப்புக்குண்டமாக ஆகவேண்டாம். இது ஒரு குளிர்ந்த தடாகமாக ஆனால் போதும்...'

'முட்டாள்தனம்' என்றார் பைராகி.

'மகராஜ்... நீங்களே நேற்று சொன்னீர்கள். நீருக்குள்ளும் நெருப்புதான் இருக்கிறது என்று... அப்படிச்சொல்லும் ஒரு வேதமந்திரம் கண்டிப்பாக இருக்கும்.'

'ஆமாம்' என்றார் பைராகி.

'அந்த நெருப்பு நம்மை ஆசீர்வதிக்கட்டும் மகராஜ்...'

சிலகணங்கள் பார்த்துக்கொண்டே நின்றபின் பைராகி மெல்ல முகம் மலர்ந்தார். சிரிக்க ஆரம்பித்தார்.

'நான் ஏதாவது முட்டாள்தனமாகச் சொல்லிவிட்டேனா மகராஜ்?'

'இல்லை' என்றபின் பைராகி கைகளைத் தூக்கி 'ஆயுஷ்மான் பவ' என்றார். வெளியே சென்றுவிட்டார்.

'சணலை நனைத்து மீண்டும் என் நெற்றியில் போடு' என்றார் பாபு 'வெயில் வந்தபின் என் உடம்பை நீரில் கழுவவேண்டும்'

◆

Ecce Homo (இவன் மனிதன்!)

* நகுல் வசன்

அலைகளின் மீது ஆடிக்கொண்டிருந்த வைரங்களை நள்ளிரவில் யாருமற்ற தனிமையில் கப்பலின் மேல்தளத்திலிருந்து சிந்தனை ஏதுமின்றி சில நொடிகள் பார்த்திருந்தான். வைரம் நீரில் மிதக்காதென்ற தர்க்கம் சட்டென மின்னலைப் போல் தோன்றி மறைய தலையை உயர்த்தி வானத்தை அண்ணாந்து பார்த்தான். நட்சத்திரங்கள் அவன் முட்டாள்தனத்தை எள்ளி நகைப்பதைக் கண்டு தனக்குத் தானே சிரித்துக்கொண்டான்.

கப்பலில் பயணிப்பது ஒரு வித பயம் கலந்த ஆச்சரியத்தை அவனுக்கு அளித்துக் கொண்டே இருந்தது. ஆங்கிலத்தில் பேசும்போது ஒவ்வொரு வாக்கியத்தையும் தன்னுள் ஒரு முறையேனும் ஒத்திகை செய்த பிறகே அவனால் சகபயணிகளுடன் உரையாட முடிந்தது. அறையை விட்டு வெளியே சென்று மற்றவர்களுடன் சகஜமாக பழகும்படி மஜும்தார் அவனை வற்புறுத்திக் கொண்டிருந்தார். ஆனால் அதைச் செய்வதற்கு அவனுக்கு இன்னமும் தயக்கமாகத்தான் இருந்தது. மஜும்தார் கூடவே பயணிப்பது அவனது அதிர்ஷ்டமே. கப்பல் பணியாளர் குழுவிலிருந்த இந்தியர்களைத் தாஜா செய்து அவர்தான் இவனுக்காக "தால்" சமைத்துத்தர வழிசெய்தார்.

பெரும் தடைகளை மீறித்தான் அவனால் இப்பயணத்தை மேற்கொள்ள முடிந்தது. அம்மா அவன் கடல்கடந்து

அயல்நாடு செல்வதை மிகவுமே அஞ்சினாள். மது, மாது, மாமிசப் பேய்களால் அவன் அலைக்கழிக்கப்படுவது போல் அவள் நாள்தோறும் கனவு கண்டாள். அவன் அப்பாவின் மறைவிற்குப் பிறகு இவன் மீதான அவளது அக்கறை இன்னமும் அதிகரித்திருந்தது. அப்பாவின் கடைசி ஆசை இது என்று இவனும் எவ்வளவோ சொல்லிப் பார்த்தான். அது அவள் பதற்றத்தை குறைத்ததே ஒழிய முற்றிலும் அகற்றவில்லை. இம்மாதிரியான அன்பு அழுத்தங்களின் சுமையைத் தாங்க மாட்டாது அவனும் பலமுறை அவள் மீது கோபமுற்று அதற்காக பின்னால் வருந்தியும் இருக்கிறான். பேச்சார்ஜி ஸ்வாமியிடம் அவனளித்த மூன்று சத்தியப் பிரமாணங்களே அவளை ஒரு வழியாக சமாதானப்படுத்தின.

மேலும் அம்மூன்று பேய்களும் நண்பன் மேதாப் அவனுக்கு ஏற்கனவே அறிமுகப்படுத்தியவைதானே! இன்றும் அச்சம்பவங்களைப் பற்றிய நினைவு அவனைக் கூசித் தலைகுனிய வைத்தது. இரவில், ஆற்றங்கரையில், தனிமையான ஓர் இடத்தில் திருடர்களைப் போல் அண்ணனும் அவனும் மேதாபை சந்திப்பதற்காக ஒரு முறை ஓடினார்கள். மேதாப் கொண்டு வந்திருந்த ஆட்டிறைச்சி பதப்படுத்தப்பட்ட செருப்புத் தோல் போல் கடினமாக இருந்தது. மதுவோ ஏதோவொரு கசப்பான மருந்தை நினைவூட்டியது. அன்றிரவு கனவில் ஒரு ஆடு அவன் வயிற்றிலிருந்து வீலென்று கதறியதை நினைத்தால்கூட அவனுக்கு வேர்த்து விடும். ஆனால் இதற்குப் பிறகும் மேதாப் சமைத்துக் கொடுத்த பிற புலால் உணவு வகைகளை அவனால் ருசித்துப் புசிக்க முடிந்தது. மேதாபின், உடல் வாகும் சுவாரசியமான பேச்சும் அவனை வசீகரித்திருந்த காலம். புலால் தன்னையும் மேதாபைப் போல் பலசாலி ஆக்கும் என்ற நம்பிக்கை அவனுள் மிக ஆழமாகவே வேரூன்றி இருந்தது. எனினும் வீட்டில் இரவு உணவை அவன் தவிர்ப்பதற்கான காரணங்களை அம்மா துருவித் துருவிக் கேட்டபோது அவன் கூறிய பொய்கள் இரவு முழுதும் குற்றவுணர்வுகளில் ஆழ்த்திவிடும். சில நாட்கள் மேதாபை தவிர்க்க முயற்சிப்பான். ஆனால் விளக்கால் ஈர்க்கப்படும் விட்டில் பூச்சியைப் போல் மீண்டும் மீண்டும் மேதாபின் வலையில் சிக்கிக் கொள்வது அவனுக்கு ஏதோ ஒரு விதத்தில் சுகத்தை அளித்தது.

மேதாபும் மிக நுட்பமாக அவனது ஈர்ப்பை பயன்படுத்திக் கொண்டான். மனைவிக்கும் இவனுக்குமிடையே நிலவிய அந்தரங்கமான சிக்கல்களை இவன் பகிர்ந்து கொண்டபோது மேதாப் அதை ஊதி வளர்த்து, அவனது ஆண்மைக்கே விடுக்கப்பட்ட சவாலாக மாற்றி உருவகித்தான். இப்படிப்பட்ட ஒரு குழம்பிய மனநிலையில்தான் இவனை வேசி வீட்டிற்கு போவதற்கு அவனால் சம்மதிக்க வைக்க முடிந்தது. படுக்கையில் அவளுடன் அமர்ந்திருக்கையில் பயத்தால் உறைந்து இவனுக்கு வேர்க்கத் தொடங்கியது. வாயைத் திறந்து ஒரு வார்த்தைகூட பேச முடியவில்லை. இறுதியில் அவள் மிக கொச்சையான வார்த்தைகளால் திட்டி, இவனை வெளியே தள்ளி கதவை தாழிட்டு\விட்டாள். அவமானத்தால் இவனது ஆண்மை சுருங்கியதை இப்போது பல நூறு மைல்களுக்கு அப்பால் அலைகளில் மிதந்து செல்லும் இந்த கப்பலில்கூட அவனால் துல்லியமாக மீண்டும் உணர முடிந்தது.

குற்றவுணர்விலிருந்து மீள்வதற்காக எண்ணங்களின் ஓட்டத்தை திசைதிருப்பினான். மனைவியின் முகம் சட்டென காரணமின்றி அவன் கண் முன் வந்தது. பாவம் அவள், சரியாக விடைபெற்றுக் கொள்வதற்குக்கூட இவனால் முடியவில்லை. பல காலம் பிரிந்திருக்கப் போவதை எண்ணி, உடம்பின் தேவைகளை பூர்த்தி செய்து கொள்வதற்கே அவனுக்கு நேரமிருந்தது. ஏழேழு ஜென்மங்கள் தன்னுடன் சேர்ந்து வாழ உறுதி பூண்டவளுக்கு இவன் வெளிநாடு செல்வதை பற்றிய முடிவில் ஒரு பங்குமில்லை என்பதை நினைக்கையில் அவனுக்கு வருத்தமாக இருந்தது. மற்ற இந்தியப் பெண்களைப் போல் அவள் பயந்த சுபாவமானவளும் அல்ல.

கல்யாணம் ஆன புதிதில் அவன் எவ்வளவு கூறியும் நண்பர்கள் உறவினர் வீடுகளுக்கு அவனது அனுமதியின்றி ஓடியவள், கணக்கையும் ஆங்கிலத்தையும் கற்றுத் தருவதற்காக அவன் எடுத்துக் கொண்ட முயற்சிகளை தனது வீண் பிடிவாதத்தால் முறியடித்தவள். இவனைப் போல் பாம்பையும் பேயையும் கண்டு அஞ்சாதவள், இரவில் துணையின்றி இருளில் செல்பவள். அப்படிப்பட்ட துணிச்சல்காரி, தன்னிடம் ஆலோசிக்காமலே அயல் நாடு செல்ல முடிவெடுத்த கணவனிடம் அதைப் பற்றி ஒரு வார்த்தைகூட சொல்லாதது புதிராக இருந்தது.

அன்னியோன்யமாக பேசுவதற்குத் தேவையான தனிமை அவர்களுக்கு அமையவேயில்லை என்பதென்னவோ உண்மைதான். ஆனால் இரவில் படுக்கையறையில் பேசலாமென்றால் இவனுள் கொழுந்துவிட்டெரியும் காமந்திரங்கள் அவர்களிடையே படுத்தபடி பல்லிளிக்கும். படுக்கையறை சல்லாபங்களை நினைக்க நினைக்க அவனுடல் சூடேறிக் குளிர்ந்தது. சட்டென ஒரு எண்ணமெழ, தனது கேபினை நோக்கி விரைவாகப் படிகளில் இறங்கினான்,. மஜூம்தார் இன்னமும் நண்பர்களுடன் கிளப்பில் பிரிட்ஜ் ஆடிக்கொண்டுதான் இருப்பார் என்ற எதிர்பார்ப்புடன்...

செப்டெம்பர் 29, கப்பல் டில்பரியில் கரையேறியது. மஜூம்தாரும் இவனும் அப்துல் மாஜித் என்ற சகபயணியும் ரயிலேறி லண்டன், டிரஃபால்கர் சதுக்கத்தை வந்தடைந்தார்கள். அதன்பின் ஒரு குதிரைவண்டியில் விக்டோரியா ஹோட்டல் வரை சவாரி. விக்டோரியா ஹோட்டலின் ஆடம்பரமும், எண்ணற்ற விளக்குகளும், மின் உயர்த்திகளும் அவனுக்கு பிரமிப்பூட்டின. ஆனால் மாஜித்கான் தனது பந்தாவிற்கு ஏற்ப அவர்களுக்கு ஏற்பாடு செய்திருந்த இரண்டாவது மாடி அறைகளின் வாடகையோ அவனை கவலைக்குள்ளாக்கியது.

மாலையில் பிராஞ்ஜீவன் அவனை சந்திக்க வந்திருந்தார். தொப்பியை அவரது அனுமதியின்றி கையிலெடுத்து அதன் மென்மயிரை இவன் தடவிப்பார்த்தது அவருக்கு எரிச்சல் ஏற்படுத்தியது. பழக்கவழக்கங்களும் இங்கிதங்களும் இங்கிலாண்டில் எவ்வளவு முக்கியம் என்பதை முதல் முறையாக அறிந்து கொண்டான். ஆனால் பிராஞ்ஜீவன் உண்மையில் நட்புரிமையுடன் மிகவும் இயல்பாகவே பழகினார்.

அவர்தான் அவனை ஓர் ஆங்கிலேயர் இல்லத்தில் சட்டம் பயிலும் மாணவன் சுக்லாவுடன் சேர்ந்து வாடகை செலுத்தும் விருந்தினராகத் தங்குவதற்கு ஏற்பாடு செய்தார். ஆனால் அவன் மனம் தன் வீட்டையும் குடும்பத்தையும் நினைத்து நினைத்து ஏங்கியது. அம்மாவின் அன்பு, மனைவி, குழந்தை இவையனைத்தும் தனியாகவும், ஒன்றோடொன்று இணைந்தும் அவன் கனவில் வந்து வதைத்தன. அன்னிய இடத்தின் புது பழக்க வழக்கங்களும், உப்பு சப்பில்லாத உணவும் இந்த ஏக்கத்தை இன்னமும் கூராக்கி வலியை அதிகரித்தன.

கன்னத்தில் கண்ணீர் தாரை தாரையாக ஓட அவன் நள்ளிரவில் விழித்தெழுவது வழக்கமாகியது.

சுக்லாவிற்கும் அவனுக்குமிடையே நடந்த உரையாடல்கள் அனேகமாக அவனது சைவ உணவுமுறைக்கான காரணங்களில்தான் சென்று முடியும்.

"இங்குள்ள நிலவரத்தைப் பற்றி படிப்பறிவில்லாத உன் அம்மாவுக்கு என்ன தெரியும். அவளை சமாதானம் செய்வதற்காக நீ அளித்த சத்தியங்களை இங்கே கட்டி அழுது கொண்டிருப்பதைப் போல் முட்டாள்தனம் வேறெதுவும் இருக்க முடியாது. மேலும் அசைவம் உனக்கு ஏற்கனவே பழக்கமானதுதானே. எங்கு அது தேவையில்லையோ அங்கு அதை ருசித்து சாப்பிட்டுவிட்டு இங்கு வந்து பழைய பஞ் சாங்கத்தைப் போல் அடம் பிடிக்கிறாய். உனக்கே இது பைத்தியக்காரத்தனமாகத் தெரியவில்லையா?" என்று சுக்லா ஒரு தேர்ந்த வக்கீலைப் போல் வாதம் செய்தான். பெந்தமின் பயன்பாட்டுக் கோட்பாட்டியல் என்ற புத்தகத்திலிருந்து பல பத்திகளை சத்தமாக படித்துக் காட்டினான்.

"என்னை மன்னித்து விடுங்கள். புலால் அத்தியாவசியம் என்று நான் ஒப்புக் கொள்கிறேன். ஆனால் கொடுத்த வாக்கை என்னால் மீற முடியாது. நான் ஒரு பிடிவாதமான முட்டாளாகவே இருந்துவிட்டுப் போகிறேன். பரவாயில்லை..." என்று பரிதாபமாக இவன் கெஞ்சினான்.

வாதம் செய்வதை தவிர்ப்பதற்காகவே சில நாட்கள் இவன் வெஸ்ட் கென்சிங்டனிலிருந்து நெடுந்தூரம் கால்நடையாகவே சென்று வருவான். இவ்வாறு நடந்து சென்று கொண்டிருக்கை யில்தான் ஃபாரிங்க்டன் தெருவில் சென்ட்ரல் என்ற சைவ உணவகத்தை கண்டுபிடித்தான். ஒரு குழந்தை தனக்கு வேண்டியது கிடைக்கையில் எவ்வாறு மகிழ்ச்சி அடையுமோ அதே போல் இவனும் மகிழ்வுற்று, இங்கிலாண்டில் முதல்முறையாக வயிறு முட்ட சாப்பிட்டான். உணவறைக்கு வெளியே விற்பனை அடுக்ககத்தில் வைக்கப்பட்டிருந்த ஹென்றி ஸால்டின் Plea for Vegetarianism என்ற புத்தகம் அவனைக் கவர்ந்தது. அதை ஒரே மூச்சில் படித்து முடித்தான்.

எப்போதும் போல் இப்புத்தகமும் அவனுக்கு புதியதொரு வாசலைத் திறந்து வைத்தது. இது வரையில், அம்மாவிற்கு அளித்த சத்தியத்திற்கும் அப்பால், உடலை வலுப்படுத்துவதற்கு புலால் உண்பது அவசியம் என்றும், தானும் பிற்காலத்தில் அசைவ உணவு உண்ணும் பழக்கத்திற்கு திரும்பிச் செல்ல வேண்டும் என்றும் இத்தனை நாட்கள் நினைத்துக் கொண்டிருந்தான். ஸால்டின் புத்தகம் இந்த எண்ணத்தைத் தகர்த்தெறிந்து அவனை தாவரவுணவின் பக்கம் முடிவாகத் திருப்பியது. சாப்பாடு விஷயத்தில் இன்னும் பல புதிய சோதனைகளை மேற்கொள்வதற்கான பாதையை அவனுக்குக் காட்டியது.

இவன் இவ்வாறு 'கண்டகண்ட" புத்தகங்களைப் படித்து "கிறுக்கு" பிடித்து அலைவதைக் கண்டு சுக்லா கலவரமடைந்தான். படாடோபமும் ஆடம்பரமும் இவனை எப்போதுமே வசீகரித்தவை என்பதை அறிந்திருந்ததால் ஹால்பர்ன் உணவகத்திற்கு அழைத்துச் சென்றான், அருமையான உயர்தர உணவும், நட்புரிமையுடன் அளிக்கப்பட்ட அறிவுரையும் இவனை திசை திருப்பிவிடும் என்ற நம்பிக்கையில். அவன் நினைத்த மாதிரியே உணவகத்தின் பிரம்மாண்டம் இவனை பிரமிப்பில் ஆழ்த்தியதைக் கண்டு சுக்லா மேலும் நம்பிக்கையுற்றான். வெய்ட்டர் ஸூப்பை மேஜையில் மீது வைத்துவிட்டுத் திரும்புகையில் "இந்த ஸூப் வெஜிடேரியன்தானே?".என்று இவன் கேட்டபோது, அவன் உதடுகளில் ஓடிய ஏளனமான புன்னகையைக் காண சுக்லா தவறவில்லை. கோபம் தலைக்கேற இவனைப் பார்த்து.

"நீயெல்லாம் நாகரீகமான சமூகத்திற்கு லாயக்கானவனில்லை. வெளியே வேறெங்காவது சென்று உணவருந்திவிட்டு வெளியே காத்திரு" என்று கடுமையாகக் கூறினான்.

அவமானமும் துக்கமும் அலைக்கழிக்க அருகிலிருந்த சைவ உணவகத்திற்கு சென்றான். அது மூடப்பட்டிருந்ததால் திரும்பி வந்து சுக்லாவிற்காக ஹோல்பர்ன் உணவகத்திற்கு வெளியே காத்திருந்தான். அதன்பின் அவர்களிருவரும் ஒரு நாடகம் பார்க்கச் சென்றார்கள். பசி மீண்டும் மீண்டும் சற்று முன் நடந்தவற்றை நினைவுபடுத்திக் கொண்டிருந்ததையும் மீறி அவனால் நாடகத்தை ரசிக்க முடிந்தது. அதன் பிற்கு அவர்கள் அதைப் பற்றி பேசிக்கொள்ளவில்லை என்றாலும் சுக்லாவிடம்

தான் ஒரு கனவானைப் போல், நாகரீகமாக நடந்துகொள்ள முயற்சிக்கப் போவதாக உறுதியளித்தான்.

அதன்படி தன்னிடமிருந்த பொருத்தமேயில்லாத ஸூட்டுக்களை எல்லாம் பழைய துணிக்கடையொன்றில் விற்றுவிட்டு பாண்ட் ஸ்டிரீட்டிலிருந்த ஆர்மி – நேவி கடையிலிருந்து பத்து பவுண்டிற்கு "ஈவினிங்க்" ஸூட்டொன்றை வாங்கிக் கொண்டான். ரெடிமேட் டைக்களைத் தூக்கி எறிந்துவிட்டு டை கட்டிக் கொள்ளும் கலையை மணிக்கணக்காகப் பழகினான். கடிகாரம் கட்ட தங்கத்தாலான இரட்டைவடச் சங்கிலி வேண்டுமென்று லக்ஷ்மி அண்ணனுக்கு கேட்டெழுதினான். ஒவ்வொரு நாளும் பத்து நிமிடங்களுக்கு பெரிய கண்ணாடியொன்றிற்கு முன் நின்று கொண்டு டையையும் தலை வகிடையும் சரி செய்து கொண்டான். இவை போதாதென்று பிரென்சு, நடனம், வயலின், பேச்சுக்கலை ஆகியவற்றிற்கு தனக்கென்று தனியாகப் பயிற்றுபவர்களை அமைத்துக் கொண்டான். சுக்லா முன் ஒரு ஆங்கிலேயக் கனவானாக நடந்துகொள்ள வேண்டும் என்ற வெறி அவனை ஆட்டிப் படைத்தது.

பேச்சுக்கலையில் தேர்ச்சி பெறுவதற்காக பெல்லின் Standard Elocutionist என்ற பாடப் புத்தகத்தில் திக்குமுக்காடிக் கொண்டிருக்கையில் எங்கிருந்தோ ஓர் அசரீரியைப் போல் அவனுக்குள் ஒரு எண்ணம் ஒலித்தது. "ஆங்கிலத்தில் பெரிய பேச்சாளராகி எனக்கு என்னவாகப் போகிறது. நடனத்தால் அல்ல எனது ஆளுமையால் மட்டுமே நான் கனவானாக முடியும். வீட்டில் மிகவும் கஷ்டப்பட்டு எனக்கு அனுப்பி வைக்கும் பணத்தை நானிங்கு ஊதாரித்தனமாக செலவழித்துக் கொண்டிருக்கிறேன். இங்கு படிக்க வந்தேன், அதை ஒழுங்காகச் செய்வதே என் கடமை" என்று தனக்குத் தானே புத்திமதி கூறிக் கொண்டான். மீண்டும் ஒரு முறை கண்ணாடியில் தன் உருவத்தைப் பார்த்துச் சிரித்தான். "இந்த கோட்டு சூட்டில் நான் அழகாகவே இருக்கிறேன்!. பாரிஸ்டர்களுக்கு உடை முக்கியம்தானே" என்று சமாதானமும் செய்து கொண்டான்.

தாவர உணவு மட்டும் சாப்பிடுபவர்களுக்கான ஒரு முகாமில் கலந்து கொள்வதற்காக பிரைட்டன் சென்றிருந்தபோதுதான்

ஜேன் அவனுக்கு பரிச்சயமானாள். பிரெஞ்ச்சில் இருந்த மெனுவை படிக்கத் தெரியாமல் திணறிக் கொண்டிருந்தபோது அவள்தான் உதவினாள். அப்படித் தொடங்கிய சந்திப்பு அவனை அவள் தன் வீட்டிற்கு அழைக்கும் அளவிற்கு ஒரு நட்பாக வெகு விரைவிலேயே மாறியது. அவள் வீட்டிற்கு சென்ற ஒவ்வொரு முறையும் அவளுடன் ஓர் இளம் நங்கையும் கூடவே இருந்தது அவனுக்கு ஆச்சரியமாகவே இருந்தது. அவர்களிருவரையும் தனியே பேச விட்டு ஜேன் நெடு நேரம் ஏதோ ஒரு சாக்கு சொல்லி மறைந்து விடுவாள். முதலில் இவனுக்கு இது எரிச்சலை ஏற்படுத்தினாலும் அழகான இளம் பெண்ணொருத்தியுடன் மணிக்கணக்காக பேசிக் கொண்டிருப்பது சுவாரசியமாக இருந்தது. ஒரு நாள் அப்பெண் படுக்கையில் தன்னுடன் ஆடைகளின்றிப் படுத்திருப்பது போல் கனவு தோன்றியபோது திடுக்கிட்டு எழுந்தான். உடல் முழுதும் வியர்த்திருந்தது. சகதியில் நெளிந்து செல்லும் ஒரு புழுவாக தன்னை உணர்ந்தான். குற்றவுணர்வால் சுருங்கி கேவிக் கேவி அழுதான். தனக்குக் கல்யாணமாகி இந்தியாவில் மனைவியும் குழந்தையும் இருக்கிறார்கள் என்ற உண்மையை அவர்களிடம் மறைத்தது எவ்வளவு பெரிய கயமைத்தனம் என்பதை உணர்ந்தான்.

நேரில் சென்று தனது தவறை ஏற்றுக் கொள்வதற்கு துணிவில்லாததால் ஒரு கடிதத்தில் அதைச் சுட்டிக் காட்டி மன்னிப்புக் கோரினான். அதைப் படித்துவிட்டு அவர்களிருவரும் விழுந்து விழுந்து சிரித்தார்கள் என்று ஜேன் பதில் கடிதத்தில் எழுதியிருந்ததைப் படித்த பிறகுதான் அவனால் ஓரளவிற்கு நிம்மதியாகத் தூங்க முடிந்தது.

ஜூன் மாதம் நடக்கவிருந்த லண்டன் மெட்ரிகுலேஷன் தேர்வுகள் அவன் மனதை இவ்வகையான குழப்பங்களிருந்து திசைதிருப்பி ஒரு திடமான இலக்கை அளித்தது. அத்தேர்வில் வெற்றி பெற்றது அவனுக்கு பெருமையையும், இங்கிலாண்டில் செய்ய வந்ததை கடமை வழுவாமல் சரிவரச் செய்துகொண்டிருக்கிறோம் என்ற நம்பிக்கையையும் அளித்தது. இந்தப் புத்துணர்ச்சி தாவரவுணவு இயக்கத்தில் மேலும் மும்முரமாக பங்கேற்பதற்கான சுதந்திரத்தையும் அவனுக்கு அளித்தது.

இவ்வியக்கத்தின் மூலமாகத்தான் அவனுக்கு ஓல்டன்ஃபீல்டின் நட்பும் கிட்டியது. ஓல்டன்ஃபீல்டு The Vegetarian என்ற இதழின் பதிப்பாசிரியராக பொறுப்பேற்றிருந்தார். முதல் முறையாக ஒரு ஆங்கிலேயருடன் சரிசமமாக இவனால் பேசமுடிந்தது மகிழ்ச்சியையும் ஆச்சரியத்தையும் அளித்தது. மதம் சார்ந்த அவனது குழப்பங்களை அவருடன் இயல்பாகவே விவாதிக்க முடிந்தது. அவர் அவனை கிறித்துவத்திற்கு மதம்மாற அன்புடன் வற்புறுத்தினார். அதை அவனும் மிக மரியாதையுடன் தட்டிக் கழித்து வந்தான். அவன் அங்கு அப்போது நடந்து கொண்டிருந்த தியோஸொபிஸ்டுகள் கூட்டங்களுக்கு போய்க் கொண்டிருந்தான். அவர்கள் ஹிந்து மதத்தின் பல கூறுகளை ஏற்றுக் கொண்டது அவன் கொண்டிருந்த முதிரா எண்ணங்களை மறுபரிசீலனைக்கு உட்படுத்தியது. மேலும் அவன் மதித்த ஆங்கிலேய படிப்பாளிகளே புலால் உண்ணாதிருத்தலை ஒரு முற்போக்கு சித்தாந்தமாக கருதும்போது, காலகாலமாக அதை ஓர் அடிப்படை ஒழுக்கமாக வலியுறுத்தி வந்த அவன் மதம் எப்படி முற்றிலும் தவறாக இருக்க முடியும் என்று தன்னையே கேள்விகேட்டுக் கொண்டான். ஓல்டன்ஃபீல்டுடன் மணிக்கணக்காக இதைப் பற்றி விவாதித்தது அவன் கருத்துக்களை மேலும் கூர்படுத்தியது. உரையாடல்களின் சாரத்தை தொகுத்துக் கொள்வதற்காகவே பல மைல்கள் நடந்தான். பத்து இருபது மைல் தொலைவிற்குள்ளிருந்த சைவ உணவகங்கள் அனைத்துமே அவனுக்கு அத்துப்படியாயின. ஓல்டென்ஃபீல்டும் அவரது நண்பர்களும் தந்த தூண்டுதலால் அவன் பொதுக் கூட்டங்களில் பேசத் தொடங்கியபோது இக்கருத்துக்களை அவன் மேலும் விரிவுபடுத்திக் கொண்டான்.

உடலும் நடையால் வலுப்பெற்றிருந்ததை அவனால் உணர முடிந்தது. புலால் மட்டுமே உடலை பலப்படுத்தும் என்று மேதாப் அடித்துச் சொன்னபோது வாயடைத்து நின்ற நாட்களை எண்ணி தனக்குள்ளேயே சிரித்துக் கொண்டான். மேதாப்! சற்று நாட்களுக்கு முன்வரையிலும்கூட இவனிடம் பணம் கேட்டு எழுதியிருந்த மேதாப்! ஓடியும், நீந்தியும் சாகசங்களை அசாத்தியமாக செய்த மேதாப். தன்னை வேசியிடம் மிகக் கீழ்த்தரமான வசைகளை வாங்க வைத்த புண்ணியவான்! திடமான உடலுடன் கடுகளவேனும் மனவுறுதியும், ஒழுக்கமும் இருந்திருந்தால் என்னவெல்லாம் செய்திருப்பான். முட்டாள்!

★ ★ ★

டிசெம்பர் மாதம் வழக்கறிஞர் தகுதிக்கான இறுதித் தேர்வுகளில் வெற்றி பெற்றான். மூன்று வருடங்களாக ஓடிக்கொண்டிருந்த தொலைதூர ஓட்டப் பந்தயத்தின் இலக்கை ஒரு வழியாக அடைந்தது அவனுக்கு ஒரே சமயத்தில் நிறைவையும் சோர்வையும் அளித்தது. இந்தியாவிற்குத் திரும்பிச் செல்வதைப் பற்றிச் சிந்திப்பதைத் தவிர்ப்பதற்காகவே வெஜிடேரியன் குழுமமொன்றில் பேசுவதற்காக போர்ட்ஸ்மவுத்திற்குச் சென்றான். இங்கிலாண்டிற்கு கப்பலில் அவனுடன் பயணித்த மஜூம்தாரும் அக்குழுமத்திற்கு வந்திருந்தார். கூட்டம் முடிந்து மாலையில் இருவரும் விடுதி நடத்திக்கொண்டிருந்த பெண்மணியுடன் இளைப்பாருவதற்காக பிரிட்ஜ் ஆடினார்கள். வாளிப்பான தனது உடலின் வளைவுகளை நன்றாக வெளிக்காட்டிக் கொள்வதற்காகவே அவள் கவர்ச்சிகரமாக உடையணிந்திருந்தாள். இவனது கவனம் முழுதும் அவளது செழித்த முலைகளின் மீது குவிந்திருந்தது. அவர்கள் மேஜையில் பேச்சு விரசமாகிக் கொண்டே சென்றது. அவளை இரவில் தனது அறைக்கு வரவழைப்பதற்காக ஜாடைமாடையாக பேச்சுக் கொடுத்தான். அவளும் அதற்கு சம்மதிப்பதைப் போல் பதிலளித்தாள்.

மஜூம்தார் ஒன்றும் சொல்லாமல் ஆட்டத்தில் மும்முரமாக இருப்பது போல் பாவனை செய்து கொண்டிருந்தார். இவன் சல்லாபத்தை மேலும் அதிகரிக்க மேஜைக்கடியே அவளது காலை தனது காலால் உரச முயற்சித்தான். மஜூர் சட்டென அவன் காலை உதறியபடியே “என்ன தம்பி, பேய் கீய் பிடிச்சிருச்சா?, ஆடியது போதும், கிளம்பு” என்று கூறினார். கடவுளே நேரில் வந்து தான் படுகுழியில் விழவிருந்ததைத் தடுத்தது போல் இவனுக்கு ஒரு பிரமை ஏற்பட்டது. முகம் அவமானத்தால் சிவக்க, இருக்கையிலிருந்து எழுந்தான். அபபெண்மணி அவனை புன்முறுவலுடன் பார்த்துக் கொண்டிருந்தாள். மஜூம்தார் அவனை மேலே அறைக்குச் செல்லும்படி கண்களால் ஜாடை செய்தார். எதுவுமே கூறாமல் இவனும் மௌனமாக படியேறிச் சென்றான்.

சாக்கடையில் விழுந்தெழுந்ததைப் போல் அவன் உடல் முழுதும் அருவருப்பான ஏதோவொன்று பரவியது. அம்மாவிற்கும் மனைவிக்கும் கொடுத்த வாக்குறுதிகள்

கண்ணெதிரே வந்து பரிதாபமாகச் சிரித்தன. கன்னத்தில் ஓடிய நீரைத் துடைப்பதற்கு முயற்சிக்காமலே கருவிலிருக்கும் சிசுவைப் போல் படுக்கையில் சுருண்டு படுத்தான்.

★ ★ ★

ஆழ்கடலின் அலைகள் முட்டி மோதினாலும் கப்பல் தனது இலக்கை நோக்கி தீர்மானத்துடன் சென்று கொண்டிருந்தது. மூன்று வருடங்களுக்குப் பிறகு லண்டனை விட்டுப் பிரிவது அவனுக்கு வருத்தத்தை அளித்தது. ஓல்டன்ஃபீல்டும் மற்ற நண்பர்களும் அவனுக்காக ஹோல்போர்ன் ஓட்டலில் பிரிவு உபசார விழாவொன்றை ஏற்பாடு செய்திருந்தார்கள். ஹோல்போர்னில் முதல் முறையாக வெஜிடேரியன் உணவு மட்டுமே அளிக்கப்பட்ட விழாவாக அது அமைந்திருந்தது அவனுக்கு பெருமையாக இருந்தது. அதே ஹோட்டலிலிருந்துதானே சுக்லா அவனை நாகரீகமறியாதவன் என்று ஏசி வெளியே போகச் செய்தான்!. அந்த சுக்லாவும் விடையனுப்ப வந்தது அவனுக்கு மகிழ்ச்சியாகவே இருந்தது. புதிய நட்புகள், கலாச்சார நுணுக்கங்கள், படிப்பு, வெஜிடேரியன் இயக்கம், கனவில்கூட எதிர்பார்க்காத மேடைப் பேச்சுக்கள் அனைத்துமே இப்போது மூர்க்கமான அவ்வலைகளின் மீது ஒரு மெல்லிய கனவைப் போலிருந்தன. கடல் கடந்து அவன் ஒரு புது மனிதனாகத்தான் திரும்பிச் செல்கிறான். ஆனால் கரையில் அவனுக்காக அவனது பழைய உலகம் காத்துக் கொண்டிருக்கிறது. கடல் கடப்பதே பாவம் என்று இன்னமும் நம்பிக் கொண்டிருக்கும் அவனது ஜாதிக்காரர்கள். அவன் கொடுத்த சத்தியங்களையே மலை போல நம்பிக் கொண்டிருக்கும் அம்மா. இவர்கள் மத்தியில் அவனால் ஒரு வழக்கறிஞராக பணியாற்ற முடியுமா?

அவன் கருத்துக்களை புரிந்துகொள்ளக் கூடிய நண்பர்களின் வட்டம் மீண்டும் கிட்டுமா? ஓல்டென்ஃபீல்ட்! எப்படிப்பட்ட நண்பன். இந்தியாவில் அவரைப் போல் யார் இருக்கிறார்கள்? மேதாபா? அதை நினைக்கையில் அவனுக்கு சிரிப்பு வந்தது. நினைவுகளும், எதிர்காலத்தைப் பற்றிய அச்சங்களும் அடுத்தடுத்து மனதில் வந்தபடி இருக்க, தன்னையே அறியாது தூங்கிவிட்டான். காலையில் கப்பல் கரையை நெருங்குகையில் மேதாப் தன்னை ஒரு பாவப் படுகுழியில் தள்ளுவதாய் கனவு கண்டு திடுக்கிட்டு கண்விழித்தான். சிறிது நேரத்தில் எண்ணச்

சங்கிலியை தொடர்ந்தபடியே கரையை காண்பதற்காக மேல்தளத்திற்கு சென்றான். உண்மையில் யாரைக் கண்டு அவன் அஞ்சினான்? மேதாபையா? ஹும், அவன் என்ன செய்யமுடியும், பாவம், மிஞ்சி மிஞ்சிப் போனால் பணம் கேட்டு நச்சரிப்பான். அவ்வளவுதான். மேலும் இங்கிலாந்தில் தூண்டுதல் இல்லாமல் தன்னிச்சையாக அக்குழியில் விழ ஆசைப்பட்டவன்தானே இவன்.. ஆனால் ஒவ்வொரு முறையும் விழுவதற்கு முன் அவனுள் ஏதோ ஒன்று அவனைத் தடுத்தி நிறுத்தியிருக்கிறது. அதை மட்டும் இனம் கண்டுவிட்டால் அவனால் எப்பேற்பட்ட இடரையும் எதிர்கொள்ள முடியும் என்ற நம்பிக்கை அவனுள் ஓர் அற்புதமான மலரைப் போல் விரிந்தது. துறைமுகத்திலிருந்து பல குரல்கள் பேரலையாக எழும்பி அவனைத் தாக்கின. அவற்றைக் காதில் வாங்கிக் கொள்ளாமலே அந்த மலரில் லயித்திருந்தான். அவளுக்களித்த வாக்குறுதிகளை அவன் காப்பாற்றிவிட்டான் என்பதை கேட்கையில் அம்மா எவ்வளவு பூரிப்படைவாள் என்பதை நினைத்துப் பார்த்தான். அந்த பூரிப்பின் சாரமும் ஏதோ ஒரு வகையில் அம்மலரின் ஆன்மாவில் கலந்திருந்ததை உணர்ந்தான். அதன்பின் அம்மலர் அவன் மனைவியின் முகமாக மாறியது.

கஸ்தூர்! கஸ்தூர்! என்று தனக்குள்ளேயே அவள் பெயரை வாஞ்சையுடன் கூறிக் கொண்டான்.

மோஹன்! மோஹன்! கீழிருந்து கணீரென்று எழுந்த அந்த பரிச்சயமான குரல் அவனை அவனுள்ளிலிருந்து வெளிக் கொணர்ந்தது.

கீழே அண்ணன் லக்ஷ்மிதாஸ் இவனை நோக்கி கைகளை பலமாக ஆட்டிக் கொண்டிருந்தார். அவரை அடையாளம் கண்டுவிட்ட மகிழ்ச்சியில் இவன் வேகமாக அவரை நோக்கி மரப்பலகையின் மீது ஓடினான்.

இவனை அவர் கைகளால் சற்று பின்னே தள்ளி தலைமுதல் கால் வரை ஒரு முறை நன்றாகப் பார்வையிட்டார். பின்னர், “அம்மா...” என்று தொடங்கியவர் அதை முடிப்பதற்கு திராணி இல்லாதவர் போல் அவன் தோள்களைத் தழுவி அழத் தொடங்கினார்.

★ ★ ★

புதிய நந்தன்

* புதுமைப்பித்தன்

நந்தா சாம்பானை நந்த நாயனாராக்க, சிதம்பரத்தில் அக்கினிப்புடம் போட்ட பின்னர் வெகு காலம் சென்றது. அந்தப் பெருமையிலேயே ஆதனூர் சந்தோஷ - அல்லது துக்க - சாகரத்தில் மூழ்கி அப்படியே மெய்மறந்தது. இங்கிலீஷ் சாம்ராஜ்யம் வந்த சங்கதிகூடத் தெரியாது. அப்படிப்பட்ட நெடுந்தூக்கம். இப்பொழுது ஆதனூரிலே ரயில்வே ஸ்டேஷன், வெற்றிலை பாக்குக் கடை என்ற ஷாப்பு, காப்பி ஹோட்டல் என்ற இத்யாதி சின்னங்கள் வந்துவிட்டன. எப்படி வந்தன என்ற சமாசாரம் யாருக்கும் தெரியாது.

ஆனால், நந்தன் பறைச்சேரியில் விடை பெற்றுக்கொண்ட பிறகு பறைச்சேரிக்கு என்னமோ கதிமோட்சம் கிடையாது. பழைய பறைச்சேரிதான். பழைய கள்ளுக்கடைதான். ஆனால் இப்பொழுது பழைய வேதியரின் வழிவழிவந்த புதிய வேதியரின், ஆள் மூலம் குத்தகை. சேரிக்குப் புறம்பாக அல்லது தீண்டக்கூடாது என்ற கருத்துடனோ, மரியாதையான தூரத்திலே ஒரு முனிஸிபல் விளக்கு. அதை ஏற்றுவதைப் பற்றி ஒருவருக்கும் தெரியாது. சேரிப்பறையர்கள் ஆண்டையின் அடிமைகள், அத்துடன் அவர்களுக்குத் தெரியாத வெள்ளைத் துரைகளின் அடிமைகள்.

அந்தப் பழைய வேதியரின் வாழையடி வாழையாக வந்த (அவர்கள் குலமுறை கிளத்தும் படலம் எந்தப் புராணத்திலும் இல்லை) வேதியர் அக்கிரகாரத்தில் பெரிய பண்ணை. 100

வேலி நிலம் இத்யாதி வகையறா. இது மட்டுமல்ல. ஒரு பென்ஷன் பெற்ற ஸப் ரிஜிஸ்திரார் விஸ்வநாத் ஸ்ரௌதி; இவருக்குப் பிரிட்டிஷ் சாம்ராஜ்யத்திலும், இறந்து போன ஸனாதன உண்மைகளிலும் அபார நம்பிக்கை. இதையறிந்து நடப்பவர்கள்தான் அவருடைய பக்தர்கள்.

அவருக்கு ஒரு பையன்; பெயர் ராமநாதன். எம்.ஏ. படித்து விட்டு கலெக்டர் பரிக்ஷை கொடுக்கவிருந்தவன். ஏதோ பைத்தியக்காரத்தனத்தினால் – இது அவர்கள் வீட்டிலும் அக்கிரகாரத்திலும் உள்ள கொள்கை – சத்தியாக்கிரகத்தில் ஈடுபட்டுவிட்டான். பையனுக்கு இதிலிருந்த பிரேமையை ஒரு நல்ல சம்பந்தத்தில் ஒழித்துவிடலாம் என்பது ச்ரௌதியின் நம்பிக்கை. பிள்ளையின் பேரிலிருந்த அபார வாத்ஸல்யத்தின் பயன்.

2

சேரியிலே கருப்பன் ஒரு கிழட்டு நடைப்பிணம். 60 வயது. பெரிய நயினாரின் தோட்டக்காவல். இதில் ஒரு ஸ்வாரஸ்யம். கருப்பன் சிறு பிராயத்தில் தெரியாத்தனத்தினாலோ, ஐயரவர்கள் இப்பொழுதும் சொல்லிக்கொண்டிருக்கிறபடி, ‘பறக்கிருதி’னாலோ, ஒரு நாள் இரவு அக்ரஹாரத்தில் இருக்கும் தெப்பக்குளத்தில் இறங்கி ஒரு கை தண்ணீர் அள்ளிக் குடித்து விட்டான். கோயில் தெய்வத்தின் உலாவுப் பிரதிநிதியான சுப்பு சாஸ்திரிகள் கண்டுவிட்டார். அக்ரஹாரத்தில் ஏக அமளி. அப்பொழுது சிறுவனாகவிருந்த விஸ்வநாத ச்ரௌதி தன்னை மீறிய கோபத்தில் அடித்த அடி கருப்பனைக் குருடாக்கியது. விளையும் பயிர் முளையிலே தெரியாதா? ஆனால் ச்ரௌதி இளகிய மனம் உடையவர். கருப்பனுடைய ஸ்திதிக்கு மிகவும் பரிதபித்து தோட்டத்தில் காவல் தொழிலைக் கொடுத்தார். கல்யாணம் செய்து வைத்தார். தோட்டத்திலே குடிசை கட்டிக் கொடுத்தார். பிறகு தங்கக் கம்பியாகிவிட்டான் என்று எல்லோரிடத்திலும் சொல்லுவதில் வெகு பிரேமை.

3

அதெல்லாம் பழைய கதை. கருப்பன் குருடனாகிவிட்டால் குழந்தைகள் பிறக்காதா? முதலில் ஒரு ஆண் குழந்தை. அவன்

பெயர் பாவாடை. ஆண்டை 'சின்ன சாமி'யும் ஏறக்குறைய இதே காலத்தில்தான் பிறந்தான். ராமநாதன் சில சமயங்களில் தோட்டக் காட்டிற்கு வரும்பொழுது பாவாடையுடன் கேணியில் முக்குளித்து விளையாடுவதிலும் மரக்குரங்கு விளையாடுவதிலும் பரம உத்ஸாகம். அதெல்லாம் பழைய கதை. இரண்டு பேரும் வித்தியாசமான இரண்டு சமூகப் படிகளின் வழியாகச் சென்றார்கள். இரண்டு பேரும் ஒரே உண்மையை இரண்டு விதமாகக் கண்டார்கள். பரமண்டலங்களிலிருக்கும் பிதாவாகிய கர்த்தரின் நீதிகளை ஆதனூரில் பரப்பும்படி ரெவரெண்ட் ஜான் ஐயர் ஒரு தடவை ஆதனூர் சேரிக்கு வந்தார். பாவாடையின் புத்தி விசேஷத்தைக் கண்டு, அவனைத் தம் மதத்தில் சேர்க்க அனுமதித்துவிட்டால், பெரிய பண்ணை மாதிரி ஆக்கிவிடுவதாக ஆசை காட்டினார். கருப்பனுக்கு தன் மகன், 'இங்குருசி' (English) படிக்க வேண்டுமென்று ஆசை. நீட்டுவானேன்? பாவாடை ஜான் ஐயருடன் சென்றான். ரெவரெண்ட் ஜான் ஐயர் வேளாளக் கிருஸ்துவர். முதலில் போர்டிங்கில் போட்டுப் படிக்கவைத்தார். பையன் புத்தி விசேஷம். மிகுந்த பெயருடன் 10 கிளாஸ் படிக்கும் வரை பிரகாசித்தது. இன்னும் பிரகாசிக்கும் பரமண்டலங்களிலிருக்கும் கர்த்தரின் விதி வேறு விதமாக இருந்தது.

ஜான் ஐயருக்கு ஒரு பெண் உண்டு. மேரி லில்லி என்ற பெயர். நல்ல அழகு. அவளும் அந்த மிஷன் பள்ளிக்கூடத்தில் ஆண் பிள்ளைகளுடன் படித்தாள். எல்லாவற்றிலும் முதல் மார்க் எடுக்கும் பாவாடையிடம் (இப்பொழுது அவனுக்கு தானியேல் ஜான் என்ற பெயர்) சிறிது பிரியம், நட்பு, வரவரக் காதலாக மாறியது. கிருஸ்தவ சமுதாயத்தில் இந்துக் கொடுமைகள் இல்லையென்று ஜான் ஐயர் போதித்ததை நம்பி, மனப்பால் குடித்த ஜான் தானியேல், ஒரு நாள் ஐயரிடம் நேரிலேயே தன் கருத்தை வெளியிட்டான்.

ஜான் ஐயரவர்களுக்கு வந்துவிட்டது பெரிய கோபம். "பறக்கழுதை வீட்டைவிட்டு வெளியே இறங்கு" என்று கழுத்தைப் பிடித்து நெட்டித் தள்ளினார். மனமுடைந்த தானியேலுக்குப் பாழ்வெளியாகத் தோன்றியது உலகம். இந்த மனநிலைக்கு மதம்தானே சாந்தி என்கிறார்கள். கிருஸ்துவனாக இருந்தபொழுது வேத புத்தகத்தை நன்றாகப்

படித்திருந்தான். சுவாமியாராகப் போய்விட வேண்டுமென்று கத்தோலிக்க மதத்தைத் தழுவி, சுவாமியார் பரீட்சைக்குத் தேர்ந்தெடுக்கப்பட்ட நாவிஸ் பிரதராக (Novice Brother) Father ஞானப்பிரகாசம் மேற்பார்த்த மடத்தில் இரண்டு வருஷங்கள் கழித்தான். சுற்றி நடக்கும் அபத்தங்களும், சில சுவாமியார்களின் இயற்கைக்கு விரோதமான இச்சைகளும், மனதிற்குச் சற்றும் சாந்தி தராத இரும்புச் சட்டம் போன்ற கொள்கைகளும் அவன் மனத்தில் உலகக் கட்டுப்பாடே ஒரு பெரிய புரட்டு என்ற நம்பிக்கைகளைக் கிளப்பிவிட்டன.

அதனிடமும் விடை பெற்றுக்கொண்டு, திரு. ராமசாமிப் பெரியாரின் சுயமரியாதை இயக்கத்தில் ஈடுபட்டுவிட்டான். அதிலே அவன் ஒரு பெரும் தீவிரவாதி. இப்பொழுது தோழர் நரசிங்கம் என்ற பெயருடன், தனக்குத் தோன்றிய உண்மைகளை அதில் ஒரு பைத்தியம் பிடித்ததுபோல், பிரசாரம் செய்து கொண்டு வந்தான். ஒரு தடவை தகப்பனாரைக் காண ஆதனூருக்கு வந்தான். பழைய எண்ணங்கள் குவிந்திருக்கலாம். அதைப் பற்றி எனக்குத் தெரியாது. அவனுக்கு இரண்டு உண்மைகள் தெரிந்தன. தனக்கும் தனது குடும்பத்தினருக்கும் இடையே எண்ணங்களில், செய்கைகளில் ஏன் எல்லாவற்றிலுமே ஒரு பெரிய பிளவு இருக்கிறது என்பது ஒன்று. இன்னும் ஒன்று, தான் சென்ற பிறகு, தனக்கு ஒரு அழகான – பறைச்சிகளுக்கும் அழகாயிருக்க உரிமையுண்டு – தங்கை, பதினாறு பிராயத்தாள் இருப்பதையறிந்தது தான்.

ஆனால், இவர்களை மனிதரின் நிலைமைக்குக் கொண்டுவர எந்தப் பகீரதன் உண்டாகப் போகிறானோ என்ற மலைப்பு ஏற்பட்டுவிட்டது. தனது பிரசங்கங்கள் படித்தவர்களிடம் செல்லும்; இந்த வாயில்லாப் பூச்சிகளிடத்தில்? ராமநாதன் வீட்டில் செல்லப்பிள்ளை. இட்டது சட்டம். பக்கத்து ஜில்லாத் தலைநகரில் மெட்ரிக்குலேஷன் வரை படித்தான். அவனுடைய படிப்பு வேறு ஒரு தினுஸு; கெட்டிக்காரன் பள்ளிக்கூடத்தில் மட்டுமல்ல. சிலரைப்போல் பள்ளிக்கூடத்தில் மூழ்கிவிடவில்லை. காலத்தின் சக்தி வசப்பட்டு அதன் நூதன உணர்ச்சிகளில் ஈடுபட்டு இன்பப்பட்டவன்.

சென்னைக்குச் சென்று மேல்படிப்புப் படித்தான்; எம்.ஏ. வரையில். அதற்குள் 1930 இயக்கம் வந்தது. தந்தை நினைத்த

கலெக்டர் பதவியைவிட்டு, தடியடிபட்டு ஜெயிலுக்குச் சென்றான். ஜெயிலில் இருந்து வந்ததும் ஹரிஜன இயக்கத்தில் ஈடுபட்டான். தகப்பனாருக்கு வருத்தம்தான். ராமநாதனின் அசையாத மனத்தின் முன் ச்ரௌதியின் அன்புதான் நின்றது. கொள்கைகள் பறந்தன. ஒரு தடவை ஆதனூருக்கு வந்திருந்தான். அப்பொழுது கருப்பனின் மகளுக்கு வயது வந்துவிட்டது. நல்ல இயற்கையின் பூரண கிருபை இருந்தது.

ஒரு நாள் இரவு நல்ல நிலா. தோட்டத்திற்குச் சென்றான். இரவு கொஞ்ச நேரந்தான். அதுவும் ஆதனூரில் கேட்க வேண்டுமா? தோட்டக் கிணற்றில் யாரோ குதிப்பது போல் சப்தம். ஓடிப் பார்க்கிறான்; ஒரு பெண் உள்ளே. அவனுக்கு ஒன்றும் தெரியவில்லை. உடனே அவனும் குதித்தான்.

"சாமி, கிட்ட வராதிங்க. பறச்சி, கருப்பன் மவ. சும்மானாச்சிங் குளிக்கறேன்" என்ற குரல்.

"சரி, சரி, நீ விழுந்துவிட்டாயாக்கும் என்று நினைத்தேன். ஏறி வா" என்று கரை ஏறினான்.

"இல்லை, சாமி" என்று தயங்கினாள். பிறகு என்ன? இயற்கை இருவரையும் வென்றது.

ராமநாதனுக்கு... பிறகு ஒரு மகத்தான பாபம் செய்து விட்டோம் என்ற நினைப்பு. கருப்பன் மகளுக்கு, சின்னப் பண்ணையின் தயவு கிடைத்ததில் திருப்தி. ராமநாதன் அவளைக் கலியாணம் செய்து கொள்வதாக வாக்களித்தான். "அதெப்படி முடியும் சாமி" என்று சிரித்தாள். கருப்பனிடம் போய் நடந்ததைச் சொல்லிப் பெண்ணைக் கொடுக்கும்படி கேட்டான். அவனுக்குப் புதிய கொள்கைகள் எப்படித் தெரியும்? "அது நயிந்தோ மகாப் பாவம். கண்ணானே அப்படிச் செய்யக் கூடாது." ராமநாதனுக்கு இடி விழுந்தது போலாயிற்று.

5

மகாத்மா காந்தி தென்னாட்டில் ஹரிஜன இயக்கத்திற்காக பிரசாரம் செய்ய வந்தார். ஆதனூரில் ஐந்து நிமிஷம் தங்குதல். எல்லாம் ராமநாதனின் ஏற்பாடு. ச்ரௌதிகள் அவருடன் வாதம் செய்ய புராண அத்தாட்சிகளுடன் தயார். இதில்

ச்ரௌதிகளுக்கு இரட்டை வெற்றி என்ற நம்பிக்கை. ஒன்று, காந்தியின் கொள்கைகளைத் தகர்ப்பது; இரண்டாவது காந்தியின் முன்பே தன் புத்திரனிடம் சனாதனத்தின் புனிதத்தைக் காண்பிப்பது.

தோழர் நரசிங்கம் காந்தியை எதிர்த்துக் கேள்விகள் கேட்க ஆதனூருக்கு வந்தான். தங்கையின் சமாசாரம் தெரிந்துவிட்டது. தகப்பனாரிடம் கலியாணம் செய்து வைத்துவிட வேண்டுமென்றும், அதற்குப் பறையரின் சமுதாயத்தின் கட்டுப்பாட்டால் செய்ய முடியும் என்று தெரிவித்தான். தகப்பனாரின் முட்டாள்தனமான நம்பிக்கையைத் தகர்க்க முடியவில்லை. 'பாப்பானின் சாயத்தைத் துலக்கி விடுகிறேன்' என்று காத்திருந்தான்.

ரயில்வே ஸ்டேஷன் பக்கத்திலிருந்து மைதானத்தில் ஒரு மேடை; கியாஸ் லைட்; இத்தியாதி, இத்தியாதி. பெருங்கூட்டம். வெற்றிகொள்ள ஆசைப்படும் சனாதனமும் அதில் கலந்திருக்கிறது. கருப்பன் கிழவன். 'மவாத்துமா' கிழவரைப் பார்க்க ஆசை. கண் ஏது? அதென்னமோ? குருடனுக்கு என்ன செய்ய முடியுமோ?

தட்டுத் தடுமாறிக்கொண்டு வந்தான். எங்கோ, தன் மகன் சப்தம் போல் கேட்கிறது. வந்துவிட்டாற்போல் இருக்கிறது என்று தடுமாறிக் கொண்டு ஓடினான். மாலைகள் வந்துவிட்டனவா என்று கவனித்து ஓடிக் கொண்டிருக்கும் ராமநாதன் சற்றுப் பின்னல் வந்தான். குறுக்குப்பாதை வழியாகத் தோழர் நரசிங்கம் எங்கிருந்தோ வந்து கொண்டிருந்தான். நெற்றிக் கண்ணைத் திறந்த சிவபிரான் போல் தலைப்பு வெளிச்சத்தைப் போட்டுக் கொண்டு கோஷித்துக் கொண்டு வருகிறது. மதறாஸ் மெயில். ஆதனூர் அதன் மரியாதைக்குக் குறைந்தது; நிற்காது. நாற்பது மைல் வேகம்.

என்ஜின் டிரைவர் விஸிலை ஊதுகிறான்; கோஷிக்கிறான். குருடன் கம்பி வழியாகவே நடக்கிறான். மனம் குழம்பிவிட்டதா? தூரத்திலிருந்து இருவர் அவனைக் கண்டுவிட்டார்கள். மகனும் மருமகனும்; இயற்கைச் சட்டத்தின்படி அப்படித்தான். சமுதாயம் என்ன வேண்டுமானாலும் சொல்லிக் கொள்ளட்டும்.

வேகமாக ஓடி வருகின்றனர். வெளிச்சம்; வெளிச்சம். மூவரும் சேரும் சமயம். இழுத்துவிடலாம்.

"ஐயோ?" ஹதம். ரத்தக் களரி. மூவரின் ரத்தங்கள் ஒன்றாய்க் கலந்தன. ஒன்றாய்த்தான் இருக்கின்றன. இதில் யாரை நந்தன் என்பது? புதிய ஒளியை இருவர் கண்டனர். இருவிதமாகக் கண்டனர். இறந்த பிறகாவது சாந்தியாகுமா? சமுதாயத்திற்குப் பலிதான். அதை யார் நினைக்கிறார்கள். பத்திரிகையில் பெரிய நீண்ட செய்திகள்...

பிறகு ஆதனூரில்...?

மணிக்கொடி, 22-07-1934

நான்காம் தோட்டா

சி.சரவணகார்த்திகேயன்

"பாதுகாப்புடன் வாழ விரும்புபவர்கள் உயிர் வாழவே உரிமையற்றவர்கள்."

பொக்கை வாயவிழ்ந்து புன்னகை உதிர்த்தார் காந்தி. எதிராளியை வாதிட முடியாமற் செய்யும் புன்னகை. துப்பாக்கியுடன் வரும் ஒருவனைத் தயங்கச்செய்யும் புன்னகை.

தில்லி டிஐஜியும் காந்தியின் உதவியாளர் கல்யாணமும் பதிலற்று நின்றிருந்தார்கள்.

நேற்று போலீஸ் சூப்பரின்டெண்டண்ட் காந்திக்குப்பாதுகாப்பு வழங்குவதைப் பற்றிப் பேசிச் சென்றிருந்தார். காந்திக்கு அதில் விருப்பமில்லை. இது இரண்டாம் முயற்சி.

ஏற்கனவே அல்புகர்க் சாலையில் அமைந்துள்ள அந்த பிர்லா இல்லத்தில் பாதுகாப்பு பலப்படுத்தப்பட்டுள்ளது. போலீஸ்காரர்கள் சீருடையின்றி ஆங்காங்கே திரிகிறார்கள் என்பதை காந்தி கவனித்தே இருந்தார். சந்தேகத்துக்கு இடங்கொடுக்கும் நபர்களை நிறுத்தி விசாரிக்கிறார்கள். எல்லாம் உள்துறை அமைச்சர் சர்தார் படேலின் ஏற்பாடு.

சென்ற வாரம் அங்கு பிரார்த்தனையின் போது நிகழ்ந்த குண்டுவெடிப்புக்குப்பின்தான் இந்தமுன்னெச்சரிக்கை. நல்லவேளையாக உயிர்ச்சேதம் ஏதுமில்லை. சுவர் மட்டும்

சேதாரம் கண்டிருந்தது. பஞ்சாபி அகதி ஒருவன் காந்தியின்மீது சினமுற்று அதைச் செய்திருந்தான். போலீஸ் அவனைத் துருவிக்கொண்டிருக்கிறது. காந்தி சொன்னார்–

"அந்தப் பையனைத் துன்புறுத்தக்கூடாது. உண்மையில் நாம் அவன் மீது பரிதாப்பட வேண்டும். அவன் தவறான வழியில் செலுத்தப்பட்டு விட்டான். அவ்வளவுதான்."

பிர்லா பவனுக்கு வருபவர்களைச் சோதனையிட வேண்டும் என டிஐஜி கோரினார்.

"அதைச் செய்வதற்குப் பதில் பிரார்த்தனைக்கூட்டங்களையே நிறுத்தி விடுவேன்."

"...."

"என் வாழ்க்கை கடவுளின் கைகளில் இருக்கிறது. நான் சாக வேண்டும் என்றாகி விட்டால் எந்த முன்னெச்சரிக்கை நடவடிக்கையும் என்னைக்காப்பாற்ற முடியாது."

★ ★ ★

இந்திரா காந்தி விமான நிலையத்தின் 1 சி டெர்மினலில் வந்திறங்கிய போது நீண்ட நாள் பிரிந்திருந்த காதலன் போல் புதுதில்லிக் குளிர் சபர்மதியை இறுகத்தழுவியது. சென்னையில் விமானமேறிய வேளை தோழமை காட்டிய ஸ்லீவ்லெஸ் தற்போது துரோகியாகி இருந்தது. மடித்து வைத்திருந்த ஜெர்கினை அணிந்து கொண்டாள்.

யாரோ ஓர் ஆர்வக்கோளாறு ஆசாமி உச்சநீதிமன்றத்தில் அளித்த மனு பத்திரிக்கைக்காரியான அவளை 1760 கிமீ தூரம் இழுத்து வந்திருந்தது. காந்தியின் படுகொலையில் கோட்ஸே தவிர்த்த இன்னொருவன் இருக்கிறான், அதனால் வழக்கை மறுவிசாரணை செய்ய வேண்டும் என்பதுதான் அந்த ஆளின் வாதம். பரந்து விரிந்த இத்தேசத்தின் பெரும்பாலான பிரஜைகள் அதைப்பெரிதாக எடுத்துக் கொள்ளவில்லை என்றாலும் துரதிர்ஷ்டவசமாய் சமர்பதியின் முதலாளி அதை அத்தனை சுலபமாய் விடவில்லை.

அரசியல்.காம் என்ற செய்தி வலைதளம் அது. ப்ரேக்கிங் ந்யூஸுக்கு அலையாமல் தரமான கட்டுரைகளையும்,

நேர்காணல்களையும் வெளியிடுகிறார்கள். ஓராண்டில் கணிசமாய் வாசகர்கள் கூட, விளம்பர வருமானம் கொண்டே இயங்க முடிந்தது.

எண்பதுகளின் இறுதியில் அரசியல் செய்திகட்கென தனிப்பத்திரிக்கைத் துவங்கப்பட்ட போது அதில் சேர்ந்து இதழியில் தொழிலில் நுழைந்தவர் அவள் முதலாளி. பின் பல பத்திரிக்கைகள் மாறி, இப்போது ரிட்டயர்மெண்ட் காலத்தில் இந்த வலைதள முயற்சி.

சபர்மதி விகடன் மாணவ பத்திரிக்கையாளராகப் பயிற்சி பெற்றவள். அதனால் பிடெக் ஐடி முடித்து விட்டு வேலை கிடைக்காமல் இருந்த போது இந்தத்தளத்தில் நிருபர் பணியிடம் இருப்பது கேள்விப்பட்டு விண்ணப்பித்துச் சேர்ந்து விட்டாள். அது பெரிய நிறுவனம் எல்லாம் இல்லை. அவளைப்போல் இன்னும் மூன்று நிருபர்கள், ஒரு லேஅவுட் ஆர்டிஸ்ட், கணக்கு வழக்கு பார்க்க ஒருவர், அலுவலக நிர்வாகத்துக்கு ஒரு பெண், என முதலாளியோடு சேர்த்தே மொத்தம் எட்டு பேர்தான். ஆறு மாதம்முன்தான் தேனாம்பேட்டை கச்சடா சந்து ஒன்றில் அலுவலகம் பிடித்திருந்தார்கள்.

ஐந்திலக்கச் சம்பளம் மாதமொரு முறை பேண்டலூனில் வாங்கவும், க்ரீன்ட்ரென்ட்ஸ் போகவும், ஹிக்கின்பாதம்ஸ் வேட்டைக்கும் சபர்மதிக்குப் போதுமானதாய் இருந்தது.

"மதி, திஸ் இஸ் கெட்டிங் இன்ஸ்ட்ரெஸ்டிங். ரொம்ப நாளா இவுங்க சொல்லிட்டு இருக்கறதுதான். இப்ப அபெக்ஸ் கோர்ட்ல பெட்டிஷன் போட்டு பெருசு பண்றாங்க. காந்தி அசாசினேஷன்ல இன்னொரு ஆளு இருந்தான்னு, அவன் சுட்ட புல்லட்தான் அவரைப் பலி வாங்குச்சுன்னு. இதை விசாரிச்சு ஒரு ஸ்டோரி பண்ணலாம் நீ."

"செய்யறேன் ஸார். எப்போ வேணும்?"

"அதை நீதான் சொல்லனும்."

"ஐடி ரெய்ட்ஸ் பத்தி ஆர்ட்டிகிள் பண்ணிட்டு இருக்கேன். அது முடிஞ்சதும் தர்றேன்."

புன்னகைத்தார்.

“மதி, நான் சொல்றது இன்வெஸ்டிகேட்டிவ் ஜர்னலிஸம். தில்லி போய் விசாரிச்சு, தகவல்கள் சேகரிச்சு எழுதனும்.”

சபர்மதிக்கு சிரிப்பு வந்து விட்டது. மரியாதை நிமித்தம் கட்டுப்படுத்திக் கொண்டு.

“ஸார், காந்தி செத்து எழுபது வருஷமாச்சு. இப்பப்போய் அங்கே என்ன கேட்கறது? எங்கன்னு பார்க்கறது? யாரை விசாரிக்கறது? அப்ப விசாரிச்சவங்களும், தீர்ப்புக் கொடுத்தவங்களும் கூட இப்ப உயிரோட இருக்காங்களான்னு உறுதியில்ல.”

“பத்திரிக்கையாளன் நினைச்சா எல்லாத்தையும் தோண்டலாம்.”

“போலீஸை விடவா?”

“நிச்சயமா. காரணம் பத்திரிக்கைக்காரன்கிட்ட முக்கியமா இருக்கும் ஒரு விஷயம் போலீஸ்காரன்கிட்ட இல்ல. க்யூரியாஸிட்டி.”

“ஆனா இந்த விஷயத்தில் இது வெட்டிவேலை, ஸார்.”

“எப்பவாவது நான் சொல்றதக் கேட்ருக்கியா நீ”

“சேச்சே, அப்படியில்லை ஸார். இது இண்டர்நெட் யுகம். எல்லாத்தகவல்களும் விரல் நுனியில் வந்து விழுது. அதை வெச்சே கனமான கட்டுரை ஒண்ணு எழுதிட முடியும். ஏற்கனவே நிறைய செஞ்சிட்டாங்க. நான் புதுசா என்ன கண்டுபிடிக்கப்போறேன்!”

“காந்தி கொலையைப் பற்றி காந்தியே எழுதி இருக்க முடியாது. அப்படி அவரே எழுதி இருந்தா வேணா அதை ஆதாரமா எடுக்கலாம். தேடிப்பார்க்கறயா இண்டர்நெட்ல?”

“ஸார், டெல்லி போனா மட்டும் என்ன காந்தியேவா என்கிட்ட பேசிடப்போறார்?”

“இந்த ஜெனரேஷனே டெஸ்க்டாப் ஜர்னலிஸத்தில் சுகங்கண்டுருச்சு. டேபிள்லயே எல்லாம் முடியனும். ஃபீல்ட்ல இறங்கவே முடை. நோகாம நுங்கு திங்கனும்.”

தொகுப்பாசிரியர்: சுனில் கிருஷ்ணன் ✹ 157 ✹

சபர்மதி ஏதும் பேசவில்லை. பேசித்தீரும் முரண் எதுவுமில்லை; வளரவே செய்யும்.

"சரி, நாளைக் காலைக்குள் உன் டெசிஷனைச் சொல்லு. போக வர ஃப்ளைட் டிக்கெட் உண்டு, ஸ்டார் ஹோட்டலில் ரெண்டு நைட்டுக்கு ஸ்டே ஏற்பாடு பண்றேன். உனக்கு இன்ட்ரஸ்ட் இல்லன்னா பதிலா ஜோசஃப்பையோ செந்திலையோ அனுப்புவேன். நீ கொஞ்சம் சென்சிபிள்னு நினைச்சுதான் உன்னை இதுக்கு செலக்ட் பண்ணினேன்."

சபர்மதிக்கு உண்மையில் இதில் விருப்பமே இல்லை. அவர் சொல்லும் விஷயங்கள் எல்லாமே இன்று இணையத்தில் அல்லது புத்தகங்களில் தேடி எடுத்து விடலாம். அல்லது சம்மந்தப்பட்டவர்களை தொலைபேசியில், மின்னஞ்சலில், தேவைப்பட்டால் ஸ்கைப்பில் பிடித்துக்கேட்டு விடலாம். இதற்காக ஓர் ஆள் தில்லி வரை செல்வது சிறுபிள்ளைத்தனம். அந்நேரத்தில் உருப்படியான வேறு வேலைகள் செய்யலாம்.

எல்லாவற்றுக்கு மேல் காந்தி அவள் அரசியலுக்கு ரொம்ப வேண்டியவரும் அல்ல.

தாத்தா சுதந்திரப் போராட்டத் தியாகி – கோவை சூலூர் விமான தளத்துக்குத் தீ வைத்த வழக்கில் பெல்லாரி சிறை சென்றவர் – என்பதால் காந்தியின் மீதான அபிமானத்தில் பேத்தி பிறந்த போது சபர்மதி எனப்பெயரிட்டது தவிர காந்தியுடன் எந்தப் ப்ராப்தமும் அற்ற அவள் ராவெல்லாம் யோசித்துச் சம்மதம் சொன்னாள்.

ஃப்ளைட் டிக்கெட்டும், ஸ்டார் ஹோட்டலும் ஆசை காட்டின என்பது வேறு விஷயம்.

★ ★ ★

ஜனவரி 30, 1948.

காந்தி அன்று மூன்றரை மணிக்கே துயிலெழுந்தார். வழக்கத்தை விட அது சீக்கிரம்.

சஞ்சலமுற்றவராகக் காணப்பட்டார். பிரிவினையின் ஓலங்கள், உட்கட்சி உரசல்கள் எனக் காரணங்கள் இருந்தன. அசந்துறங்கிக்கொண்டிருந்த ஆபா தவிர எல்லோரும்

அவசரமாய்ப் பிரார்த்தனைக்குத் தயாரானார்கள். பகவத் கீதை ஸ்லோகங்களை மனு வாசித்தாள். பின் தனக்குப் பிடித்த குஜராத்தி பஜன் ஒன்றை பாடச்சொன்னார் காந்தி.

“சோர்வடைகிறாயோ இல்லையோ, ஓ மனிதா! ஓய்வெடுக்காதே, நிறுத்தாதே. உன் போராட்டத்தை நீ தனியொருவனாய் நிகழ்த்துகிறாய் எனில் அது தொடரட்டும்...”

மனு கண்கள் மூடி முதிராமல் கனிந்த தன் பதின்மக்குரலில் பஜனை இசைத்தாள்.

அதன் பின் வெந்நீரில் தேனும் எலுமிச்சைச்சாறும் கலந்து காந்திக்குக்கொடுத்தாள் மனு. அப்போது வரையிலும் ஆபா எழுந்திருத்திருக்கவில்லை. காந்தி சொன்னார்–

“நெருங்கியவர்கள் மீதான என் செல்வாக்கே சரிந்து வருகிறது. இவற்றை எல்லாம் காண நெடுங்காலம் கடவுள் என்னை இங்கு விட்டுவைக்க மாட்டாரென நம்புகிறேன்.”

★ ★ ★

சபர்மதி முதலில் போனது தேசிய காந்தி அருங்காட்சியகத்திற்கு. ராஜ்காட்டிலிருந்து – காந்தி சமாதி– கூப்பிடு தூரத்தில் இருந்தது. அருங்காட்சியக இயக்குநரைப் பார்க்க வேண்டும் எனக் கேட்ட போது காத்திருக்கச் சொன்னார்கள். அது அரசு அலுவலகம் என்பது நினைவுவர, ம்யூஸியத்தைச் சுற்றிப்பார்த்து விடுவோம் எனக்கிளம்பினாள்.

ராட்டைகள், ஆசிரமங்கள், ஓவியங்கள், புகைப்படங்கள், காந்தியும் கஸ்தூர்பாவும் பயப்படுத்திய பொருட்கள் எனத் தனித்தனியாகப் பிரித்துக் காட்சிப்படுத்தியிருந்தனர்.

காந்தியின் உரைகளை அவர் குரலிலேயே இந்தியில்/ ஆங்கிலத்தில் ஒலிக்கும் ஆறு தொலைபேசிகள் இருந்தன. அவற்றில் இரண்டு வேலை செய்யவில்லை என்பதைத் தவிர அருங்காட்சியகம் முழுக்கப் பொதுவாக ஒரு நேர்த்தி இருந்தது. காந்தியம்!

மார்டிர்டம் கேலரி என்ற பெயரில் அவரது படுகொலை தொடர்பான விஷயங்களை ஆவணப்படுத்தி இருந்தார்கள். குருதி தோய்ந்த அவரது வேட்டி, சால்வை, அவரைச் சுட்ட

தோட்டா, அவர் அஸ்தியைப்பல இந்திய நதிகளில் கரைக்க எடுத்துச்சென்ற கலசங்கள் இருந்தன. 9 மிமீ விட்டம் கொண்ட அந்தத்தோட்டா ஒரு நூற்றாண்டின் சிறந்த மனிதனின் உயிரைப்பருகியதற்கான சுவடின்றி சமத்காரம் காட்டியது.

மேலும் காத்திருப்புக்குப்பின் வந்த தாட்டியான ஆள் தன்னை ம்யூஸியம் டிரக்டர் என அறிமுகம் செய்து கொண்டார். வாயில் ஏதோ மென்று கொண்டிருந்தார். எந்த நொடி வேண்டுமானாலும் எதிராளி மீது தெறிக்கலாம் என்பது மாதிரியான குதப்பல்.

சமர்மதிதான் வந்த வேலையைச் சொன்னாள். நேர்காணல் போல் எடுத்துக்கொண்டு பின் அத்தகவல்களைக்கட்டுரைக்குப் பயன்படுத்திக்கொள்வதாய்த் தெரிவித்தாள்.

"காந்தியைச் சுட்ட புல்லட் எல்லாம் இங்கதான் வெச்சிருக்கீங்க, இல்லையா?"

"ஆமா."

"மொத்தம் எத்தனை?"

"மூணு."

"ஆனா இங்க காட்சிக்கு ஒண்ணுதான் இருக்கு?"

"ஆமா, மீதி ரெண்டை பத்திரப்படுத்தி இருக்கோம். அது ம்யூஸியத்தோட ப்ராப்பர்ட்டி தான். ஹிஸ்டாரியன்ஸ், உங்கள மாதிரி மீடியா பீபுள் வந்து கேட்டா காட்டறோம்."

"நாலாவது புல்லட்னு ஒண்ணு இல்லவே இல்லையா?"

"எனக்குத்தெரிஞ்சு இல்ல."

"ஆனா மனு தன் டைரில காந்தியின் உடலைக் குளிப்பாட்ட அவரது வேட்டியைக் களைந்த போது அதிலிருந்து தோட்டா ஒண்ணு விழுந்துச்சுனு எழுதி இருக்காங்க."

"அது இந்த மூணுல ஒண்ணுதான்."

"எப்படி?"

"பிர்லா ஹவுஸ்ல காந்தி சுடப்பட்ட இடத்துக்குப்பின் பூஞ் செடிகளில் போலீஸால் கண்டெடுக்கப்பட்டது முதல் தோட்டா.

காந்தியை எரியூட்டிய சாம்பலிலிருந்து கண்டெடுக்கப்பட்டது ரெண்டாவது தோட்டா. நீ சொல்ற தோட்டா மூணாவது.”

“அப்ப நிச்சயமா கோட்ஸே சுட்டதுலதான் காந்தி செத்தாரா?”

“ரெண்டடி தூரத்துல நின்னு மூணு முறை சுட்டும் 78 வயசுக் கிழவர் சாகலைன்னு நம்பறதே முட்டாள்தனம். மூணும் நெஞ்சைச்சுத்தி மூணு இஞ்ச் தூரத்துக்குள்ள.”

“காந்தியோட பாடில எத்தனை குண்டுக்காயம் இருந்துச்சு?”

“மொத்தம் அஞ்சு. மூணு காயம் குண்டு பாய்ஞ்சதால, குண்டு வெளிய வந்ததால ரெண்டு. ஒரு குண்டு உள்ளயே தங்கிடுச்சு. அதுதான் அவர் அஸ்தியில எடுத்தது.”

“பாடியை ஏன் போஸ்ட்மார்டம் செய்யல?”

“காந்தியின் குடும்பம் அதை விரும்பல.”

“ஆச்சரியமா இருக்குஸார்.”

“வேற ஏதும் கேள்வி இருக்கா?”

நன்றி சொல்லி விடைபெற்றாள். அவர் வாய்க்குதப்பலைத் துப்பிய சப்தம் துரத்தியது.

★ ★ ★

தினப்படி காலை உணவான ஒரு கோப்பை ஆரஞ்சுப்பழச்சாற்றை அருந்தியபின் களைப்பில் உறங்கிப்போன காந்தி, தானாக எழுந்து கழிவறை நோக்கி நடந்தார்.

“மிகவினோதம், பாபுஜி!”

“ஏன் மனு?”

“சமீப நாட்களில் நானன்றித்தனியாய் எங்கும் நீங்கள் நகர்ந்ததே இல்லை.”

“அது நல்லதல்லவா! தாகூர் சொல்லி இருக்கிறார்– தனியே நட, தனியே நட...”

மனுவுக்கு முந்தைய நாள் பிற்பகலில் நிகழ்ந்த சம்பவம் நினைவுக்கு வந்தது.

பிரிவினையை ஒட்டிய மதக்கலவரங்களால் வீடிழந்த சில கிராம மக்கள் காந்தியைச் சந்திக்க வந்திருந்தார்கள். காந்தி அவர்களை ஆற்றுப்படுத்தினார். பழிதீர்ப்போம் என்று சொன்ன ஓர் இளைஞனை அதட்டி அடக்கினார்–

"பழிவாங்கலுக்கு முடிவே இல்லை, மகனே. கண்ணுக்குக்கண் என்பது உலகையே குருடாக்கும். ஒருவரது தவறுக்கு வேறு யாரையோ தண்டித்தல் என்ன நியாயம்?"

சட்டென வெகுண்ட அந்த இளைஞன் வெடித்துப் பேசினான்–

"இப்படிச் சொல்லிச் சொல்லித்தான் எங்கள் கைகளைக் கட்டிப்போட்டீர்கள். இப்படித்தான் எங்களை முழுமையாக அழித்தொழித்து விட்டீர்கள். இந்த தேசத்தை, இதன் அரசியலை விட்டு விட்டு எங்கேனும் இமயமலைப்பக்கம் போய் விடுங்களேன்..."

உடன் வந்திருந்தவர்கள் அவனை அடக்கி, அமைதிப்படுத்தி அழைத்துப்போனார்கள்.

மனு அச்சொற்களில் அதிர்ந்திருந்தாள். காந்தி நெடுநேரம் பேசாமல் யோசனையாக இருந்தார். அன்று இரவு உறங்கப்போகும் முன் மனுவிடம் காந்தி சொன்னார்–

"இவர்களின் அழுகுரல் கடவுளின் ஆணை போன்றது. இது எனக்கான மரண ஓலை!"

★ ★ ★

"புல்ஷிட்."

சொன்ன சௌரப் மிஸ்ரா ஜவஹர்லால் நேரு பல்கலைக்கழகத்தில் வரலாற்றுத் துறைப் பேராசிரியர். நவீன இந்திய வரலாறு அவரது ஆர்வம். முதலாளிக்கு நண்பர் என்ற வகையில் சபர்மதிக்கு நேரம் ஒதுக்கி இருந்தார். வார இறுதி என்பதால் பல்கலைக்கழகத்தில் அல்லாமல் அவரது வீட்டிற்கே வரச் சொல்லி இருந்தார்.

"காந்தியைச்சுட்ட துப்பாக்கி எம்1934 பெரெட்டா. செமிஆட்டோமேட்டிக் மாடல். அதன் சீரியல் நம்பர் 606824. அதே சீரியல் நம்பரில் இன்னொரு துப்பாக்கியும் இருக்குன்னு

காந்தி கேஸை ரிஓப்பன் பண்ணக்கேட்கற ஆள் சுப்ரீம் கோர்ட் மனுவில் சொல்லி இருக்கார். அது பத்திச்சொல்லுங்க." என்ற கேள்விக்குத்தான் அப்படிச்சொன்னார்.

"அது ஒண்ணும் நாட்டுத்துப்பாக்கி இல்ல. இட்டாலியன் மேட். ராணுவத்துக்கு ஆயுதம் செய்யறவங்க. சீரியல் நம்பர் ட்யூப்ளிகேட் ஆக வாய்ப்பே இல்லை."

"அப்புறம் இப்படி ஒரு தியரி எப்படி வந்திருக்கும்?"

"606824 சீரியல் நம்பர் கொண்ட துப்பாக்கி ஒண்ணுதான். காந்தியைச் சுட்ட அன்னிக்கு கோட்ஸே கிட்ட இருந்து அதை சீஸ் பண்ணினாங்க. விசாரணை முடிஞ்சு தீர்ப்புவந்ததும் நேஷனல்காந்தி மியூசியத்துக்கு அதைக்கொடுத்துட்டாங்க. அங்க அதுக்கு ட்யூப்ளிகேட் தயார் பண்ணி காட்சிக்கு வெச்சிருக்காங்க. ஒரிஜினலைப் பத்திரப்படுத்தி இருக்காங்க. அந்தவகைல வேணும்னா ரெண்டு துப்பாக்கின்னு சொல்லலாம்."

"கோட்ஸேவுக்கு எப்படி அந்தத்துப்பாக்கி கிடைச்சுது?"

"காந்தி கொலைக்கு ரெண்டு நாள் முன்ன வரை கோட்ஸே க்ரூப்புக்குக் கிடைச்ச துப்பாக்கி ஏதுமே சரியா வேலை செய்யல. அதனாலதான் ஜனவரி 20 அன்னிக்குக் கையில் துப்பாக்கி இருந்தும் அவுங்களால அவரைக்கொல்ல முடியல. நல்லதா ஒரு துப்பாக்கி தேடிட்டு இருந்தாங்க. தத்தாத்ரேயா பார்ச்சூர்னு ஒரு டாக்டர். குவாலியர்ல ரைட் விங் பாலிடிக்ஸ்ல பெரிய கை. அவர்கிட்ட பெரெட்டா துப்பாக்கி இருக்குன்னு கேள்விப்பட்டு கோட்ஸே க்ரூப் அவர் வீட்டுக்குப் போனாங்க. தன் துப்பாக்கியை அவர் கொடுக்கல. கங்காதர் தண்டவதேன்னு ஒருத்தன் கிட்ட துப்பாக்கி ஏற்பாடு பண்ணச் சொன்னார். கடைசியில் ஜகதீஷ் பிரசாத் கோயல்னு ஒரு கள்ளத்துப்பாக்கி வியாபாரி மூலமா இந்த பெரெட்டா கிடைச்சுது. ஐந்நூறு ரூபாய் கொடுத்து வாங்கியிருக்காங்க."

"பார்ச்சூர் வெச்சிருந்த பெரெட்டாவுக்கும் காந்தி கொலைக்கும் சம்மந்தமில்லையா?"

"இல்லை. காந்தி கொலைக்கு அப்புறம் பார்ச்சூரை விசாரிக்கப் போன போலீஸ் அவர் வீட்டுல இருந்த பெரெட்டாவைக் கைப்பற்றினாங்க. அதோட சீரியல் நம்பர் 719791."

“அப்படின்னா நாலாவது தோட்டா அப்படிங்கறதே இல்லையா?”

“இருக்கு. குவாலியர்ல பார்ச்சூர் வீட்டுத்தோட்டத்துல சுடப்பட்ட ஒரு தோட்டாவைப் போலீஸ் எடுத்தாங்க. தண்டவதே கோட்ஸேவுக்கு முதலில் வேற துப்பாக்கிதான் ஏற்பாடு செஞ்சு, அதைத் தோட்டத்தில் வெச்சுச் சுட்டு டெமோ காட்டி இருக்கான். அடுத்து கோட்ஸே ட்ரை பண்ணினப்ப அது ஒழுங்காச்சுடல. அதனாலதான் தண்டவதே துப்பாக்கி தேடி அடுத்து ஜகதீஷ் பிரசாத் கோயல்கிட்ட போனான்.”

“அதாவது அந்தத் தோட்டாவுக்கும் காந்தி கொலைக்கும் சம்மந்தம் இல்லை?”

“ஆமா!”

“இன்னொரு விஷயம் நியூஸ்பேப்பர் ஆதாரங்கள். டைம்ஸ் ஆஃப் இந்தியா, The Dawn, லோக்சட்டா மாதிரி சில பத்திரிக்கைகள் நாலு குண்டுன்னு சொல்லி இருக்காங்க.”

“அதே சமயம் நியூயார்க் டைம்ஸ், வாஷிங்டன் போஸ்ட், த டெய்லி டெலகிராஃப் மாதிரி நிறைய பத்திரிக்கைகள் மூணு குண்டுனும் எழுதினாங்க. வரலாறுங்கறது அங்கும் இங்கும் கிறுக்கப்பட்ட சில வரிகளை ஆதாரமா வெச்சு எழுதப்படறதில்ல.”

“தி இந்து பத்திரிக்கை காந்தி படுகொலைக்கு அடுத்தநாள் வெளியிட்ட புகைப்படம் ஒண்ணு இருக்கு. அதில் நான்கு குண்டுக்காயங்கள் காந்தி நெஞ்சுல தெரியுதே.”

“சரியாப் பாருங்க, அதில் மூணுதான் குண்டுக்காயம். இன்னொண்ணு ரத்தக்கறை. பக்கத்துல இன்னொரு சின்ன ரத்தக்கறையும் தெரியும். அஞ்சாவது தோட்டாவா!”

“சரி, இத்தாலித் துப்பாக்கி எப்படி இந்தியா வந்துச்சு?”

“அந்த மாடல் முசோலினியோட ஆர்மிக்காக பெரெட்டா கம்பெனி தயாரிக்கறது. வடக்கு ஆஃப்ரிக்கா அபிசினியாவில் இத்தாலியப் படைகள், ப்ரிட்டிஷ் படையோட– ஃபோர்த் க்வாலியர் இன்ஃபான்ட்ரி– மோதுனப்பத் தோத்து சரண்டர் ஆனாங்க. அதுக்கு அடையாளமா இத்துப்பாக்கியை

லெஃப்டினன்ட்கர்னல் ஜோஷிகிட்ட கொடுத்தாங்க. போர் முடிஞ்சுஅவர் க்வாலியர் திரும்பினார். அப்படித்தான் துப்பாகி இங்க வந்துச்சு."

"ஆனா அது எப்படி கள்ளமார்க்கெட் போச்சு?"

"தெரியல."

"தண்டவதேவைப்பிடிச்சு விசாரிச்சாங்களா?"

"அவன் போலீஸில் கடைசி வரை சிக்கவே இல்லை."

"பார்ச்சூர்?"

"அவர் அப்ப ப்ரிட்டிஷ் சிட்டிசன். அதனால அவரை ஒண்ணும் பண்ண முடியல."

"அப்ப ஜகதீஷ் பிரசாத் கோயல்?"

"அவனை இந்தக் கேஸ்ல அக்யூஸ்டாவே போலீஸ் சேர்க்கல."

"ஏன்?"

"தெரியாது."

"அந்த பெரெட்டா துப்பாக்கியில எத்தனை குண்டு போட முடியும்?"

"மொத்தம் ஏழு ரவுண்ட் சுடலாம்."

"கோட்ஸே துப்பாக்கி வாங்கின போது எத்தனை குண்டு இருந்துச்சு?"

"முழுக்க லோட் பண்ணித்தான் கொடுத்திருக்காங்க. பார்ச்சூர் சாட்சி இருக்கு."

"கொலைக்குப்பின் துப்பாக்கியைக் கைப்பற்றினப்போ?"

"நாலு குண்டு இருந்துச்சு."

"அப்ப மூணு தடவ சுட்டான்ங்கற கணக்கு சரியா வருது."

"ஆமா. எனக்கு அதில் எப்பவும் சந்தேகம் இல்லை."

"ஸ்பாட்ல கோட்ஸேகிட்ட இருந்து துப்பாக்கியைக் கைப்பற்றினது யாரு?"

"ஹெர்பெர்ட் டாம் ரீனர் அப்படின்னு யூஎஸ் எம்பஸி அதிகாரி ஒருத்தர்."

"அவர் வாக்குமூலம் இருக்கா?"

"அவர் இந்தக் கேஸ்ல விட்னஸே இல்லை."

"ஏன்?"

"தெரியல."

"சுருக்கமா இந்த விஷயத்தில் உங்க ஸ்டேண்ட் என்ன?"

"கபூர் கமிஷன் மூணு வருஷம் உழைச்சுச் சொன்ன முடிவுகளை நம்பறேன்."

"ஃபைன், கேஸோட எஃப்ஐஆர், சார்ஜ்ஷீட் எல்லாம் பார்க்கனுமே நான்."

"துக்ளக் ரோட் போலீஸ் ஸ்டேஷன்லதான் கேஸ் பதிவாச்சு. அங்க போனா கிடைக்கலாம். ஆனா அதில் புதுசா என்ன கிடைக்கப் போகுது? ஃபன்னி."

"தெரியல. ஆனா பார்க்கனும். தேங்க்ஸ் ஃபார் யுவர் டைம்."

* * *

உண்ணாநோன்பின் உபபலனாக காந்திக்கு இருமல் மோசமாகி இருந்தது. பெனிசிலின் போன்ற மேற்கத்திய வைத்திய முறைகளை அவர் நம்புவதில்லை. அதற்குப் பதிலாக, பனை வெல்லத்துடன் பொடித்த கிராம்பு சேர்த்து எடுத்துக் கொள்வதை வழக்கமாக வைத்திருந்தார். அன்று காலை கிராம்புப்பொடி தீர்ந்து போயிருந்தது. அதனால் மனு அவருடன் காலை நடைக்குச் செல்லாமல் அதைச்செய்யும் வேலையில் ஈடுபட்டாள்.

"இரவு விழும் முன் என்ன நடக்கும் என யாருக்குத்தெரியும், மனு? நான் உயிருடன் இருப்பேனோ என்னவோ! ஒருவேளை இருப்பின் செய்துகொள்ளலாம். இப்போது வா!"

காந்தியின் சொற்கள் சுட, மனு அவசரமாய் வந்து அவரை அணைத்தபடி நடந்தாள்.

* * *

ப்ரிட்டிஷ் காலத்துக் கட்டிடம் என்பது துக்ளக் சாலை காவல் நிலையத்தில் நுழையும் போதே புலப்பட்டது. ப்யூட்டி பார்லரிலிருந்து வெளியே வரும் கிழவி போல் காலம் ஈந்திருந்த சிதிலங்களை சமகாலப்பயன்பாட்டுக்குச் சீர் செய்ய முயன்றிருந்தார்கள்.

இந்திரா காந்தி கொலை வழக்கையும் கூட அங்கேதான் விசாரித்தார்கள் என அதன் செஞ்சுவற்றில் பதிக்கப்பட்ட வெண்கல்லில் பொறிக்கப்பட்ட குறுவரலாறு சொன்னது.

பத்திரிக்கையாளர் என்று அறிமுகம் செய்து கொண்டவுடன் இந்திரா காந்தி பற்றிய ஆவணங்கள் வேண்டுமா மஹாத்மாவுடையதா என ஆர்வம் காட்டினார் ஸ்டேஷன் ரைட்டர். அது ஒரு குட்டி சுற்றுலாத்தலமாக இருந்து வருகிறது எனப்புரிந்தது.

எஃப்ஐஆர் காப்பி கேட்டாள். 68 என்ற எண் கொண்ட காந்தி படுகொலையின் முதல் தகவலறிக்கை உருது மொழியில் எழுதப்பட்டிருந்தது. உதட்டைப் பிதுக்கியபடி அதை வாசிக்க ரைட்டரின் உதவியைக்கோரினாள். ஆங்கிலத்தில் பெயர்த்துச்சொன்னார்–

"...Narayan Vinayak Godse, stepped closer and fired three shots from a pistol at the Mahatma from barely 2 / 3 feet distance which hit the Mahatma in his stomach and chest and blood started flowing."

மூன்று முறை சுட்டதாகத்தான் இதிலும் பதிவாகி இருக்கிறது. நிகழ்வை நேரில் கண்ட சாட்சியான நந்தலால் மேத்தா என்ற குஜராத்தியின் வாக்குமூலம் அது.

"கோட்ஸே தவிர அன்னிக்கு காந்தியை வேற யாரும் சுட்டிருக்க வாய்ப்பு உண்டா?"

"அன்னிக்கு பிர்லா ஹவுஸ்ல, ப்ரேயர்ல முன்னூறு பேருக்கு மேல இருந்திருக்காங்க. இன்னொருத்தன் சுட்டுட்டு அவுங்களை மீறித் தப்பிச்சிட்டான்ங்கறத நம்ப முடியல."

"கொலையில் பங்கேற்ற நாராயண் ஆப்தேவும், விஷ்ணு கார்கரேவும் அன்னிக்கு அங்க வந்துட்டு தப்பிச்சாங்க இல்லையா? பிற்பாடுதானே பிடிக்க முடிஞ்சுது?"

"இல்ல, அவுங்க நேரடியா கொலையில் பங்கேற்கல தானே? அவுங்க கோட்ஸே கூட வந்தாங்க, அவ்வளவுதான். சுட்டது கோட்ஸேதான். அவனைப் பிடிச்சிட்டாங்க. அதே மாதிரி இன்னும் ஒருத்தன் சுட்டிருந்தா அவனையும் பிடிச்சிருப்பாங்கனு சொல்றேன்."

"கோட்ஸேவைப் பிடிச்சது யாரு?"

"ரகு நாயக்னு பிர்லா ஹவுஸ்ல தோட்டக்காரனா இருந்தவன்."

"அவனைப் பத்தி கூடுதல் தகவல் ஏதும் இருக்கா?"

"அவன்தான் காந்தியின் அறையைப் பராமரிச்சு வந்தவன். அவருக்கு ஆட்டுப்பால் கொடுத்துட்டு இருந்ததும் அவன்தான். அதுக்கு மேல வேற ஏதும் தகவல் இல்ல."

"இப்ப உயிரோட இருக்கானா?"

"இல்ல, செத்துட்டான். 1983லயே."

"காந்தியோட பாடிகார்ட்னு யாருமே இல்லையா?"

"இருந்தார். ஏ.என். பாட்டியான்னு ஒரு போலீஸ்காரரர் மஃப்டியில் எப்பவும் காந்தி கூடவே இருந்தார். ஜனவரி 20 குண்டுவெடிப்புக்குப் பின் எடுத்த நடவடிக்கை இது."

"அவரை மீறியா கோட்ஸே சுட்டான்?"

"இல்ல. அன்னிக்கு அவர் அங்க இல்லை. வேற இடத்தில் ட்யூட்டி."

"ஏன் அப்படி? யார் இதை முடிவெடுத்தது?"

"தெரியாது."

"நிறைய 'தெரியாது' இருக்குதே ஒரு முக்கியமான கேஸ்ல!"

ரைட்டர் மண்டையைச்சொறிந்தார். அவருடைய எல்லை அவ்வளவுதான்.

"காந்தி சடலத்தின் வேட்டியிலிருந்து கண்டெடுக்கப்பட்ட குண்டு பத்தி சொல்லுங்க."

"காந்தியின் கடைசி மகன் தேவ்தாஸ் காந்திதான் இங்க வந்து அந்த மூணாவது புல்லட்டைக்கொடுத்தார். மனு காந்தி அதை அவர்கிட்ட கொடுத்திருக்காங்க."

"இங்கன்னா இந்த ஸ்டேஷனா?"

"ஆமா. அப்ப கோட்ஸேவை அரெஸ்ட் பண்ணி துக்ளக் ரோட் ஸ்டேஷன்லதான் வெச்சிருந்திருக்காங்க. தேவ்தாஸ் வந்தப்பா அவரைப் பார்க்கனும்னு கலாட்டா பண்ணிருக்கான் கோட்ஸே. ஆனா போலீஸ் விடல. என்ன பேச நினைச்சானோ!"

கேஸ் சார்ஜ்ஷீட் பார்க்க வேண்டும் எனக்கேட்ட போது எல்லாக் கோப்புகளையும் தேசிய ஆவணக்காப்பகத்தில் முன்பே ஒப்படைத்து விட்டதாகச் சொன்னார்கள்.

★ ★ ★

மதியம் லைஃப் சஞ்சிகையின் பிரபலப் புகைப்படக் கலைஞரான மார்க்கரெட் வைட் காந்தியை நேர்காணல் செய்ய வந்திருந்தார்: "நீங்கள் 125 வயது வரை வாழ்வேன் என எப்போதும் சொல்லி வந்திருக்கிறீர்கள். அந்த நம்பிக்கையைத் தருவது எது?"

"அந்த நம்பிக்கை இப்போது இல்லை."

"ஏன்?"

"உலகின் பயங்கர நிகழ்வுகள் காண்கையில் இந்த இருளில் வாழ விரும்பவில்லை."

★ ★ ★

ஜன்பத் மற்றும் ராஜ்பத் சாலைகள் இணையும் புள்ளியில் நேஷனல் ஆர்க்கைவ்ஸ் ஆஃப் இந்தியா அமைந்திருந்தது. காந்தி கொலை வழக்கு தொடர்பான சில அரசு ஆவணங்களை அங்கே பார்த்தாள் சபர்மதி. தில்லி போலீஸ் வழக்கு விசாரணையை முடித்த பின் எழுதிய ஃபைனல் சார்ஜ்ஷீட்டைக் கேட்டாள். அடுத்து கோட்ஸேவுக்குத் தூக்கு தண்டனை வழங்கிய வடக்கு தில்லி செங்கோட்டை சிறப்பு நீதிமன்றத்தின் உத்தரவைப் பார்க்க வேண்டும் எனக்கேட்டாள். இரண்டுமே அங்கே இருக்கவில்லை.

அங்கே பொறுப்பிலிருந்த அழகான ஆனால் மீசையற்ற இளைஞனிடம் கேட்டாள்–

“அப்ப இரண்டாம் துப்பாக்கி, நான்காம் தோட்டா இதெல்லாமே பொய் தானா?”

“எல்லாம் கற்பனை. அப்படி எல்லாம் சொல்வதன் பின் தனிமனித கவன ஈர்ப்போ அரசியல் உள்நோக்கங்களோதான் இருக்கின்றன. பட் ப்ளீஸ் டோன்ட் க்வோட் மீ.”

★ ★ ★

முந்தைய தினம் நிகழ்ந்த சம்பவம் ஒன்று மனுவின் மனதிலோடியது. இந்திரா தன் நான்கு வயது மகன் ராஜீவுடன் காந்தியைப் பார்க்க வந்தார். கொணர்ந்த மலர்களை காந்தியின் கால்களில்வைத்தான் சிறுவன். தீன்மூர்த்தி பவனின் நந்தவனத்தில் அவனே பறித்துச்சேகரித்தது. காந்தி அவனை மடியில் அள்ளியமர்த்திக்கொண்டு–

“நீ இதைச்செய்யக்கூடாது. இறந்தவர்களின் கால்களில்தான் ஒருவர் பூ வைப்பார்.”

★ ★ ★

அறைக்குத் திரும்பிய போது சபர்மதி மிகக் களைத்திருந்தாள். ஒருபுறமாய்த் தலை விண்ணெனத் தெறித்தது. மிதச்சூட்டில் நீர் வழியவிட்டு நெடுநேரம் ஜக்கூஸியில் கிடந்தாள். மதிய உணவுக்குப்பின் ஹோட்டலை செக்கவுட் செய்தாள். இரவு பத்து மணிக்குத்தான் ஃப்ளைட். அதுவரை என்ன செய்வது என யோசித்த போது காந்தி சுட்டுக்கொல்லப்பட்ட இடத்தைப்பார்க்கவே இல்லை என்று உறைத்தது.

★ ★ ★

மாலை வல்லபாய் படேல் தன் மகள் மணியுடன் காந்தியைச் சந்திக்க வந்தார். அரசில் நேருவுக்கும் அவருக்குமான முரண்கள் முற்றியிருந்தன. 5 மணிக்கு சந்திப்புமுடிந்து படேல் கிளம்ப வேண்டியது. ஆனால் 5:10 ஆகியும் உரையாடல் நீடித்திருந்தது.

பிரார்த்தனைக்கு நேரமாகி விட்டது என்பதை ஆபா சைகையில் காட்டியதை காந்தி கவனிக்கவில்லை. மனு

மணியிடம் கண்கள் காட்டித்தாமதமாகி விட்டதென்றாள். புரிந்து கொண்ட மணி படேலிடம் அதைக் கிசுகிசுக்க, அவர் விடை பெற்றெழுந்தார்.

காந்தியைச் சந்திக்க கதியவாரிலிருந்து முக்கியத் தலைவர்களான யூஎன் தேபரும் ராசிக்லால் பரேக்கும் காத்திருந்தனர். மனு அதை காந்திக்குத் தெரியப்படுத்தினாள்.

"பிரார்த்தனைக் கூட்டத்துக்குப்பின் பார்க்கிறேன் என அவர்களிடம் சொல். அதுவும் நான் உயிரோடு இருந்தால்..."

மனுவுக்குத் திக்கென்றது. இரும்பு மனிதரான படேலே அச்சொற்களில் ஆடிப்போனார்.

★ ★ ★

தில்லியின் பெண்மைமிக்க குளிர் செந்தரையில் பரவிப் பிரதிபலித்துப் பாதங்களில் சில்லிட்டது. காந்தி இறுதியாய் நடந்த பாதையில் பாத அடையாளங்கள் ஏற்படுத்தி வைத்திருந்தார்கள். பரதன் வாங்கிச்சென்ற ராமனின் பாதரட்சை போல் அவை ஒவ்வொன்றும் காட்சியளித்தன. சபர்மதி அதை அடியொற்றி நடந்து சிலிர்த்தாள்.

பிர்லா ஹவுஸ் காந்தி ஸ்ம்ரிதி ஆகிவிட்டது. அச்சாலையின் பெயரே இப்போது தீஸ் ஜனவரி மார்க்தான். தோட்டத்தில் காந்தி சுடப்பட்ட இடத்தில் சிறுமண்டபம் எழுப்பி இருந்தார்கள். அந்த ஞாயிறு மாலையிலும் அங்கே கூட்டமே இல்லை. சென்னை காந்தி மண்டபம்போல் ஆகாத வரை சந்தோஷம்தான் என எண்ணிக்கொண்டாள்.

முக்கால் காற்சட்டை அணிந்து தரையைப் பெருக்கிக் கொண்டிருந்தவர் காலணியைக் கழற்றி விட்டுப் போ என்று சைகையால் சொன்னார். தன் முகத்தைப்பார்த்து இந்தி தெரியாதவள் என்று தீர்மானித்திருக்க வேண்டும். செருப்பைப் பிரிந்து நடந்தாள்.

மண்டபத்தின் முன் ஒரு மூதாட்டி மண்டியிட்டுக்கண்கள் மூடி இருந்தாள். அழுது கொண்டிருக்கிறாளோ எனத்தோன்றியது. எப்படியும் எண்பது வயதிருக்கும். அவளைத் தொந்தரவு செய்ய விரும்பாமல் மெல்ல அடியெடுத்து வைத்து மண்டபத்தைச்சுற்றி

வந்தாள். சற்று நேரம் நின்று பார்த்தாள். கிழவி கண் திறப்பதாய் தெரியவில்லை.

பொறுமை இழந்து நகர எத்தனித்த போது, "எனக்காகக் காத்திருக்கிறாயா பெண்ணே?"

திடுக்கிட்ட சபர்மதி சன்னமாய்ச் சங்கடப்பட்டாள். இன்னுமவள் கண் திறக்கவில்லை.

"இல்ல... சும்மாதான்..."

இப்போது கண் திறந்து இவள் பக்கம் திரும்பிப் புன்னகைத்தாள். எழுந்து கொண்டாள்.

"குடும்பத்துடன் தில்லிக்கு வரும் சுற்றுலாப்பயணிகள் ராஜ்காட்டுக்குச் செல்வார்கள், ஐம்பது ரூபாய் கொடுத்து இன்ஸ்டண்ட் புகைப்படம் எடுத்துக்கொள்வார்கள், இந்தப் பக்கம் வர மாட்டார்கள். என் போல் முதியவர்கள்தான் வருவார்கள். காந்தி பக்தர்கள், வினோபா பாவேவால் ஈர்க்கப்பட்டவர்கள், காந்தியை விட முரட்டு காந்தியரான மொரார்ஜி தேசாயைப்பிடித்தவர்கள் என. இளைஞர்கள் வருவது அபூர்வம். சில சமயம் பள்ளிஅல்லது கல்லூரியிலிருந்து மாணவர்களைக் கட்டாயமாய் அழைத்து வருவார்கள். தில்லி டூரிஸத்தின் பட்டியலிலும் இது பிரதானம் இல்லை. காந்தி கொல்லப்பட்ட இடம் மதவாதம் வென்றதன் குறியீடு என்றோ மதத்தீவிரவாதம் வெளிப்பட்டதன் சாட்சி என்றோ எண்ணி அரசுகள் மாறிமாறி மறைக்கின்றனவோ!

"நான் ஒரு ஜர்னலிஸ்ட். வேலை நிமித்தமாய் இங்கே வந்தேன்."

"அதுதானே பார்த்தேன்!"

நிச்சயம் அதில் ஏளனம் இருந்தது. ஆனால் மறுத்து என்ன பேச எனத்தெரியவில்லை.

"இஃப் யூ டோன்ட் மைண்ட், என்ன வேலைன்னு தெரிஞ்சுக்கலாமா?"

கிழவிதன் வேலையையும் ஏளனம் செய்வாளோ என அசூயை தோன்றினாலும் இவளிடம் நமக்கான தகவல் ஏதேனும் தேறுமோ என்ற நப்பாசையும் எழுந்தது.

"காந்தி கொலையில் இரண்டாவதாய் ஓர் ஆள் இருக்கிறான் என்கிறார்கள். அவன் சுட்ட தோட்டாதான் அவர் உயிரைக்குடித்ததாம். அதை விசாரித்து எழுத வந்தேன்."

வாய் விட்டுச் சிரித்தாள் கிழவி, "நாம் இங்கே சந்திக்க நேர்ந்தது ஆச்சரியம்தான்."

"ஏன் அப்படிச்சொல்கிறீர்கள்?"

"காந்தி சுடப்பட்ட போது நான் இங்கேதான் இருந்தேன். பிரார்த்தனைக் கூட்டத்தில் ஒருத்தியாய். என் தந்தையின் தோளின் மீதேறி நின்றிருந்தேன். அப்போது எனக்கு ஐந்து வயது. என் தந்தை அப்போதெல்லாம் வாரம் ஒரு முறையேனும் இங்கே பிரார்த்தனைக்கு வந்து விடுவார். காந்தியைப்பார்க்க, அவர் பேசுவதைக்கேட்க."

கிழவி பொய் சொல்கிறாளோ என முளைத்த சந்தேகத்தை மீறி சபர்மதி பரபரத்தாள்.

"என் தேடலுக்கு உங்ககிட்ட ஏதேனும் தகவல் இருக்கா?"

"மூன்று குண்டுகள் சுடப்பட்டதாய்த்தான் என் ஞாபகம். நினைவில் பதிந்திருப்பதைவிட வரலாற்றில் எழுதப்பட்டவற்றை படித்துப்படித்து, அவையே பதிந்து விட்டன."

"இறக்கும் போது காந்தி 'ஹே ராம்'னு சொன்னாரா?"

"அப்போ ஒரே கூச்சல், குழப்பம். களேபரம். ஒண்ணுமே தெளிவில்ல. அப்ப நான் சின்னப் பிள்ள வேறயா. பயந்து போனேன். அதனால சரியாச்சொல்ல முடியல."

ஏமாற்றமாய்க் கிழவியைப்பார்த்தாள் சபர்மதி.

"ஆனா ஒரு விஷயம். அவர் விரும்பினது போலத்தான் அவரோட சாவு இருந்துச்சு."

"ஏன் அப்படிச் சொல்கிறீர்கள்?"

"இறப்பதற்கு ரெண்டு நாள் முன் பிரார்த்தனைக் கூட்டத்தில் அவர் அதைப்பேசினார்– நான் நோய் வந்து இறந்தால் நீங்கள்

வீட்டுக் கூரைகள் மீதேறி நான் ஒரு பொய்யான மஹாத்மா எனச் சொல்ல வேண்டும். அப்போதுதான் எங்கிருந்தாலும் என் ஆன்மா அமைதியடையும். ஒரு குண்டுவெடிப்பு நிகழ்ந்து அல்லது ஒருவரால் சுடப்பட்டு வெற்று மார்பில் தோட்டாக்கள் வாங்கி, ராமனின் பெயரை உச்சரித்தபடி மரணித்தால்தான் நீங்கள் என்னை ஓர் உண்மையான மஹாத்மா என்று சொல்ல வேண்டும்."

"..."

"அவர் மஹாத்மா ஆக விரும்பினார் என்றுதான் தோன்றுகிறது. அதனால் உள்ளூர இப்படியான ஒரு மரணத்தையே எதிர்பார்த்திருந்தார். அதற்காகக் காத்திருந்தார்."

திடுக்கிட்டாள் சபர்மதி. திரும்பும் வழியெங்கும் திரும்பத் திரும்ப அச்சொற்களையே யோசித்துக்கொண்டிருந்தாள். தில்லி வந்த வேலை முடிந்தது போல் தோன்றியது.

★ ★ ★

படேல் கிளம்பியதும் கழிவறை சென்று வந்த காந்தி பிரார்த்தனைக் கூட்டத்துக்குப் பதினைந்து நிமிடங்கள் தாமதமாகி விட்டதை உணர்ந்தார். மனுவையும் ஆபாவையும் தன் இருபுறங்களிலும் ஊன்றுகோலாக்கி கூட்டத்தை நோக்கி நடக்கத்தொடங்கினார்.

"இன்று தாமதமாகி விட்டது. இதெல்லாம் எனக்குப் பிடிக்காது எனத்தெரியாதா? நீங்கள்தான் என் கடிகாரம். என் நேரத்தைப் பார்த்துக் கொள்ள வேண்டியவர்கள்."

மனு மெல்லச்சொன்னாள்– "முக்கியப் பேச்சு என்பதால் முறிக்கத் துணியவில்லை."

"ஒரு செவிலியின் கடமை சரியான நேரத்தில் நோயாளிக்கு மருந்து தருவதுதான். அது தாமதமானால் நோயாளி இறந்து போகவும் கூடும்."

"இன்று முழுக்க மரணம் பற்றியே பேசிக்கொண்டிருக்கிறீர்கள் பாபுஜி. என் மனம் சஞ்சலம் கொள்கிறது. ஏற்கனவே உங்கள் உயிரைக்குறி வைத்திருக்கிறார்கள்."

"மனு, என் மகளே! ஒன்றைப் புரிந்து கொள். என் அனுமதியின்றி யாரும் என்னைக் கொல்ல முடியாது. என் விருப்பப்படிதான் என் மரணம் நிகழும்."

சிரித்தார் காந்தி. உடம்பெங்கும் ஓர் அதிர்ச்சியோடியது மனுவுக்கு. குருக்ஷேத்ரத்தில் பீஷ்மர் அம்புப் படுக்கையில் கிடக்கும் காட்சி மனதில் வாணமாய்த் தெறித்தழிந்தது.

காந்தி இடுப்பில் கட்டியிருந்த இங்கர்சால் கடிகாரத்தின் முட்கள் 5:17 எனக்காட்டின.

◆

காந்தியைச் சுமப்பவர்கள்

எஸ். ராமகிருஷ்ணன்

அந்தக் காரில் ஐந்து பேர் இருந்தார்கள். பனிமூட்டமான சாலையில் கார் போய்க் கொண்டிருந்தது காரில் இருந்தவர்களில் இருவர் இந்தியர் மற்ற மூவரும் உகாண்டாவைச் சேர்ந்தவர்கள். காரோட்டி தான் ஐவரில் மிகவும் இளைஞன். முவாங்கா என்ற பெயருள்ள அவனுக்குப் பதினெட்டு வயது தான் இருக்ககூடும். ஆனால் ஆள் திடகாத்திரமாக, ஆறு அடிக்கும் மேலான உயரத்திலிருந்தான். கற்சிலை போல உறைந்து போன முகம். அவன் கார் ஒட்டுவது ஒரு இயந்திரம் கார் ஒட்டுவது போலவே இருந்தது.

உகாண்டாவின் கிழக்கு பிராந்தியத்திலுள்ள புசோகா துணை பிராந்தியமான ஜின்ஜாவில் ஓடும் நைல் நதியை நோக்கியதாக அவர்களின் பயணமிருந்தது.

கம்பாலாவிலிருந்து அவர்கள் சாலை வழியாகப் பயணித்துக் கொண்டிருந்தார்கள். காரிலிருந்த இந்தியர்கள் இருவரும் வயதானவர்கள். அவர்கள் உகாண்டாவில் குடியேறி முப்பது ஆண்டுகளுக்கும் மேலாகியிருந்தது.

நரேஷ் கித்வானிக்கு வயது எழுபதை தாண்டியிருக்கும். அவர் வெண்ணிற கதர் குல்லா அணிந்திருந்தார். அதே வெண்ணிறத்தில் கதர் ஜிப்பா பைஜாமா. அகன்ற நெற்றி. தலை முழுவதும் நரைத்த மயிர்கள் என்றாலும் கற்றையாகவே

இருந்தன. அவர் முகத்திற்குப் பொருந்தாத பெரிய கண்ணாடி அணிந்திருந்தார். அவருடன் இருந்த சுக்லாவிற்கு அறுபது வயதிருக்கக் கூடும். ஆள் குள்ளமாக இருந்தார். கருத்துப்போன உதடுகள். பருத்த தொப்பை. வளைந்த மூக்கு. அவரும் கதராடை தான் அணிந்திருந்தார்.

அவரது மடியில் ஒரு மரப்பெட்டியிருந்தது. அதை மிகக் கவனமாகவும் பொறுப்பாகவும் வைத்துக் கொண்டிருந்தார்.

சுக்லாவும் கித்வானியும் தங்களுக்குள் பேசிக் கொள்ளவில்லை. தங்களுக்கு இடப்பட்ட கடமை ஒன்றை சரிவரச் செய்ய வேண்டும் என நினைப்பவர்கள் போலக் காரில் அமர்ந்திருந்தார்கள். கார் மிதமான வேகத்தில் சென்று கொண்டிருந்தது.

உகாண்டாவிற்கு 19 ஆம் நூற்றாண்டின் பிற்பகுதியில் சீக்கியர்கள் கூலிகளாக அழைத்து வரப்பட்டனர், இம்பீரியல் பிரிட்டிஷ் ஒப்பந்தக்காரர் அலிபாய் முல்லா ஜீவன்ஜியின் உதவியுடன், உகாண்டா ரயில்வேயை மொம்பசாவிலிருந்து கிசுமு வரை 1901 ஆம் ஆண்டிலும், 1931 வாக்கில் கம்பாலாவிலும் அவர்கள் உருவாக்கினார்கள். இந்தக் கடினமான ரயில் பாதை போடும் பணியில் இந்தியர்கள் பலர் இறந்து போனார்கள். சிலருக்குக் கைகால்கள் போயின.

ரயில்வே பாதை அமைத்து முடித்தவுடன் ஒரு சில குடும்பத்தினர் தங்கள் ஒப்பந்தம் முடிந்தது என இந்தியாவுக்குத் திரும்பினர், ஆனால் மற்றவர்கள் உகாண்டாவிலே தங்கிவிட முடிவு செய்தார்கள். இவர்கள் மட்டுமின்றித் துணி வணிகம் செய்வதற்காக வந்த குஜராத்திகளும் உகாண்டாவின் நிரந்தரப் பிரஜைகளாக உருமாறினார்கள். அவர்களில் சிலர் இந்திய சுதந்திரப் போராட்டத்திற்கு நிதி திரட்டி தந்ததோடு இந்திய மக்களுக்கான தனிச்சுற்று இதழ் ஒன்றை நடத்தியும் வந்தார்கள்.

காரின் முன்சீட்டிலிருந்த சார்லிக்கு ஐம்பது வயதிருக்கக் கூடும். சுருள்முடி கொண்ட தலை. பிளவுபட்ட கீழ் உதடு. புருவத்தில் வெட்டுப்பட்டது போல ஒரு தழும்பு. பெரிய காதுகள். அவர் சில காலம் தபால்துறையில் பணியாற்றிய காரணத்தால் இந்தியர்களுடன் நல்லுறவு இருந்தது.

சார்லியின் குடும்பம் மிகப்பெரியது. அவருக்கு இரண்டு மனைவிகள். ஒன்பது பிள்ளைகள். சார்லிக்கு ஒரு முறை இந்தியா போய்வர வேண்டும் என்ற ஆசை கூட இருந்தது. அதற்கு முக்கியக் காரணம் இந்தியப் பெண்களின் அழகு. அதை அவர் மிகவும் ரசித்தார். குறிப்பாக உகாண்டாவில் வசித்த இந்தியப் பெண்களின் வட்டமுகத்தையும் அவர்கள் சேலை அணிந்துள்ள விதமும் அவருக்கு மிகவும் பிடித்திருந்தது.

சார்லியோடு அமர்ந்திருந்த ஒபாடே என்ற இளைஞன் கல்லூரி படிப்பை பாதியில் விட்டவன். கால்பந்தாட்டத்தில் ஆர்வம் கொண்டவன். பகலும் இரவும் குடிப்பதும் தான் அவனது வாழ்க்கை. காரில் ஏறுவதற்கு முன்பாகவே சார்லி அவனிடம் பயணத்தின் போது குடிக்கக் கூடாது என்று கண்டிப்பாகச் சொல்லியிருந்தார். ஆனாலும் அவன் பாக்கெட்டில் சிறிய மதுப்போத்தல் ஒன்றை வைத்திருந்தான். அதை வெளியே எடுக்கவேயில்லை.

அவர்கள் எதற்காக நைல் நதியை நோக்கிப் பயணிக்கிறார்கள் என்று ஒபாடே கேட்டுக் கொள்ளவேயில்லை. அவனுக்கு இந்தப்பயணம் எரிச்சலாக இருந்தது. சார்லியின் கட்டாயத்தால் தான் அவன் பயணத்திற்கு ஒத்துக் கொண்டான். அவனுக்கு நதியில் படகோட்டத் தெரியும் என்பதால் உடன் அழைத்துக் கொண்டு வந்திருந்தார்கள்.

வெறித்த பார்வையுடன் கித்வானி கேட்டார்.

“இன்னும் எவ்வளவு தூரமிருக்கிறது.”

“நதிமுகத்தை அடைய இரண்டு மணி நேரமாகக்கூடும்” என்றான் சார்லி.

ஒபாடே தன் அதிருப்தியை தெரியப்படுத்துகிறவன் போலச் சொன்னான்.

“சவ ஊர்வலம் போவது போலக் கார் மிகமெதுவாகச் செல்கிறது. இப்படிப் போனால் நதிமுகத்திற்குப் போவதற்குள் மதியமாகிவிடும்.”

“இதுவும் ஒரு சவ ஊர்வலம் தான்” என்றார் சுக்லா.

ஒபாடேவிற்கு அவர் சொன்னதன் பொருள் புரியவில்லை. அவன் சார்லியை நோக்கி கேட்டான்.

“உண்மையில் நாம் எதற்காக நைல் நதியை நோக்கிப் போகிறோம். அங்கே எனக்கு என்ன தான் வேலை.”

“நதியில் அஸ்தியை கரைப்பதற்குப் படகோட்ட வேண்டும் அது தான் உன் வேலை” என்றார் சார்லி.

“எனக்குப் பசிக்கிறது. தலைவலியாகவே வேறு இருக்கிறது வயதானவர்களுடன் பயணம் செய்வது என்பது இறந்த மாட்டிற்குக் காவல் காப்பதைப் போன்று அலுப்பூட்டக்கூடியது”. என்றான் ஒபாடே.

கித்வானி அமைதியான குரலில் சொன்னார்.

“எல்லோரும் ஒரு நாள் முதியவர்கள் ஆவார்கள். அப்போது நீயும் முதுமையின் வலியை அறிவாய்.”

“நாங்கள் வயதை பொருட்படுத்துவதில்லை. வயதை கணக்கிடுவது வெள்ளைக்காரன் செய்த தந்திரம். உடலில் ஓடும் ரத்தம் உஷ்ணமாக இருக்கும் வரை நாங்கள் இளமையானவர்களே” என்றார் சார்லி.

அதை ஆமோதிப்பவன் போல ஒபாடே சொன்னான்.

“நாங்கள் மேகத்தைப் போன்றவர்கள். மேகம் எப்போதும் இளமையானது தானே, மனிதர்களைத் தவிர வேறு எந்த உயிரினமும் தன் வயதைக் கணக்கிடுவதேயில்லை”.

“அப்படியில்லை மரங்களுக்குக் கூட வயதிருக்கிறது. மரப்பட்டைகளை வைத்து அதன் வயதை கணக்கிடுகிறார்கள்” என்றார் கித்வானி.

“இந்தியர்களுக்குக் கணிதத்தில் விருப்பம் அதிகம்” என்றார் சார்லி

“ஒன்று இரண்டு மூன்று நான்கு அதற்கு அப்புறம் எல்லாமும் கூட்டம் தான். அவ்வளவு கணக்கு தெரிந்தால் போதும்” என்று சொல்லி சிரித்தான் ஒபாடே.

“உன் சிரிப்பை நிறுத்து. கொஞ்ச நேரம் வாயை மூடிக்கொண்டு வா” என்று சற்றே கோபமான குரலில் சொன்னார் சுக்லா.

பாதையில் இருந்த குழியில் கார் ஏறி இறங்கியதால் அவரது மடியில் இருந்த மரப்பெட்டி குலுங்கியது. கைக்குழந்தையைப் பற்றிக் கொள்வது போலச் சுக்லா இறுக்கமாகப் பிடித்துக் கொண்டார்.

“இந்தப் பெட்டிக்குள் இருப்பது இறந்து போன மனிதனின் சாம்பலா” எனக் கேட்டான் ஒபாடே.

“மகாத்மா காந்தியின் அஸ்தி” என்றார் கித்வானி.

“யார் அவர் உங்கள் தந்தையா” எனக்கேட்டான் ஒபாடே.

“இல்லை. இந்தியாவின் தந்தை. கோடான கோடி இந்தியர்கள் அவரைத் தந்தை என்றே அழைத்தார்கள்“. என்றார் சுக்லா.

“ஒரு ஆள் எப்படி இந்தியாவிற்கே தந்தையாக இருக்க முடியும்” எனக் குழப்பமான முகத்துடன் கேட்டான் ஒபாடே.

“தந்தையாக அவர் நடந்து கொண்டார். தந்தை என்பது பொறுப்புணர்வின் அடையாளம். கைமாறு எதிர்பாராமல் அன்பு செய்யும் வழி.. இயேசுவை நீங்கள் தந்தையாகத் தானே அடையாளப்படுத்துகிறீர்கள்” என்று கேட்டார் சுக்லா.

“அவர் கடவுள்” என்றார் சார்லி.

“இவர் கடவுளைப் போன்ற மனிதன்” என்றார் கித்வானி.

“இறந்த போன மனிதனின் சாம்பலை ஏன் நதியில் கரைக்க நினைக்கிறீர்கள்” எனக்கேட்டான் ஒபாடே.

“இறந்தபிறகு அந்த மனிதன் உலகிற்குச் சொந்தமானவன். அவன் சாம்பலை முக்கிய நதிகளில் கரைப்பதன் மூலம் உலகிடம் அவரைத் திரும்ப ஒப்படைக்கிறோம். இந்த நதிகள் இருக்கும் வரை அவரது நினைவுகளும் இருக்கும் தானே” என்றார் சுக்லா.

“நதிக்கு நினைவுகள் கிடையாது” என்றான் ஒபாடே.

“நதி தன் நினைவுகளைக் கூழாங்கல்லில் எழுதிவிடுகிறது” என்றார் சார்லி.

“உண்மை. சரியான சொன்னீர்கள். கூழாங்கற்களில் இருப்பது நதியின் நினைவுகளே” என்றார் கித்வானி.

“காந்தி எப்போதாவது நைல் நதியை நேரில் பார்த்திருக்கிறாரா” எனக்கேட்டான் ஒபாடே.

“இல்லை. அவரது சாம்பல் தான் நதியை அறியப்போகிறது.”

“தன் வாழ்நாளில் காணாத நதியை வாழ்நாளிற்குப் பிறகு அறிந்து கொள்வது விசித்திரம்” என்றார் சார்லி.

“டெல்லியில் அவர் கொல்லப்பட்டார். அங்குத் தான் இறுதி நிகழ்வுகள் நடந்தன. தென்னாப்பிரிக்காவிற்குக் காந்தியின் அஸ்தி கப்பலில் கொண்டுவரப்பட்டது. காந்தியின் குடும்ப நண்பரான விலாஸ் மேத்தா அதைப் பெற்று விசேச, பிரார்த்தனைக்கு ஏற்பாடு செய்தார். அவரிடமிருந்தே இந்த அஸ்தியை நாங்கள் பெற்றோம். எங்களுக்கு இடப்பட்ட கட்டளை காந்தியின் அஸ்தியை நைல் நதியில் கரைக்க வேண்டும் என்பதே. இங்கு மட்டுமில்லை. உலகின் பல்வேறு நதிகளிலும் கடலிலும் காந்தி அஸ்தி கரைக்கப்பட்டிருக்கிறது”. என்றார் கித்வானி.

“நீங்கள் காந்தியை நேரில் பார்த்திருக்கிறீர்களா” எனக்கேட்டார் சார்லி.

கார் ஒரு வளைவில் திரும்பும் போது இரண்டு நாய்களைச் சங்கிலியிட்டு பிடித்தபடியே ஒரு பெண் நடந்து போய்க் கொண்டிருந்தார். தாழ்வான கூரைகள் கொண்ட சிறிய கிராமம் ஒன்று தொலைவில் தெரிந்தது. உகாண்டாவின் கிராமமும் இந்திய கிராமம் போலவே இருந்தது.

“காந்தியை புகைப்படத்தில் தான் பார்த்திருக்கிறேன். அவர் குரல் எப்படியிருக்கும் என்று கூடத் தெரியாது” என்றார் சுக்லா.

“ஒருமுறை கூட நேரில் காணாத காந்தியை இப்போது சாம்பலாக மடியில் சுமந்து கொண்டிருக்கிறீர்கள். காந்தியின் எடையை உணருகிறீர்களா” எனக்கேட்டான் ஒபாடே.

“காந்தி இப்போது எடையற்றிருக்கிறார்” என்றார் சுக்லா.

“சாம்பலின் கனத்தை நம்மால் மதிப்பிட முடியாது. உயிருள்ள மனிதன் செய்ய முடியாதவற்றைக் கூட இறந்த மனிதனால் செய்து முடித்துவிட முடியும். இறந்தவர்களைப் பற்றி எளிதாக நினைக்க வேண்டாம்” என்றார் சார்லி.

“அதுவும் உண்மை தான். ஒரு மனிதனின் இறப்பு அவனது உடலுக்கு மட்டும் தான் முடிவை தருகிறது. அவனது நற்செயல்கள் உலகில் நீண்டகாலம் வாழ்ந்து கொண்டேதானிருக்கும். அந்த எண்ணங்களை, செயல்களைக் கடைபிடிக்கும் கடைசி மனிதன் இருக்கும் வரை மனிதனுக்கு மரணமில்லை. காந்தியும் அப்படிப் பட்டவர் தான்” என் அழுத்தமான குரலில் சொன்னார் சுக்லா.

“அப்படி காந்தி இந்தியாவிற்கு என்ன தான் செய்தார்” எனக்கேட்டான் ஒபாடே.

“நல்லறமும் அன்பும் அகிம்சையும் இந்தியர்களின் ஆதார குணம் என்பதை அவர் தான் அடையாளம் காட்டினார். இந்தியர்களின் மனசாட்சியோடு பேசிய ஒரே மனிதர் அவரே. உலகில் எந்தத் தேசத்திலாவது கோடானகோடி மக்களால் நேசிக்கபட்ட ஒரு தலைவர் தன் கழிப்பறையைத் தானே சுத்தம் செய்திருக்கிறாரா. இடுப்புக்கு கிழே மட்டும் அரையாடை அணிந்து எளிய மனிதராக வாழ்ந்திருக்கிறாரா. தானே நூல் நூற்று கதர் ஆடையை அணிந்திருக்கிறாரா. அவரது போராட்ட வடிவங்கள் அதன் முன்பு இந்தியா கண்டறியாதவை. அவர் அன்பை போராட்ட வடிவமாக்கினார். பிரிட்டீஷ் அரசு அதைக்கண்டு பயந்தது. எளிய மக்களின் குரலாகவே அவர் எப்போதும் ஒலித்தார். காந்தியின் போராட்டம் தென்னாப்பிரிக்காவில் தான் துவங்கியது. அவர் இனவெறிக்கு எதிராகப் போராடினார். சிறை சென்றார்.”

இதைக்கேட்டதும் ஒபாடேயின் முகம் மாறியது.

“அவர் கறுப்பரா” எனக்கேட்டான்.

“கறுப்பர். ஆனால் இந்தியர்” என்றார் சுக்லா.

“அவர் எந்த ஆயுதத்தையும் எடுக்காமல் எப்படிப் போராடினார்” என வியப்போடு கேட்டார் சார்லி.

“அஹிம்சை தான் அவரது வழி” என்றார் கித்வானி.

இதைக்கேட்டதும் அதுவரை மௌனமாகக் காரோட்டியபடியே வந்த முவாங்கா மெல்லிய குரலில் கேட்டான்.

“அவர் ஒன்றும் தேவதூதர் இல்லையே.”

“தேவதூதரும் மனிதனாகத் தானே தோன்றினார்” என்றார் கித்வானி.

“காந்தி எப்படி இறந்து போனார். உடல் நலமில்லையா” எனக்கேட்டான் முவாங்கா.

“இல்லை. காந்தி சுட்டுக் கொல்லப்பட்டார்.” என்றார் சுக்லா.

“பிரிட்டீஷ்காரனாலா” எனக்கேட்டான் ஒபாடே.

“இல்லை. இன்னொரு இந்தியன் தான் அவரைக் கொன்றான்” என வருத்தமான குரலில் சொன்னார் சுக்லா.

“விசித்திரமாக இருக்கிறது. இந்தியாவின் தந்தையை ஏன் ஒரு இந்தியன் கொல்ல வேண்டும்.”

“அது தான் எங்களுக்கும் புரியவில்லை” என்றார் கித்வானி

“பிரார்த்தனைக்குச் செல்லும் வழியில் அவர் கொல்லப் பட்டார். அவரைச் சுட்டுக் கொன்றவன் கூட அவரைக் கைகூப்பி வணங்கியபிறகே தனது துப்பாக்கியை உயர்த்தினான்.”

“கொலைகாரன் ஏன் அவரை வணங்கினான்” எனக் குழப்பமான முகத்துடன் கேட்டான் ஒபாடே.

“அவனுக்கும் அவர் தந்தை தானே” என்று தணிவான குரலில் சொன்னார் சுக்லா.

“கேட்கவே வருத்தமாக இருக்கிறது. நல்ல மனிதர்கள் ஏன் அநியாயமாகக் கொல்லப்படுகிறார்கள். இயேசுவிற்கும் இப்படித் தானே நடந்தது” என்றான் முவாங்கா.

சுக்லா ஏதோ சொல்ல முயன்று பேசமுடியாமல் அவரது கண்ணில் கண்ணீர் கசிந்தது. அதைச் சார்லி கவனித்திருக்கக் கூடும். ஒபாடேயை பார்த்து அமைதியாக இரு என்பது போலச் சைகை காட்டினார்.

கார் மெதுவாகச் சென்று கொண்டிருந்தது. காரை ஓட்டிக் கொண்டிருந்த முவாங்கா கேட்டான்.

“மகாத்மாவின் புகைப்படம் உங்களிடம் இருக்கிறதா. நான் அதை ஒரு முறை பார்க்க விரும்புகிறேன்.”

"நதிமுகத்திற்குப் போனதும் அவசியம் காட்டுகிறேன்" என்றார் சுக்லா.

"நைல் நதி கடவுள் சொன்ன பொய்யின் காரணமாக உருவாக்கபட்டது அது உங்களுக்குத் தெரியும் தானே" என்றார் சார்லி.

"இது என்ன புதுக்கதை" எனக் கேட்டார் கித்வானி.

"ஆமாம். நைல் நதி உருவானதற்கு ஒரு கதையிருக்கிறது. ஜீயஸ் என்ற கிரேக்க கடவுளுக்கு ஹீரா என்ற அழகிய மனைவி இருந்தாள். அவள் கண்களில் இருந்து யாரும் எதையும் மறைக்க முடியாது. ஜீயஸ் ஒரு நாள் லோ என்ற இளம்பெண்ணைச் சந்தித்தார், அவள் மீது காதல் கொண்டார். இதை மனைவி யிடமிருந்து மறைக்க நிறையத் தந்திரங்கள் செய்தார். பொய் சொன்னார். இதை அறிந்து கொண்ட ஹீரா லோவை பாலைவனத்திற்குத் துரத்திவிட்டாள். பொய்யே பேசாத ஜீயஸ் பொய் சொன்ன காரணத்தால் பெருமழை கொட்டி தீர்த்தது. வருஷக்கணக்கில் மழை பெய்து தண்ணீர் பெரிய ஏரியாகத் தேங்கியது. பாலைவனத்தில் இருக்கும் லோவிற்காக அந்தத் தண்ணீர் ஒரு நதியாக மாறி ஓடியது. அது தான் நைல் நதி" என்றார் சார்லி.

"எல்லா நதிகளுக்கும் இப்படி ஏதாவது ஒரு விசித்திர கதை இருக்கதானே செய்கிறது" என்றார் சுக்லா.

"கதையில்லாத ஆறுகளேயில்லை. மழை என்பதே கடவுள் விடுகிற கண்ணீர் தானே" என்றான் காரோட்டியான முவாங்கா.

"கடவுள் ஏன் கண்ணீர் விடுகிறார்" என்று கேட்டார் கித்வானி.

"மனிதர்களின் செயலைப் பார்த்து தான். வேறு என்ன" என்றான் முவாங்கா.

"காந்தி மனிதர்களின் செயலைப் பார்த்து வெறுமனே கண்ணீர் விடவில்லை. துயரம் துடைக்கப் பாடுபட்டார். காற்றைப் போல இந்தியா முழுவதும் பரவியிருந்தார் காந்தி. எளிமை தான் அவரது பலம்."

"நீங்கள் பேசுவதைக் கேட்கும் போது அந்த மனிதர் மீது மிகுந்த மரியாதை வருகிறது" என்றான் முவாங்கா.

"உன்னைப் போலத் தான் நாங்களும் அவரைக் காணாமலே அவரை நேசித்தோம். அவர் வழி நடந்தோம். அவரது செயல்களைப் பின்பற்றினோம். அவரது மரணம் எங்களை உலுக்கிவிட்டது."

"காந்தி கொல்லபட்டிருக்கக் கூடாது" என்று உறுதியான குரலில் சொன்னான் முவாங்கா.

"காந்தியோடு சேர்த்து அவர் போதித்த நெறிகளையும் அறத்தையும் புதைத்துவிடப் பார்க்கிறார்கள். அது தான் கவலை அளிக்கிறது" என்றார் கித்வானி.

"இந்தியா இனி என்னவாகும் என்று நினைத்தால் பயமாகவே இருக்கிறது" என்றார் சுக்லா.

"ஒரே நம்பிக்கை நேரு தான். ஆனால் அவரைச் சுதந்திரமாகச் செயல்பட விடமாட்டார்கள்" என்றார் கித்வானி.

"காந்தியின் இடம் எவராலும் நிரப்பப்பட முடியாதது. காந்தி முன்பு உடலுடன் இருந்தார். இனி ஒளியாக இருப்பார்" என்றார் சுக்லா.

"சரியான சொன்னீர்கள் காந்தி ஒளியே தான். வெளிச்சம் உலகிற்குப் பொதுவானது தானே. ஒவ்வொரு தேசத்திற்குத் தனி வெளிச்சம் என்று இருக்கிறதா என்ன" எனக் கேட்டார் கித்வானி.

அதன்பிறகு அவர்கள் பேசிக் கொள்ளவில்லை. நதிமுகம் தேடி அவர்கள் கார் பயணித்தது. ஒரு இடத்தில் காரை நிறுத்திவிட்டு அவர்கள் நடந்து செல்ல ஆரம்பித்தார்கள். நதிக்கரையோர குடியிருப்புகள் கண்ணில் பட்டன.

முவாங்கா அந்த அஸ்தி கலயம் உள்ள பெட்டியை தான் சுமந்துவரட்டுமா எனக்கேட்டான். சுக்லா ஒரு நிமிசம் யோசித்தார். பின்பு அவன் தோளிற்குப் பெட்டியை மாற்றினார்.

"நாம் காந்தியை சுமந்து செல்கிறோம்" என்றார் சார்லி.

அவர்கள் மௌனமாக நடந்தார்கள்.

“காந்தியின் உடலை விடவும் அவரது அஸ்தியின் கனம் அதிகமாகயிருக்கும். காரணம் அது கோடான கோடி இந்தியர்களின் கண்ணீரையும் சேர்த்தது தானே” என்றார் சுக்லா.

முவாங்கா நதிமுகம் வரை அந்த அஸ்தியை சுமந்து வந்தான். ஒபாடே ஒரு படகை ஏற்பாடு செய்து கொண்டுவந்தான். அவர்கள் அப்படகில் ஏறிக் கொண்டு நைல் நதியில் பயணம் செய்ய ஆரம்பித்தார்கள். நுரைத்து பெருக்கெடுத்து ஒடும் நதி. வெளிர்பச்சை நிறமான நீர். கடலொன்று சீறிப் பாய்ந்து செல்வது போலவே இருந்தது. ஆற்றின் வேகத்தில் படகு தத்தளித்தபடியே போனது.

ஆற்றின் நடுவில் படகை நிறுத்திவிட்டு சுக்லா மரப்பெட்டியில் இருந்த வெண்கல கலயம் ஒன்றை வெளியே எடுத்தார். அதைத் தன் கைகளால் தொட்டுக் கண்ணில் ஒற்றிக் கொண்டார். சார்லியும் கித்வானியும் முவாங்காவும் அதை வணங்கினார்கள். வெண்கல கலயத்திலிருந்த காந்தியின் அஸ்தியை அவர்கள் நதி நீரில் கரைத்தார்கள். காற்றின் வேகத்தில் அஸ்தி பறந்து முவாங்காவின் கண்ணில் பட்டது. அவன் அதைத் துடைக்கவில்லை. உலகின் மிகப்பெரிய நதியான நைலில் காந்தி கரைந்து போனார்.

எத்தனையோ பேரரசர்களை, ராஜ்ஜியங்களைக் கண்ட நைல் நதி மகாத்மாவையும் தனக்குள் ஏந்தியபடியே ஒடிக் கொண்டிருந்தது.

அவர்கள் கரை திரும்பும் போது ஆதங்கமாகக் குரலில் முவாங்கா சொன்னான்.

“தந்தையைக் கொல்வது பெரும்பாவம். அது உங்கள் தேசத்தைச் சும்மாவிடாது.”

சுக்லா கலக்கமான முகத்துடன் சொன்னார்.

“காந்தி தான் இந்தியாவைக் காக்க வேண்டும்.”

தொலைதூர மரமொன்றிலிருந்து அதை ஆமோதிப்பது போலப் பறவையின் குரல் ஒன்று உரத்துக் கேட்டது.

◆

பிறகொரு இரவு

* தேவிபாரதி

யாரோ தன் அறையின் கதவைத் தள்ளித் திறப்பதை அவற்றின் மெல்லிய கிரீச்சிடலைக் கொண்டு அறிந்துகொண்டார் காந்தி. பிறகு மிகக் கவனமாக அடியெடுத்துவைத்து நெருங்கிவரும் பாதங்களின் அதிர்வுகள். கண்களை இறுக மூடிக்கொண்டு தூங்குவதைப் போலப் பாவனை செய்தார்.

தனிக்லால்தான் அது. பிர்லா மந்திரில் வாழும் ஜீவன்களிலேயே அதிக எச்சரிக்கை உணர்வுகொண்ட கிழவர்; காந்தியின் முதன்மைச் செயலாளர். செயலாளர் என்பதைவிடச் சீடன் எனச் சொல்லிக்கொள்வதில் அதிகப் பெருமை கொள்பவர். அவருக்குப் பணிவிடை செய்வதையே தேச சேவையாக நம்பிக்கொண்டிருப்பவர். மகாத்மாவின் அறைக்கு நேரெதிரே உள்ள அறையில் இருந்தபடி விடிய விடியத் தூங்காமல் அவரை ஓயாமல் கண்காணித்துக்கொண்டிருப்பதுதான் அவருடைய பணி. ஒரு இரவில் குறைந்தபட்சம் மூன்று முறையாவது காந்தியின் அறைக்குள் வந்து அவர் நன்றாக இருக்கிறாரா என நிச்சயப்படுத்திக்கொள்வார் தனிக்லால். அவரிடமிருந்து வெளிப்படும் ஒரு சிறு முனகல்கூட காந்தியைப் பெரும் பதற்றத்திற்குள்ளாக்கிவிடும். ஒருமுறை விளையாட்டாக அவரிடம் சொன்னார் காந்தி "இந்தக் கண்காணிப்பும் உறக்கமின்மையும் எதற்காக தனிக்லால்ஜி? நெருங்கிவரும் என் மரணத்தை நேரடியாகப் பார்க்கும் ஆசையோ?" பாதி

விளையாட்டாகவும் பாதி உண்மையாகவும். பதறிவிட்டார் தனிக்லால்.

"தங்களுக்கு மரணமென்பதில்லை பாபுஜி. இந்தத் தேசத்தின் எதிர்காலம் கருணை மிகுந்த தங்கள் கரங்களில் பத்திரமாக ஒப்படைக்கப்பட்டிருக்கிறது."

பெருமூச்செறிந்தார் காந்தி.

"நான் ஒன்றும் அவ்வளவு சீக்கிரம் செத்துப்போய்விட மாட்டேன் தனிக்லால்ஜி. என் கடமைகள் இன்னும் முடியவில்லை. என் போராட்டங்களும் மிக நீண்டவை. தேவைப்படும்வரை வாழும்படி சபிக்கப்பட்டிருப்பவன் நான். ஒருவேளை கடவுள் என்னை முன்கூட்டியே அழைத்துக்கொள்ளத் தீர்மானிப்பாரெனில் யாராலும் அந்தத் தருணத்தை முன்னுணர முடியாது. உங்களாலும்கூட. இருமலும் முனகலும் என் மரணத்தின் சமிக்ஞைகளாக ஒருபோதும் இருக்கப்போவதில்லை. என் மரணம் சப்தங்களற்றதாகவே இருக்கும்! அநேகமாக ஒரு வசந்தகாலத்தின் அதிகாலைப் பொழுதில். அப்பொழுது எல்லாத் தாவரங்களும் பூக்கத் தொடங்கியிருக்கும். தில்லியின் மையத்தில் ஆயிரம் வருடங்களாக இருந்துவரும் மிக உயர்ந்த தேவதாரு மரத்தின் உச்சியில் வசிக்கும் சிறு பறவை முதலாவதாக விழித்துக்கொண்டு என் மரணத்தை உலகுக்கு அறிவிக்கும். தனிக்லால்ஜி, அப்பொழுது நீங்கள் உட்பட எல்லோரும் ஆழ்ந்து உறங்கிக் கொண்டிருப்பீர்கள்! கவலைகளை விட்டுவிட்டுச் சற்றுத் தூங்குங்கள்."

ஆனால், தனிக்லாலால் ஒருபோதும் தூங்க முடிந்ததில்லை. அதிகாலையில் எழும்பொழுது அவர் தன் கட்டில் விளிம்பில் தலையைச் சாய்த்தவாறு உறங்கிக்கொண்டிருப்பதைக் காண்பார் காந்தி. அவர் விழித்துவிடக் கூடாதே என்பதற்காகத் துளியும் சப்தம் எழுப்பாமல் குளியலறைக்குள் போவார்.

அன்றைய கடிதங்களை எழுதி முடிக்கும்வரை ஆழ்ந்து தூங்கிக் கொண்டிருப்பார் தனிக்லால். ஆனால் உள்ளுணர்வின் தூண்டுதலாலோ என்னவோ காந்தி நடைப்பயிற்சிக்காகக் கிளம்புவதற்குச் சற்று முன்பாக விழித்துக்கொண்டுவிடுவார். பிரார்த்தனைகளின்போதும் காந்தி தன் அறையில் விவாதங்களில்

ஈடுபட்டிருக்கும் தருணங்களிலும் தனிக்லாலுக்குக் கண்கள் சொருகும். அதைக் காணும் மகாத்மாவின் மனம் எல்லையற்ற கருணையாலும் இரக்கத்தாலும் ததும்பும்.

ஆனால் ஓயாத இந்தக் கண்காணிப்புகள் தரும் பதற்றத்தையும் எரிச்சலையும் கட்டுப்படுத்திக்கொள்ளும் தன் ஆற்றல் குறைந்து வருகிறதோ எனச் சந்தேகித்தார் காந்தி. மனத்தைப் புண்படுத்தும்படியான சொற்களை உச்சரித்துவிடாதிருப்பதற்குப் பெரும் பிரயத்தனங்களை மேற்கொள்ள வேண்டியிருப்பது குறித்த கவலைகளோடு அவரது பின்னிரவு நேரங்கள் உறக்கமின்றிக் கழிந்துகொண்டிருந்தன.

எல்லாவற்றையும்விடத் தனிக்லால் தன் அறைக்குள் பிரவேசிக்கும் தருணங்களில் அவரது கேள்விகளின் குடைச்சல்களிலிருந்து தப்புவதற்காகத் தூங்குவதைப் போல் பாவனைசெய்ய நேர்வது குறித்தே அதிகம் வருந்தினார் காந்தி. தனிக்லாலைக் காணும்பொழுது அவரது கண்கள் வெறுப்பை உமிழ்ந்தன. இதைக் குறித்து ஆழ்ந்து பரிசீலிக்கவும் செய்தார். இந்த வெறுப்பு தனிக்லாலின் மீதானது மட்டுமன்று. நேருவின் மீதானது; பட்டேலின் மீதானது; மனப்பிறழ்வுகளுக்குள்ளானவர்களைப் போல் கலவரங்களில் ஈடுபட்டுக்கொண்டிருக்கும் எல்லோரது மீதானதுமாகும். உண்மையில் இது சுய வெறுப்பின் அடையாளமும் கூடத்தான்.

தனிக்லாலின் காலடியோசை தன்னை நெருங்கியதும் விழித்துக்கொண்டார் காந்தி.

"நீங்கள் இன்னும் தூங்கவில்லையா தனிக்லால்ஜி? நள்ளிரவு நேரத்தில் எதற்காக இப்படி நடமாடிக்கொண்டிருக்கிறீர்கள்? என் பொருட்டு நீங்கள் இப்படி உங்களைத் துன்புறுத்திக் கொள்ளாதீர்கள் எனப் பலமுறை கேட்டுக்கொண்டிருக்கிறேன். எல்லோரும் என்னைக் குற்ற உணர்வுக்குள்ளாக்கிக் கொண்டிருக்கிறீர்கள்! தீராத துயரத்தில் மூழ்கியிருக்கும் நம் மக்களுக்கு எதாவது செய்வதே நம் இப்போதைய பணி. எனக்குப் பணிவிடைசெய்வதைக் காட்டிலும் அது எவ்வளவோ மேலானது தனிக்லால்ஜி."

"என்னை மன்னியுங்கள் பாபுஜி! பனி மிக அதிகமாக இருந்ததால் இங்கு வந்தேன். நீங்கள் இந்தக் கதரைப்

போர்த்திக்கொள்ளலாம் அல்லவா?" எனக் கையோடு கொண்டுவந்திருந்த ஒரு கனத்த போர்வையை அவருக்குப் போர்த்திவிட்டார்.

போர்வையை விலக்கிவிட்டு எழுந்து உட்கார்ந்தார் காந்தி.

"தூக்கமே வரவில்லை. எல்லோரும் வீணாக என்னைத் தடுத்துவைத்திருக்கிறீர்கள். இன்று முழுவதும் பயனுள்ள ஒரு காரியத்தையும் செய்யவில்லை. சந்திப்புகள், உரையாடல்கள், பேட்டிகள் எனச் சலித்துப்போய்விட்டது. தொண்டர்களுடன் இணைந்து முகாம்களில் வசிக்கும் எளிய மனிதர்களுக்காகப் போர்வைகளைச் சேகரிக்கப் போயிருக்கலாம். குழந்தைகள், பெண்கள், முதியவர்கள் என எல்லோரும் சொல்ல முடியாத துயரில் மூழ்கிக் கிடக்கும்பொழுது நான் இங்கே ஒரு பாதுஷாவைப் போல் வாழ்ந்துகொண்டிருக்கிறேன்."

"தொண்டர்கள் தம் கடமைகளை ஒழுங்காகச் செய்துகொண்டிருக்கிறார்கள் பாபுஜி, நீங்கள் வருந்த வேண்டாம். அகதிகளுக்கு இன்று மட்டும் நூற்றுக்கணக்கான போர்வைகளும் கம்பளிகளும் விநியோகிக்கப்பட்டன."

"ஒரு நல்ல தகவலைச் சொன்னதற்காக உங்களுக்கு நன்றி. எல்லோருக்கும் அவை சமமாக வழங்கப்பட்டிருக்கின்றன அல்லவா?"

"ஆமாம், பாபுஜி எல்லா முகாம்களுக்கும் சமமாகவே வழங்கப்பட்டன"

காந்தி புன்னகைத்தார். "மக்கள் மனமுவந்து உதவுகிறார்கள் அல்லவா? கேட்பதற்கே நிறைவாக இருக்கிறது. கடவுள் கருணை மிகுந்தவர் என நான் எப்பொழுதுமே சொல்லி வந்திருக்கிறேன்."

ஓயாது அலைக்கழிக்கும் கலவரங்களால் வெதும்பிக்கிடந்த அவர் மனத்தில் நம்பிக்கையின் ஒளிபடரத் தொடங்கியது. அண்மையில் தான் மேற்கொண்ட உண்ணா நோன்பு வீணாகிவிடவில்லை. சோர்விலிருந்தும் உறக்கமின்மையின் களைப்பிலிருந்தும் விடுபட்டவராக எழுந்தார், "தனிக்லால்ஜி, கொஞ்சம் வெந்நீர் குடிக்கிறீர்களா? நாம் சிறிது நேரம் பேசிக்கொண்டிருக்கலாமே" என்றவாறு சமையலறையை நோக்கி நடந்தார் மகாத்மா. தனிக்லால் பதற்றத்துடன்

பின்தொடர்ந்துபோய் அவருக்கு உதவ முற்பட்டார், "சரி, எல்லாவற்றையும் எனக்குச் சொல்லுங்கள். அவற்றைக் கேட்பதற்கு மிகவும் ஆவலாக இருக்கிறேன்."

தனிக்லாலை உற்சாகம் தொற்றிக்கொண்டது. அன்றைய நிகழ்வுகளில் மகாத்மாவுக்குச் சந்தோஷமளிக்கக்கூடியது எனத் தான் கருதிய ஒவ்வொன்றையும் மிக விரிவாக எடுத்துரைக்க முற்பட்டார். துர்க்மான் கேட்டிலும் சாந்தினிச் சௌக்கிலும் இருந்த முகாம்களில் இருந்த அகதிகள் தொண்டர்களைக் கண்டதும் எவ்வளவு உற்சாகமடைந்தார்கள் என்பதை விவரித்தார்.

ஓரிரு வாரங்களுக்கு முன்னர் அங்குப் போயிருந்த மகாத்மா அவர்களுடைய வாழ்வின் இழிநிலையை நேரில் பார்த்திருந்தார். துர்க்மான் கேட்டில் ஏராளமான சிறுமிகள் அடைக்கலம் புகுந்திருந்தார்கள். அவரைச் சந்தித்த பன்னிரண்டே வயதான ஒரு இஸ்லாமியச் சிறுமியை அவரால் மறக்கவே முடியவில்லை. கண் முன்னால் தன் பெற்றோர் வெட்டிச் சாய்க்கப்பட்ட கதையை அவள் மகாத்மாவுக்குச் சொல்லியிருந்தாள். கலவரக்காரர்கள் நள்ளிரவில் அவர்களது குடியிருப்புகளைச் சூழ்ந்துகொண்டார்களாம். சத்யாக்கிரஹியான அவளுடைய தந்தை குடியிருப்புவாசிகளைக் காப்பாற்றுவதற்காக அவர்களது பாதங்களில் விழுந்து தம் மக்கள்மீது கருணை காட்டுமாறு கெஞ்சினாராம். ஆயுதமேந்திய அக்கொடியவர்களுக்கு முன்னால் தன் இரு கைகளையும் கூப்பிநின்ற தந்தையின் முகத்தைத் தன்னால் மறக்கவே முடியவில்லை என்றாள் அந்தச் சிறுமி. பிறகு அவர்கள் கும்பிட்டு நின்ற அவருடைய கைகளை ஒன்றன்பின் ஒன்றாக வெட்டினார்கள். தாய் அவளை எப்படியாவது காப்பாற்றிவிட முயன்றாள். அவசர அவசரமாக அவளுடைய நெற்றியில் குங்குமத்தைத் தீற்றினாள். 'ஜெய் ஸ்ரீ ராம்' என முழக்கமிடும்படி யோசனை சொன்னாளாம். அப்படிச் செய்தால் கலவரக்காரர்கள் அவளை விட்டுவிடுவார்கள், அதன் பிறகு தப்பித்து எங்காவது போய்ப் பிழைத்துக்கொள் என்றாள் தாய். ஆனால் அவள் மறுத்துவிட்டாள். மாறாக 'அல்லாஹு அக்பர்' என்பதே அவர்களிடம் அவள் சொன்னது,

"அவர்கள் உன்னை விட்டுவிட்டார்களா?"

“அவர்களுக்கு என் உடல் தேவையாக இருந்தது. என்னை இழுத்துக்கொண்டு போனார்கள். ஒன்பது நாள்கள்வரை தம் வாகனத்திலேயே அடைத்துவைத்து என் உடலைச் சூறையாடினார்கள். நான் இறந்துவிட்டதாக நினைத்துத் தெருவோரம் வீசிவிட்டுப்போய்விட்டனர். பிறகு நானாக இந்த முகாமுக்கு வந்தேன். அப்பொழுது எனக்கு எந்த அடையாளமும் இருக்கவில்லை. என்னைப் போன்ற பல சிறுமிகளை நான் சந்தித்தேன். எல்லோரும் ஒரே மாதிரிதான் தென்பட்டோம். குருதி கசியும் ஒரேவிதமான மனங்கள். என் பெயர்கூட எனக்கு மறந்துபோயிருந்தது.”

“அந்தக் குழந்தையைச் சந்தித்தீர்களா? தனிக்லால்ஜி” எனக் கேட்டதும் அவர் தடுமாறினார்.

ஞாபகங்களை மீட்டுக் கொள்வதற்கு முயன்றதைப் பார்த்ததும் எங்கே அவர் பொய் சொல்லிவிடுவாரோ என்னும் பதற்றம் ஏற்பட்டது காந்திக்கு. “சரி, நீங்கள் போய்ப் படுத்துக்கொள்ளுங்கள், எனக்கு மிகக் களைப்பாக இருக்கிறது” என அவசர அவசரமாக விடைகொடுத்துவிட்டுப் படுக்கையில் சாய்ந்தார். கிளம்புவதற்குத் தயாரான தனிக்லாலின் முகத்தில் சிரிப்புப் பொங்கிக்கொண்டு வந்தது.

‘எதை நினைத்துக்கொண்டீர்கள் தனிக்லால்ஜி?”

“மன்னித்துக்கொள்ளுங்கள் பாபுஜி, என்னால் சிரிப்பைக் கட்டுப்படுத்திக்கொள்ள முடியவில்லை. அடக் கடவுளே... எப்பபடிப்பட்ட ஆள் இந்தப் பகவதிசரண். வியந்துபோய்விட்டேன். அப்படியே அச்சு அசலாக அல்லவா இருந்தான். இப்படியும் நடக்குமா என்ன? நல்ல ஆள் இந்தப் பகவதிசரண்.” என வயிறு குலுங்கச் சிரித்தார்.

மவுனமாகப் பார்த்துக்கொண்டிருந்தார் காந்தி. பிறகு இருண்டு அடங்கியது தனிக்லாலின் முகம்.

சிரசைக் கவிழ்த்து முழங்கால்களுக்குள் புதைத்துக்கொண்டு ஒரு கதைபோல எல்லாவற்றையும் சொல்லத் தொடங்கினார்அவர்.

“அவரை உங்களுக்குத் தெரியுமல்லவா? அந்த இளம் வங்காளி உங்கள் சீடர். உங்களைப் பார்ப்பதற்காகவே தில்லிக்கு வந்தவர். கல்கத்தாவில் அவர் புரிந்த சேவைகளைப் பலரும்

புகழ்ந்து சொல்லியிருக்கிறார்கள். இளைஞர். அநேகமாகத் தன் முப்பதுகளின் இறுதியில் இருக்கக்கூடும். நாள்தோறும் மொட்டையடித்துக்கொள்கிறார் என நினைக்கிறேன். ஆனால் அந்த மீசையும் புருவங்களும் ..." சொல்லச் சொல்லச் சிரிப்புப் பொங்கியது தனிக்லாலுக்கு.

"கேளுங்கள் பாபுஜி. நேற்று நாங்கள் மிகவும் சோர்ந்து போ யிருந்தோம். யாருமே எங்களுக்கு உதவ முன்வரவில்லை. மிகவும் வசதிபடைத்த குஜராத்திகளும்கூட. மாளிகைகளின் வாசல்களில் நாங்கள் இசைத்த பாடல்கள் யாருடைய இதயத்தையும் தொடவில்லை. பிற்பகல்வரை சில கந்தல்களை மட்டுமே திரட்ட முடிந்திருந்தது. நாங்கள் மிகச் சோர்ந்துபோனோம். கலவரத்தால் பாதிப்புக்குள்ளாகி முகாம்களில் அவதிப்படும் எளியவர்களுக்குக் கருணை காட்டுமாறு மன்றாடி நின்றோம். யாருமே இரக்கம் காட்டவில்லை, பாபுஜி. பரம ஏழையாகத் தென்பட்ட ஒரு முதியவன் தன் மேலாடையைத் தந்தான். நாங்கள் கேட்காத போதிலும் வலிய முன்வந்து அவன் அந்த உதவியைச் செய்தான். அது ஒரு மகத்தான தருணம். அந்தத் தருணத்தில்தான் நாங்கள் எங்கள் நம்பிக்கையை மீட்டெடுத்துக்கொண்டோம் பாபுஜி."

"ஆமாம், மகத்தான தருணம்தான் அது. அந்தக் கந்தல்தான் நாம் வெற்றிபெற்றிருக்கிறோம் என்பதற்கான அடையாளம். இல்லையா தனிக்லால்ஜி?" என உவகையோடு குறுக்கிட்டார் மகாத்மா. அதைப் பொருட்படுத்தும் மனநிலை தனிக்லாலுக்கு இல்லை. தன் கதையின் பரபரப்பான ஒரு கட்டத்தை நெருங்கும் பதற்றம் அவர் முகத்தில் தென்பட்டது.

"பிறகு அவர் சிலுவைக் குறியிட்டுக்கொண்டதை நாங்கள் பார்த்தோம். எல்லோரும் ஒருமித்த குரலில் சொன்ன நன்றியைப் பொருட்படுத்தாமல் இயேசுவைக் குறித்த தோத்திரம் ஒன்றை முணுமுணுத்துக்கொண்டே அவன் சென்றுவிட்டான். நாங்கள் எங்கள் பயணத்தைத் தொடர்ந்தோம். பனிக்கால வெயில் எங்கள் முகங்களை எரித்தது. முந்தையதைவிடவும் கொடுமையாக இருந்தது அந்தப் பயணம். யாருமே எங்களைப் பொருட்படுத்தவில்லை. பிறகு நடந்தவைதான் நம்பவே முடியாதவையாக இருந்தன,

பாபுஜி. கேளுங்கள் இதை! அப்பொழுது நாங்கள் தில்லியின் நடுத்தர வர்க்கத்தினர் வசிக்கும் ஒரு பகுதியில் சென்று கொண்டிருந்தோம். வேடிக்கை பார்ப்பதற்காகப் பலர் எங்களைப் பின்தொடர்ந்துகொண்டிருந்தனர். ரகுபதி ராகவ ராஜாராம் என்னும் பிரார்த்தனை கீதத்தை இசைத்தபடி நாங்கள் போய்க்கொண்டிருந்தோம். அப்பொழுது எங்களுக்குப் பின்னால் கேட்ட 'மகாத்மா காந்திக்கு ஜே!' என்னும் பெருத்த ஆரவாரத்தைக் கேட்டு ஆச்சரியமுற்றவர்களாக நாங்கள் திரும்பிப் பார்த்தோம். கடவுளே, இன்னும்கூட அந்தக் காட்சியை எங்களால் நம்ப முடியவில்லை. கிறித்துவைப் போல எங்களை நோக்கி வந்துகொண்டிருந்தார் அவர்! மகாத்மா! எங்களில் யாருக்குமே அவரை அடையாளம் காண முடியவில்லை. அச்சு அசல் உங்களைப் போலவே தென்பட்டார். தீராத ஆச்சரியத்துடன் 'பாபுஜி' என எல்லோரும் அவரை வணங்கினோம். மிகக் கருணையுடன் எங்களைப் பார்த்துப் புன்னகைத்தவாறே குழுமியிருந்த மக்களுக்குத் தன் வந்தனத்தைத் தெரிவித்துக்கொண்டிருந்தார். மக்கள் அவரை வேட்கையுடன் நெருங்கினார்கள். அவர் போர்த்தியிருந்த தூய வெண்ணிறக் கதராடையையும் அவரது மெலிந்த கரங்களையும் தீண்டிப்பார்த்துத் தாளாத சந்தோஷமுற்றதை நான் பார்த்தேன். பிறகு எல்லோரும் ஒருவர் பின் ஒருவராக அவருடைய பாதங்களைத் தொட்டு வணங்க முற்பட்டார்கள். வீடுகளினுள்ளிருந்தும் சந்துகளிலிருந்தும் ஓடோடியும் வந்து அவரைச் சூழ்ந்துகொண்டார்கள்."

குழப்பத்தோடும் வியப்போடும் தனிக்லால் சொல்வதைக் கேட்டுக்கொண்டிருந்தார் காந்தி. குறுக்கிட்டு ஏதோ கேட்கவும்கூட முயன்றார். ஆனால் கட்டுக்கடங்காத ஆர்வத்துடன் விவரித்துக் கொண்டிருந்த தனிக்லாலின் கவனத்தை அவரால் தன் பக்கம் ஈர்க்க முடியவில்லை.

"பிறகு அவர் கூட்டத்தினரிடையே உரையாற்றத் தொடங்கினார். உங்களுடையதைப் போன்றே மிகச் சன்னமான, உறுதியான அந்தக் குரல், கொடுமைகளுக்குள்ளாகித் துரத்தப்பட்டு அடைக்கலம் புகுந்திருப்பவர்களுக்கு உதவுமாறு எல்லோரையும் வற்புறுத்தியது. வாழ்வின் அறம் குறித்து நீங்கள் சொல்லியிருந்த அதே வாக்கியங்களை உங்களுடைய குரலிலேயே திருப்பிச் சொன்னார் அந்த மனிதர்! நாம்

ஆற்ற வேண்டிய கடமைகள், நம் பொறுப்புகள், பதற்றமான தருணங்களில் வெளிப்பட வேண்டிய விவேகம், நெருக்கடியான தருணங்களில் மேற்கொள்ள வேண்டிய பொறுமை, நம் ஒவ்வொருவருக்குள்ளும் செயல்படவேண்டிய குற்ற உணர்வு என உங்களின் உன்னதமான எல்லா வாக்கியங் களையும் அப்படியே திருப்பிச் சொன்னார் அவர்! தொனி மாறாமல் அச்சு அசல் அப்படியே...!

கீதோபதேசம் எனவோ கிறித்துவின் மலைப் பிரசங்கம் எனவோ நான் அதைக் கற்பனை செய்துகொண்டேன்.

நம்பவே முடியாமல் எல்லாவற்றையும் கேட்டுக் கொண்டிருந்தார்கள் மக்கள். எல்லோரும் மந்திரத்திற்குக் கட்டுண்டதுபோல் தம்மிடம் உள்ளவற்றிலேயே சிறந்தவையெனக் கருதத்தக்க போர்வைகளையும் கம்பளிகளையும் கொண்டுவந்து அவரது பாதங்களுக்குக் கீழே குவிக்கத் தொடங்கினர். அவரோ மாறாத புன்னகையுடன் அவர்களை ஆசீர்வதித்துக் கொண்டிருந்தார்!"

மிகச் சோர்ந்துபோயிருந்தார் தனிக்லால். எல்லாவற்றையும் சொல்லி முடித்துவிடும் வேகம் அவரைப் பேசவைத்துக்கொண்டிருந்தது.

"அதற்கு மேல் எனக்குப் பொறுமை இருக்கவில்லை. முண்டியடித்துக்கொண்டிருந்த கூட்டத்தினரை விலக்கி மிகச் சிரமப்பட்டு நான் அவரை நெருங்கினேன். சொன்னால் நம்பமாட்டீர்கள் பாபுஜி! நான் அவரை உடனடியாக அடையாளம் கண்டுகொண்டேன். அவருக்கு மிக அருகில் நெருங்கி நின்றுகொண்டு 'நீங்கள் பகவதிசரண் அல்லவா?' என அவரது செவிகளுக்குள் கிசுகிசுத்தேன். பதில் சொல்லாமல் மிகச்சாந்தமாகப் புன்னகைத்தார் அவர். பாபுஜி, அச்சு அசல் தங்களுடையதே போன்ற புன்னகை அது!"

★ ★ ★

பேரமைதியுடன் விளங்கிற்று மாளிகை. நேரம் நள்ளிரவைக் கடந்துவிட்டிருந்தது. பனியின் கடுமையும் தீவிரமடைந்திருந்தது.

மிகக் களைப்பாக இருந்தார் காந்தி; படுத்துக்கொள்ள விரும்பினார். சற்று நேரமாவது உறங்க வேண்டும்.

இன்னும் நடக்கலாமா எனவும் நினைத்தார். எண்ணற்ற விஷயங்களைக் குறித்து யோசிக்க வேண்டியிருந்தது. முடிவே யில்லாமல் நடைபெற்றிருந்த அன்றைய விவாதங்கள் அவரைச் சோர்வடையச் செய்திருந்தன. எல்லாமே கைமீறிப் போய்க்கொண்டிருப்பதாகத் தோன்றியது காந்திக்கு. சிறிதளவு நம்பிக்கையும் மீந்திருந்தது. எல்லாவற்றுக்கும் எதாவதொரு தீர்வு இருக்கக்கூடும். அன்றைய முற்பகலில் பட்டேலுடன் விவாதித்துக்கொண்டிருந்தபொழுது அவரால் உணர்ச்சிகளைக் கட்டுப்படுத்திக்கொள்ள முடியவில்லை. "நீங்கள் என்னதான் நினைத்துக்கொண்டிருக்கிறீர்கள் சர்தார்?" என இருக்கை யிலிருந்து எழுந்து நின்றுவிட்டார் மகாத்மா. அந்தச் சமயத்தில் தன் உடல் எப்படி நடுங்கியது என்பதையும் முகம் எப்படி வியர்த்துக்கொட்டியது என்பதையும் அருவருப்புடன் நினைவுகூர்ந்தார்.

பயந்துபோய்விட்டார் அந்த இரும்பு மனிதர். விளக்க மளிப்பதற்கும் மன்னிப்புக் கேட்டுக்கொள்வதற்கும் முற்பட்டார்.

"பாபுஜி, நாம் இவற்றைப் பற்றி மறுபடியும்கூட விவாதிக்க முடியும் என நம்புகிறேன். தங்களிடமிருந்து மறைப்பதற்கு உண்மையிலேயே எங்களிடம் எதுவுமில்லை" என்றார் பட்டேல். அவர் குரலில் வருத்தம் தோய்ந்திருந்தது. எழுந்து நின்று தன் கைக்கடிகாரத்தை அப்பொழுதுதான் அதை முதல்முறையாகப் பார்ப்பவரைப் போலத் திரும்பத் திரும்பப் பார்த்துக்கொண்டிருந்தார். பார்த்தபடியே பேசவும் தொடங்கி யிருந்தார். அவருடைய செயலாளர், தான் கையோடு கொண்டு வந்திருந்த ஆதாரங்களைக் கோப்புகளிலிருந்து பிரித்தெடுத்து உடனுக்குடன் அமைச்சரிடம் தந்துகொண்டிருந்தார். அவசரத்தின் காரணமாக ஓரிரு தாள்களைப் பிய்த்தெடுக்கவும் நேரிட்டது.

செயலாளரின் அந்தச் செய்கை காந்தியின் மனத்தில் பெரும் துக்கத்தை மூளச்செய்தது. ஒரு குழந்தையின் கரத்தை அதன் உடலிலிருந்து பிய்த்தெடுப்பதைப் போன்ற ஒரு கற்பனையை அது அவருக்குத் தூண்டியது. அதைப் பற்றிப் பட்டேலிடம் சொல்லவும் செய்தார். அதைத் தொடராமலிருக்கும்படியும் கேட்டுக்கொண்டார், "தாள்களை

மென்மையாகக் கையாள்வதற்கு எவ்வளவோ வழிகள் உள்ளனவே?" என மகாத்மா கூறியதைக் கேட்டு வாய்விட்டுச் சிரித்தார் பட்டேல்.

செயலாளரிடமிருந்து அந்தக் கோப்புகளை வாங்கி மிக மென்மையாகத் தன் கைகளுக்குள் வைத்துக்கொண்டார் பட்டேல். ஆனால் விளக்கமளிக்கத் தொடங்கிய பொழுது அவரால் தன் உணர்ச்சிகளைக் கட்டுப்படுத்திக்கொள்ள முடியவில்லை. சில நிமிடங்களில் செயலாளரைவிடவும் அதிக வேகத்துடன் தாள்களைப் பிய்த்தெடுக்கத் தொடங்கி யிருந்தார் அந்த இரும்பு மனிதர்.

"நேரமாகிக்கொண்டிருக்கிறதே...!" எனத் தனக்குத்தானே சொல்லிக்கொள்வதுபோல முணுமுணுத்தபடி அவற்றை மகாத்மாவின் முகத்துக்கெதிராக விரித்துப் பிடித்து முக்கிய மான வரிகளின் மீது தன் சதைப்பற்று மிகுந்த ஆட்காட்டி விரலை ஓடவிட்டும் சில சொற்றொடர்களை உரத்த குரலில் வாசித்துக் காண்பித்தும் தன் கூற்றுகளுக்கு வலுவூட்ட முயன்று கொண்டிருந்தார் பட்டேல்.

பணிவையும் நிதானத்தையும் கடைபிடிப்பதற்கு ஓயாமல் முயற்சித்தார். எனினும் அவ்வப்பொழுது அவர் குரல் உயர்ந்தது. ஒவ்வொரு முறையும் காந்தியிடம் அதற்காக மன்னிப்புக் கேட்டுக்கொள்வதைத் தவிர அவரால் வேறெதுவும் செய்யமுடியவில்லை.

சற்று நேரத்திற்குள் மேலும் சில செயலாளர்களும் பல உதவியாளர்களும் அங்கு வந்து சேர்ந்தனர். ஒவ்வொருவரும் தம்முடன் எண்ணற்ற கோப்புகளைக் கொண்டுவந்திருந்ததைப் பார்த்தார் மகாத்மா. நம்பவே முடியாத ஒழுங்கோடும் கட்டுப்பாட்டோடும் காட்சியளித்த அவர்கள் யாரும் யாருடனும் ஒருவார்த்தைகூடப் பேசிக்கொள்ளவில்லை; யாரும் யாரையும் பார்த்துக்கொள்ளவுமில்லை. எனினும் அவர்களிடம் மிகத் துல்லியமான ஒருங்கிணைப்பு நிலவியதைக் கவனித்தார் காந்தி. புதிதாகச் சுதந்திரம் பெற்ற ஒரு நாட்டின் பணியாளர்களிடம் காணப்படும் பதற்றங்களும் தயக்கங்களும் துளிகூட அவர்கள் யாரிடமும் தென்படவில்லை. அவர்களில் பெரும்பாலோர் தோற்றத்திலும் வயதிலும் பட்டேலை மிகவும் ஒத்திருந்தனர்.

அவரைத் தவிர மற்றவர்கள் எல்லோருமே ஆங்கிலப் பாணியிலான கோட்டுகளும் கழுத்துப்பட்டிகளும் அணிந்திருந்தனர், “கதராடைகளையே உடுத்துமாறு நம் அரசு ஊழியர்களிடம் நீங்கள் கேட்டுக்கொள்ள வில்லையா?” எனக் கேட்டதற்கு ஒரு பெண்ணைப் போல வெட்கப்பட்டுக்கொண்டார் பட்டேல்.

பிறகு தன் விளக்கங்களைத் தொடர்ந்தார். கடைசியில், “நீங்களே இவற்றுக்கொரு தீர்வு சொல்லுங்கள் பாபுஜி. நடைமுறையில் செயல்படுத்தத்தக்க ஒரு தீர்வினைச் சொல்லுங்கள். உடனடியாகச் செயலில் இறங்குவதற்கு நாங்கள் தயாராகவே இருக்கிறோம்” என்று கிட்டத்தட்ட மன்றாடினார் பட்டேல், “எங்களுக்கு வேறு வழியே இல்லை பாபுஜி! இவை தவிர்க்க முடியாதவை. வேண்டுமானால் என் பொறுப்புகளை வேறொருவருக்குக் கொடுக்கலாம். ஆனால், அந்த வேறொருவருக்கும் இவை தவிர்க்க முடியாதவையாகவே இருக்கும்”.

“தவிர்க்க முடியாதவை, வேறு வழியற்றவை... நல்ல சொற்றொடர்கள்!” எனத் தன் அறையின் இருளுக்குள் தனித்துவிடப்பட்டிருந்த காந்தி முணுமுணுத்துக்கொண்டார். முந்தைய இரவு, விடைபெறும்பொழுது தனிக்லாலும் அதே சொற்றொடர்களைத்தான் சொல்லிவிட்டுப் போயிருந்தார்.

அந்தச் சொற்றொடர்களும் அந்த ‘வேடிக்கை’யான கதையை அவர் விவரித்த விதமும் அவரது நினைவுக்குவந்தன. தனிக்லாலின் குரலும் முகபாவங்களும் முடிவாக அவரிடமிருந்து பீறிட்டுவந்த சிரிப்பும் குலுங்கும் வயிறும் அப்படியே அவர் மனக்கண் முன் தோன்றின.

‘மகாத்மா’ பகவதிசரணின் அத்தோற்றமும்கூட அவரது கற்பனையில் தோன்றிற்று. அச்சு அசல் தன்னைப் போலவே தோற்றமளிக்கிற இளம் வங்காளி. எவ்வளவு நுட்பமாகப் பகவதிசரணைப் பற்றி வர்ணித்தார் தனிக்லால்! அவர் வர்ணித்த விதத்தில் இதுவரை பார்த்தறியாத அந்த மனிதரை மகாத்மாவால் துல்லியமாகக் கற்பனை செய்ய முடிந்திருந்தது. அவரது மென்மையான குரலையும் கனிவான புன்னகையையும் சாந்தமான பார்வையையும் தவிர அந்த இளைஞனின் வயிற்றில் தென்படும் சுருக்கங்களையுங்கூடத் தன் கற்பனையில் கண்டார் காந்தி.

இதோ மக்கள் பகவதிசரணைச் சூழ்ந்துகொள்கிறார்கள்; வாழ்த்துகிறார்கள்; முழக்கங்கள் எழுப்புகிறார்கள், "மகாத்மா காந்திக்கு ஜே! மகாத்மா காந்திக்கு ஜே!" மகாத்மா பகவதிசரண் அவர்களுக்கு ஆசி வழங்குகிறார். கூட்டம் பரவசமடைகிறது. ஆர்ப்பரிக்கிறது, கத்துகிறது, கண்ணீர் பெருக்குகிறது. மகாத்மா அவர்களிடையே உரையாற்றுகிறார், அவர்களுக்கு வேண்டுகோள் விடுக்கிறார், கட்டளையிடுகிறார். பலரும் அவரை நோக்கி ஓடுகிறார்கள், தொட்டுப் பார்க்கிறார்கள். ஒரு மனிதன் அவருடைய மேலாடையைப் பறித்துக்கொண்டு ஓடுகிறான். அவர் அவனை அழைத்து அவனுக்குத் தன் உள்ளாடையையும் வழங்குகிறார். இப்பொழுது அவர் அனைவரின் முன்பாகவும் முழுநிர்வாணமாக நிற்கிறார், "ஆண்டவரே, அழகிய இத்தோட்டத்தினுள் என்னை ஏன் நிர்வாணமாக அலையவிட்டிருக்கிறீர்?" அவர் வெட்கமடைகிறார். அவர்களிடமிருந்து தப்ப முற்பட்டு ஓடுகிறார். எல்லோரும் அவரைத் துரத்துகிறார்கள். ஒருவன் அவருடைய மீசை ரோமங்களைப் பிய்த்தெடுத்துப் பத்திரப்படுத்திக்கொள்கிறான். மற்றொருவன் அவரது விரல் நகங்களைப் பெயர்த்துக்கொண்டு ஓடுகிறான். இன்னொருவனோ மகாத்மாவின் பற்களைப் பிடுங்க யத்தனிக்கிறான். மகாத்மாவுக்கு வலி பொறுக்க முடியவில்லை. அவர் 'அய்யோ' என ஓலமிடுகிறார். அபயக்குரல் எழுப்புகிறார். தொலைவில் நின்று எல்லாவற்றையும் வேடிக்கை பார்த்துக்கொண்டிருந்த ஒரு போலீஸ்காரன் வெகு நிதானமாக அவரை நோக்கி நடந்துவருகிறான். "எதற்காக இப்படிக் கத்துகிறாய்?" எனக் கேட்டுக்கொண்டே அவரது இடது கன்னத்தில் ஓங்கி அறைகிறான். மகாத்மா அவனுக்குத் தன் வலது கன்னத்தைக் காட்டுகிறார். அவன் அவருடைய வலது கன்னத்திலும்கூட அறைகிறான். அவர் தன் இரு கன்னங்களையும் மாறிமாறி அவனுக்குக் காண்பிக்கிறார். அவனும் சளைக்காமல் அடிக்கிறான். குருதி தெறிக்கிறது. அவருடைய பொக்கை வாயில் எஞ்சியிருந்த சில பற்களும் விழுந்துவிடுகின்றன, விழிக்கோளங்களிரண்டும் தெறித்து விழுகின்றன. அவற்றைச் சேகரிப்பதற்காக முண்டியடிக்கிறது மக்கள் கூட்டம். அவருக்குப் பார்வை இருண்டது. எங்கும் ஒரே இருள்; காரிருள், "நான் மகாத்மா காந்தி அல்ல. சரண், பகவதிசரண் என்னும் வங்காளி!"

தொகுப்பாசிரியர்: சுனில் கிருஷ்ணன்

அனிச்சையாகக் கண்களைத் தடவிப் பார்த்துக்கொண்டார் மகாத்மா. அவருக்கு மூச்சிரைத்தது. மிகக் களைத்துப்போனவராகப் படுக்கையில் சாய்ந்து கண்களை மூடிக்கொண்டார்.

பிறகு கண்களைத் திறந்து பார்த்தபொழுது அறை பிரகாசமாக இருந்தது. சீரற்ற ஒளிக்கற்றைகள் தன் அறை யினுள் அலைந்துகொண்டிருப்பதைப் பார்த்தார் காந்தி. விடிந்துவிட்டதோ? வெகு காலத்திய வழக்கத்திற்கு மாறாக இன்று நெடுநேரம் தூங்கிவிட்டோமோ? அப்படியானால் மரணம் நெருங்கிவிட்டது என்றுதான் சொல்ல வேண்டும். இனி முதுமையை ஒப்புக்கொண்டுவிட வேண்டியதுதான். எழுபத்தெட்டு வயது ஆகிவிட்டதல்லவா! புன்னகைத்துக்கொண்டார் மகாத்மா.

தனிக்லாலை எங்கே? மனுவையும் காணவில்லையே? அந்தச் சிறுமி அவருக்கு முன்பாகவே எழுந்துவிடக் கூடியவளா யிற்றே?

படுக்கையைச் சுருட்டி வைத்துவிட்டுக் காலைக் கடன்களைத் தொடங்குவதற்குத் தயாராகிக்கொண்டிருந்த தருணத்தில் எங்கோ பதற்றம்கொண்ட குரல்கள் ஒலிப்பதைக் கேட்டார் காந்தி.

என்னவாக இருக்கும் என யோசித்தபடியே ஜன்ன லொன்றின் தாளை நீக்கிப் பார்த்தவர் அதிர்ச்சியால் உறைந்துவிட்டார். நெடிதுயர்ந்த அம்மாளிகைக்கு வெளியே, சிறிது தூரத்திற்கப்பால் பற்றியெரிந்துகொண்டிருந்தது தில்லி. நாலாப்புறங்களிலும் சிதறி ஓடிக்கொண்டிருந்தனர் மக்கள். மிகக் கொடிய ஆயுதங்களுடன் தென்பட்ட பத்துப் பதினைந்து பேர் கொண்ட ஒரு கும்பல் தீராத கொலைவெறியோடு அவர்களை விரட்டிச் சென்றுகொண்டிருந்ததைப் பார்த்தார் காந்தி. தாள முடியாத வேதனையுடன் கண்களை இறுக மூடிக்கொண்டார். எல்லா நம்பிக்கைகளையும் இழந்தவராக அங்கிருந்த ஒரு மர நாற்காலியில் சரிந்து விழுந்தார்.

எங்கே தவறு நிகழ்ந்தது?

யார் பொறுப்பாளி? இந்துக்களா? இஸ்லாமியர்களா? யாருக்கு யார் எதிரி? யாருக்கு யார் பலியாகப்

போகிறார்கள்? யார் மிஞ்சுவார்கள்? எந்தக் கணக்கைச் சரி செய்வதற்காக இந்த வெறித்தனம்? ஆயிரமாண்டுகளின் வரலாறுதான் தவறிழைத்ததா? அதைத் தாண்டி வெகுதூரம் வந்தாகிவிட்டதே! ஆயுதமெடுக்காமல் தம் ஆன்ம பலத்தால் சுதந்திரத்தை வென்றெடுத்தவர்கள் என உலகம் நம்மைக் கொண்டாடிக்கொண்டிருக்கிற தருணத்தில் மூண்டெழுந்துள்ள இவ்வன்முறைகளுக்கு யார் பொறுப்பு? நானேதானா? ஒரு தத்துவவாதியாக நான் உண்மையைப் புறக்கணித்துவிட்டேனோ? அவரவர் வழியில் விட்டிருந்தால் தீர்வு எட்டப்பட்டிருக்குமோ? கொலைகள் அமைதியைக் கொண்டு வந்திருக்குமா? ஒருவகையில் அது சாத்தியமாகியிருந்திருக்கும்தான். மற்றவர்களை முற்றாக அழித்தொழித்துவிட்டால் அமைதிக்கென்ன குறைச்சல்? பிறகு உள்ளூறையும் ரத்தவெறியைச் சொந்தச் சகோதரன் மீதே அல்லவா பிரயோகிக்க வேண்டியிருக்கும்? வன்முறை மனித இயல்போ? இயற்கை நியதிக்கெதிரானதோ சத்யாக்கிரஹம்? எந்தத் தத்துவத்தை நம்பி இம்மாபெரும் போராட்டத்தில் ஈடுபட்டோமோ அந்தத் தத்துவமே பிழையானதோ? இன்றளவும் அறத்தை நிலைநாட்டும் நோக்கத்துடன் எவ்வளவு வன்முறைகள் நிகழ்த்தப்பட்டு வந்திருக்கின்றன! அவற்றின் மீது தீர்ப்பளிக்கும் அருகதை எனக்கோ என்னையொத்த மற்ற சத்யாக்கிரஹிகளுக்கோ உள்ளதா? அப்படியானால் நம் அரசாங்கம் தன் சொந்த மக்களின் மீது பிரயோகிக்கிற வன்முறைகளைக் குறித்தும் நான் பேசியாக வேண்டுமே? கலவரங்களை ஒடுக்குவது என்னும் பெயரால், அமைதியை நிலைநாட்டுவது என்னும் பெயரால், சுதந்திரத்தைக் காப்பாற்றிக்கொள்வது என்னும் பெயரால் மேற்கொள்ளப் பட்டுவரும் சட்டபூர்வமான வன்முறைகளைக் குறித்து அமைதியாய் இருப்பவன் தன்னை ஒரு சத்யாக்கிரஹி என அழைத்துக்கொள்வதற்கு எவ்விதத்திலும் தகுதியற்றவன்.

கடவுளே, ஒரு சத்யாக்கிரஹியாக நான் இப்பொழுது என்ன செய்ய வேண்டும்?

“தனிக்லால்ஜி, எங்கே போய்விட்டீர்கள்? மனுவையும் எழுப்புங்கள். பதற்றம் நிறைந்த இத்தருணத்தில் உங்களில் யாரையும் காண முடியவில்லையே?” எனக் கூவிக்கொண்டே எழுந்து கதவைத் திறக்க முற்பட்டார் காந்தி. அவரால் அதைத் திறக்க முடியவில்லை. யாரோ அவரது அறையை வெளிப்புறமாகத் தாளிட்டிருந்தார்கள்.

“எங்கே போய்விட்டீர்கள் தனிக்லால்ஜி... ? யார் இதைச் செய்தது?”

அறையின் வலப்புற ஜன்னலைத் திறந்து அதன் வழியாக மாளிகையின் பிரதான நுழைவாயிலைப் பார்த்தவருக்குக் குருதி உறைந்துவிட்டது. அதன் மிகப்பெரிய இரும்புக் கதவின் மறுபுறத்தில் எண்ணற்ற மனிதர்கள் குழுமியிருந்தனர். தாக்குதலுக்குள்ளாகிக் குற்றுயிராய்த் தப்பிவந்த நூற்றுக் கணக்கான ஏழைகள்.

“பாபுஜி... பாபுஜி...”

“எங்களைக் காப்பாற்றுங்கள் பாபுஜி...”

“அய்யோ...”

“பாபுஜி இங்கிருக்கும்பொழுது நாம் எதற்காகக் கலங்க வேண்டும்? காவலர்களே தயவுசெய்து பாபுஜியை அழையுங்கள்.”

“மூடனே, கதவைத் திற... பிறகு பாபு உங்களை ம்ன்னிக்கவேமாட்டார்”

மீண்டும் கதவை நோக்கி ஓடினார் காந்தி.

“தனிக்லால்... யாரங்கே? இந்தக் கதவை எதற்காகப் பூட்டினீர்கள்? தயவுசெய்து இதைத் திறந்துவிடுங்கள். அவர்கள் அனைவரையும் உள்ளே அழையுங்கள்...! என்மீது தீராத பழியைச் சுமத்திவிடாதீர்கள்...! தனிக்லால், யாரங்கே?”

மீண்டும் திறந்திருந்த ஜன்னலை நோக்கி ஓடினார்.

வாயிலருகே விறைப்பாக நின்றுகொண்டிருந்த காவலர்கள் இருவரும் அபயம் கோரி வாயிலில் திரண்டிருந்தவர்களைப் பார்த்து அலட்சியமாக எதையோ சொல்வதையும் கைவிடப்பட்ட அந்த மக்கள் பெருங்குரலெடுத்துக் கதறுவதையும் அங்கிருந்தபடியே பார்த்தார் காந்தி.

தீவட்டிகளோடும் கொடிய ஆயுதங்களோடும் துரத்தி வந்திருந்த கலவரக்காரர்கள் நிராயுதபாணிகளான அந்த அப்பாவிகளை இரக்கமே இல்லாமல் வெட்டிக் கொன்றதையும் ரத்தவெள்ளத்தினூடாகவும் சிதறிக் கிடந்த உடல்களினூடாகவும் சிறுமிகள் பலாத்காரம் செய்யப்படுவதையும் ஜன்னல் கம்பிகளைப் பற்றி, அவற்றின் மீது தன் முகத்தைத் தாங்கிக்கொண்டு ஒரு

சடலமாக நின்று பார்த்துக்கொண்டிருப்பதற்கு மட்டுமே அவரால் முடிந்திருந்தது.

"பாபுஜி, பாபுஜி, எங்களை ஏன் கைவிட்டீர்கள், பாபுஜி?"

கடைசியில்தான் அந்த அதிசயம் நிகழ்ந்தது. மாளிகை யினுள்ளிருந்து தாளாத துயரத்துடன் அங்கு வந்து சேர்ந்தார் மகாத்மா பகவதி சரண்! அம்மாளிகையின் நெடிய கதவுகள் இப்பொழுது அவருக்காக அகலத் திறந்து வைக்கப்பட்டன. காவலர்கள் சூழ மிக மெதுவாக நடந்து சிதறிக் கிடந்த உடல்களை அடைந்தார் மகாத்மா. குற்றுயிராய்க் கிடந்த இரண்டு மூன்று மனித உடல்கள் அவரைக் கண்டு எழ முற்பட்டதையும் அவர் அவர்களுக்குக் கருணை மிகுந்த தன் வாக்கியங்களால் ஆறுதலளிக்க முயன்றதையும் மோகன்தாஸ் கரம்சந்த காந்தியின் கண்கள் பார்த்துக்கொண்டிருந்தன.

அவருக்குப் பிரக்ஞை தப்பிக்கொண்டிருந்தது.

★ ★ ★

மிகக் குறைந்த பக்கங்களையே உடைய மரணத்தின் கடைசி அத்தியாயம் தன் முன் விரித்துவைக்கப்பட்டிருப்பதை உணர்ந்தார் காந்தி. வாசித்து முடிக்கும்பொழுது மரணம் தேடி வந்துவிடும். தேடி வருமா? தேடியடைய வேண்டுமா? வாழ்வு பற்றிய கற்பனைகள் முற்றுப்பெறும் பொழுது மரணத்தைத் தேடத் தொடங்குகிறான் மனிதன். வாழ்வின் மூலம் உணர்த்த முடியாததை மரணத்தின் மூலம் உணர்த்துவதற்கு ஆசைப்படுகிறான்; தன் மரணத்தைத் தானே தேர்வுசெய்கிறான் என நினைத்தார் காந்தி.

வாழ்தலை ஒரு கடமையாகவே கருதியிருந்தார் அவர். முழு ஆயுட்காலத்தையும் வாழ்ந்து தீர்க்க வேண்டும். அதாவது 125 வருடங்கள்.

எப்போதுமே அவருக்கு அது வெறும் ஆசையாக மட்டும் இருந்ததில்லை. அதற்கேற்றாற் போலவே தன் வாழ்வியல் நடைமுறைகளையும் அமைத்துக்கொண்டிருந்தார். ஆன்மாவைப் போலவே உடல்மீதும் தீராத நம்பிக்கை கொண்டவராக இருந்தார் மகாத்மா. மரணத்தைக் கண்டு ஒரு போதும் அவர் அஞ்சியதில்லை.

கடந்த சில நாள்களுக்கு முன்பாகப் பிரார்த்தனைக் கூடத்திற்கருகே குண்டு வெடிக்கும் ஓசை கேட்டபொழுது மனு பதறிப்போனாள். மிகப் பயந்து போயிருந்த அக்குழந்தைக்கு அப்பொழுது அவர் ஆறுதல் சொன்னார். அது அருகில் உள்ள ராணுவ முகாமில் பயிற்சியின்போது வெடிக்கப்பட்ட குண்டின் ஓசையாயிருக்கலாம் எனச் சொல்லித்தான் அவளைத் தேற்ற வேண்டியிருந்தது. ஆனால், அது தன்னைக் குறிவைத்து நடத்தப்பட்ட தாக்குதல்தான் என்பதில் அவருக்குச் சந்தேகமே இருக்கவில்லை.

கொலையாளிகள் தனக்கு மிக அருகில் இருக்கிறார்கள். காலடிச்சுவடுகளைப் பற்றிப் பின்தொடர்ந்துகொண்டிருக்கிறது மரணம். அதனிடம் தன்னை ஒப்புவிக்க அவர் தயாராகவே இருந்தார். மரணம் அவருக்கு அனுப்பிக்கொண்டிருந்த ரகசியமான செய்திகளை அவர் புன்னகையுடன் எதிர்கொண்டார். அதைக் கேலிசெய்தார்; சவால் விடுத்தார். இம்முதிய வயதில் அவர் மேற்கொள்ளும் உண்ணா நோன்புகள்கூட மரணத்திற்கெதிரான அவரது அறை கூவல்கள்தாம். எங்கே செத்துப்போய்விடுவாரோ என ஒவ்வொருவரும் பதற்றமடைகிறார்கள். மருத்துவர்கள் அவரைப் பரிசோதிக்கிறார்கள். சிறிதளவு பழச்சாறை அருந்துவதற்கு அவர் என்ன நிபந்தனை விதித்தாலும் ஏற்றுக்கொள்கிறார்கள்; அமைதி ஊர்வலங்களை நடத்துகிறார்கள்; கைகுலுக்கிக்கொள்கிறார்கள்; கட்டித் தழுவிக்கொள்கிறார்கள்; பிரார்த்திக்கிறார்கள். பிறகு எல்லோரும் ஒப்பந்தப் பத்திரங்களில் கையெழுத்திட்டு அவரிடம் கொடுத்துவிட்டுக் கொஞ்சம் பழச்சாறைக் கொடுத்து அதைக் குடிக்குமாறு வற்புறுத்துகிறார்கள். அவரும் மனநிறைவோடு அதைக் குடித்து மரணத்தோடு சமரசம்செய்துகொள்கிறார். பிறகு மகாத்மா கனவுகளில் மூழ்கிப்போகிறார். ராமராஜ்யம் குறித்த கனவிலும் 125 வருடங்கள் உயிர் வாழ்வது குறித்த கனவிலும்.

முந்தையவை ஒவ்வொன்றும் மாற்றமின்றித் தொடர்கின்றன. வழக்கம்போலவே அவர் அதிகாலை 3 மணிக்கு எழுந்துவிடுகிறார், காலைக் கடன்களை முடிக்கிறார், கடிதங்கள் எழுதுகிறார், ஹரிஜனுக்காகவும் வேறுசில பத்திரிகைகளுக்காகவும் கட்டுரைகள்

எழுதுகிறார், நடைப்பயிற்சி செய்கிறார், ஆட்டுப்பாலும் வேர்க்கடலையும் சாப்பிடுகிறார், தன்னைத் தேடி வருபவர்கள் அனைவரையும் சந்திக்கிறார், சிலரை வாழ்த்துகிறார், சிலரைப் பாராட்டுகிறார், சிலரைக் கண்டிக்கிறார், சிலருக்கு அறிவுரை சொல்கிறார், எல்லோருக்கும் ஆசி வழங்குகிறார்.

வழக்கம்போலவே அமைச்சர்கள் அவரைச் சந்திக்கிறார்கள், ஆலோசனை கேட்கிறார்கள், தம்பட்டமடித்துக்கொள்கிறார்கள். பிரதமர் நேரு அவரைச் சந்திக்கிறார், சர்தார் பட்டேல் சந்திக்கிறார். இருவரும் தோளோடு தோள் சேர்ந்து நிற்பதைப் பார்த்துப் பூரித்துப்போய்விடுகிறார் மகாத்மா. மாலைப் பிரார்த்தனைக் கூட்டங்களில் அனைவரும் கலந்துகொள்கிறார்கள். குரானிலிருந்தும் பைபிளிலிருந்தும் கீதையிலிருந்தும் வசனங்கள் படிக்கப்படுகின்றன, கேட்கப்படுகின்றன. பிறகு அவை ஒருமித்த குரலில் பாடப்படுகின்றன.

ரகுபதி ராகவ ராஜாராம்

பதீதப் பாவன சீதாராம்

ஈஸ்வர அல்லா தேரே நாம்

சப்கோ சன்மதி தே பகவான்...

மரணத்தின் பல்வேறு பாவனைகள், வெவ்வேறு ஒப்பனைகள்.

பிறகு எங்கிருந்தாவது யார் மூலமாகவாவது கலவரம் பற்றிய ஒரு செய்தி வருகிறது. எரிக்கப்படும் மனித உடல்களிலிருந்து மேலெழும் கரும்புகை தன் அறையின் ஜன்னல்கள்மீது படர்வதை அவர் பார்க்கிறார். வெடியோசைகளையும் கூக்குரல்களையும் அவர் கேட்கிறார். பிறகு தான் வைத்துள்ள குரங்கு பொம்மைகளைப் போலவே மவுனமாகிறார், ஊமையாகிறார், கண்களை மூடிக்கொள்கிறார், செவிகளையும் பொத்திக்கொள்கிறார். ஆனால், செவிகளைத் துளைத்துக்கொண்டு செய்திகள் மேலும் மேலும் வந்து கொண்டிருக்கின்றன. ஆட்சியதிகாரம் பெற்ற சத்யாக் கிரஹிகள் லஞ்ச ஊழல்களில் ஈடுபடுவதைப் பற்றிய செய்திகளை, நேருவுக்கும் பட்டேலுக்குமிடையேயான பூசல்கள் அதிகரித்துவருவதைப் பற்றிய செய்திகளைச் செவிகளைப் பொத்திக்கொண்ட நிலையிலும் அவர் கேட்கத்தான் செய்கிறார்.

'ஒன்று நான் அல்லது அவர்...' அறைகூவல்கள், மிரட்டல்கள், புகார்கள், எச்சரிக்கைகள், சவால்கள்...!

சத்யாக்கிரஹிகள் தாம் செய்த தியாகங்களுக்குக் கூலிகேட்கிறார்கள். எல்லாவற்றையும்விடத் தில்லியினதும் சுயராஜ்யத்தினதும் எதிர்காலம் குறித்தே அதிகம் கவலைப்பட்டார் காந்தி. தன் அறையிலுள்ள குரங்கு பொம்மைகள் தன்னையே கேலி செய்வதாகப்பட்டது அவருக்கு. ஆக, விதவிதமான ஒப்பனைகளைப் போட்டுப் பார்த்துச் சலித்துப்போன மரணம் இப்பொழுது 'அச்சு அசல்' அவராகவே வந்து நிற்கிறது.

'மகாத்மா பகவதிசரணுக்கு ஜே! மகாத்மா பகவதிசரணுக்கு ஜே!'

'இது ஒரு மலிவான தந்திரம்' என வாய்விட்டுச் சொன்னார் மகாத்மா.

மலிவானது, கோழைத்தனமானது. இது அவரது சுயமரியாதைக்கு விடப்பட்டிருக்கும் ஒரு சவாலும்கூட. அவரது வாழ்வை, மரணம் தன்னுடைய செய்தியாக மாற்ற முயல்கிறது! இந்தச் சவாலை எதிர்கொள்வதில்தான் வாழ்வின் உள்ளுறையான அர்த்தம் பொதிந்திருக்கிறது. வாழ்வைப் போன்றதே மரணமும். அதைத் தேர்ந்தெடுக்கும் உரிமையை விட்டுக்கொடுப்பதைப் போல வாழ்வை அவமதிக்கும் வேறொரு காரியம் இருக்கவே முடியாது என நினைத்தார் மகாத்மா.

மரணத்தைப் பற்றி அதுவரை எவ்வளவோ கற்பனைகளில் மூழ்கியிருந்திருக்கிறார் மகாத்மா. அது கவித்துவமும் துணிவும் நிரம்பிய ஒரு நிகழ்வாயிருக்க வேண்டும். தான் மேற்கொண்டு வரும் நெடிய உண்ணா நோன்புகளிலொன்று தன் வாழ்வை முடித்து வைக்க வேண்டுமென்பதுதான் மரணம் பற்றிய அவரது நெடுங்காலக் கற்பனையாய் இருந்தது. ஒரு சத்யாக்கிரஹிக்கு அதைவிட மேலான ஒரு வாய்ப்பு இருக்க முடியாது என நினைத்தார் காந்தி? தான் கொல்லப்படலாம் என நினைத்தார்.

பிரார்த்தனை மண்டபத்திற்கருகே கேட்ட குண்டுவெடிப்புச் சப்தத்தை அவர் பொருட்படுத்தவேயில்லை. அந்தத் தருணத்தில் கொல்லப்பட்டிருந்தால் அது மிக உன்னதமான மரணமாகவே இருந்திருக்கும் என நினைத்தார் மகாத்மா.

அவர்களுக்கு முன்னால் வெற்றுடம்புடன் நிற்பதற்கு அவர் இன்னும்கூடத் தயாராகவே இருந்தார். மரணத்தைத் தேர்ந்தெடுக்கும் துணிவே ஒரு சத்யாக்கிரஹி கொண்டிருக்க வேண்டிய தகுதிகளில் முக்கியமானது. மகான்கள் மரணத்தைப் புன்னகையுடன் எதிர்கொள்கிறார்கள். மரணம் அவர்களிடம் தோற்றுப்போகிறது. பிறகு அவர்கள் உயிர்தெழுகிறார்கள். சாகாவரம் பெற்றவர்களாகிறார்கள். இயேசு கிறிஸ்துவைப் போல, அவரது குரு டால்ஸ்டாயைப் போல. அவர்களது வாழ்வே அவருக்கு ஆதாரம். அவர்களது வாழ்வும் அவர்களது மரணமும். இருவருமே மரணத்தை விரும்பி ஏற்றுக்கொண்டவர்கள். தமக்கான கொலையாளிகளைத் தம் வாழ்விலிருந்து உருவாக்கியவர்கள். இயேசு மரணத்தைத் தோளில் சுமந்துகொண்டு கல்வாரி மலைக்கு மேற்கொண்ட பயணத்திற்கு இணையானதே யாஸ்னயா போல்யானாவிலிருந்து அஸ்டபோவாவை நோக்கி டால்ஸ்டாய் மேற்கொண்ட பயணமும். அந்தப் பயணத்தைப் பற்றிப் படித்த முதல் தருணங்களை நினைவுகூர்ந்தார் காந்தி. பெருமூச்சுகளோடும் துக்கத்தோடும்தான் அப்பொழுது அவரால் அந்தப் பக்கங்களைக் கடந்து செல்ல முடிந்திருந்தது.

பிறகு அவை அவருக்கு வேறுவிதமாய்த் தென்பட்டன. திரும்பத் திரும்ப அவற்றைப் படித்தார். அதைவிடச் சிறப்பான முறையில் டால்ஸ்டாயால் தன் மரணத்தைத் தேர்ந்தெடுத்திருக்க முடியாது எனத் தோன்றியது அவருக்கு. உலகின் மற்ற எல்லா மரணங்களையும்விடக் கவித்துவமானது அது.

அவர் தன் மாளிகையிலிருந்து வெளியேறிய பனிப்பொழிவு மிகுந்த அந்த அதிகாலையை மகாத்மாவால் ஒருபோதும் மறக்க முடிந்ததில்லை. அதிகாலையில் துயிலெழும் ஒவ்வொரு தருணத்திலும் டால்ஸ்டாயின் நினைவுவரும் மகாத்மாவுக்கு.

அநேகமாக அந்த நேரத்தில்தான் யாஸ்னயா போல்யானாவின் புகழ்பெற்ற அந்த மாளிகையிலிருந்து வெளியேறினார் டால்ஸ்டாய். பிர்லா மாளிகைக்கு அழைத்துவரப்பட்ட பிறகு காந்தியின் மனத்தில் அந்தச் சித்திரம் முன்பிருந்ததைவிட அழுத்தமான கோடுகளுடன் உயிர்த்தெழுந்தது. யாஸ்னயா போல்யானாவின் அந்த

மாளிகையைப் போன்றதுதான் பிர்லா மாளிகையும். டால்ஸ்டாயைப் போலவே அவரும் இந்த மாளிகையில் ஒரு கைதியின் நிலையில்தான் இருத்திவைக்கப்பட்டிருந்தார்.

டால்ஸ்டாயைப் போலவே அவருக்கும் வெளியேறிவிட வேண்டுமென்ற வேட்கை இருந்தது. வெளியேறிவிட வேண்டும். முன்பு தான் வசித்துவந்த துப்புரவாளர் குடியிருப்புக்கோ ஆசிரமத்திற்கோ சென்றுவிட வேண்டும். ஆனால், எல்லோரும் தன்னைப் பின்தொடர்ந்து வந்துவிடுவார்கள். கைதியைப் போலவோ கடவுளைப் போலவோ அடைத்துவைத்து வாயிலில் ஆயதமேந்திய காவலர்களை விறைப்பாக நிற்கவைத்துவிடுவார்கள். பிறகு பழைய கதைதான். கடிதங்கள், சந்திப்புகள், ஆசிகள், அறிவுரைகள். மாலையானால் பிரார்த்தனைக் கூட்டம். நல்ல ஏற்பாடுதான்!

கடவுள்! கைதியாக்கப்பட்ட கடவுள்! வெளியேறுவதனால் டால்ஸ்டாயை அப்படியே பின்பற்ற வேண்டும். தனக்கான ரயில் நிலையத்தை, புராதனச் சிறப்புடைய இம்மாநகருக்கு வெளியே தன் அஸ்டபோவாவைக் கண்டுபிடிக்க வேண்டும்!

சந்தேகமே இல்லை, வரலாறு தன்னையே பிரதியெடுத்துக் கொள்கிறது! வரிக்குவரி அப்படியே, ஒரு எழுத்தையும் விட்டுவிடாமல்!

★ ★ ★

1910ஆம் வருடம் அக்டோபர் மாதம் அதிகாலை 5 மணிக்குத் தன் 83ஆம் வயதில் தான் பிறந்ததிலிருந்து வாழ்ந்துவந்த தன் மாளிகையிலிருந்து வெளியேறினார் டால்ஸ்டாய். அப்போது பனிப்புயல் வீசிக்கொண்டிருந்தது. உறவுகளைத் துறந்து தன் நீண்டநாள் பணியாளரான மக்கோவ்ஸ்க்கியின் துணையோடு துலா குபேர்னியாவின் இருப்புப் பாதைகளில் அலைந்து திரிந்துவிட்டு நவம்பர் 3ஆம் தேதி வோலாவோவிலிருந்து ரஸ்டோ வ்–ஆன்–டாணை நோக்கிச் சென்றுகொண்டிருந்த ரயில் வண்டியின் மிக மோசமான நிலையிலிருந்த ஒரு இரண்டாம் வகுப்புப் பெட்டியில் பயணம் செய்துகொண்டிருந்தபொழுது கண்டுபிடிக்கப்பட்டு, பாதியிலேயே அஸ்டபோவா என்னும் மிகச்சிறிய ரயில் நிலையத்தில் இறக்கப்பட்டார்.

நிமோனியாவின் தாக்குதலுக்குள்ளாகி அவதியுற்றுக் கொண்டிருந்த டால்ஸ்டாயை ஸ்டேஷன் மாஸ்டரின் உதவியோடும் அவரைத் தேடிக்கொண்டு வந்திருந்த மகள் வார்வாரா மிகெய்லேனாவின் உதவியோடும் கீழே இறக்கினான் மக்கோவ்ஸ்க்கி. ஸ்டேஷன் மாஸ்டரின் அறையில் மூன்று நாள்கள்வரை அவரைத் தங்கவைத்திருந்தார்கள். முழு உலகின் கவனமும் அப்போது அந்த மிகச் சிறிய ரயில்வே ஸ்டேஷனின் மீது கவிந்தது. உலகின் மகத்தான மனிதனொருவனின் மரணத்தை முன்னறிவிப்புச் செய்வதற்காக அய்ரோப்பா முழுவதிலுமிருந்து அஸ்டபோவாவுக்கு வந்திருந்த செய்தியாளர்கள் அங்கு மூன்று நாட்கள்வரை காத்திருந்தார்கள். அவர்களுடைய ஆசிரியர்கள் தம் அலுவலகங்களில் அவருக்கான இரங்கல் கட்டுரைகளைத் தயாரித்து வைத்திருந்தார்கள். தந்தி நிலையங்கள் இடையறாது இயங்கிக்கொண்டிருந்தன. நவம்பர் 7ஆம் தேதி அதிகாலை 6 மணி 5 நிமிடத்திற்கு "என்னைத் தனியே விட்டுவிடுங்கள். யாருமே என்னைப் பொருட்படுத்தாத ஒரு இடத்தை நோக்கி நான் போகிறேன்...!" என்னும் வாக்கியங்களோடு மகத்தான அந்த மனிதரின் இறுதி மூச்சு அடங்கியது.

காந்தி பிர்லா மாளிகையைவிட்டு வெளியேறியபொழுது அதிகாலை 3 மணி 45 நிமிடம். தன் குருவைப் போலல்லாமல் அவர் தன்னந்தனியே புறப்பட்டார். தனிக்லாலையும் அழைத்துச்செல்வது எனத் தீர்மானித்திருந்தவர் பிறகு தன் முடிவை மாற்றிக்கொண்டார். அன்றிரவு பதினொரு மணிக்கு மேல் காந்தியால் அவரைக் காண முடியவில்லை. தன் அழைப்புகளுக்குப் பதிலில்லாமல் போகவே தனிக்லாலைத் தேடிக் கொண்டு அவரது அறைக்குப் போனார் காந்தி. அப்பொழுது மனுவுங்கூட அங்கிருக்கவில்லை. முந்தைய நாளிரவு சுசீலா அவளைத் தன்னுடன் அழைத்துச் சென்றிருந்தார்.

காலையில் அங்கிருந்து திரும்பியவுடன் தன்னைக் காணாமல் குழந்தை தவித்துப்போய் விடுவாளோ என நினைத்தார். மற்றவர்கள் ஆழ்ந்த உறக்கத்தில் இருந்தனர். மாளிகை பேரமைதிகொண்டதாயிருந்தது. கீதையின் ஒரு பிரதியை மட்டும் கையில் எடுத்துக்கொண்டார் காந்தி. வாயிலில் காவலர்கள் யாரும் தென்படக் காணோம். கதவும்

திறந்திருந்ததால் அவரால் மிகச் சுலபமாக வெளியேற முடிந்தது. அவர் வழக்கமாக உடுத்தும் அரையாடையோடும் ஊன்றுகோலுடனும் விசாலமான தெருவில் இறங்கிக் கண்டுபிடிக்கப்பட்டுவிடுவோமோ எனப் பதற்றத்துடன் விரைந்து நடந்தார். ஆள் நடமாட்டமே இல்லாத தெருக்கள் அவருக்கு மிக உதவியாயிருந்தன. மரங்களிலிருந்து பனித்துளிகள் இடையறாது சொட்டிக்கொண்டிருந்தன. அங்கொன்றும் இங்கொன்றுமாகத் தென்பட்ட விளக்குக் கம்பங்களிலிருந்து கசிந்துகொண்டிருந்த ஒளியைப் போர்த்தி மூடியிருந்தது பனிப்படலம். எலும்பைத் துளைக்கும் குளிர். கம்பளியொன்றை எடுத்து வந்திருக்கலாம் எனத் தோன்றியது அவருக்கு. யாஸ்னயா போல்யானாவில் பனி இன்னும் அடர்த்தியாக இருந்திருக்கும். புறப்படும் தருணத்தில் எந்தத் திட்டத்தையும் வகுத்துக்கொள்ளவில்லை. அருகிலுள்ள ரயில் நிலையம் ஒன்றை அடைந்து பிறகு அங்கிருந்து தன் பயணத்தைத் தொடங்கலாம் என நினைத்திருந்தார்.

அவருக்கு அதிகபட்சம் ஒரு மணி நேரமே அவகாசம். அதற்குள் 'கிளி கூட்டைவிட்டுப் பறந்துவிட்ட' செய்தியைக் கண்டுபிடித்துவிடுவார்கள். டால்ஸ்டாய் சோபியா அந்திரேயவ்னாவுக்குக் கடிதம் எழுதி வைத்துவிட்டுப் புறப்பட்டதுபோலத் தானும் தன் வெளியேற்றத்துக்கான காரணங்களை விளக்கி யாருக்காவது ஒரு கடிதம் எழுதி வைத்துவிட்டு வந்திருக்கலாம் எனத் தோன்றியது மகாத்மாவுக்கு. அப்படிச் செய்யாததற்குக் காரணம் வெறுப்போ? வெறுப்பல்ல, அன்பே இவ்வெளியேற்றத்திற்கும் ஆதாரமாய் இருக்க வேண்டும். அப்படி இருந்தால் மட்டுமே இவ்வெளியேற்றம் பொருளுடையதாக இருக்கும் என நினைத்தார் காந்தி. வெறுப்பின் விளைவானது இவ்வெளியேற்றம் எனில் தான் உண்மையான சத்தியாக்கிரஹி அல்ல. முழுமைபெறாத ஒரு ஆன்மா என்றே தன்னைப் பற்றிச் சொல்லிக்கொள்ள வேண்டும் என நினைத்தார் காந்தி. சாலையின் இருபுறங்களிலுமுள்ள நடைபாதைகளில் எண்ணற்ற மனிதர்கள் உடுத்துக்கொள்வதற்கேகூடப் போதிய ஆடைகள் இல்லாதவர்களாய் நடுங்கவைக்கும் இக்குளிருக்குள் முடங்கிக் கிடப்பதைப் பார்த்தார் காந்தி. தன் வெளியேற்றம் பரிதாபமான இந்த மக்களின் நிலையில் ஏதாவது மாற்றத்தைக் கொண்டுவருமா என யோசித்தார். அவருக்குக் குழப்பமாக இருந்தது. பகவதிசரண் செய்தது சரியோ? அவர் திரட்டிக்கொண்டு வந்த

போர்வைகளும் கம்பளிகளும் இப்பரிதாபகரமான மனிதர்களில் சிலரது துன்பத்தைப் போக்கியிருக்கும் என்றால் அவரது செயலை எப்படி விமர்சிக்க முடியும்?

அவர் பொய்சொல்லியிருக்கிறார் என்பதையும் தன்னைப்போல் வேடமிட்டுக்கொண்டு எல்லோரையும் ஏமாற்றி யிருக்கிறார் என்பதையும் அவற்றின் நல்விளைவுகளைக்கொண்டு மறுமதிப்பீடுசெய்ய முடியுமா எனத் தன்னைத்தானே கேட்டுக்கொண்டார் மகாத்மா. அவரிடம் அதற்கு உடனடியான பதில் இல்லை. ஆழ்ந்து பரிசீலிக்க வேண்டிய கேள்வி இது என நினைத்தபடி வேகமாக நடந்தார்.

தில்லியின் புகழ்பெற்ற அந்த நாற்சந்தியில் தன் ஊன்றுகோலுடன் அவர் நடந்து சென்றுகொண்டிருந்தபோது பனிமூட்டத்தை விலக்கி அருகில் வந்து நின்றது ஒரு மோட்டார் கார். நீண்ட கம்பளிக் கோட்டு அணிந்திருந்த ஒரு போலீஸ் அதிகாரியும் சீருடைக்கு மேல் இரண்டு மூன்று ஸ்வெட்டர்களைப் போட்டுக்கொண்டிருந்த அந்த மோட்டார் காரின் ஓட்டுநரும் அதிலிருந்து இறங்கினர்.

‘பெரியவரே யார் நீங்கள்? இந்த நேரத்தில் இங்கே என்ன செய்துகொண்டிருக்கிறீர்கள்?’ என அதிகார தோரணையுடன் காந்தியை விசாரித்தார் போலீஸ் அதிகாரி.

‘நானா? காந்தி, மோகன்தாஸ் கரம்சந்த காந்தி.’

“காலையிலேயே தொடங்கிவிட்டது பாருங்கள்!” எனச் சிரிக்கத் தொடங்கினார், அந்த ஓட்டுநர்.

“இந்தக் கதையெல்லாம் வேண்டாம் அப்பனே...! வயதான காலத்தில் எதற்காக இங்கே சுற்றிக்கொண்டிருக்கிறீர்? விறைத்துப்போய்விடுவீர்...! பேசாமல் வீட்டைப் பார்த்துப் போய்ச் சேரும். உம்மைப் போன்றவர்களால் நாங்கள் படும் அவஸ்த்தை இருக்கிறதே...! இப்படியெல்லாம் வேடம்போட்டுக்கொண்டு திரிந்தால் அவர்களிடமிருந்து தப்பித்துவிடலாம் என நினைக்கிறீரா? சுட்டுவிடுவார்களய்யா, அவர்களிடம் துப்பாக்கிகள் இருக்கின்றன!”

இவ்வளவு அறியாமையோடு இருக்கிறாரே என நினைத்துக்கொண்டார் காந்தி. இந்திய அரசின் அதிகாரம்பெற்ற

அதன் ஓர் பிரதிநிதி என்னும் முறையில் அவர் கேட்கும் எந்தவொரு கேள்விக்கும் பதிலளிக்க வேண்டியது ஒரு குடிமகனான தன் கடமை என நினைத்தார் காந்தி.

"மரணத்தைக் கண்டு நான் அஞ்சவில்லை அய்யா! அப்படியொரு மரணம் வாய்க்குமானால் நான் மகிழ்சியடைவேன். மரணத்தைத் தேடியே இப்பொழுது நான் போய்க்கொண்டிருக்கிறேன்.

அரைமணிநேரத்திற்கு முன்புதான் பிர்லா மாளிகையிலிருந்து யாரிடமும் சொல்லாமல் வெளியேறி வந்தேன். மனத்தில் எந்தத் திட்டமும் இல்லை. மீரட்டுக்குப் போகலாம் என்பது என் எண்ணம். பக்கத்தில் ஏதாவது ரயில் நிலையம் இருக்குமானால்..."

"இது ஒரேயடியாக முற்றிப்போய்விட்ட கேஸ் போலிருக்கிறது!" எனச் சிரிக்கத் தொடங்கினார் அந்த போலீஸ்காரர், "திருத்த முடியாத அளவுக்கு முற்றிப்போய்விட்ட கேஸ்."

கடுங்கோபம் கொண்டவரானார் உயரதிகாரி.

"கிழவரே, சும்மா உளறிக்கொண்டிருக்காமல் பேசாமல் வீடு போய்ச்சேர்வதற்கான வழியைப் பாரும்!

இல்லை செத்தொழிவதுதான் விருப்பமென்றால் மீரட்டுக்கோ வேறு எங்காவது போயோ செத்தொழி...! அதோ பார் அந்த விளக்குக் கம்பத்திலிருந்து வலது புறம் திரும்பி இடதுபுறம் செல்லும் குறுகிய சந்தின் வழியாகச் சென்றாயானால் ஒரு சிறிய ரயில்வே ஸ்டேஷனை அடையலாம். ரயில் எப்பொழுது வரும் என்பதை யாராலும் சொல்ல முடியாது. நீர் சொன்னதுபோல் மரணத்தைத் தேடிப் போவதாக இருந்தால் அங்கு சென்று காத்திரும். ரயில் வந்தால் உமக்கு அதிர்ஷ்டம் தான்! சும்மா இங்கே நடமாடிக்கொண்டிருக்காதீரும். இது நாட்டின் மிக முக்கியமான மனிதர்கள் வசிக்கும் பகுதி. யார் எந்த நேரத்தில் வருவார்கள் எனச் சொல்ல முடியாது. மகாத்மாவின் பாதுகாப்புப் பணியில் ஈடுபட்டுள்ள நாங்கள் படாதபாடுபட்டுக்கொண்டிருக்கிறோம். இதில் உங்களைப் போன்ற ஆசாமிகளையும் சமாளித்தாக வேண்டியிருக்கிறது."

“எனக்காகத் தனிப்பட்ட பாதுகாப்பு ஏற்பாடுகள் எதுவும் செய்யவேண்டாம் என நேருவிடமும் பட்டேலிடமும் பலமுறை சொல்லிவிட்டேன், அவர்கள் கேட்பதாயில்லை!” எனக் காந்தி வருத்தத்துடன் அளித்த பதிலைக் கேட்டதும் போலீஸ் அதிகாரிக்குக் கண்கள் சிவந்துவிட்டன. தன் உயரதிகாரி கோபம்கொள்வதைப் பார்த்த ஓட்டுநர் உடனே செயலில் இறங்கினார், “கிழவா, இப்போது நீ இடத்தைக் காலிசெய்யப் போகிறாயா இல்லையா?” என லத்தியைச் சுழற்றிக் காந்தியை அங்கிருந்து விரட்ட முற்பட்டார்.

துளியும் அச்சமில்லாமல் ஒரு கைத்த புன்னகையுடன் அதைப் பார்த்துக்கொண்டிருந்த அந்தப் பைத்தியகாரக் கிழவனை எப்படிச் சமாளிப்பது எனத் தெரியாமல் அவ்விருவரும் திணறினர்.

★ ★ ★

காலையில் தகவல் கிடைத்ததும் தேடத் தொடங்கிவிடுவார்கள். தனிக்லால்தான் அதை உலகுக்கு முன்னறிவிப்பவராய் இருப்பார் என நினைத்தார் மகாத்மா. பிறகு விசாரணைகள் தொடங்கும்.

எல்லோரும் கேள்விகளால் குடைந்தெடுக்கப்படுவார்கள். தென்படும் எல்லா வாகனங்களும் சோதனைக்குட்படுத்தப்படும். மீரட்டை எளிதாக யூகித்துவிடுவார்கள். வழியிலேயே இறங்கிக்கொண்டுவிட வேண்டும். தில்லிக்கும் மீரட்டுக்குமிடையே ஏதாவதொரு இடத்தில் கடவுள் தனக்கான அஸ்டபோவாவைக் குறித்துவைத்திருப்பார் என நம்பினார் காந்தி.

குறுகலான பல சந்துகளைக் கடந்து ரயில் நிலையத்தை அடைந்தபொழுது குளிர் தீவிரமடைந்திருந்தது. புகை மண்டிய பிளாட்பாரத்தில் கந்தல் கூளங்களால் போர்த்தி மூடப்பட்ட உடல்களுடன் நூற்றுக்கணக்கான பயணிகள், மூட்டை முடிச்சுகளைச் சுமந்தபடி அலைந்து திரிந்தனர். மூன்றாம் வகுப்புப் பயணிகளாக இருக்க வேண்டும். தூக்கக் கலக்கம் நிரம்பிய முகங்களிலிருந்தும் துர்நாற்றம் வீசும் உடல்களிலிருந்தும் அவர்கள் பல நாள்களாகப் பசியோடும் தாகத்தோடும் அங்கு காத்திருக்கக்கூடுமென நினைத்தார் காந்தி. இந்தி, உருது, வங்கம், குஜராத்தி எனப் பல்வேறு மொழிகளையும் சேர்ந்த

சொற்கூட்டங்கள் அந்த ரயில் நிலையத்தின் கரிப்புகை மண்டிய சுவர்களில் மோதி எதிரொலித்துக்கொண்டிருந்தன. அங்குள்ள கிராதிகளில் சாம்பல் வண்ணமுடைய நூற்றுக்கணக்கான புறாக்கள் தென்பட்டன. ஒப்பனையிடப்பட்டவை போல அனைத்துக்கும் ஒரே தோற்றம்.

யாருமே அவரைப் பொருட்படுத்தவில்லை. படிக்கட்டுகளில் ஏறி நடந்தபொழுது ஒரு சிறுமி ஆச்சரியத்துடன் அவரைப் பார்த்தாள்; யாருடனோ பேசிக்கொண்டிருந்த தன் தாயை அழைத்து அவரைச் சுட்டிக்காட்டி ஏதோ சொன்னாள். அவள் அவரை நிமிர்ந்து பார்த்துவிட்டு வெறுப்புடன் முகத்தைத் திருப்பிக்கொண்டாள். அவர்களுடன் பேச வேண்டும் என்னும் விருப்பம் உண்டானது காந்திக்கு. முதலில் பயணச் சீட்டு வாங்கிக்கொள்ள வேண்டும். மீரட்டுக்குச் செல்வதற்கு இப்பொழுது ஏதாவது வண்டி இருக்கிறதா எனக் கேட்டதற்கு மாடத்துக்குள்ளிருந்து அவரைக் கேலியாகப் பார்த்தார் பயணச் சீட்டு வழங்குபவர், "இப்பொழுது எந்த வண்டியுமே புறப்படப்போவதில்லை" என்று உதட்டைப் பிதுக்கினார், "எந்த வண்டியுமே வந்து சேராததுதான் காரணம். மூன்று நாள்களாக இதுதான் நிலைமை. நீங்களே பார்க்கிறீர்களல்லவா? இவர்கள் எல்லோரும் பல்வேறு வண்டிகளுக்காகக் காத்துக்கொண்டிருக்கிறார்கள். நாங்கள் எங்கள் வசமிருக்கும் பயணச் சீட்டுகளை ஓய்வேயில்லாமல் கொடுத்துக்கொண்டிருக்கிறோம், மக்களும் சலிப்பேயில்லாமல் காத்துக்கொண்டிருக்கிறார்கள். வண்டி வரவேண்டியது மட்டும்தான் பாக்கி.

ஆமாம், நீங்கள் எங்கே போக வேண்டும்? மீரட்டுக்கா? ஆமதாபாத்துக்கா? மீரட் என்றுதானே சொன்னீர்கள்?"

"உண்மையில் என்னிடம் எந்தத் திட்டமும் இல்லை. முதலில் எந்த வண்டி வருகிறதோ அதில் ஏறிக்கொள்ளலாமென நினைக்கிறேன்"

"அது தெரிந்த கதைதான்! உங்கள் ஆட்கள் எல்லோருமே அப்படித்தானே? எந்த வண்டி முதலில் வருகிறதோ அதில் தொற்றிக்கொள்கிறார்கள். ஆனால் ஒருவருமே பயணச் சீட்டு எடுப்பதில்லை. பரிசோதகர்களும்கூட அவர்கள்

மேல் நடவடிக்கை எடுப்பதில்லை. எல்லாம் கொஞ்ச நாள்களுக்குத்தான். சர்தாரின் கைகள் கட்டப்பட்டிருக்கின்றன. அது நடக்கட்டும் என்பதற்காகக் காத்திருக்கிறார்கள். அவர் முகத்துக்காகப் பார்க்க வேண்டியிருக்கிறது. அது நடக்கட்டும், பிறகுதான் இருக்கிறது வேடிக்கை!"

"அய்யா, என்னை மன்னியுங்கள். நீங்கள் சொல்வது எதையும் என்னால் புரிந்துகொள்ள முடியவில்லை. சற்று விளக்கமாகச் சொல்ல முடியுமானால்..."

பயணச் சீட்டு வழங்குபவர் உரக்கச் சிரித்தார், "அய்யோ என்னை விட்டுவிடுங்கள் பாபுஜி! எல்லாவற்றையும் விளக்கமாகச் சொல்லிக்கொண்டிருக்க முடியாது. இதோ ஒரு வண்டி வந்துகொண்டிருக்கிறது. அமிர்தசரஸ்வரை செல்லக்கூடியது. ஆடி அசைந்து போகும். வழியில்தானே ஜாலியன் வாலாபாக் இருக்கிறது? நீங்கள் போயிருக்கிறீர்களா? உங்களுக்கெல்லாம் புண்ணிய பூமி ஆயிற்றே? பயணச் சீட்டுக்கூட வேண்டாம். உங்கள் ஆட்கள் யாருமே வாங்குவதில்லையே? எல்லாம் கொஞ்ச நாட்கள்தான். அது நடக்கும்வரை..."

எல்லோரும் இவ்வளவு இயல்பாக இருக்கிறார்களே என ஆச்சரியப்பட்டார் காந்தி.

"அமிர்தசரஸுக்கு ஒரு பயணச் சீட்டுக்கொடுங்கள்." என்று ரூபாய்த்தாள் ஒன்றை நீட்டினார்,

'ஜாலியன் வாலாபாக்குக்கா?'

"ஆமாம்...! அங்குதான். பார்த்து எவ்வளவோ நாள்களாகிவிட்டனவே!" என்று பயணச் சீட்டு வழங்குபவரைப் பார்த்துக் கனிவாகப் புன்னகைத்துக்கொண்டே சொன்னார் காந்தி. அப்போது மகாத்மாவின் கண்களை நேராகச் சந்திக்க நேர்ந்த அவருக்கு மனம் பதறிவிட்டது.

★ ★ ★

அமிர்தசரஸுக்குப் போகும் ரயிலின் நெரிசல் மிகுந்த பெட்டியொன்றினுள் அடித்துப் பிடித்து ஏறிக்கொண்டிருந்த ஐந்தாறு காந்திகளைக் கண்டதும் தீராத வியப்புடன் அவர்களை நோக்கி ஓட்டமும் நடையுமாய் விரைந்தார் மகாத்மா. கூட்டம்

மிக அதிகமாக இருந்தது. காத்திருந்த அனைவரும் ஒரே சமயத்தில் பெட்டிக்குள் ஏற முயன்றனர். ஒவ்வொருவரும் மற்றவர்களை இழுத்துக் கீழே தள்ளிவிட்டுத் தாம் நுழைய முற்பட்டனர். சிலர் தாக்குதல்களிலும் ஈடுபட்டனர். வசைகளாலும் கூக்குரல்களாலும் நிரம்பித் தளும்பிக்கொண்டிருந்தது அந்த ரயில் நிலையம்.

கதவருகிலேயே தயங்கி நின்றுகொண்டிருந்தார் காந்தி. ஆனால் கூட்டம் பெருகிக்கொண்டே இருந்தது. தன்னால் ஏற முடியாமல் போய்விடுமோ என நினைத்தார். நல்ல வேளையாக அங்கு வந்துசேர்ந்த பயணிகள் கூட்டம் அவரைத் தள்ளிக்கொண்டுபோய்ப் பெட்டிக்குள் விட்டது. பெட்டியினுள் அதன் கொள்ளளவைக் காட்டிலும் நான்கைந்து மடங்கு கூடுதலான பயணிகள் அடைந்து கிடந்தனர்.

எந்த முயற்சியும் செய்யாமலேயே எல்லோரும் ஏதோ ஒரு இடத்திற்கு நகர்த்திச் செல்லப்பட்டிருந்தனர். சோர்ந்துவிட்டார் காந்தி. முழங்கால்களில் தாள முடியாத வலி. பிறகு ரயில் நகரத் தொடங்கியது. "அய்யா காந்தியாரே, இப்படி வாரும்! இங்கே உமக்குக் கொஞ்சம் இடமிருக்கிறது! உண்மையிலேயே வயதானவராகத்தான் தென்படுகிறார். அவருக்குக் கொஞ்சம் இடம்கொடு. பாவம், என்ன இருந்தாலும் நம்முடைய ஆள்!"

பக்கவாட்டு இருக்கையொன்றில் இடம்பிடித்திருந்த காந்திகள் அவரை அழைத்துத் தம்மருகே உட்காரவைத்துக்கொண்டனர்.

"வெகுதொலைவிலிருந்து வருகிறார் போலிருக்கிறது! உமது திருநாமம் எதுவோ?"

தன்னைப் போலவே தோற்றமளித்த அவர்கள் ஒவ்வொருவரையும் ஆச்சரியத்துடன் பார்த்துக்கொண்டே அதற்குப் பதிலளித்தார் மகாத்மா.

"காந்தி, மோகன்தாஸ் கரம்சந்த காந்தி..."

எல்லோரும் பெருங்குரலெடுத்துச் சிரித்தனர்.

"அதுதான் தெரிந்த கதை ஆயிற்றே! நான் உமது உண்மையான பெயரைக் கேட்டேன். அதாவது பெற்றவர்கள் உமக்குச் சூட்டிய பெயர் "

"பெற்றவர்கள் எனக்கு அந்தப் பெயரைத்தான் வைத்தனர்"

"சொந்த ஊருங்கூட போர்பந்தர்தானோ?"

"ஆமாம் நான் அங்குதானே பிறந்தேன்? இப்பொழுது சில மாதங்களாக பிர்லா மாளிகையில் வசிக்கும்படி ஆயிற்று. இன்று அதிகாலையில் அங்கிருந்து வெளியேறிவிட்டேன். வெளியேறும்பொழுது திட்டமெதுவுமில்லை என்றாலும் இப்பொழுது அமிர்தசரஸுக்குப் போய்க்கொண்டிருக்கிறேன். ஜாலியன் வாலாபாக் போக வேண்டும்"

"மறை கழண்ட ஆள் போலிருக்கிறது"

"நீ தெரிந்துவைத்திருப்பது அவ்வளவுதான். கிழவர் விவரமான ஆள்! இப்பொழுது அந்த மாதிரி இடங்களுக்கு மவுசு கூடியிருக்கிறது. ஏராளமான சுற்றுலாப் பயணிகள் வருகிறார்கள். இப்படியொரு வேடம் புனைந்துகொண்டு அங்கே போய்ச் சும்மா சுற்றிக்கொண்டிருந்தால் போதும்! ஒரே மாதத்திற்குள் போதுமான அளவுக்குக் காசு பார்த்துவிடலாம்"

அருவருப்புத் தாளாமல் கண்களை மூடிக்கொண்டார் மகாத்மா. ஆக இப்படி முடிந்திருக்கிறது.

பகவதிசரண் தனி மனிதரல்ல. அதிகாலையில் அவர் சந்தித்த காவல்துறை அதிகாரிகளும் பயணச்சீட்டு வழங்குபவரும் ரயில் நிலையத்தில் தென்பட்ட பரிதாபத்திற்குரிய மக்களும் இவர்களைப் போன்ற எண்ணற்ற காந்திகளைப் பார்த்திருக்கக் கூடுமென நினைத்தார் மகாத்மா.

"ஆனால் காந்தியாரே, எங்களையும் உம்மைப்போல் பிச்சையெடுப்பதற்காக இந்த ஒப்பனையைச் செய்து கொண்டுள்ளதாக நினைத்துவிடாதீர்" என மகாத்மாவை எச்சரிக்கும் தொனியில் சொன்னார் நடுத்தர வயதுடைய ஒரு காந்தி.

"இதோ இருக்கிறாரே, இவர் ஒரு குஜராத்தி. பெரும் நிலச்சுவான்தார், பல வருடங்களாகக் காங்கிரசில் இருந்தவர். ஒருதரம் சிறைக்குக்கூடப் போயிருக்கிறார். சுயராஜ்யம் கிடைத்த பிறகுதான் இந்த ஒப்பனையைப் போட்டுக்கொண்டார். இவர் இன்னும் அசல் காந்தியைப் பார்த்ததில்லை. ஆனால் பேச்சு, நடைத் தோரணை எல்லாம் அசல் காந்தியினுடையதைவிட எடுப்பாகவே இருக்கும்!"

"பிச்சையெடுக்கும் நோக்கம் இல்லையென்றால் எதற்காக இந்த ஒப்பனை? எனக்குப் புரியவே இல்லை" என்றார் மகாத்மா. அவருக்குக் குரல் நடுங்கிற்று.

"நல்ல கேள்வி கேட்டீர், தேர்தலில் நிற்க முடிவுசெய்திருக்கிறார் நம்முடைய ஆள். வெற்றிபெறுவதற்கு இதைவிடச் சுலபமான வழி இல்லை அய்யா! ரோமங்களை மழித்துத் தலையை மொட்டையாக்கிக்கொள்ளுங்கள், தோளிலும் இடுப்பிலும் கதரைச் சுற்றிக்கொள்ளுங்கள். கீதையின் புத்தம்புதிய பிரதியொன்றைக் கையில் பிடித்துக்கொள்ளுங்கள். பிறகு தெருவில் இறங்கி நடந்து செல்லுங்கள். அவரைப் போலவே வேகமாக நடக்க வேண்டும்..."

கேட்கக் கேட்க ஆச்சரியமாக இருந்தது மகாத்மாவுக்கு. அந்த மனிதர் பெருமிதத்தில் திளைத்துக்கொண்டிருந்தார். நடுத்தர வயதைத் தாண்டாத அவர் வயதான தோற்றத்தை வரவழைத்துக்கொள்வதற்காக மிகவும் சிரமப்பட்டிருக்க வேண்டும். கொஞ்சம் தொப்பை இருந்ததால் அதை மறைப்பதற்காக எப்போதும் வயிறை எக்கி வைத்துக்கொண்டிருந்தார். ஆனால் அவருக்குப் பற்கள் இல்லை. மகாத்மாவைப்போல் தோற்றமளிப்பதற்காக அவற்றைப் பிடுங்கி எடுத்துவிட்டிருப்பார் போலிருக்கிறது.

"இதன் மூலம் மக்களின் நம்பிக்கையைப் பெற்றுவிட முடியுமா என்ன?" என வியப்பு மேலிட்டவராய் அவரைக் கேட்டார் மகாத்மா.

"இது சும்மா கவனத்தை ஈர்ப்பதற்கு. எதிரிகளை வழிக்குக் கொண்டுவர வேறு வழிகளைத்தான் கையாள வேண்டும்"

"அஹிம்சை முறையில்தான் இல்லையா?" எனப் பேராசை மிகுந்த கண்களால் அவரைப் பார்த்துக் கேட்டார் மகாத்மா.

"அஹிம்சை வழியா? நல்ல கதை!" எனச் சொல்லிக் குலுங்கிக் குலுங்கிச் சிரித்தார். பிறகு ஒரு ரகசியம்போலத் தணிந்த குரலில் சொன்னார்,

"இன்னும் சில நாள்கள்தான்! அது மட்டும் நடந்து முடியட்டும், பிறகு நான் மகாராணா பிரதாப்சிங் போலாகிவிடுவேன். அவர்கள் எல்லோரையும் இமய மலைக்கப்பால் துரத்தியடிப்பார்கள் என்

ஆட்கள்! ஆனால், காந்தியாரே... நீர் போய்ப் பிச்சையெடும்! உமது பிழைப்பைப் பாரும்! இந்தக் கதையையெல்லாம் எதற்காகக் கேட்டுக்கொண்டிருக்கிறீர்?"

தன் அஸ்டபோவா குறித்துச் சிந்திக்கத் தொடங்கினார் மகாத்மா. தென்பட்ட எல்லா இடங்களிலும் அலுக்காமல் நின்று புறப்பட்டது ரயில். பகல் முழுக்கப் பயணம் செய்தும் அந்த வண்டியால் தன் தூரத்தில் பாதியைக்கூடக் கடந்திருக்க முடியவில்லை. காலையில் அவர் வண்டியில் ஏறும்போதிருந்த நெரிசல் முற்றாகக் குறைந்திருந்தது. காந்திகள் தில்லியைத் தாண்டி நான்கைந்து நிறுத்தங்கள் கடந்து சென்றதும் விடை பெற்றுக்கொண்டார்கள். ஆனால் ஒவ்வொரு நிறுத்தத்திலும் சில புதிய காந்திகள் ஏறினர். கண்ணாடி, கதர், கையில் கீதையின் ஒரு பிரதி. உண்மையிலேயே இந்த ஒப்பனை மிகச் சுலபமானதுதான் என நினைத்தார் மகாத்மா.

ஒவ்வொருவரும் ஒவ்வொரு காரணத்திற்காக இந்த ஒப்பனையைப் போட்டுக்கொள்கிறார்கள். பல சாதாரண மனிதர்களும்கூடத் தன்னைப் போல் ஒப்பனை செய்துகொண்டிருப்பதைப் பார்த்தார் மகாத்மா. கலவரக்காரர்களிடமிருந்தும் போலீசாரிடமிருந்தும் தப்புவதற்கு இந்த வேடம் உதவுகிறது எனத் தெரிவித்தான் பழ வியாபாரியான ஒரு இளைஞன்.

"வேடம்தான் எனத் தெரிந்தாலுங்கூட ஒன்றும் பிரச்சினையில்லை. இவ்வேடத்திலிருக்கும் ஒருவரைக் கொல்வது பாவம் என நினைக்கிறார்கள். இந்த வேடத்தைப் போடாமலிருந்திருந்தால் சென்ற மாதம் எங்கள் குடியிருப்புப் பகுதி தீக்கிரையாக்கப்பட்டபொழுது என் குடும்பத்தின் பெற்றோருடன் நானும் கொல்லப்பட்டிருப்பேன்" என்றான். "பழ வியாபாரத்திற்கும்கூட இந்த வேடம் பயன்படுகிறது. சாதாரண வியாபாரியிடமிருந்து ஒரு ஆரஞ்சுப் பழத்தை வாங்குவதைவிட மகாத்மாவிடமிருந்து வாங்குவது விஷேஷமானதல்லவா?" என்று சொல்லிச் சிரித்தான் அவன்.

அவனிடமிருந்து ஓரிரு வாழைப் பழங்களை வாங்கிச் சாப்பிட்டுவிட்டுக் காலியாகக் கிடந்த ஒரு இருக்கையில் கால்களை நீட்டிப் படுத்துக்கொண்டார் காந்தி. உடல் சுடுவது போலிருந்தது.

நிமோனியாவின் அறிகுறியோ? அஸ்டபோவா நெருங்கிக்கொண்டிருக்க வேண்டும்!

★ ★ ★

பிற்பகல் இரண்டு மணிக்குப் பனிப்பொழிவு தொடங்கியது. குளிரிலிருந்து தப்புவதற்காக மகாத்மாவின் எதிரில் உட்கார்ந்திருந்த காந்திகளில் ஒருவர் புகைபிடிக்கத் தொடங்கினார். மற்றொருவர், வேடத்தைத் தற்காலிகமாகத் துறந்துவிட்டு நீண்ட கம்பளிக் கோட்டு ஒன்றை அணிந்துகொண்டார்.

ரயில் பானிபட்டை அடுத்துள்ள ஒரு மிகச் சிறிய ஸ்டேஷனை அடைந்து நின்றபொழுது இருள் சூழத் தொடங்கியிருந்தது. துப்பாக்கி ஏந்திய, சுமார் இருபது போலீஸ்காரர்கள் தான் பயணம் செய்துகொண்டிருந்த மூன்றாம் வகுப்புப் பெட்டியினுள் தாவி ஏறியதைப் பார்த்தார் காந்தி. பிடிபட்டுவிட்டோம் எனத் தோன்றியது அவருக்கு. காலையில் தகவல் கிடைக்கப்பெற்றதுமே நடவடிக்கைகளைத் தொடங்கி யிருப்பார்கள்.

ஒவ்வொரு பயணியையும் துப்பாக்கி முனையில் நிறுத்திவைத்துக் கேள்விகளால் துளைத்தெடுத்துக் கொண்டிருந்தனர் போலீசார். எந்த வற்புறுத்தலுக்கும் பணிந்துவிடக்கூடாது எனத் தீர்மானித்தார் காந்தி. நேருவோ பட்டேலோ நேரில் வந்து அழைத்தாலும்கூடத் தன் முடிவை மாற்றிக்கொள்ளக் கூடாது. யாராவது வந்திருக்கிறார்களா எனப் பிளாட்பாரத்தைப் பார்த்தார். ஆள் நடமாட்டமே அற்றுக் கிட்டத்தட்டக் காலியாக இருந்தது. நைந்துபோய்விட்ட சீருடையுடன் தென்பட்டார் ஸ்டேஷன் மாஸ்டர். கொடிகளைச் சுருட்டிக் கக்கத்தில் இடுக்கியவாறே ஒவ்வொரு பெட்டியையும் ஆராய்ந்துகொண்டிருந்தார்.

"உமது பெயரென்ன?" எனக் கடுப்புடன் தன்னைப் பார்த்துக் கேட்ட காவல் துறை அதிகாரியை எங்கோ பார்த்திருப்பதாகத் தோன்றியது மகாத்மாவுக்கு,

"காந்தி, மோகன்தாஸ் கரம்சந்த காந்தி"

"எந்த ஊரிலிருந்து வருகிறீர்?"

"தில்லியிலிருந்து..."

"எங்கே போய்க்கொண்டிருக்கிறீர்?"

"அமிர்தசரசுக்கு, ஜாலியன் வாலாபாக்போகத் திட்டம்"

"அங்கே எதற்காகப் போகிறீர்?"

"பார்த்து நீண்ட காலமாகிவிட்டதே, அதனால்தான்"

"எங்கே உமது உடமைகளைக் காட்டும்"

"நான் எதையும் என்னுடன் எடுத்துவரவில்லையே! கொஞ்சம் பணம் இருக்கிறது. வேட்டியில் முடிந்துவைத்திருக்கிறேன். எனக்கு ராட்டை ஈட்டித் தந்த தொகை. தவிர கீதையின் ஒரு பழைய பிரதியும் உள்ளது."

காவல் துறை அதிகாரி வேட்டி முடிச்சைப் பிரித்துக் காட்டச்சொல்லிப் பார்த்துவிட்டுப் போய்விட்டார்.

மிக ஏமாற்றமாக இருந்தது மகாத்மாவுக்கு. பெட்டியில் பத்துப் பன்னிரெண்டு பயணிகளே இருந்தனர். குப்பைக்கூளங்களால் முற்றாக உருக்குலைந்து போயிருந்தது அந்தப் பெட்டி.

இருக்கைகளுக்குக் கீழே பலவிதமான பழத்தோல்களும் உணவுப்பண்டங்களின் எச்சங்களும் நிரம்பிக் கிடந்தன. பெட்டியைச் சுத்தமாக வைத்திருப்பது நம் எல்லோருக்குமான கடமை என அவர் சொன்னபோது பயணிகள் சிரித்தனர். பிற்பகலில் காந்தி தனி ஆளாக அதைச் சுத்தம்செய்யத் தொடங்கினார். குப்பையைப் பெருக்கி வெளியே கொட்டிவிட்டுத் திரும்பியவரின் முன்பாகச் சில்லறைக் காசுகளை வீசியெறிந்தனர். மிக அமைதியாக அவற்றைச் சேகரித்துத் தன் வேட்டி முடிச்சில் வைத்துக் கொண்டார். காந்திகளும்கூட இப்பொழுது அடையாளம் காண முடியாத அளவுக்கு உருக்குலைந்து போயிருந்தனர். ஒப்பனைகள் கலைந்திருந்தன. இளம் காந்திகளின் சவரம் செய்யப்பட்ட முகங்களில் கரிய ரோமங்கள் அரும்பத் தொடங்கியிருந்தன. வழக்கமான அவரது பிரார்த்தனை நேரம் கடந்துசென்றுகொண்டிருந்தது. வண்டி புறப்படுவதற்கு நெடுநேரமாகலாம் எனச் சொல்லிவிட்டுப் போனான் ஒரு கடலை வியாபாரி.

அஸ்டபோவாவை வந்தடைந்துவிட்டோமோ? சற்று நடக்கலாம் எனக் கீழே இறங்கிப் பிளாட்பாரத்தில் தனியாக நடந்தார்.

கூடடையும் தருணத்திற்குரிய ராகங்களை இசைத்துக் கொண்டிருந்தன பறவைகள். படபடக்கும் சிறகுகளுடன் கூடடையத் தவித்துக்கொண்டிருந்த அச்சிறு பறவைகள் அவரைக் கண்டதும் பதற்றமடைந்தன. அவற்றின் தனிமையைக் குலைத்துவிடக் கூடாது எனக் கருதியவராக அங்கிருந்து விலகி நடந்தார். யாருமே தன்னைப் பொருட்படுத்தாத இடத்துக்கு வந்து சேர்ந்துவிட்டோம் எனத் தோன்றியது அவருக்கு. முன்னெப்போதும் அனுபவித்திராத சுதந்திரம் இது! மங்கலான வெளிச்சத்தைக் கசிய விட்டுக்கொண்டிருந்த விளக்குக் கம்பத்திற்குக்கீழ் பறவைகளின் எச்சங்களால் நிரம்பிக் கிடந்த ஒரு சிமெண்ட் பெஞ்சின் மீது அமர்ந்து பிரார்த்தனையில் ஈடுபடத் தொடங்கினார் காந்தி.

“எதற்காக இங்கே உட்கார்ந்திருக்கிறீர்கள் பெரியவரே? நீங்கள் பயணியோ?” எனக் கேட்டபடி தன்னெதிரே வந்து நின்ற ஸ்டேஷன் மாஸ்டரைக் கண்டு எழ முற்பட்டார் மகாத்மா.

“ஆமாம், அமிர்தசரஸ் போக வேண்டும். வண்டி புறப்படுவதற்குத் தாமதமாகுமெனக் கேள்விப்பட்டதால் பிரார்த்தனை செய்வதற்காக வந்தேன். எப்பொழுது புறப்படும் என ஏதாவது தகவல் கிடைத்திருக்கிறதா அய்யா?”

“இல்லையே, எனக்குத் தெரியாது! வேறு யாருக்குமேகூடத் தெரிந்திருக்க வாய்ப்பில்லை. தண்டவாளங்களைப் பெயர்த்துப் போட்டிருக்கிறார்களாம். செய்தி வந்திருக்கிறது” எனச் சொல்லிவிட்டு அவரை வினோதமாகப் பார்த்தார், “நீங்கள் அமிர்தசரஸுக்கா போக வேண்டும்? பயணச் சீட்டு வைத்திருக்கிறீர்களா?” புன்னகையைத் தன் இயல்பாகக்கொண்ட அவர், மிகச் சிரமப்பட்டுக் கண்டிப்பாக இருப்பது போன்ற பாவனைகளை உருவாக்கிக்கொண்டிருப்பதாகத் தோன்றியது காந்திக்கு.

“இதோ” என வேட்டி முடிச்சை அவிழ்த்துப் பயணச் சீட்டை எடுத்து அவரிடம் கொடுத்தார் மகாத்மா.

பெற்றுக்கொண்டு ஓரிரு அடிகள் தள்ளி நின்று அதைப் பரிசோதித்தார் ஸ்டேஷன் மாஸ்டர். அவரைப் பின்தொடர்ந்து வந்து அருகில் நின்ற மகாத்மாவைக் கண்டதும் அவர் கலவரமுற்றார்.

"அய்யா தங்கள் பெயர் என்ன? தயவுசெய்து சொல்லுங்கள்."

எப்போதும்போல் உண்மையையே பேசினார் அவர். "மோகன்தாஸ் கரம்சந்த காந்தி."

அவரைக் கூர்ந்து பார்த்த ஸ்டேஷன் மாஸ்டரின் முகத்தில் பதற்றம்.

"பாபுஜி... என்னை மன்னியுங்கள் இதோ வந்துவிட்டேன். பரிசீலிக்க வேண்டும்" எனப் பயணச் சீட்டுடன் அங்கிருந்து வேகமாக நகர்ந்தார் ஸ்டேஷன் மாஸ்டர்.

அநேகமாக உரிய இடத்திற்கு வந்து சேர்ந்துவிட்டோம் போலிருக்கிறது என நினைத்தார் மகாத்மா. திடீரென அவரது உடல் நடுங்கத் தொடங்கியது. முன்னெப்போதும் உணர்ந்திராத களைப்பு. மூட்டுகளில் தாள முடியாத வலி. உரிய இடமும் உரிய நேரமும் இதுதான் போலிருக்கிறது என நினைத்துக்கொண்டார் மகாத்மா. கண்கள் இருட்டிக்கொண்டு வந்தன. அங்கிருந்த சிமெண்ட் பெஞ்சில் தளர்ந்து உட்கார்ந்தார். இன்னுமா பரிசீலித்துத் தீரவில்லை? கொஞ்சம் கண்ணயர்ந்தால் நன்றாக இருக்கும் எனத் தோன்றியது அவருக்கு.

மேலாடையை உதறிப் போர்த்துக்கொண்டு கால்களைக் குறுக்கிப் படுத்தார். எதிரே சடலம்போல அசைவற்றுக் கிடந்தது அவரை இங்கேகொண்டுவந்து சேர்த்திருந்த ரயில் வண்டி. நெடிதுயர்ந்த தேவதாரு மரங்களால் சூழப்பட்ட அந்த மிகச் சிறிய ரயில் நிலையம் வனம்போல் காட்சியளித்தது.

சற்றுத் தள்ளியிருந்த ஸ்டேஷன் மாஸ்டரின் பழுப்புநிறச் சுவர்களாலான மிகச் சிறிய அறையையும் விளக்குக் கம்பத்தையும் தவிர்த்துவிட்டுப் பார்த்தால் வனம்தான். பறவைகள் ஓயாது கூவிக் கொண்டிருந்தன. விளக்குக் கம்பத்தின் உச்சியில் தன் கரிய சிறகுகளை விரித்து உட்கார்ந்திருந்த ஒரு பெரிய பறவை அவரைக் கூர்ந்து பார்த்துக்கொண்டிருந்தது. தன் மரணத்தை

இவ்வுலகிற்குச் சொல்லவிருக்கும் பறவையாயிருக்கும் இது என நினைத்தார் காந்தி!

தனிக்லால்தான் முதலில் வந்து சேர்பவராய் இருப்பார். மனுவையுங்கூடத் தன்னுடன் அழைத்து வரக்கூடும். தன் கடைசி வாக்கியத்தை அவளிடத்திலேயே விட்டுச் செல்ல வேண்டும் எனத் தீர்மானித்துக்கொண்டார் மகாத்மா.

தன் இறுதி வாக்கியத்தைப் பற்றிய யோசனைகளில் மூழ்கத் தொடங்கினார் அவர். கவித்துவமானதாகவும் தன் வாழ்வின் செய்தியாகவும் இருக்க வேண்டும் அது. வாழ்வின் செய்தியையும் மரணத்தின் செய்தியையும் ஒரே வாக்கியத்தில் சொல்லிவிடுவதற்கு முடிந்தால்!

நேருவும் படேலுங்கூடத் தன் இறுதிக் கணங்களில் பக்கத்தில் இருப்பார்கள் என நினைத்தார். அவர்களிடமும்கூட ஏதாவது சொல்லலாம்தான். வாழும்பொழுது சொல்லும் வாக்கியங்களுக்கு இருக்கும் மதிப்பைவிட மரணத்தின் பொழுது சொல்லும் வாக்கியங்களுக்கு அதிக மதிப்பு உண்டு.

இந்தத் தருணத்தில் பா இருந்திருந்தால் எவ்வளவு நன்றாக இருந்திருக்கும்? அவரது வாக்கியங்களின் அர்த்தத்தைக் கஸ்தூர் பா ஒருபோதும் முழுமையான அளவில் புரிந்துகொண்டதில்லை. ஆனால் அவரது மௌனத்தை பா அளவுக்குப் புரிந்துகொண்டவருங்கூட யாரும் இல்லை. அவர் மௌன விரதம் மேற்கொள்ளும் திங்கட்கிழமைகளே பாவுக்கு மிகப் பிடித்தவை. மகாத்மாவை விட்டு ஒரு கணமும் பிரியாமல் பக்கத்திலேயே இருந்துகொண்டிருப்பதற்கான வாய்ப்புகளை அவருக்கு அளித்தவை அவை. அவர் பக்கத்தில் இருந்திருந்தால் கடைசி வாக்கியமாகக்கூட எதையும் சொல்ல வேண்டியிருக்காது என நினைத்தார் மகாத்மா. அவரளவில் ஈடுசெய்யவே முடியாத இழப்பு அது!

கண்கள் தளும்பின அவருக்கு.

“பாபுஜி... தயவுசெய்து எழுந்திருங்கள், தங்கள் வண்டி புறப்பட்டுக்கொண்டிருக்கிறது. பாபுஜி... பாபுஜி...! கடவுளே இப்பொழுது நான் என்ன செய்வேன்? உதவிக்குக்கூட இங்கே யாருமில்லையே! பாபுஜி... பாபுஜி... அடக் கடவுளே...!”

ஸ்டேஷன் மாஸ்டரின் பதற்றமான குரலையும் ரயில் என்ஜினின் நீண்ட விசில் சப்தங்களையும் கேட்டார் மகாத்மா. அவரால் கண்களைத் திறக்க முடியவில்லை. பிரக்ஞை நூலிழையில் தவித்துக்கொண்டிருந்தது. யாருடைய வண்டி? எங்கிருந்து புறப்படுகிறது? எங்கு நோக்கி? இந்தக் குரல் யாருடையது? இந்தச் சப்தங்கள் எங்கிருந்து வருகின்றன? கஸ்தூருடையதா? தேவதாரு மரத்தின் உச்சியில் வசிக்கும் அச்சிறு பறவையினுடையதா? இல்லை, விளக்குக் கம்பத்தின் மேல் வந்தமர்ந்ததே கரிய சிறகுகளையுடைய ஒரு பறவை, அது எழுப்பும் சப்தங்களோ இவை? கண்களைத் திறக்க முயன்றார் மகாத்மா. எந்த வாக்கியத்தையும் சொல்லாமல் விடைபெற்றுக்கொண்டுவிட முடியாதே!

கம்பளியொன்றைக் கொண்டுவந்து போர்த்திவிட்டு விட்டுப் புறப்பட்டுக் காத்திருக்கும் அமிர்தசரஸ் ரயிலுக்கு விடைகொடுப்பதற்காகப் பச்சை விளக்கைத் தூண்டியெடுத்துக்கொண்டு ஓடினார் ஸ்டேஷன் மாஸ்டர். பிறகு அவருக்காகக் கொஞ்சம் வெந்நீர் தயாரித்துக்கொண்டு திரும்பி வந்து பார்த்தபொழுது எழுந்து உட்கார்ந்திருந்தார் மகாத்மா. அவரைக் கண்டதும் தன் பொக்கைவாய் திறந்து சிரித்தார்.

“உங்களுடைய வண்டி புறப்பட்டுப் போய்விட்டதே பாபுஜி...! அமிர்தசரஸுக்கான அடுத்த வண்டிக்காக நீங்கள் இன்னும் பதினெட்டு மணிநேரம் காத்திருக்க வேண்டியிருக்கும்”

மகாத்மா பெருமூச்செறிந்தார். வெந்நீர் தந்த தெம்பில் இப்பொழுது அவரால் நன்றாக எழுந்து உட்கார முடிந்திருந்தது.

“நன்றி உங்களுக்கு. கடவுளின் சித்தம் இதுதான் போலிருக்கிறது. அவர் என் அஸ்டபோவாவை எங்கு தயாரித்து வைத்திருக்கிறாரோ அந்த இடத்தைத் தாண்டிச் சென்றுவிட முடியாதல்லவா?”

ஸ்டேஷன் மாஸ்டருக்கு முகம் வெளிறிவிட்டது.

“பாபுஜி, தயவுசெய்து என்னை மன்னியுங்கள். தீராத பழிக்கு ஆளாகிவிடாமலிருப்பதற்கு எனக்கு உதவுங்கள். இங்கே யாருமே இல்லை! உங்களுடைய கடைசி வாக்கியத்தைக்கூட நீங்கள் என்னிடம்தான் சொல்ல வேண்டியிருக்கும் பாபூ .

அதைத் தாங்கிக்கொள்வதற்கான வலிமை எனக்கு இருப்பதாக நான் நினைக்கவில்லை. என்னை மன்னியுங்கள்! தில்லி ரயில் இன்னும் ஒரு மணிநேரத்திற்குள் வந்துவிடும். தயவுசெய்து தில்லிக்குத் திரும்பிச் சென்றுவிடுங்கள். அங்கேதான் எல்லாம் நடக்க வேண்டும்."

அதற்கும் சிரித்தார் மகாத்மா.

"எல்லாம் முடிவாகிவிட்டதே! ஆனால் தயவுசெய்து எனக்கு ஒரு விஷயத்தைச் சொல்லுங்கள். எடுத்த எடுப்பிலேயே என்னை அடையாளம் கண்டுகொண்டுவிட்டீர்களே, அது எப்படி? நீங்கள் ஏராளமான பாபுஜிக்களைப் பார்த்திருப்பீர்கள் அல்லவா?"

ஸ்டேஷன் மாஸ்டர் சிரித்தார்,

"அது மிகச் சுலபமான காரியம் பாபு. அந்த ஏராளமான பாபுஜிக்களில் ஒருவர்கூடப் பயணச் சீட்டு எடுத்ததில்லை. கேட்டால் சுதந்திரம் வாங்கிக் கொடுத்தேனே, அது போதாதா என மல்லுக்கட்டுவார்கள். தவிர ..."

குறுக்கிட்டார் மகாத்மா.

"தவிர, எல்லாவற்றையும் நீங்கள் எதிர் பார்த்துக் கொண்டிருந்தீர்கள், இல்லையா? உங்களுக்கு என் பயணமும் அதன் நோக்கமும் முன்னரே தெரிந்திருக்கிறது"

அவர் பதற்றமடைந்தார்.

"ஆனால் பாபுஜி. தயுவுசெய்து நான் சொல்வதைக் கேளுங்கள்! இவ்விதமாய் முடிந்துவிடக் கூடாது அது. இது உங்கள் செய்தியாய் ஒருபோதும் இருக்கக் கூடாது"

சுட்டுவிரலை உயர்த்தி அவரைப் பேசாமலிருக்கச் சொல்லிவிட்டுத் தொடர்ந்தார் மகாத்மா.

"இல்லை. என் அன்புக்குரிய சகோதரரே, என்னால் பின்வாங்க முடியாது. நான் தேர்ந்தெடுத்துவிட்டேன். இவ்வெளியேற்றத்திற்கும் நான் இங்கு வந்து சேர்ந்ததற்குமான நியாயங்களை இவ்வுலகம் நிச்சயமாகப் புரிந்துகொள்ளும் என நான் உறுதியாக நம்புகிறேன் சகோதரரே! ஆனால் இங்கே

டாக்டர்கள் யாருமில்லையா? நிமோனியா முழு வீச்சில் என்னைத் தாக்கத் தொடங்கிவிட்டது!" என மறுபடியும் படுத்துக்கொண்டார்.

"இல்லை பாபுஜி, நிமோனியா என்றால் என்னவென்றே இங்குள்ள யாருக்கும் தெரியாது. தயவுசெய்து என் வேண்டுகோளை ஏற்றுக்கொள்ளுங்கள். எல்லாம் அங்குதான் நடக்க வேண்டும்" எனச் சொல்லிக்கொண்டே தன் கைக் கடிகாரத்தைப் பார்த்துக்கொண்டார், "கடவுளே, இன்னும் பத்தே நிமிடங்கள்தான் எஞ்சியிருக்கின்றன, அதற்குள் என்னால் என்ன செய்ய முடியும்?" எனத் தனக்குத்தானே சொல்லிக்கொள்வதுபோல் முணுமுணுத்துவிட்டு "இது குறித்து வேறு யாரையும்விட நீங்கள்தான் தெளிவாக உணர்ந்திருக்க வேண்டும் பாபுஜி. மரணத்திற்கான விருப்பத்தோடு அல்ல, வாழ்வதற்கான ஆசையுடனேயே நீங்கள் வெளியேறியிருக்க வேண்டும். கவனத்தை ஈர்க்கவும் பணியவைக்கவும் நிகழ்ந்ததே இவ்வெளியேற்றம். நீங்கள் இதற்கு முன்பு மேற்கொண்ட உண்ணாவிரதங்களைப் போல்."

இதற்குத் தன்னிடம் பதில் இல்லை என்பதுபோல் மௌனமாக இருந்தார் காந்தி,

"ஆனால் இப்பொழுது அவர்கள் அனைவருமே இதை வேறுவிதமாகத்தான் எதிர்கொள்வார்கள் பாபூ. அவர்கள் தீர்மானித்துவிட்டார்கள்! நேற்றோ அதற்கு முன்தினமோ அவர்கள் தோற்றுப்போயிருக்கலாம். ஆனால் அவர்கள் உங்களுக்கெதிரான யுத்தத்தைத் தொடங்கிவிட்டார்கள். இன்று அல்லது நாளை. நாளை அல்லது நாளை மறுநாள்... வெறும் நாள் கணக்குதான்."

"நீங்கள் சொல்வது உண்மைதான். ஆனால் எங்கே தவறு நிகழ்ந்தது? அதைத்தான் கடந்த மூன்று நாள்களாக யோசித்துக்கொண்டிருக்கிறேன்! நான் எல்லோரையும் சகோதரர்களாகவே கருதினேன். வரலாற்றுரீதியில் எனக்கு எதிரிகளாக நேர்ந்துவிட்ட வெள்ளையர்களையும்கூட நான் நேசித்தேன். அதையே நம் மக்களுக்குக் கற்றுக்கொடுக்கவும் முற்பட்டேன். சத்தியத்தின் செய்தியையும் அஹிம்சையின் செய்தியையும் சொல்வதற்கு முயன்றேன்... ஒருவகையில்"

தயங்கினார் மகாத்மா.

"ஒருவகையில் கிறித்துவின் செய்தியைச் சொன்னீர்கள்! அதனால்தான் பிரிட்டிஷ் அரசால் உங்களைக் கொல்ல முடியவில்லை. கிறித்தவராக அல்ல, கிறித்துவாகவே நீங்கள் அவர்களுக்குத் தென்பட்டீர்கள் பாபுஜி..."

"ஆம், நான் ஒரு உண்மையான கிறித்தவன். கிறித்தவர்களைக் காட்டிலும் உண்மையான கிறித்தவன்" புன்னகைத்தார் மகாத்மா. அவருடன் பேசுவது தன் மனசாட்சியிடம் பேசுவதைப் போல் இருந்தது காந்திக்கு. மனசாட்சி, வெகுதொலைவில் பெயர் தெரியாத ஒரு கிராமத்தின் ஸ்டேஷன் மாஸ்டராக இருப்பதுதான் வேடிக்கை.

"அதனால்தான் தம் ஆயுதங்களை உங்கள் காலடியில் போட்டுவிட்டுச் சென்றிருக்கிறார்கள் நம் காலனியாட்சியாளர்கள்! அவர்களால் கிறித்துவை, தம் கடவுளை எதிர்க்க முடியவில்லை"

"நான் இந்து, மெய்யான இந்து... ராமனே என் கடவுள்! கீதையே என் தத்துவம்"

"அப்படி நீங்கள் ஏமாற்றியிருக்கிறீர்கள் என யாராவது உங்களைக் குற்றம் சுமத்தினால் உங்கள் பதில் என்ன மகாத்மா?"

மௌனமாக இருந்தார் காந்தி.

"சொல்லுங்கள் பாபூ... உங்களுடைய தத்துவங்களை எதிலிருந்து வடிவமைத்துக்கொண்டீர்கள்? நம் மண்ணின் எந்தக் கடவுளிடமிருந்து அஹிம்சையைக் கற்றுக்கொண்டீர்கள்? நம் கடவுளர்களில் ஆயுதமெடுக்காதவர் என யார் இருக்கிறார்கள்? யார் தன் எதிரிகளை மன்னித்திருக்கிறார்கள்? யார் தன் மேலாடையைக் கேட்பவர்களுக்கு உள்ளாடையைக் கொடுத்திருக்கிறார்கள்? தன் கன்னத்தில் அறைபவருக்கு மறு கன்னத்தைத் திருப்பிக் காட்டியவர் யார்? அல்லது நீங்கள் வலியுறுத்திய எளிமையையாவது எந்தக் கடவுளாவது பின்பற்றி யிருக்கிறதா? சொல்லுங்கள் பாபுஜி..."

நெடிய பெருமூச்சொன்று மகாத்மாவிடமிருந்து வெளிப்பட்டது.

“ஒரு சத்யாகிரஹியாக நான் என்ன செய்ய வேண்டும்? தயவுசெய்து எனக்குச் சொல்லுங்கள் சகோதரரே” என்றார் காந்தி. அவரது கண்களில் நீர் துளிர்த்திருந்தது.

“தயவுசெய்து திரும்பிச் செல்லுங்கள் பாபூ...” மன்றாடினார் அவர்.

“இல்லை, மரணத்திற்கொப்பானது அது” எனத் தன் குரு டால்ஸ்டாயின் வாக்கியத்தை அவர் திருப்பிச் சொன்னார்.

மனசாட்சிக்குக் கோபம் வந்துவிட்டது.

“நீங்கள் உங்களுடைய சொந்த வாக்கியத்தைப் பேசுங்கள் பாபூ...! எங்களை உங்கள் சொந்த வழியில் எதிர்கொள்ளுங்கள். நாங்கள் உங்களைக் கொலைசெய்வதற்காகக் காத்திருக்கிறோம். ஒருவரையொருவர் பழி தீர்ப்பதற்கான யுத்தத்தைத் தொடங்கி யிருக்கிறோம். வரலாற்றோடு எங்களுக்குக் கணக்குத் தீர்த்துக்கொள்ள வேண்டும். தில்லியின் தெருக்களில் இன்னும் உலராமலிருக்கிறது ஆயிரமாண்டுகளின் குருதி. எங்களுக்கு உங்கள் தத்துவங்களின் மேன்மையைக் கற்றுக்கொடுங்கள் அல்லது எங்களுடைய துப்பாக்கிகளிலிருந்து வெளிவரும் தோட்டாக்களைப் பரிசாக ஏற்றுக்கொள்ளுங்கள்...”

மூச்சு வாங்கியது அந்த ஸ்டேஷன் மாஸ்டருக்கு.

“விரும்பியது போன்ற ஒரு கவித்துவமான மரணத்தைப் பெயர் தெரியாத இந்தக் கிராமத்தின் ரயில்வே ஸ்டேஷனில் நீங்கள் அடைவீர்கள். உங்கள் வழியைப் பின்பற்றும் நாங்கள் ஒன்று உங்கள் மரணத்திற்குப் பிறகு உங்களுக்குத் துரோகம் செய்வோம் அல்லது கொல்லப்படுவோம். உங்களைப் போல் வேடமிட்டுக்கொண்டு உங்கள் தத்துவத்தை அழிப்போம். பகவதிசரண்களால் நிரம்பி வழியப்போகிறது இந்தப் புண்ணிய பூமி. நீங்கள் கடவுளாக்கப்படுவீர்கள்! எதையும் மாற்றச் சக்தியற்ற வெறுங்கடவுள். பிறகு அக்கடவுளின் பெயரால் கணக்குத் தீர்க்கும் யுத்தம் தொடங்கும். அது வெகுகாலம் நீடிக்கும் பாபுஜி”

பிறகு இருவரும் மௌனமாயினர்.

விளக்குக் கம்பத்தின் உச்சியிலிருந்து அவரைக் கண்காணித்துக்கொண்டிருந்த கரிய சிறகுகள் கொண்ட

அப்பெரிய பறவை பிலாக்கணமெழுப்பியபடி அங்கிருந்து பறந்தது. நெடுந்தொலைவுவரை கேட்டுக்கொண்டிருந்தது அதன் பிலாக்கணம்.

"தீர்க்கதரிசனமென்றோ மூடநம்பிக்கையென்றோ எப்படி வேண்டுமானாலும் சொல்லுங்கள்... ஆனால் இவை நடக்கும் பாபூ..."

ஆழ்ந்த யோசனையில் மூழ்கினார் காந்தி. கண்களை மூடிக்கொண்டார்.

"இல்லை, என்னால் தோல்வியை ஏற்க முடியாது. என் எதிர்ப்பாளர்களுக்கு அஹிம்சையின் கவித்துவத்தை உணரவைப்பேன் நான்!"

"பாபூ... நீங்கள் உங்களுடைய முழு வாழ்க்கையையும் வாழ்ந்து தீர்க்க வேண்டும்"

"அதாவது 125 வருடங்கள்..."

"பாபூ... தில்லி ரயில் வந்து சேர்ந்துவிட்டது!"

மகாத்மா எழுந்தார்.

தில்லிக்குச் செல்லும் ரயிலின் நெரிசல் மிகுந்த மூன்றாம் வகுப்புப் பெட்டியொன்றில் அதில் பயணம்செய்த எண்ணற்ற காந்திகளுடன் தானுமொருவராக உட்கார்ந்துகொண்டார் மகாத்மா. ஒரு குவளை ஆட்டுப் பாலுடனும் கொஞ்சம் வேர்க்கடலையுடனும் மூச்சிறைக்க ஓடிவந்தார் ஸ்டேஷன் மாஸ்டர்.

"நீங்கள் நலமாக இருக்க வேண்டும் பாபுஜி...! தங்கள் மரணம் எங்கள் வாழ்வின் செய்தியாக இருக்க வேண்டும்" எனத் தீராமல் பெருகிய கண்களைத் துடைத்தபடி மகாத்மாவிடம் சொன்னார் அவர்.

★ ★ ★

இரண்டு நாள்களுக்குப் பிறகு 1948ஆம் வருடம் ஜனவரி 30ஆம் தேதி பிற்பகல் 3 மணிக்கு மிகத் தாமதமாகத் தில்லியை வந்தடைந்தது காந்தி பயணம்செய்த ரயில் வண்டி. அங்கிருந்து கால்நடையாக பிர்லா மாளிகையை அடைந்தபொழுது நேரம் 4 மணி 50 நிமிடம்.

பிரார்த்தனைக்கு நேரமாகிவிட்டதே எனப் பின்புற வாயிலின் வழியே அவசர அவசரமாக பிர்லா மாளிகைக்குள் நுழைந்தார் மகாத்மா. அதன் மிகப் பெரிய தோட்டத்தில் பூத்துக் குலுங்கும் ரோஜாச் செடிகளை வேடிக்கை பார்த்துக்கொண்டிருந்த மகாத்மா பகவதிசரண், காந்தி வந்ததைக் கவனித்தாரா எனத் தெரியவில்லை. அறைக்குத் திரும்பி, குளியலறையினுள் நுழைந்து முகம் கழுவிக்கொண்டிருந்தபொழுது வெளியிலிருந்து தனிக்லால் தன்னை அழைப்பது கேட்டது காந்திக்கு.

"பிரார்த்தனைக்கு நேரமாகிவிட்டது பாபுஜி, அவர் வந்துவிட்டார்!"

உரத்த குரலில் அவருக்குப் பதிலளித்தார், மகாத்மா.

"இதோ வந்துவிட்டேன் தனிக்லால்ஜி. அவரைக் காத்திருக்கச் சொல்லுங்கள்."

◆

கிழவனின் வருகை

❋ ஜி. நாகராஜன்

காலை மணி பத்துதான் என்றாலும் சூரியன் நகரைச் சுட்டெரித்துக்கொண்டிருந்தான். வெளிறிச் சிவந்த வழுக்கை மண்டையிலும் முகத்திலும் வியர்வை முத்து முத்தாகக் கோர்த்தோட, நிமிர்ந்து நின்றவண்ணம், கிழவன் அவன் முன்னிலும் பக்கலிலும் நகர்ந்த, நடந்த, ஓடிய, விரைந்த, பறந்த அத்தனையையும் கூரிய ஆசை யோடும், வியப்போடும் நோக்கிக்கொண்டிருந்தான். வந்தனர் மூவர்; மூன்று காரிகையர். தம் வரிசை கலையாது நடைபாதையைக் கவர்ந்து வந்தனர். ஒருவர் மேல் ஒருவர் சறுக்கியும், சாய்ந்தும், சரிந்தும், கைகளை ஆட்டியும், தம் குதிரைவால் முடியினை ஊசலாட்டியும். எனினும் தம் வரிசை கலையாதே வந்தனர். கிழவன் நகர்ந்து கொண்டான்.

"என்னையா நீ" என்ற குரல் கேட்டு, நெடிது நின்று பின்புறம் திரும்பினான் கிழவன். ஒரு செருப்புத் தைக்கும் தொழிலாளியின் ஒரு சதுரகஜ நடைபாதைக் 'கடை'க்குள் கிழவன் காலை வைத்திருந்தான். கிழவனின் பார்வை இயற்கையாகவே தொழிலாளியின் கரங்களில் விழுந்தது,

"ஏனப்பா, இப்படித் தைத்தால் தோலுக்கத் தோல் ஒட்டி நிக்குமா? நெருக்கமாகத் தை" என்றான் கிழவன். – "யாரய்யா நீ?" என்ற அவன் வேலையை நிறுத்திக் கொண்டு கிழவனை ஏற இறங்கப் பார்த்தான்.

"நீ என்ன நம்ப ஆளா?"

"ஆம்" என்றான் கிழவன்.

"என்னதான் நெருக்கத் தச்சாலும் நம்ப கை வேலே வெலெ போவதில்லையே" என்றான் அவன்.

"அதனாலே பரவாயில்லை, நீ ஒட்டுக்க நெருக்கமாகவே தை. நல்ல சரடாப் போடு... பார்... அட, சரடு அறுந்து போச்சே!"

"நீ யாரு சாமி?"

"சாமீன்ட்டு சொல்லாதே. நா ஒருத்தன். இருக்கட்டும். இங்கே ஒரு கோவில் இருந்திச்சில்லே?"

"கோவிலா?"

"ஆமாம், கோவில் தான். நீ ஒரு நா போயிருப்பேயில்லே?"

"ஓ, கோயிலா?"

"ஆமாம், கோயில்தான்."

"அதை இந்நேரம் அடச்சிருப்பாங்களே."

"அடச்சிருப்பாங்களா?"

"ஆமாம், கோவில்லே ரெம்பத் திருட்டுப் போவுதுனு, ஏதோ டைம் படிதான் அதெத் தெறக்கறாங்க, மூடறாங்க. எங்களுக்கு அதெல்லாம் பத்தி என்ன கவலே?"

நகர் இரைந்துகொண்டிருந்தது. குழப்பம் இல்லாமல், குறுக்கும் நெடுக்குமாக, மேலும் கீழுமாக, அமைதியாக, ஆரவாரத்தோடு, உரத்த குரலில், சாவகாச நடையில், ஏக்கத்தோடு, நிறைவான நடையில், பீறிட்டுக்கொண்டு, கட்டுப்பாடாக, வெறித்தனமாக, அழகழகாக நகர் இயங்கிற்று. நிமிடம் நிமிடமாக வளர்ந்தது. யாரும் கற்பனை செய்ய முடியாத அதன் வக்ரமான, தவிர்க்க முடியாத, திட்டமிட்ட தலைவிதியை நோக்கி நகர்ந்துகொண்டிருந்தது.

கோவில் எங்கே என்றறிய கிழவனுக்கு ஆசை. உருக்கி விட்ட வெள்ளியாய்த் தோன்றிய வானைப் பார்த்துவிட்டு, வாயில் அரைகுறையாய் கூடியிருந்த உமிழ்நீரைத் திரட்டித் தன் காலருகே உமிழ்ந்துகொண்டான்.

“கோவில் எங்கே? கோவிலுக்குச் செல்லவேண்டுமே.”

கூட்டம் தாறுமாறாய் பின்னிப் படர்ந்தது... வருகிறார் பேராசிரியர். நிறைந்த தொந்தி, நிறைந்த உள்ளம். தேவைக்கும் மேலே பெரிதுபடுத்தப்பட்ட தடித்த கருத்த பிடிமானங்களைக் கொண்ட கண்ணாடியை அணிந்துள்ள பேராசிரியர். சாலை விதிகளைக் கவனித்தவாறே, ஆங்காங்கு எதிர்ப்படும் ‘காலி கிளாத்’ சேலைகளைக் காணாதவாறே கண்டவராய் வருகிறார். கிழவனுக்கு அவர்மீது நம்பிக்கை. – “இங்கே பக்கல்லே ஒரு கோவில் உண்டே?”

சரித்திரப் பேராசிரியர் சட்டென்று நிற்கிறார். “யு ஆர் கரெக்ட். இங்கே ஒரு கோவில் இருந்தது. சுமார் இருபத்து மூன்று ஆண்டுகளுக்கு முன்னர். எக்ஸேக்டாகச் சொல்ல வேண்டுமானால், இருபத்து மூன்று ஆண்டுகள் ஏழு மாதங்களுக்கு முன்புதான் அதை ஷிப்டு பண்ணினோம். எனக்கு நன்றாக நினைவிருக்கிறது. மாநகராட்சி மன்றத்தில் அந்தத் தீர்மானம் ஏகமனதாக நிறைவேறிற்று. இன்றுவரை மாநகராட்சி மன்றத்தின் வரலாற்றிலே அதுதான் ஏகமனதாக நிறைவேற்றப்பட்ட ஒரே தீர்மானம். தோஸ் வேர் ஒண்டர்புல் டேஸ்...”

“இப்ப அந்தக் கோவில் எங்கே?”

“அதோ, அங்கே. பக்கம்தான். எ குவெஸ்ச்சன் ஆவ் டிராஃபிக் ரெகுலேஷன். பட் தெ டெம்பில் ஈஸ் தேர். ஆல் ரைட். இட் ஈஸ் தேர்.” பேராசிரியர் சற்றுத் தொலைவில் அந்தப் பட்டப் பகலிலும் நியான் விளக்குகளால் வரையறுக்கப்பட்டிருந்த ஒரு வெண் சிமென்ட்டுக் கட்டிடத்தைக் காட்டினார். கிழவன் வானத்தைப் பார்த்து கண்களைக் கணநேரம் மூடிவிட்டு, பேராசிரியரிடத்து, “மன்னிக்கவும்” என்றான்.

“எதற்கு?” என்றார் பேராசிரியர். “உங்களுக்குத் தொந்தரவு கொடுத்ததற்கு.”

“இப்பவே போங்க. கொஞ்சம் ஃபாரினர்ஸ் கூட்டம் தவிர அதிகக் கூட்டம் இருக்காது” என்றுவிட்டு பேராசிரியர், ஏதோ அந்நியரிடமிருந்து விடைபெறுவதுபோல, கையைத் தலையில் இல்லாத தொப்பியைத் தொடும் முறையில் சமிக்ஞை செய்து

நகர்ந்தார். நகர் இரைந்துகொண்டிருந்தது. கட்டுப்பாடாக, வெறித்தனமாக, அழகாக அது இயங்கிற்று.

கிழவன் தனது நா வறண்டிருந்ததை உணர்ந்தான். நகரின் குழப்பம் மிகுந்த பகுதிகளிலிருந்து மீண்டு, சற்றே குழப்பம் இல்லாத பகுதி ஒன்றுக்கு வந்துசேர்ந்தான், – "தண்ணி கெடைக்குமா?" என்றான் எதிர்ப்பட்ட ஒருவனிடத்து. தன் "தண்ணியா? நேராப் போயி இப்படித் திரும்பு. தண்ணி கிண்ணி எல்லாம் கெடக்கும்."

"நேராப் போயி ...." என்றிழுத்தான் கிழவன்.

"இங்கே பார் கிழவா. அங்கிட்டு ஒரு வெளக்குத் தெரியுதா? செவப்பு வெளக்கு. அதுக்கு நேரே போ."

பட்டப்பகல்லே வெளக்கு எதுக்கு? கிழவன் அந்தச் சிறு தெருவோடே நடந்தான். இரு மருங்கிலும் ஒரே மாதிரியான வீடுகள். ஒவ்வொரு வீட்டின் முன்னும் ஒரு திண்ணை . திண்ணையின் ஒரு பகுதி சாக்குத் திரை போட்டு மூடப் பட்டுள்ளது. திண்ணையில் வருவோர் போவோர் பார்க்கும் வண்ணம் ஒருவனோ ஒருத்தியோ உட்கார்ந்திருக்கின்றனர். கிழவன் ஒரு வீட்டின் முன் நின்று தண்ணீர் கேட்கிறான். "உள்ளே போ" என்றான் அவன். கிழவன் திகைத்து நின்றான்.

"சுக்கா இருக்கு வேணுமா?" என்றாள் அவள். தொடர்ந்து அதற்குள்ளாக, "அக்கா, மீன் வருவல் இருக்கா?" என்று கேட்டுக்கொண்டு ஒருவன் வரவும், அவளது கவனம் கிழவனிடத்து இருந்து புதிதாக வந்தவனிடத்துத் திரும்பியது. கிழவன் திருட்டுத்தனமாக அக்கம் பக்கம் பார்த்துவிட்டு, தெருவைவிட்டுத் தப்பியோடினான்.

நகருக்கு நடுவே ஒரு அகன்ற சாக்கடை ஓடியது. கிழவன் எப்படியோ அதன் இருப்பிடம் கண்டு, பசும்புல் விளைந்திருந்த சகதியைத் தாண்டி, சாக்கடையின் ஓரத்தில் நின்று தாக சாந்தி செய்துகொண்டான். இருந்தாலும் வயிற்றிலே பசி, சாப்பிட்டு முப்பது நாட்களோ நாற்பது நாட்களோ, அவனுக்கே நினைவில்லை. இருக்க வேண்டுமென்ற ஆசை. அதனால் சாப்பிட வேண்டும் என்ற எண்ணமும். சற்றுத் தொலைவில் இருந்த ஒரு பூங்காவனத்துள் நுழைந்தான், பிச்சைக்காரக் குடும்பங்களும்,

உதிரி குஷ்டரோகிகளும் பூங்காவனத்தில் காணப்பட்டனர். முதலில் தன் கண்ணில் பட்ட குஷ்டரோகியை, கிழவன் விரித்த கைகளோடு அணுகவும், குஷ்டரோகி, கிழவன் தன்னருகே வருமளவும் குறும்புச் சிரிப்போடு பார்த்துவிட்டு, கிழவன் அவன் காலெட்டும் தூரம் வந்தவுடன் கிழவனை ஓங்கி உதைத்துவிட்டு கடகட வென்று சிரித்தான், “கெட்ட காலத்துலே புண்ணியமா சம்பாதிக்க வந்தே? அங்கே குஷ்டரோகர் விடுதிலே பணியாள ரெல்லாம் வேலை நிறுத்தம் செய்யறாங்க, அங்கே வேணாப் போ, புண்ணியம் சம்பாதிக்க. நல்லா உதை கிடைக்கும். நாம் பாட்டு எழுதலாம்னு இங்கே ஒதுங்கிட்டேன். நாளைக் கழிச்சு விடுதி விழாக் கொண்டாடுறாங்க. மந்திரி வருவாரு. நீயும் சேர்ந்துக்க கிழவா. ஒன்னையும் பாராட்டுவாங்க. என்னைப் பொறுத்தவரை நான் வேலெ நிறுத்தத்துக்கு முழு ஆதரவு தந்துட்டேன். நானும் ஸ்டிரைக் பண்ணிட்டு இங்கே வந்திட்டேன். எங்கூடயும் ஒரு பட்டாளம் வந்திரிச்சு.”

“நீங்க யாரு? ஒங்களே எனக்குத் தெரியும் போலிருக்கே?”

“என்னெத் தெரியுமா? ஏது குஷ்டரோகிதானேன்னு நெனெக்கிறாயா? ஃப்ராய்டு யார் தெரியுமா ஒனக்கு?”

“தெரியாதே.”

“பைத்தியக்காரக் கிழவன். ஃபிராய்டைத் தெரியாதாம். நீ என்ன இந்த நகர்ல நடமாடுற? ஆணும் பொண்ணும் என்னெல்லாம் செய்யறாங்க, என்னெல்லாம் நெனெக்கிறாங்க அத்தனைக்கும் – ஃபிராய்டு வெளெக்கம் சொல்லி இருக்கான் தெரியுமா? அதெல்லாம் வச்சு நாங் கதே எழுதறேன்; இலக்கியம் படைக்கிறேன்.”

“ஆமா, உங்க புண்ணுக்கு என்ன செய்யறீங்க?” என்றான் கிழவன்.

“புண்ணு கூடப்பொறந்தது. அதுக்கு ஒண்ணும் செய்யக் கூடாதெங்கறாரு டாக்டர்.”

“எல்லாத்துக்கும் மருந்து இருக்குன்னு நெனெக்கிறேன்” என்றான் கிழவன்.

“ஆமா, இருக்கு இருக்கு” என்று கூறிக்கொண்டே, குஷ்டரோகி அருகே கிடந்த தனது தடியை எடுத்து கிழவன்

மண்டையில் ஓங்கி ஒரு போடு போட்டான். கிழவன் ஒரு நிமிடம் கண்களை மூடிவிட்டுத் திறந்தான். "இதுதான் மருத்துவம். பழைய சமுதாயத்தின் கருப்பேலேந்து புது சமுதாயக் கொளந்தையை எடுக்க இந்த மருத்துவம்தான வேணும், தெரியுமா? போ, நீயும் ஒரு கொளெந்தெயே பெத்துக்க."

கண்ணில் ஒரு சொட்டு நீரோடு, தலையைத் தடவிய வாறே நடந்தான் கிழவன்.

என்றாலும் கிழவனுக்குப் பசி தாங்க முடியவில்லை. ஆமாம், கிழவனுக்குப் பசிதான். நடந்தான்; கள்ளுக் கடைகளையும், மாமிசக் கடைகளையும் கடந்து நடந்தான். நகரமே நண்பகல் உணவை நோக்கி விரைந்துகொண்டிருந்தது. அவனுக்கும் பசி. அவன் என்றும் பசியை வெறுத்ததில்லை . ஆனாலும் பல தடவைகளில் பசியையே புசித்து மகிழ்ந் திருக்கிறான். ஆனால் இப்போது, புசிக்க இடமெங்கே என்று ஒரு சிறுமியிடத்துக் கேட்டான். அவளது சிறுவிரல் ஒரு குடிசையைக் காட்டிற்று. கிழவனுக்கு மகிழ்ச்சிதான்.

குடிசைக்குள் நுழைந்தான் கிழவன். பதினெட்டு இருபது பேர் உட்கார்ந்திருந்தனர். நான்கைந்து பேரைத் தவிர அனைவரும் திறந்த மார்போடு இருந்தனர். அனைவருக்கும் அரைகுறையாகத் தாடியும் மீசையும். தலைமுடி சிலருக்கு நீண்டு வளர்ந்தும் மற்றும் சிலருக்குக் கட்டையாகவும் இருந்தது. ஒருவர் முடியிலாவது எண்ணெய்ப் பசை இல்லை. அவர்களுக்கு நடுவே ஒரு பெரிய அலுமினியத் தட்டு. தட்டில் தடித்து, அரைத்து விழுங்க முடியாத பெரிய பெரிய எலும்புத் துண்டுகள். தட்டைச் சுற்றிலும் இருந்த காலி பாட்டில்கள், மக்கிப் போன 'ப்ரௌன்' நிறத்தைத் தாங்கி நின்றன. கிழவன் அந்த மனிதர்களிடத்துக் கேட்டான். ஒருவன் மற்றொருவனை நோக்கினான். மற்றவன் மூன்றாமவனை நோக்கினான். மூன்றாமவன் நாலாவது ஆளை நோக்கினான். ஒருவரை யொருவர் நோக்கிக்கொண்டனர். யாரும் பேசவில்லை. கிழவன் தனக்குத் தெரிந்த மொழிகளிலெல்லாம் அவர்களோடு பேசிப் பார்த்தான். யாரும் பதில் பேசவில்லை. தாறுமாறாகக் கிழவனை நோக்கினர். வாயைத் திறந்து வலது கையை வாயினருகே கொண்டு சென்று உணவு வேண்டும் என்று கிழவன் தெரிவித்துக்கொண்டான். அனைவரும்

வாய்களைத் திறந்தனர். ஆசையோடு தத்தம் கைகளை வாயை நோக்கிக் கொண்டு சென்றனர். 'இருக்கா?' என்பது போல் கிழவன் கையை அசைத்தான். இருக்கா?' என்பது போலவே அவர்களும் தம் கைகளை அசைத்தனர். குடிசையை விட்டு வெளியே வந்தான் கிழவன்.

குடிசையைக் காட்டிய சிறுமி கிழவனைக் கண்டு சிரித்தாள். "ஏன் சிரிக்கறே குழந்தே?" என்றான் கிழவன்.

"சாப்பாடு வேணுமா?" என்றாள் சிறுமி. "ஆமாம்" என்று தலையசைத்தான் கிழவன்.

"அங்கே போனேயே, என்ன கெடெச்சது?" "யாருமே பேசலயே?"

"அவுங்க எப்படிப் பேசுவாங்க? அவுங்க யாருக்கும் நாக்கு கெடெயாதே!"

"நாக்கு கெடயாதா?"

"ஆமாம், ஒருத்தர் ஒருத்தர் நாக்கெ அறுத்துக்கிட்டாங்க." "எதுக்கு?"

"எதுதான் எதுக்கு? கிழவா, ஒனக்கு ஒண்ணும் புரியாது. ஒனக்கு இப்ப சாப்பாடு வேணும் இல்லையா?"

"ஆமா, கொஞ்சம் சாப்பிட்டாத் தேவலேன்னு தோணுது."

"நரமாமிசம் சாப்பிடுவேயா?"

"நரமாமிசமா?"

"அட கிழவா, பயந்து போய்ட்டியே! ஏதோ தென்கிழக்கு ஆசியாவிலிருந்தோ, கிழக்கு ஐரோப்பாவிலிருந்தோ, புத்தம் புதுசாவோ, ஐஸ் பெட்டியில் வைத்தோ வர்ற நரமாமிசம்ன்ட்டு நெனெச்சிட்டியா? இல்லே, எல்லாம் லோக்கல் தான். நம்ம நகர் 'வணக்கத்துக்கு உரியவர்' இருக்காரே, அவர் சம்பந்தி நடத்தற ஓட்டல்லே பிரியாணி சாப்பிடுறேயா? சுத்தமான நரமாமிசம். ஓட்டல் பெயர் திருமகள் புலால் சோற்றங்காடி. அங்காடியின் உரிமையாளருக்கும் சுடுகாட்டு தலைமை வெட்டியானுக்கும் உள்ள பொருள் முதல் ஏற்பாட்டின்படி கா வேக்காடு, அரை வேக்காடு சவங்களெல்லாம் நன்கே சிறிதும் காலங்கடத்தலின்றி

புலால் சோற்றங்காடிக்கு வந்து விடும். கிழவா, அங்கே போறேயா, இல்லை வாங்கி வரட்டுமா ஆயத்த ஊனுணவை."

கிழவனுக்குக் கோபம் தாங்கவில்லை. அந்தச் சிறுமியின் இரு கரங்களையும் பற்றி அதன் இரு கன்னங்களிலும் மாறி மாறி அடித்தான். கிழவனின் கரங்கள் வலுவானவை; அவற்றைக் கொண்டு மாறி மாறி சிறுமியின் கன்னங்களில் அறைந்தான். கிழவனின் கையும் புறங்கையும் சிவந்து சோர்ந்த பின்பு, மூடியிருந்த கண்களைத் திறந்து சிறுமி 'கொல்'லென்று சிரித்தாள். உதாசீனமாகத் தன் பிஞ்சுக் கால் கொண்டு கிழவனின் வயிற்றில் ஓங்கி உதைத்துத் தன்னைத் தானே விடுவித்துக்கொண்டு, இரண்டு கைகளையும் தன் இடுப்பில் மிடுக்காக அமைத்துச் சிரித்து நின்றாள். கிழவனுக்குத் தலை சுற்றியது. ஒரு நங்கை தனது தாலிக்கயிற்றை வெடுக்கென்று அறுத்தெடுத்து அவனது ஆண்குறியில் வீசியெறிவது போன்ற தொரு பிரமை. கிழவன் திடுக்குற்றுக் கண்களை விழித்தான். சிறுமி இரண்டு கைகளையும் கேலிச் சிரிப்பில் தூக்கியவாறே, அவன் முன் நின்றுகொண்டு இருந்தாள், அவளது வலது கைச் சிறுவிரல் துண்டுண்டு இரத்தச் சிவப்பாய் இருந்தது.

"உன் பிஞ்சு விரலில் காணும் சிவப்பு என்ன?" என்றான் கிழவன்.

"என் தாலியை அறுத்தெறிந்தேனே, அதை நீ பார்க்க வில்லையா?" என்றாள் சிறுமி, ஒரு இளநங்கையின் மர்மச் சினத்தோடு.

"நீ யார்?" என்றான் கிழவன்.

"தறி என்னைக் காப்பாற்றவில்லையே; கை ராட்டினம் என்னைக் காப்பாற்ற முடியுமா என்றாளே; அவள் வயிற்றில் பிறந்தவள் நான்."

"தறியையும், ராட்டினத்தையும் படைத்தவன் அவைதாம் தன்னைக் காப்பாற்றும்' என்றிருக்கலாமா?" என்று கிழவன் கேட்கவும், சிறுமி அவனருகில் வந்து வெடுக்கென்று அவன் மேல் உமிழ்நீரைத் துப்பிவிட்டு ஓடினாள். கிழவன் சளைக்க வில்லை. ஓடி ஒரே நொடியில் அவளை எட்டிப் பிடித்தான். "கிழவா, இதெல்லாம் எப்போதுமே கொழப்பந்தான்" என்று

கூறிவிட்டு அவள் சிரித்தாள். கிழவன் அவளது கைகளை விடுவித்துவிட்டு நகர்ந்தான்.

உண்மையில் இப்போது கிழவனுக்கு இருக்கும் ஆசை யெல்லாம் எங்காவது நிம்மதியாகப் படுத்துறங்க வேண்டும் என்பதுதான். ஆனால் கால்களோ இழுத்தன. மைந்தனைக் காண வேண்டும் என்ற விருப்பம் உள்ளத்திலிருந்து இறங்கி கால்களை ஆட்டி வைத்தது. மீண்டும் நகரின் குறுக்கு நெடுக்கிலே அகப்பட்டுக்கொண்டுவிட்டான். இதென்ன வேடிக்கை! மக்கள் நடமாட்டமே இல்லாத பெரும் பெரும் சாலைகள். சாலைகளின் இருபுறங்களிலும் நெடிதுயர்ந்த கட்டிடச் சுவர்களிளெல்லாம் பெரும் பெரும் எழுத்துகள், 'அரசனுக்கே உங்கள் வாக்கு' 'அரசிக்கே உங்கள் வாக்கு' 'மந்திரிக்கே உங்கள் வாக்கு' 'படைத் தளபதிக்கே உங்கள் வாக்கு' 'அரசனின் ஆசைக் கிழத்திக்கே உங்கள் வாக்கு' 'அரசனின் ஆசைக் கிழத்தியின் மகனுக்கே உங்கள் வாக்கு' 'அரச குமாரனுக்கே உங்கள் வாக்கு' 'அரசகுமாரனின் காதலியின் கள்ளக் காதலனுக்கே உங்கள் வாக்கு' 'அரசியின் தம்பி மனைவியின் கள்ளக் காதலனின் மைத்துனனுக்கே உங்கள் வாக்கு' 'அரசனின் கோமாளிக்கே உங்கள் வாக்கு' 'அரச கோமாளியின் மனைவி யின் தம்பியின் மனைவிக்கே உங்கள் வாக்கு' 'உண்மையைப் போற்றுவோர்க்கே உங்கள் வாக்கு' 'அரசியின் தங்கையின் கள்ளக் காதலனின் உண்மை மனைவியின் சகோதரனுக்கே உங்கள் வாக்கு' 'சோஷலிசத்துக்கே உங்கள் வாக்கு' 'ஜன நாயகத்துக்கே உங்கள் வாக்கு' 'புரட்சிக்கே உங்கள் வாக்கு' 'பிற்போக்குக்கே உங்கள் வாக்கு' 'ஆள்பவருக்கே உங்கள் வாக்கு' 'ஆளப்போவோருக்கே உங்கள் வாக்கு' 'மன்னனுக்கே உங்கள் வாக்கு' 'மன்னனின் மக்களுக்கே உங்கள் வாக்கு' – எத்தனையெத்தனை கோஷங்கள்! அத்தனையும் கண்டு, படித்து கிழவன் சோரவில்லை. வேகவேகமாக அந்தக் கோஷப் பாலைவனத்தைக் கடந்தான். இருமருங்கிலும் கோஷங்களைத் தாங்கிய சுவர்கள் இராக்கதர்கள் போல் நின்றுகொண்டிருக்க,

அவன் விரைந்து நடந்தான். ஆனால் கோஷங்களைத் தாங்கிய அவ்வெற்றுச் சுவர்களோ, நிமிடத்துக்கு நிமிடம் பலப்பல வண்ணங்கள் காட்டி திசைமாற்றி, குறுக்கும் நெடுக்குமாய், இணைகூடி இணைபிரிந்து இந்திர ஜால வித்தைகள் காட்டின. கிழவன் ஒரு சிறு உருவமாய் அந்த

மாயாஜாலங்களினூடே சில சமயங்களில் கண்ணிற் படாமலும், சில சமயங்களில் கண்ணிற் பட்டும், ஒரு சிற்றெறும்பைப் போல வேகமாக ஓடியோடிப் போகிறான் ....

எங்கேதான் சென்றாலும் கிழவனைச் சுற்றியிருந்த குழப்பம் குறையவில்லை. அலைந்து அலைந்து களைத்துப் போனான். மகனைக் காண வேண்டுமென்ற ஆசை; ஆனால் மகனின் பெயர் மறந்துவிட்டது. உருவம் மட்டும் தெள்ளத் தெளிவாக மனதில் பதிந்திருந்தது. யாரிடம் சென்று என்ன விசாரிப்பது? கிழவனை யார் சட்டை செய்தனர்? கிழவன் நடந்தான். நகரின் நெரிசலைக் கடந்து சென்றான். எல்லாரும் சுற்றுப்புறத்தே கண்களை மூடிக்கொண்டே நடந்தனர். கண்களை மூடிக்கொண்டே வாகனங்களை இயக்கினர். வேகமாகப் பறந்தனர். பறந்து மீண்டும் மீண்டும் புறப்பட்ட இடத்தைக் கடந்தே விரைந்தனர். அனைவரும் பேசிக்கொண்டிருந்தனர்; யாரும் காது கொடுத்து யாரையும் கேட்கவில்லை. ஒருவரை யொருவர் சேப்படி செய்துகொண்டனர். தன் பையிலிருந்து எது போகிறது என்பதைக் காட்டிலும் ஒவ்வொருவரும் யார் பையிலிருந்து எதை அபேஸ் செய்யலாம் என்பதிலேயே கவனமாக இருந்தனர். சமயத்தில், யாராவது ஒருவன் மற்றொருவனை ரகசியமாகக் கத்தியால் குத்தி விட்டு, ஏதோ தவறி அவன் காலை மிதித்துவிட்டது போல், "சாரி, மன்னிக்க வேண்டும்" என்று கூறிக்கொண்டே நடந்தான். மாலை நேரமாதலால் ஆண், பெண் ஜோடிகள் தெருக்களில் பெருத்து விட்டன. நைசாக, நாசூக்காக ஜோடிகள் ஜோடி மாறினர். நாசூக்குக்கு மட்டும் பஞ்சம் இல்லை. இன்னும் சில நிமிடங் களில் சொல்லி வைத்தாற்போல தெருவிளக்குகள் பட்டென்று கண்களைத் திறந்து கொல்லென்று சிரித்து நகரையே நீலத் திரையில் ஆழ்த்திவிடும். மேற்கே மலைவாயினுள் விழவிருந்த சூரியனைக் காணக் கிழவன் துடித்தான். நகரின் வெளிப் புறத்தை அடைய வேண்டும் என்ற துடிப்பு. பைத்தியம் பிடித்தவன் போல ஓடத் தலைப்பட்டான். அங்கே நகரின் இடுகாட்டுக்கப்பால் இருந்த பாலைவனத்தில்தான் அவன் அவனது மகனைக் காண முடியும்.

களம் மாறுகிறது. நகரின் ஆரவாரம் ஏதோ கனவில் கேட்ட ஒலியாக மாறி நினைவிலிருந்து நழுவி மறைந்துவிடுகிறது.

நகரின் வெண்மையான கட்டிடங்களின் தோற்றம் உருமாறி ஒரு அற்ப மேகச் சுருள் போல் காற்றில் சிதைந்துவிடுகிறது.

நடுவானில் அந்தகாரம் கவிந்து கிடக்க, மேலைச் சூரியன் மட்டும் செம்பிழம்பைக் கக்கிக்கொண்டு நீரில் தத்தளித்துக் கொண்டிருக்கும் ஒருவனது பீதியை முகத்தில் எழுதிக் காட்டுகிறது. தரையில் அலை அலையாக மணல். காரிருளில் தன்னந் தனியே மனிதர் சிலர் ரகசியமாக செஞ்ஜுவாலை உலையில் படைக்கலன்கள் தயாரித்துக்கொண்டிருப்பது போன்றதொரு பிரமை. கிழவன் இருள் சூழ தன்னந்தனியே நின்றுகொண்டு அவனது கண்களை விரித்து மேலடி வானத்தைத் தன் பார்வையால் துழாவுகிறான். மிகத் தொலைவிலே இரு சிறு உருவங்கள் தென்படுகின்றன. சூரியனின் செவ்வொளியில் அக்கருவுருவங்களைக் கிழவன் காண முடிகிறது. அந்தப் பாலை மணலில் ஒட்டக நடையில் கிழவன் உருவங்களை அணுகுகிறான். அவன் உருவங்களை அணுகவும், அவை படிப்படியே வளர்ந்து மனித அளவை அடைகின்றன. அவற்றின் கருகிய உடல்களின் மீது சூரியனின் செவ்வொளி பட்டு அவை மாறி மாறி செம்மையையும் கருமையையும் பரிமாறுகின்றன. இரண்டு உருவங்களில் ஒன்றின் கையில் நீண்ட வாள்; மற்றதன் கையில் கூரிய ஈட்டி. இரண்டும் ஒன்றையொன்று எதிர்த்து நின்றுகொண்டிருக்கின்றன. கொல்லன்பட்டறைச் சிவப்பு அவற்றின் உடலில் தகிக்கிறது. பெற்ற நெருப்பை அவற்றின் கண்கள் கக்குகின்றன.

கிழவன் ஒருகணம் தன்னுணர்வு இழந்தான். அவனது மண்டைக்குள் நடந்த அக்காட்சியை அவனால் காணாமல் இருக்க முடியவில்லை. ராணுவ நிர்வாகத் திறமையோடு வேலை ஜரூராக நடந்துகொண்டிருந்தது. பிணங்களை மூட்டை மூட்டையாகக் கட்டி நிறுத்து லாரிகளில் ஏற்றிக் கொண்டிருந்தனர் முகாமின் தலைமை அதிகாரியும், அவரது பிரதம விஞ்ஞான ஆலோசகரும். முகாம் அமைத்து இரண்டு ஆண்டுகளாகியும், இதுவரை தத்தம் அறைகளை விட்டு வெளியே வராதவர்கள், முதல்முறையாக, வழக்கத்துக்கு மாறாக ஓய்வு கொள்ளும் நிதானத்தோடு, வரிசை வரிசையாக நின்றுகொண்டிருந்த லாரிகளின் அருகே வந்து நின்றனர். “திட்டக் குறிக்கோளை எட்டிவிட முடியுமா?” என்கிறார் தலைமை அதிகாரி. “நிச்சயம் முடியும். இதே வேகத்தில் கால்சிய உப்புகள் மட்டும் வருடத்துக்கு ஐம்பது லட்சம் டன் தேறும். அது மட்டுமல்ல. அமிலச் செலவை இரண்டு சதவீதம் உயர்த்தி நைட்ரஜன்

உப்புகளின் உற்பத்தியைப் பத்து சதவீதம் உயர்த்த முடியும்" என்றார் விஞ்ஞான ஆலோசகர். திடீரென்று அபாய அறிவிப்புச் சங்கு முழங்கவும் இருவரும் குடுகுடுவென்று பாதுகாப்புக் கிடங்கை நோக்கி ஓடினர். கிழவனுக்குத் தன்னுணர்வு வந்தது. "நில்" என்று உரக்கக் கூவினான். நீரிற் காணும் நிழற் சூரியனைப் போல் அடிவானத்துச் சூரியன் சிலிர்த்தது. இரு உருவங்களும் திகைத்ததுபோல் ஒருகணம் செயலற்று நின்று விட்டு கிழவனை நோக்கியவண்ணம் இரண்டும் நெருங்கின. நெருங்கி ஒன்றாக இணைந்து, ஒரு கையில் வாளும், மறுகையில் ஈட்டியுமாக, இரு கண்களும் அனலைக் கக்கியவண்ணம், ஒன்றாகிவிட்ட உருவம் கிழவனை வெறித்து நோக்குகிறது.

"மைந்தா! உன்னைக் கண்டேனே!" என்கிறான் கிழவன். "யார் உன் மைந்தன்?" என்றிரைகிறது உருவம்.

"நீதான் என் மைந்தன். உன்னைத் தேடித் தேடி என் கால்கள் சோர்ந்துவிட்டன. உன்னைக் காணாது என் இமை களை மூட முடியவில்லை. அந்த வாளும் ஈட்டியும் எதற்கு?"

உருவம் சிரித்தது.

"சட்டப்படி எனக்கு இப்போது தகப்பன் கிடையாது. நான் அவ்வுறவை ரத்து செய்து கொண்டதற்குச் சாட்சியாக உயர் நீதிமன்றத்தின் தீர்ப்பு என்னிடம் உள்ளது."

"ஆம், உறவை முறித்துக்கொள்ளலாம். ஆனால் நினைவை அகற்ற முடியுமா? நான் உனக்குப் பேசக் கற்றுக் கொடுத்தேனே, அந்த நினைவை நீ அழிக்க முடியுமா?"

"பைத்தியக்காரக் கிழவா! நினைவுகள் வெறும் கற்பனை யாக இருக்கலாமே? நித்தியமான உறவுகளே கிடையாது. காலாவதியான உறவுகளை வலிய நீடிக்க வைக்கும் நினைவின் சர்வாதிகாரத்தினின்றும் மனிதனைக் காப்பாற்றத்தான் சட்டங்களும், சட்ட மன்றங்களும், வழக்கு மன்றங்களும் தோன்றியுள்ளன."

"மகனே கேள்! நீ இன்று பேசுவதே நினைவின் விந்தை தான். இப்போது எவ்வளவோ உருமாறியிருந்தாலும், நீ பேசும் மொழி நான் கற்றுத் தந்த அதே மொழிதான். எனக்கு நன்றாக நினைவிருக்கிறது. அன்றொரு நாள் காலையில், நம்

குடிலுக்கருகே, இனிய மாங்கனிகள் பழுத்துத் தொங்கும் அந்த மரத்தடியில், பசுமையான வயல்கள் நம்முன் நெடிது விரிந்து கிடக்க, இனிமையான ஒளி நிறைந்த அமைதி நிலவிய அந்நேரத்தில், நான் கற்றுத் தந்த சொற்களுக்கு நீ தேமதுர மழலை வடிவம் தந்தாய். அதே நாள் மாலை, கருமேகங்கள் வானைச் சூழ்ந்து, இடியும், மின்னலும், புயற்காற்றும் உலகைச் சோதித்து விளையாடி, பேய்மழையைப் பொழிந்த நேரத்தில், அப்பேய்மையின் நர்த்தனத்தின் நடுவிலும் நான் உனக்கு எனது எளிய சொற்களைக் கற்றுத் தரவில்லையா? ஆம், பேரமைதியினூடும், பேரரவத்தினூடும் நான் உனக்குப் பேசக் கற்றுக் கொடுத்தேன்."

"கிழட்டுப் பைத்தியமே! நான் சொல்வதை நன்றாகக் கேள். நான் இன்று பேசுவது நீ கற்றுத் தந்த மொழியல்ல. உன்னுடைய அர்த்தமற்ற சொற்களின் வெறுமையிலிருந்து என்னை நான் என்றோ மீட்டுக்கொண்டுவிட்டேன். உன் கற்பனை உருவாக்கிய உன் மைந்தன் மறைந்துவிட்டான். உன்முன் இப்போது நிற்பவன் தனது நினைவுகளை சம்கரித்து விட்டவன்."

"மைந்தா! நீ சொல்லும் ஒவ்வொரு சொல்லும் நீ இன்னும் உனது நினைவுகளிலிருந்து மீளவில்லை என்பதை உணர்த்த வில்லையா? வாழ்வுப் போதைக்கு ஆளாகாது வாழ்வின் இனிமையை அறி என்றேனே நினைவில்லையா? மலை போன்ற லட்சியங்களால் மருண்டுவிடாது, வயிற்று வலியால் துன்புறும் குழந்தைகளுக்கு நிவாரணம் தாவென்றேனே? கிழிந்த செருப்பைச் செப்பனிட முடியாதவன் இடிந்த வீட்டைக் கட்ட முடியாதென்றேனே? நீ எனது கீரைப் பாத்திகளைப் பார்த்து எள்ளி நகையாடினாய்; இன்று உன் மலர்த்தோட்டங்கள் வாடிச் சருகாகிவிட்டனவே! தெரிந்த பொருளை உதாசீனப்படுத்தி தெரியாத பொருளுக்காகக் குழம்பி நிற்கிறாய். அடுத்த அடி எதுவென்றறியாத நிலையில் நீண்ட நெடுஞ்சாலையின் முடிவைக் கற்பனை செய்து பார்க்க முயலுகிறாய். அச்சங்களும் விபரீத ஆசைகளும் உன் வாழ்வைச் சூறையாட, உன் வாழ்வின் வெறுமையை அந்த வாளும் ஈட்டியும் போக்க முடியுமா?"

"கிழவா! விரைவில் இவ்வாளால் உன் கழுத்தை வெட்டி, இவ்வீட்டியைக் கொண்டு உன் உடலைக் குத்தியெடுத்து உனது பெருமையை உலகு உணரச் செய்வேன். ஆனால் நீர்தாம்

இருக்கையை, இல்லை வாழ்வை, இல்லை இல்லை, மானுட மன உணர்வின் எல்லையை அறிந்தீர் என்று நான் ஒப்புக்கொள்ள முடியாது. எனது மலர்த்தோட்டங்கள் சருகாகி விட்டன என வருந்தினீர்கள். அழகைப் படைக்கத் தலைப்படுவது தவறா? என்னை நீங்கள் வாளோடும் ஈட்டியோடும் கண்டது ஒரு தற்செயலான நிகழ்ச்சி. வேறு சந்தர்ப்பங்களில் நீங்கள் என்னைச் சந்தித்திருந்தால், மலர் மாலையோடும், கவிதை ஏடோடும், வீணை கானத்தோடும், ஒளியின் கதியோடு விரையும் துகட்களோடும், முறை தவறாது இப்பூமியைப் போலவே சூரியனை வலம் வரும் செயற்கைக் கோளோடும் சந்தித்திருப்பீர். நான் மூடன். நான் வீணன். ஆனால் என்னிலும் மீறிய சக்தியொன்று என்னை, என்னையும் கடந்து எங்கோ கோடி கோடி காதங்களுக்கு அப்பால் இட்டுச் செல்கிறது.”

அவ்வுருவம் கூறியபடியே வாளால் கிழவனின் தலையை வெட்டியெறிந்துவிட்டு, ஈட்டியால் அவன் உடலைக் குத்தி யெடுத்து மேல்வானக் கருமையில் ஈட்டியை நேர் செங்குத் தாகப் பிடித்து நின்றது. அப்போதுதான் ஆயிரமாயிரம் பேர்கள் பலவகை மாமிசங்களையும் தங்களது முட்கரண்டிகளைக் கொண்டு குத்தியெடுத்து வாயிலிட்டு மென்று கொண்டிருந்தனர். அப்போதுதான் சில வைத்தியர்கள் ஒரு பிணத்தினுள் பிராண வாயுவைச் செலுத்தி அதனை மீண்டும் நினைவு பெற்றெழச் செய்ய முடியுமா என முயன்று கொண்டிருந்தனர். அப்போது தான் சில விஞ்ஞானிகள் மனித திட்டத்தையும் மீறித் தோன்றி விடும் கருவைச் சிதைக்க இலட்சிய முறையை ஆராய்ந்து கொண்டிருந்தனர். அப்போதுதான் தகப்பனைக் கொன்று விட்ட இளைஞன் ஒருவன் தான் கொன்றது உண்மையில் தன் தகப்பன் இல்லை என்று நிரூபிப்பதற்காக, தன் தாய் ஒழுக்கம் கெட்டவள் என்று கோர்ட்டில் நிரூபித்து முடித் திருந்தான். அப்போதுதான்... அப்போதுதான்... அப்போது தான்... அப்போதுதான்... அப்போதுதான்!

◆

ஆடல்

✸ கலைச்செல்வி

டெல்லி நகரின் அந்த மாலைநேரம், பகல் நேரத்தில் தலைக்காட்டிய வெதுவெதுப்பு மறைந்து குளிருக்குள் நுழைந்துக் கொண்டிருந்தது. யமுனை நதியை தொட்டு மேலெழுந்தக்காற்று நகரை மேலும் குளிர்வித்துக் கொண்டிருந்தது. சற்றுமுன்பு வரையிலும் தெய்வீகத்தை உணர வைத்துக் கொண்டிருந்த பிரார்த்தனைக்கான மேடை தன் புனிதத்தைத் தொலைத்திருந்தது. இசைக்கருவிகள் இசைப்பாரும் கேட்போருமின்றி கிடக்க, ஒலித்தக்குரல்களில் பதற்றமும் அழுகையும் தொற்றியிருந்தன. நடைபாதையை அடுத்திருந்த புல்வெளிகள் நடந்த துயரை ஏந்திக் கொள்ளவியலாமலும் நகரும் வழியின்றியும் திகைத்திருந்தன. தலைக்கு மேலாக கவிழ்ந்திருந்த நீலவானத்தில் சிறு மேகக்கூட்டமொன்று திட்டாகக் குவிந்திருந்தது.

"மோகன்.. உங்களால எழுந்திரிக்க முடியும். முயற்சி செஞ்சுப்பாருங்க."

"நிச்சயமா... நிச்சயமா முயற்சி செய்வேன் கஸ்தூர். எல்லோரும் என்னை சுத்தி நிற்பதையும் பதறுவதையும் உணர்றேன். நான் இப்பவே பிரார்த்தனை மேடைக்கு போயாகணும். இல்லேன்னா அவங்க எல்லோரோட நேரமும் வீணாப்போயிடும்."

"அதிருக்கட்டும். இப்போ நீங்க எழுந்திரிக்கறதுதான் முக்கியம்."

"ஆனா... ஆனா என்னால கைக்கால்களை அசைக்க கூட முடியிலயே. கண்களை சிமிட்ட முடியில. எனக்கு ரொம்ப பதற்றமா இருக்கு கஸ்தூர். படேலும் நேருவும் ஒற்றுமையா இருக்கறது நாட்டுக்கு ரொம்ப அவசியம். அவங்கள சமாதானப்படுத்த வேண்டிய இந்த நேரத்தில நான் இப்படி விழுந்துக் கிடக்கறது நியாயமேயில்ல."

"சரி... அதை பத்தியெல்லாம் இப்ப சிந்திக்காதீங்க. நீங்க இப்போ எழுந்திரிக்கறதுதான் முக்கியம்."

"எனக்கு ஆசுவாசப்படுத்திக்க கொஞ்சநேரம் கொடு கஸ்தூர்..."

"ஆனா நீங்க ரொம்பநேரம் இப்டியே கிடந்தீங்கன்னா உடம்பு அழுக்கும் தூசும் பட்டு அசுத்தமாயிடும். நேத்திலேர்ந்த விடாத இருமல் வேற."

"ராமா... ராமா... உடல்நோவுல எல்லாமே மறந்து போச்சு. அதுசரி... இதெல்லாம் உனக்கெப்படி தெரியும். நீ எங்கருக்கே?"

"அப்படியே மல்லாந்தவாக்கில கண்ணை திறந்துப் பாருங்க."

"என்ன பேசுறே நீ? நாந்தான் திறக்க முடியிலேன்னு சொல்றேன்ல்ல."

மோகனின் கோபத்தை கண்டதும் "சரி சரி.. நானே சொல்றேன். நான் உங்களுக்கு நேர் மேலே வெண்மேகமா திரண்டு நிற்கிறேன் மோகன். உங்களை பார்க்கறதுக்காகதான் இங்க வந்தேன்."

"எனக்காக வந்தியா? இதற்கான முறையான அனுமதிய வாங்க வேண்டியவங்ககிட்டே வாங்கீட்டியா..?"

மோகனின் பேச்சு சிடுசிடுப்பானதையடுத்து கஸ்தூர் முகத்தை இறுக்கமாக்கிக் கொண்டாள்.

"என்னை எப்போதான் நம்ப போறீங்கன்னு தெரியில. ஆகாகான் சிறைக்கு நானும் சுசீலாவும் கைதாகி வந்தப்பவும் இதையேதானே கேட்டீங்க. நாங்க ரெண்டுபேரும் குறுக்கு வழியில சிறப்பு அனுமதி வாங்கீட்டு நீங்க இருக்கற ஆகாகான் சிறைக்கு வந்துட்டதா நெனச்சிட்டீங்க இல்லியா?

சற்று இளக்கமான குரலில் "கஸ்தூர்... என்ன நடந்ததுன்னு சிறையில இருக்கற எனக்கெப்படி தெரியும்? என்றவர் உடனே "நீ அங்க வரும்போது காய்ச்சல்லயும் வயித்துப்போக்கிலயும் கஷ்டப்பட்டியாமே?" என்றபோது கஸ்தூர் சட்டென்று நெகிழ்ந்தவளாக "அதை விடுங்க... எங்களை அங்கே அழைச்சுட்டு வரும்போது ரயில் நிலையத்தில காத்திருப்புக் கூடத்தில உட்கார்ந்திருந்தோம். நாட்டில பிரிட்டிஷ் அரசுக்கெதிரா செய் அல்லது செத்து விடுன்னு அவ்வளவு பெரிய போராட்டம் போயிட்டுருக்கப்ப அங்கே மக்கள் வழக்கம்போல வர்றதும் போறதுமா இருந்தாங்க. நிலைய அலுவலர்கள் புகை பிடிச்சிக்கிட்டு இயல்பா பேசிட்டிருந்தாங்க. கூலிக்காரங்க பிரயாணிகளோட பேரம் பேசிட்டிருந்தாங்க. சுசீலாவோ என்னோட உடம்பு ரொம்ப பலவீனமாவும் காய்ச்சலோடவும் இருக்குன்னு சொன்னா. ஆனா அப்போ என்னோட கவலையெல்லாம் சுயராஜ்ஜிய போரில் உங்களால் எப்படி வெற்றி பெற முடியும்ங்கிறது பத்திதான் இருந்துச்சு."

"நான் ஏன் உன் மேல கோவப்படுறேன்னு இப்ப புரியுதா கஸ்தூர்... நாம் கைக்கொண்டிருக்கிறது ஒரு நாட்டோட விடுதலை... அதுவும் அகிம்சை முறையில. இது எத்தனை பெரிய விஷயம்? இதுல அவநம்பிக்கை ஏற்பட்டுச்சுன்னா தொடர்ந்து இயங்கியிருக்க முடியுமா?

"ஓஒ.. அவநம்பிக்கை ஏற்பட்டதாலதான் நான் உங்களோட மனைவிங்கிற ஜபர்தஸ்துல குறுக்குவழியை உபயோகிச்சு நீங்க அடைப்பட்டிருந்த ஆகாகான் சிறைக்கே வந்துட்டேன்னு நினைச்சிருக்கீங்க. அப்படிதானே."

"அதுக்குதான் அப்பவே மகாதேவ்ட்ட விளக்கம் கொடுத்திட்டியே கஸ்தூர்ர்ர்ர்ர்..." வார்த்தை தடுமாறியது.

உடலையே திருகிப்போட்டது சரேலென ஊடுருவிய வலியால் அவரால் மேற்கொண்டு பேச இயலவில்லை. அதையறியாமல் கஸ்தூர், "நேத்து இருமலுக்காக செஞ்சு வச்ச கிராம்புப்பொடி தீர்ந்துப்போயிடுச்சு. மனுக்கிட்ட தயார் பண்ணச்சொல்லியாச்சா..." என்றாள்.

மோகனிடமிருந்து பதில் ஏதும் வரவில்லை. ஓட்டையாகிப்போன நெஞ்சிலிருந்து இரத்தம் கசிந்துக் கொண்டிருந்தது. மதியம் களிமண் சிகிட்சைக்கு பிறகு

மனுவும் ஆபாவும் பிடித்து விட்ட கால்கள் கட்டை போல் கிடந்தன. குரல்கள்... குரல்கள்... எங்கும் குரல்கள். அழுகையில் தோய்ந்த ஓலங்கள். பாபூ... பாபூ... நாளைய நாளிதழ்களில் இச்சம்பவம்தான் பெருஞ்செய்தியோ? இன்றைய நாளிதழில் தாராசிங் என்பவர் காந்தி அரசியலை விட்டு இமயமலைக்கு சென்று ஓய்வெடுத்துக் கொள்ள வேண்டும். அவரால்தான் இத்தனை பிரச்சனையும் என்று கூறியிருந்தார். நேற்று கூட அகதியொருவன் இதேபோலவே அவரிடம் நேருக்கு நேராக நின்று கத்தியிருந்தான்.

துளிதுளியாக பிசிறிக்கிடந்த மேகத்துணுக்குகளை தன்னுள் இழுத்துக் கொண்டு தன் வடிவை ஒழுங்குப்படுத்திக் கொண்டது மேகம். இந்த நான்கு வருடங்களில் தன்னுடலை இழுத்துக் கொண்டு அது எங்கெல்லாமோ அலைந்திருந்தது. “இங்கோர்ந்து பாக்கறப்பதான் போர்பந்தரோட வெப்பமில்லா பகற்பொழுதுகளையும் கடற்காற்றால் குளிர்விக்கப்படும் இரவுப்பொழுதுகளையும் நல்லா உணர முடியுது. கடலின் பிரம்மாண்ட விரிவையும் அது வெண்ணலைகளாக நிலத்தில் மோதி உப்பு நுரைகளாக உடைவதை கொஞ்சமும் அலுப்பில்லாமல் பார்க்கும் நெற்கதிர்கள்போல கத்தியவார் மக்களுக்கு இந்த இயற்கையும் அதோட அழகும் எப்பவுமே அலுக்காது” எண்ணங்கள் எழுப்பிய பெருமூச்சில் சிதறிய மேகப்பிசிறுகள், மோகனின் முகத்தில் வலியை மீறி எழுந்த புன்முறுவலைக்கண்டதும் மீண்டும் ஒன்றுகுவிந்தன.

“கஸ்தூர்... நல்ல ரசிகைதான் நீ.”

“ஆ.. நான் என்ன நெனக்கிறேன்னு உங்களால சொல்ல முடியுமா? ஆச்சர்யமா இருக்கு?”

“பதிமூணு வயசிலேர்ந்து உன்னோட சேர்ந்து வாழற எனக்கு நீ என்ன நினைக்கிறேன்னு தெரியாதா?”

அடக்கவியலாமல் எழுந்த சிரிப்பை முடிந்தவரை ஓசைப்படாது காட்டிக் கொண்டாள் கஸ்தூர்.

“ஏன் சிரிக்கிற கஸ்தூர். உன் தந்தை மகன்ஜி கபாடியா மாதிரி செல்வ செழிப்போ இருபது அறைகளும் இரண்டு தளங்களும் கொண்ட வீடோ என்னிடம் இல்லைன்னு

சிரிக்கிறியா? நீ கேட்டாலும் அப்படி அமைச்சுக் கொடுக்கிற எண்ணமெல்லாம் எனக்கிருந்ததில்ல"

"ஏன்.. டர்பன்ல முதன்முதல்ல நாம குடும்பம் நடத்திய வீடு இரண்டு தளங்கள் கொண்ட வீடுதானே?" மீண்டும் சிரித்தாள் கஸ்தூர். "என்னோட மரணத்துக்கு பிறகு என்மேலே போர்த்தறதுக்காக நீங்க நூற்ற நூலால் நெய்த புடவையை எங்கே பத்திரப்படுத்தி வைக்கறதுன்னு தெரியாம நான் பட்டபாடிருக்கே.."

"எதுக்கு திரும்பவும் சிரிக்கிற?" எரிச்சலாக ஒலித்தது மோகனின் குரல்.

"ஆகாகான் சிறையிலிருக்கும்போது மகரசங்கராந்திக்கு லட்டு செய்றதுக்காக எள் வரவழைச்சு தர சொல்லி கேட்டப்போ நீங்க என்ன சொன்னீங்கன்னு நினைவிருக்கா மோகன்?"

"ம்.. நாம இப்போ சிறையில இருக்கோம்ங்கிறதை மறந்திடாதே. வீட்ல செய்ய வேண்டியதெல்லாம் இங்க வந்து செய்ய நினைக்காதேன்னு சொன்னேன். அதுக்கு நீ..."

"பொறுங்க.. பொறுங்க.. நமக்கு வீடுன்னு ஒண்ணு இருந்ததா மோகன்? அய்யோ என்னாச்சு மோகன்... ஏன் உங்க முகம் இப்டி வெளிறியிருக்கு? ரொம்ப வலிக்குதா? இனிமே உங்களால எழுந்திரிக்க முடியாது போலருக்கே"

"ஆமா... தோட்டா உள்ளுருப்புகளை துளைக்கிதுன்னு நினைக்கிறேன்"

"ஆ... அதை நீங்க உணர்கிறீர்களா மோகன்"

"ஆமா..." மேற்கொண்டு பேச விடாமல் எண்ணங்கள் ஒன்றுக் குவிந்தன. நான் அவன் கண்களை பார்த்தேன். அவை சலனமற்ற கண்கள். அவன் மனுவை தள்ளி விடுகிறான். அவளுக்கு கூட ஏதோ நடக்கப்போகிறது என்று தெரிந்திருக்கலாம். நான் எதிர்பார்த்து கணித்திருந்த முடிவு வந்து விட்டதோ? ஆம். அப்படியாகதானிருக்க வேண்டும். அந்த இளைஞனின் வலதுக்கையில் துப்பாக்கி இருக்கிறது. இதோ... இதோ... அவன் அதை இயக்கப் போகிறான்.

"மோகன்... மோகன்..." கஸ்தூரின் குரலில் பதற்றமிருந்தது. "கொஞ்சம் பொறுத்துகோங்க... மரணம் வலி நிரம்பியதுதான். நான் என் கடைசி நாட்களில் ரொம்ப கஷ்டப்பட்டிருக்கிறேன். படுக்கவும் முடியாது. உட்காரவும் முடியில. விளக்கெண்ணெய் குடிச்சா எல்லாம் சரியாகிடும் ஒரு நினைப்பு. நம்ப பிள்ளைகளை பார்க்கணும் ஆசை. உங்களோடயே என் மொத்த நேரத்தையும் செலவழிக்கணும் ஒரு ஆவேசம்..."

"ஒரு நிமிஷம் கஸ்தூர்... உன்னோட மரணதறுவாயில பென்சிலின் மருந்து போட அனுமதிக்கலேன்னு உனக்கு வருத்தமா?"

"நிச்சயமா இல்லை. அதெல்லாம் முடிஞ்ச கதை. என்னோட மரணம் போல நாள்கணக்கில கஷ்டப்படாம உங்களுக்கு எல்லாமே வெகுசீக்கிரத்தில முடிஞ்சுடும். அதுவரை பேசிக்கிட்டிருப்போம்"

"நல்லது. நீ எதாவது எங்கிட்டே தெரிஞ்சுக்க விரும்புனா கேளு. நான் இந்த வலியை மறக்கணும்"

ஆனாலும் பதற்றமான குரல்கள் வலியை அதிகப்படுத்திக் கொண்டேயிருந்தன. "விடாதீங்க... பிடிங்க... அவன்தான். அய்யோ பாவீ... எங்க பாபூவ கொன்னுட்டீயேடா... பாபூ... பாபூ... அய்யோ... அகிம்சைய போதிச்சவருக்கு இப்படி வன்முறையான முடிவா?

"மோகன்... மோகன்... ஏன் பதிலையே காணோம்? நா பேசுறது கேக்குதா?"

"மன்னிச்சுக்கோ கஸ்தூர்... நினைவுகள் தாறுமாறா போவுது. சரி... திரும்பவும் கேளு"

"இத்தனை வலிமையான அரசாங்கத்தை எதிர்த்து நிக்கணும்னு ஏன் முடிவெடுத்தீங்க மோகன்? எதை வேணும்னாலும் செய்யக்கூடிய ஆற்றல் அதிகாரத்துக்கு இருக்கும்போது உங்களுடைய முடிவு தவறுன்னு நீங்க எப்பவாவது நினைச்சிருக்கீங்களா?"

"ஒ.. இதைதானே நீ ஆகாகான் சிறையிலயும் கேட்டுக்கிட்டே இருந்தே"

"ரயில்நிலையத்தில அன்னைக்கு மக்களோட நடப்பை பார்க்கும்போது எனக்கு உங்களோட செயல்பாடுகள் தப்போன்னு தோணுச்சு. அதேசமயம் போராட்டத்தின் விளைவுகளை மக்கள் எத்தனை நாள்தான் தாங்கீட்டு இருப்பாங்களோன்னு பதற்றம் வேற"

"அதுக்கு நான் விளக்கம் கொடுக்க வந்தப்போ நீ என்னோட வார்த்தைகளை காதுல வாங்கிக்கக்கூட தயாரா இல்லையே. அதனாலதான் எனக்கு கோபம் வந்துச்சு. இப்ப என்ன செய்யணும் எதிர்பார்க்கிறே? நீயும் நானும் அரசாங்கத்துக்கிட்டே மன்னிப்புக்கடிதம் கொடுத்துடலாமான்னு கேட்டேன். நான் எதுக்காக மத்தவங்கள்ட்ட மன்னிப்பு கேட்கணும்னு அதுக்கும் கத்துனே.. நீங்களும் எப்படி மன்னிப்பு கேட்க முடியும்னு கோபப்பட்டே.... நீங்க செஞ்சதெல்லாம் தொகுத்துப்பாருங்க. உங்களால சின்னப்பொண்ணுங்கள்ளாம் சிறையில அகப்பட்டிருக்காங்க. மகாதேவ் போயேபோயிட்டான். அடுத்தது நான்தான்னு கத்துனே. மரணம் வலிதான். ஆனா விடுதலை"

"போதும். நீங்க விடுதலை விடுதலைன்னு கூப்பாடு போட்டதெல்லாம் போதும். நீங்க ஏன் அவங்கள வெளியேறணும்னு சொன்னீங்க. நம்ப நாடு அளவில பெருசு. அவங்க விரும்பினா இங்கேயே தாரளமா தங்கிக்கலாம்னு சொல்லியிருக்கலாம்ல"

"கஸ்தூர்... நானும் அதைதானே சொன்னேன். ஆட்சிப்பொறுப்பிலேர்ந்து அவங்க விலகிட்டா நமக்கும் அவங்களுக்கும் என்ன பிரச்சனை இருந்துடப்போவுது. விருப்பமிருந்தா அவங்க சகோதரர்களா இங்கேயே தங்கிக்கலாம்னு சொல்லலையா நான்?"

பிறகு எழுந்த அர்த்தமான மௌனத்துக்கு பிறகு "சகோதரர்கள்ங்கிற வார்த்தை அர்த்தமிழந்து... அர்த்தமிழந்து.."

"மோகன்... மோகன்... என்னாச்சு உங்களுக்கு? எதையோ முணுமுணுக்கிறீங்க. எனக்கு எதுவுமே காதில விழல"

"சகோதரர்கள்ங்கிற வார்த்தைக்கு என்ன அர்த்தம்னு தெரியில கஸ்தூர்" குரல் சற்று விம்மலாக வெளிப்பட்டது.

"மோகன்... அதோட இப்போதைய அர்த்தம்தான் உங்களை சாய்ச்சு கட்டையாக்கி போட்டுருக்கு புரியுதா"

"எனக்கு எதையும் ஞாபகப்படுத்தாதே கஸ்தூர். வலி என் உணர்வுகளை ஆக்கிரமித்து விடும். நாம கொஞ்ச நேரம் இப்படியே பேசிக்கிட்டிருப்போம். இது உனக்கான நேரம்னு நினைச்சுக்கோ"

"இல்ல.. உங்க முகம் ரொம்ப வாடிப்போயிடுச்சு. கொஞ் சநேரம் ஆசுவாசப்படுத்திக்கோங்க"

"உண்மைதான் கஸ்தூர்..." வார்த்தைகளாக வெளிப்பட்டவை ஒலியாக மாறவியலாது தடுமாறின. செய்து முடிக்க வேண்டிய வேலைகள் திரையில் தெரியும் படம் போல ஓடிக்கொண்டிருந்தன. காங்கிரஸ் கமிட்டிக்கான புதிய தீர்மானங்களில் இன்னும் திருத்தம் செய்ய வேண்டியிருக்கறதா என்று பார்க்க வேண்டும். டெல்லியில் அமைதி திரும்ப செய்வது குறித்து மதத்தலைவர்களிடம் பேச வேண்டும். கற்றுக்கொண்டிருக்கும் பெங்காலி மொழியில் சகோதரத்துவம் என்பது குறித்து நானே சொந்தமாக ஓரிரு வரிகள் எழுத வேண்டும். நேரு, பட்டேல் இருவருக்குமிடையே ஏற்பட்டுள்ள மன விரிசலை போக்க வேண்டும்.

இன்று ஏன் பட்டேலுடன் இத்தனை நேரம் பேசினேன்? சரியாக ஐந்து மணிக்கு பிரார்த்தனை நேரம் கடந்ததை மனுவும் ஆபாவும் கூட உணர்த்தவில்லையே. புல்வெளியை கடந்து பிரார்த்தனை மேடையை அடைந்து விட்டிருந்தேனானால் எல்லாம் மாறியிருக்குமோ? ஆனால் இன்று, தி லைஃப் பத்திரிக்கைக்கான பேட்டியில், நீங்கள் 125 வயது வரை வாழ விரும்புவதாக எப்போதும் சொல்லி வந்துள்ளீர்கள். எந்த நம்பிக்கையில் அப்படி கூறினீர்கள் என்று கேட்டபோது, இனிமேலும் அந்த நம்பிக்கையில் இருக்கவில்லை என்றேன். ஏன் அப்படி சொல்கிறீர்கள்? என்றார் அவர். அதற்கு நான், உலகில் நடக்கும் பயங்கர நடவடிக்கைகளே அதற்கு காரணம். நான் இருட்டில் வாழ விரும்பவில்லை என்று கூறியிருந்தேன். ஆமாம்... நான் உண்மை என்று எதை நம்புகிறேனோ அதைதான் சொல்கிறேன். நான் காலாவதி ஆகி விட்டேன். எனது கண்ணாடியும் செருப்புகளும் கடிகாரமும்

சிதறிக் கிடக்கின்றன. என் மார்பில் வெதுவெதுப்பானவும் ஈரமாகவும் எதுவோ பரவுகிறது. அடிவயிறு இருப்பதுபோலவே தெரியவில்லை. ஆம்... நான் சுடப்பட்டு விட்டேன். துப்பாக்கி ஏந்திய அந்த இளைஞனால் நான் சுடப்பட்டிருக்கிறேன். ஆனால் அந்த இளைஞன் குற்றமற்றவன். என்னால் இரைந்து பேசவியலும் என்றால் இதை நான் சொல்லியிருப்பேன். இறுதியாக இந்த உலகை காண்கிறேன். என் கண்கள் இருள்கின்றன. என்னை சுற்றி கூச்சல்களும் அழுகுரல்களும் ஒலிக்கின்றன. நான் சாவின்சாலையில் அடியெடுத்து வைத்தபோது நேரு தன் அலுவலகத்திலிருக்கிறார். பட்டேல் வீடு திரும்பிக் கொண்டிருக்கிறார். மவுண்ட்பேட்டன் தன் வீட்டில் உரையாடிக் கொண்டிருக்கிறார். மீராபென் இமயமலையிலுள்ள ஆசிரமத்திலிருக்கிறார்.

“நீ எங்க இருக்கே கஸ்தூர்?”

“வானத்தில் மேகமாக குவிந்திருக்கிறேன்... இல்லையில்ல... உறைந்திருக்கிறேன் மோகன்” அவள் மனம் கனிந்திருந்தது.

“உங்களால யாரையும் வெறுக்க முடியாது மோகன். நீங்க தென்னாப்பிரிக்காவில இருந்தபோதே இதையெல்லாம் கத்துக்கிட்டீங்க. போயர்களுக்கு எதிரான போரில் பிரிட்டிஷ்காரங்களுக்கு ஆதரவா தன்னார்வலர்களை ஈடுபடுத்தி ஆம்புலன்ஸ் படையை உருவாக்குனீங்க. தன்னார்வலர்கள் முன் வந்தது உங்க மேல வச்சிருந்த மரியாதையால. நீங்க அவங்களை அழைச்சது பிரிட்டிஷ் பேரரசு மேல கொண்டிருந்த மரியாதையால, இல்லையா மோகன்?”

“அவங்களுக்கு வெற்றிக்கிடைச்சா அரசியல், கல்வி, வணிகம்னு எல்லாத்துறைகளில் நம்ப மக்களுக்கு கூடுதல் வாய்ப்பு கிடைக்குங்கிற சுயநலமும்தான்” சொல்லி முடிப்பதற்கு முன்பே தோட்டாக்கள் திசைக்கொன்றாக நகர்ந்து உடலை வலிகளால் மூடிக் கொண்டன. இது மரணம்தான். மரணம்தான். நான் இந்த பூமியை விட்டு சென்றுக் கொண்டிருக்கிறேன். விரைவில் வேறெங்கோ சென்று விடுவேன். அதுதான் எங்கே?

கஸ்தூர் தனக்களிக்கப்பட்ட நேரத்தை நழுவ விட விரும்பவில்லை.

“முதன்முதலாக நான் உங்களோட தென்னாப்பிரிக்காவுக்கு வந்தப்போ நீங்க எனக்காக நேரம் ஒதுக்கணும்ங்கிற ஆசையெல்லாம் இருந்துச்சு. ஆனா முதல் பயணத்தின்போதே நானும் பசங்களும் பிரிக்கப்பட்டு தனியா போய்ட்டோம். பாஷையும் புரியில. மனுஷரும் புரியில. உங்க நிலைமை வேற என்னாச்சுன்னு தெரியில. அப்றம் வந்த தகவல்ல உங்களை அடிச்சு போட்டுட்டாங்கன்னு சொன்னாங்க.”

இடையில் புகும் நோக்கத்தோடு மோகன் மென்மையாக சிரித்தார்.

“நானும் அதை யோசிச்சேன் கஸ்தூர். கப்பலேர்ந்து இறங்கி படகில நானும் லாஃப்டனும் பயணம் செய்தப்ப...”

“ரொம்ப பயந்துட்டீங்களா?”

“என்னன்னு சொல்ல தெரியில. படகு மணல்திட்டை கடந்தபோது வலப்பக்கத்தில என்னுடன் விரோதம் பாராட்டும் டர்பன் நகரம். இடப்பக்கம் காடு அடர்ந்த குன்று. அதை தாண்டி பெருங்கடல். தாய்நாட்டை விட்டுட்டும் உங்களை விட்டும் நான் எங்கோ தனியா இருந்தேன். அது எந்தமாதிரியான மனநிலைன்னு சொல்லத்தெரியில கஸ்தூர். கரையில இறங்கியதும் அவங்க என்னை அடிச்சபோது கூட அதே மனநிலைதான்”

“கூட்டத்தில யாராவது டாக்டர் இருக்கீங்களா? யாராவது இருந்தா தயவுசெஞ்சு வாங்களேன். பாபூ சுடப்பட்டிருக்கிறாரு. அவருக்கு முதலுதவி கொடுக்கணும். ப்ளீஸ் வாங்களேன்...” பரபரப்பும் பரிதவிப்புமாக அங்குமிங்கும் அலைமோதும் குரல்கள் மோகனின் பேச்சை நிறுத்தின. கூடவே உடலை பிடுங்கியெடுக்கும் வலி வேறு. பாபூ... பாபூ... அடிவயிற்றிலிருந்து எழுந்த உணர்வுப்பூர்வமான ஓலங்களும், தாங்கவே முடியாது என்று வெடித்து சிதறிய மனதோடு கண்ணீர் வழிய திகைத்து நின்ற கூட்டமுமாக மைதானம் நிதானமிழந்திருந்தது. பிர்லாமந்திரின் முன் முண்டியடித்த கூட்டத்தை சமாளிக்கவியலாமல் நுழைவாயில் மூடப்பட்டது.

“மோகன்... உணர்விழக்காதீங்க. இந்த மக்களை பாருங்க. இது உங்களுக்காக சேர்ந்தக் கூட்டம். அவங்கள

ஏமாத்திடாதீங்க. எழுந்திரிக்க முடியுமான்னு கடைசியா ஒரு முயற்சி பண்ணிப்பாருங்களேன்"

"சரி... நிச்சயமா முயற்சி பண்றேன். அதுவரைக்கும் நீ எங்கிட்ட பேசிக்கிட்டே இரு கஸ்தூர்... அது உன் கடமையும் கூட. ஏன்னா நீ என் மனைவி"

"அந்த மனைவிங்கிற ஸ்தானத்துக்கு கூட இரண்டு தடவை பிரச்சனை ஏற்பட்டுருக்கில்லையா மோகன்?"

"அப்டியா...? நான் எதையும் யோசிக்கக்கூடிய நிலையில இல்ல. அதிகமா பேசவும் முடியில."

"தென்னாப்பிரிக்காவில நாம பீனிக்ஸ் குடியிருப்பில இருந்தப்ப நீங்க, இன்னும் கொஞ்சம் நாள்ல நான் மனைவிங்கிற அந்தஸ்தை இழக்கப்போறேன்னு சொன்னவுடனே நான் பயந்தே போயிட்டேன். கிறிஸ்துவ முறைப்படி பண்ற கல்யாணம்தான் செல்லும்னு அரசாங்கம் சொல்லிடுச்சாம். அய்யோ.. இதென்ன கூத்து. சட்டத்துக்கு முன்னாடி வைப்பாட்டின்னு பேர் வாங்கறதை விட போராட்டத்தில கலந்துக்கிட்டு சிறைக்கு போனாலும் தப்பில்லேன்னு தோணுச்சு எனக்கு. நான் சிறை யிலயே செத்துப் போயிட்டா எனக்கு சிலை வச்சு வழிப்படறதா சொல்லி சிரிச்சீங்க நீங்க"

"ம்... நீ முதன்முதல்ல சிறைக்கு போனது அப்போதானே?"

"ஆமா... ஒரே இடத்தில பார்த்த முகங்களையே பார்த்துக்கிட்டு அடைப்பட்டு கிடக்கிறது ரொம்ப கொடுமை. அதுவும் சிறையில இருக்கோம்ங்கிற நினைப்பே பயத்தை உண்டாக்கிடும். சின்ன சின்ன விஷயங்கள் கூட ரொம்ப பெருசா தெரியும். யாரையும் மன்னிக்க பிடிக்காது. அற்பமான விஷயத்துக்கெல்லாம் சண்டை போடுவோம்"

"நீ சண்டைக்காரி கஸ்தூர். அதுசரி கனவான் வீட்ல பிறந்த பெண்ணில்லையா? அதிகாரம் செய்ய கேக்கவா வேணும்"

"அப்டீன்னா நீங்க சொல்றதை கேட்காம நான் தான்தோன்றியா நடந்துக்கிட்டேன்னு சொல்றீங்களோ?"

"அப்டீன்னும் சொல்லல. ஆனா ஹரிஜர்களுக்கு திறந்து விடாத கோயில்களுக்கு போகக்கூடாதுன்னு சொல்லியும் பூரி ஜெகந்நாதர் ஆலயத்துக்கு போயிட்டு வந்தீல்ல?"

"நீங்க அனாவசியமா பேசறீங்க மோகன்.. அதுக்குதான் அப்பவே மன்னிப்பு கேட்டுட்டேன் இல்லையா?"

"ஆனா அதுக்கு நான்தான் உங்கிட்டே மன்னிப்பு கேட்டுருக்கணும். ஏன்னா நான்தான் உன்னோட ஆசிரியர். உன்மேல கவனம் செலுத்தாம விட்டது என் தப்புதான்..."

"நீங்கள் புகட்டறதையெல்லாம என்னால அப்படியே ஏந்திக்க முடியாது மோகன்"

"அப்டீன்னா நீ என்னோட பேச்சை கேட்டுக்கறதுமாதிரி நடந்துக்கறது... அன்னைக்கு மன்னிப்புக் கேட்டதெல்லாம் கூட வெறும் பாவனைகள் தானா?"

"என்னை பத்தி நீங்களே ஒரு முடிவுக்கு வர வேணாம். நீங்க சொல்ற விஷயம் எனக்கு சரின்னு தோணினா நான் அதன்படி நடப்பேன். தென்னாப்பிரிக்காவில மலச்சட்டிய கையிலெடுக்கும்போது என் முகம் மாறினதுக்காக நீங்க ரொம்பவும் கோவப்பட்டீங்க. உங்களோட பேச்சுக்கு என் செயல் கட்டுப்படலாம். ஆனா நான்? அதுவும் இந்த விஷயத்தில, ஆயிரமாயிரம் தலைமுறைகளா இந்துமதத்தலைவர்கள் என்ன போதிச்சாங்களோ அதை நான் புறக்கணிக்கணும். அதுவும் மகிழ்ச்சியோட புறக்கணிக்கணும்னு எதிர்பார்த்தீங்க. இது வன்முறை இல்லையா? இது கூட அகிம்சைக்கு புறம்பானதுதான். ஆனா உங்களோட அதிர்ஷ்டமோ என்னமோ பிறகு நீங்க சொல்ற நிறைய விஷயம் எனக்கு சரின்னு தோண ஆரம்பிச்சிடுச்சு. ஏன்னா நீங்க என் மேல அக்கறையாவும் இருந்தீங்க"

"நல்லது. அதையாவது உணர்ந்திருக்கியே. நிமோனியா காய்ச்சல் வந்து நீ டெல்லியில படுத்துக்கிட்டப்போ தந்தி மேல தந்தி அடிச்சேன் நினைவிருக்கா? தேவதாஸ் வீட்ல வச்சு சுசீலா உன்னை பாத்துக்கிட்டா. நீ என்னோட கடிதங்களை யெல்லாம் தலையணைக்கு கீழே வச்சு படிச்சிட்டே இருப்பியாமே"

தொகுப்பாசிரியர்: சுனில் கிருஷ்ணன் ◆ 257 ◆

"நம்ம பிள்ளைங்கள்ளாம் நல்லாயிருக்காங்களா..?" சட்டென்று ஏற்பட்ட நெகிழ்வில் குரல் கரகரத்தது. பிறகு அது உடனே கோபமென எழுந்து "ஹரிலால் நமக்கு பிறந்திருக்கவே கூடாது" என்றது.

"ஆமா. அவனால் நிறைய சங்கடம். நிறைய நிறைய சங்கடமெல்லாம் அனுபவிச்சாச்சு"

"அவனும் உங்களால நிறைய அனுபவிச்சிட்டான். அவன் உங்களோட மறுபாதி மோகன். இருண்ட காந்தி அவன். நீங்க ஒளிரும் ஹரிலால். அவனோட ஏக்கங்களையும் ஆசைகளையும் திமிற முடியாதபடி உங்க கொள்கையால மூடி வச்சிட்டீங்க. அது ஒருகட்டத்தில வெடிக்கதானே வேணும். அவன் அப்படிதான் இருக்க முடியும். அவனால அப்படிதான் இருக்க முடியும்." அழுத்தம்திருத்தமாக சொல்லி விட்டு கஸ்தூர் அழத் தொடங்கினாள்.

"கஸ்தூர்... தயவு செஞ்சு புரிஞ்சுக்கோ... நான்.."

"போதும். நீங்க பேச வேண்டாம். புரிதல்ன்னா என்னன்னு தெரியுமா உங்களுக்கு? உங்களை சுற்றிலும் பெண்கள். பெண்கள். பெண்கள். அதும் சரளாதேவிகோசலுக்கு நீங்க ஆன்மிக கணவர் வேற"

"ஓஓ.. இதைதான் உன்னோட மனைவி அந்தஸ்துக்கு வந்த ரெண்டாவது சோதனைன்னு சொன்னியா?"

"ஆமா... ஆமா... ஆமா..."

"கோவப்படாதே கஸ்தூர். இது எனக்கு முக்கியமான தருணம். இந்த நேரம் நீ என்னோட சேர்ந்திருக்கறதே பெரும்பாக்கியம்"

மனம் இரங்கியவளாக "என்னோட கடைசிக்காலத்தில நீங்க எங்கிட்ட காட்டிய நேசமும் பொறுப்பும்தான் என்னை இங்க வரவழைச்சிருக்கணும் மோகன்"

வலியை நோக்கி சிந்தையை குவித்து அதை உள்வாங்கிக் கொண்டபோது வலி நின்றிருந்தது. "கஸ்தூர்... கஸ்தூர்... நமக்குள்ளே சண்டை வேண்டாம். நீ சொல்ல வந்ததை சொல்லு.

வலியோட போராடிக்கிட்டே போய் சேர்ந்திட்டேன்னா இனி நாம பேச முடியாமலே போயிடலாம்”

“மோகன்... உங்க வாழ்க்கையே சோதனையும் போராட்டமும்தானே. உங்களோட மகிழ்ச்சின்னா அந்த சோதனையிலிருந்து கிடைக்கும் வெற்றி மட்டுமே. இதுக்கு மத்தியில உங்க வாழ்க்கையை பங்குப்போட நான் வந்துட்டேன். வாழ்க்கையோட கொண்டாட்டங்களை நீங்க வாழ்வியலுக்கு எதிரானதா நினைச்சிட்டீங்க. எங்களையும் நினைக்க வச்சீங்க. மோகன்... ஒண்ணு சொல்லட்டுமா... உங்க வாழ்க்கைக் காலத்தில் விடுதலைக்கான அவசியம் இல்லாம போயிருந்தா கூட நீங்க சுதந்திர போராட்டம் மாதிரி வேற ஒண்ணை தேர்ந்தெடுத்திருப்பீங்க. நல்ல உணவு, இசை, காதல், காமம் இதெல்லாம் அடிப்படை இச்சை. அது வாழ்க்கையை சுவையானதா மாத்தும். இதெல்லாம் உங்களுக்கு புரியப்போறதே இல்லை”

‘கஸ்தூர்.. தயவு செஞ்சு கோபப்படாம பேசு. அதை தாங்கற மனநிலை எனக்கிப்போ இல்ல. வீட்டு வேலைகள், ஆசிரமப்பணி, நோயாளிகளை கவனிக்கிறது, தொண்டர்களை சந்திக்கறதுன்னு நீயும் உன் சுமையை பெருக்கிட்டேதான் போனே...”

“ஆமா... உங்க அன்பையும் பொழுதையும் நான் மட்டுமே பகிர்ந்துக்கணும்னு என்னைக்கும் நினைச்சதில்லை. உப்பு சத்தியாகிரகத்தில நீங்க கைதான பிறகு... “

“தெரியும். நீ சொல்ல வேணாம். காவலர்களால தாக்கப்பட்ட தொண்டர்கள் இருக்கிற கிராமங்களுக்கு கால்நடையாவும் மாட்டுவண்டியிலும் பயணம் செஞ்சு அவங்களுக்கு தைரியம் சொல்றதும் சபர்மதி ஆசிரமத்துக்கு வர்றவங்கள தொடர்ந்து சந்திக்கறதுமா இருந்துருக்கே. மணிலாலையும் ராமதாஸையும் சபர்மதி சிறையில வச்சி சந்திச்சப்போ கூட நீ மனம் கலங்கல. இத்தனைக்கும் அவங்க காவலர்களோட கடும் கவனிப்பில நிறைய அனுபவிச்சதை அவங்க முகமே காட்டிக் கொடுத்திருக்கும். இதைதானே சொல்ல வர்றே. இதைதான் நான் நிறைய தடவை கேட்டாச்சே.

உன்னோட மனசில அவங்க அனுபவிச்ச வேதனை நிழலா படிஞ்சிருக்கு. அதனாலதான் அது தியாகமா படுது"

இருவருக்குமிடையே மௌனம் சுமையாக கிடந்ததை களைந்து விட முனைந்தாள் கஸ்தூர்.

"மோகன்... உங்கள் உடலேர்ந்து கசியும் இரத்தவாடைக்கு ஈக்கள் மொய்க்குது பாருங்க. என் கையெல்லாம் பரபரங்குது மோகன். நான் பக்கத்திலிருந்தா விசிறியால வீசி விடுவேன். நீங்க எழுந்திரிக்கறதுதான் நல்லது"

"உன் சுத்தக்கார புத்தி இன்னும் போகலயா?" வலியோடு சிரிக்க முயன்றபோது எதுவுமே முடியாமல் ஆகியிருந்தது புரிந்தது.

"நீங்க உங்க கையால குண்டுகளை வெளிய எடுத்துப் போட்டுடுங்க. நெஞ்சுப்பகுதியில இரத்தம் வர்ற இடத்தில கைய வச்சு தேக்கிக்கங்க. அது போதும். எழுந்திரிச்சிடலாம்."

"இல்ல... நான் எழுந்துக் கொள்ள முடியாதுன்னு முடிவு பண்ணிட்டேன். இனி என்னால் நடக்க முடியாது. பேச முடியாது. பயணம் செய்ய முடியாது. மனு கையில வச்சிருந்த கண்ணாடி கூடுக்கும் குறிப்பேடுக்கும் இனிமே வேலை இருக்காது. என்னோட வெண்ணிற சால்வை இப்ப சிவப்பு நிறமா மாறியிருக்கும். புல்தரையில படுக்கையை விரிச்சு சூரிய ஒளியில் குளிர் காய வேண்டிய அவசியம் இருக்காது. பிப்ரவரி மாதம் வார்தா போறதுக்கு ஏற்பாடு செய்ய சொல்லியிருந்தேன். இனிமே எதற்குமே வாய்ப்பில்லை. உணவு உண்ண வேண்டாம். புன்னகை புரிய தேவையில்லை. எண்ணமோ ஞாபகமோ கூட வேணாம். கடைசியா என் காதுல ஒலிக்கிற உன்னோட குரல் நின்னுடுச்சுன்னா என் மூச்சு மேலெழும்பி மேகத்தில கலந்திடும் கஸ்தூர்."

குளிர்கால சூரியன் ஒடுங்கி மேற்கே சென்றபோது லேசாக எழுந்த காற்று உடலை சிலிர்க்க வைத்தது. அது கஸ்தூரின் ஆடையை படபடக்க வைத்தபோது, மோகன், "கஸ்தூர்... உன் முக்காடை இழுத்து விட்டுக் கொள். விலகுது பார்" என்றார்.

கஸ்தூர் கலகலவென்று சிரித்தபடி "நீங்க மகாத்மாவாக இருந்தாலும் ஆண்தாங்கிறதை உணர்த்திட்டீங்க" என்றாள்.

பிறகு, ”வாழ்க்கை மொத்தத்தையும் அசாதாரணங்களால நிரப்பிக் கொண்ட நீங்க சாதாரணமான வாழ்க்கை எப்படி யிருக்கும்ங்கிறத அனுபவத்தில உணரணும். அது அடுத்தப்பிறவி யிலாவது உங்களுக்கு வாய்க்கட்டும்”

“சரி... அதிருக்கட்டும். நீ அப்பவும் எங்கூட இருக்க விரும்புறியா?”

“ம்... விரும்பறேன்“ என்றாள் கஸ்தூர்.

கேள்விக்கும் பதிலுக்குமிடையே வினாடி நேர இடைவெளி இருந்ததாக இருவருமே நினைத்துக் கொண்டனர்.

April 10, 2021 Solvanam

◆

மரணத்தை கடத்தல் ஆமோ

* ரா. கிரிதரன்

துர்மரணம். ரத்தபலி கேட்கும் அகால மரணம். விசுவநாத ஐயர் தன் முன்னே விழுந்திருந்த கட்டங்களை நம்ப முடியாமல் பார்த்தார். காறைக்கட்டியிருந்த சுண்ணாம்பை நன்றாகக் குழப்பிவிட்டு, செல்லத்திலிருந்து எடுத்த வெற்றிலையில் தடவினார். மடித்தபின்னர் கையில் நீவியபடி ஏதோ யோசனையில் இருந்தார். அவசரமாக கைவிரலை வேஷ்டியில் துடைத்தபடி மீண்டும் கட்டத்தை உற்றுப்பார்த்தார். அன்று மாலையிலிருந்து நிரந்தரப் பைத்தியக்காரனைப் போல மனம் குழம்பிக் கிடந்தது. காற்றாட வெளியே சென்று வரலாம் என்றால் மேல் வேஷ்டியைப் போட்டுக்கொள்ள வீட்டுக்குள் போக வேண்டும். கமலத்திடம் ஏதாவது சாக்கு சொல்ல வேண்டும். சனியன் பயப்படுவாள்.

அறை பாதி இருட்டில் இருந்தது. விளக்குத் திரியைச் சுற்றிவிட்டு வெளியே எடுத்து வெளிச்சத்தை அதிகப்படுத்தினார். உதறலோடு அவரது நிழல் துலங்கிவந்தது. நரசிம்ம ஸ்தோத்திரத்தைச் சொல்லிக்கொண்டு மீண்டும் கட்டத்தைப் பார்த்தார். வெளிச்சம் வைத்ததில் கட்டங்கள் மாறியிருக்குமா? ஒன்றில் குருவும், நான்கில் கடகமும் கூட பரவாயில்லை. கூடவே ஆறில் சூரியனும் கூட இருக்கிறானே. கட்டங்கள் மீதிருந்த சிறு குச்சியை தேவைக்கதிகமாகவே தள்ளிவிட்டார். ஹானி வந்துடாம இருக்கணுமே. சர்வேசுவரா! அவர் கைகள்

நடுங்கின. சட்டென அக்குள் வாடை அளவுக்கதிகாக வந்ததில் முகம் சுளித்தார்.

தலையைக் குறுக்காக அசைத்துக் கொண்டார் கட்டங்களைத் திருத்துவது போல. அவர் எழுதிப்போட்ட கணக்குகள், ராசிக்கோலங்கள், நட்சத்திர கோணக்குறிப்புகள், யோக சித்தி கட்டுகள் எல்லாம் போக்குக்காட்டின. எங்கோ எவரோ எழுதி வைத்த கணக்குகள் இதுவரை வராத காலத்தை நிருணயித்துவிட முடியுமா. கேள்வியைக் கேட்டு முடிப்பதற்குள் நாராயணியத்திலிருந்து மன்னிப்புக் கேட்கும் தொனியில் வேகமாக ரெண்டு வரிகளைச் சொல்லிவிட்டு மீண்டும் கணக்குகளில் மூழ்கினார்.

★ ★ ★

காந்தி அட்டகாசமாகச் சிரித்தார்.

பழுப்பு அங்கி அணிந்திருந்த ராஜேந்திர சர்மா அவரது சிரிப்பை உதாசீனப்படுத்திவிடாமல் அதே சமயம் கவலை தோய்ந்த முகத்தோடு அவரைப் பார்த்து நின்றார்.

"இதுவும் ஒருவிதத்தில் நல்ல விஷயம் தான். மகாத்மாவுக்கும் சாவு நிச்சயம் என்பது என் வாழ்வின் இன்னொரு செய்தியாக இருக்கட்டும். குறைந்தபட்சம் நான் மகாத்மா இல்லை என்றாவது இவர்களுக்குத் தெரியவரட்டும்", சொல்லிவிட்டு பலமாகச் சிரித்தார்.

உடலெங்கும் வியர்வை வழிய விசுவநாத ஐயர் அவர் முன்னே நின்று கொண்டிருந்தார்.

"அப்படியில்லை. ரத்த பலி கேட்கும் மரணம்னு கட்டம் சொல்றது..இதுக்குப் பரிகாரம் நிச்சயமா இருக்கும்."

கூடி இருந்தவர்கள் பதற்றத்துடன் நின்றுகொண்டிருந்தனர்.

"இன்னும் நான்கு மாதங்கள் சுற்றாமல் சீக்கிரம் முடித்துக்கொண்டு ஊருக்குச் சென்றுவிடலாமே", தேசாய் பவ்வியமாக நின்றிருந்தபோதும் தீர்க்கமாகச் சொன்னார்.

"நான் நேற்று முழுவதும் தூங்கவில்லை தெரியுமா? கடவுளிடம் மன்றாடிக்கொண்டு கேட்டேன். நான் உண்மையென உள்ளளவில் நம்பும் ஒன்றையாவது என் மக்களிடம் கொண்டு

சேர்த்துவிடு என. நீ உண்மையில் இறப்பாய் என இதோ இங்கே ஐயர் கூறுகிறார். அதுமட்டுமல்ல சாதாரண இறப்பு அல்ல. வன்முறையில் இறப்பு. இன்னொரு குழப்பத்திலிருந்து என்னைக் காப்பாற்றிவிட்டார் கடவுள். இதை எல்லாரும் நம்பித்தானே ஆகவேண்டும்", என அவர் தேசாய் சொன்னதைக் கேட்காதது போலச் சொல்லிவிட்டு குறும்புப் புன்னகையுடன் திரும்பினார்.

"அதுக்கில்லை. ஏற்கனவே நிறைய சி ஐ டி நம் கூட்டத்தில் இருக்கிறார்கள். அவர்களில் யாராவது?"

"நான் இறந்துவிட்டால் சி ஐ டிகளுக்கு வேறு என்ன வேலை இருக்கும்? அப்படியெல்லாம் தங்கள் வேலைக்கு குறைவு வைக்க மாட்டார்கள்.."

காந்தி சொல்வதைப் பொருளற்றுப் பார்த்துக்கொண்டிருந்தார் விசுவநாத ஐயர். அவருக்கு இதைவிட வேறொன்றும் சொல்ல இருந்தது. ஆனால் சொல்லவில்லை. வெளியே நாதஸ்வரமும் தவிலும் இணைந்துகொண்டு காந்தி வருகைக்காக இசைக்கத்தொடங்கியிருந்தன. கூட்டம் ஒன்று காந்தியைத் தள்ளிக்கொண்டு உள்ளிருந்து வெளியே மிதந்துச் சென்றது. சிறிது நேரத்தில் ஐயர் மட்டும் தனியே கூடத்தின் நடுவே நின்றிருந்தார். தவில் வழியாக உருண்டு உருண்டு வந்தது தாளம். அவரது மனம் கணக்குகளின் ஆட்டவிதிகளுக்கு ஒப்புகொடுக்கத் தொடங்கியது. அதிசயமாக அது தவிலின் தாளத்தோடு ஒத்துப்போனதை அவரது உள்ளம் உணர்ந்தது. நிலையில்லாது விழப்போனவர் கூடத்தில் செயலிழந்து உட்கார்ந்தார்.

★ ★ ★

நான் உன்னிடம் சொல்லாமல் விடப்போகும் விஷயம் அநேகமாக இது ஒன்று மட்டுமாகத் தான் இருக்கும். என் நேரம் இப்படித்தான் முடியும் எனத் தெரியும். முதலிலேயே சொல்லிவிடலாம் என்றாலும் உன்னிடம் சொல்வதினால் முடிவு ஏதேனும் விதத்தில் மாறிவிடுமா என்று தான் யோசிப்பேன்? அப்படியே மாறிவிட்டால் என்ன செய்வது? ஒரு முறை தேசாய் கிட்டத்தட்ட உன்னிடம் சொல்ல வருவார். அவரது கையை அழுத்தமாகக் கிள்ளிவிடுவேன்.

★ ★ ★

விட்ட இடத்திலிருந்து தொடர்வது போல மூன்றாவது நாளாகக் கனவு வந்தது. படுத்திருந்த சிறு பாயின் ரேகைகளைக் கையில் தோளில் தடவிக்கொடுத்துத் திரும்பப்படுத்தார் காந்தி. தொடர்ந்து மூன்றாம் ஜாமம் வரை தூக்கம் வராமல் புரண்டு புரண்டு படுத்தார். காலையில் அவர் கைத்தவறி அடித்த பூரான் ஒன்று புரண்டு புரண்டு உயிரைத் தக்கைவைத்துக்கொள்ளப்பார்த்தது. கால்களை உதைத்துத் திரும்பும்போது அதன் முகம் எங்கோ பார்த்த மனித முகம். வலியின் ரேகைகளை கண் கொண்டு பார்க்க முடியவில்லை. இயல்பாக இருப்பதைவிட முற்றிலும் வேறொன்றாக மாறியிருந்தது அந்த முகம். வலி மட்டுமேயான முகம். கைகால்களுக்குத் துடிப்பைப் போல முகத்துக்கு விகாரம்.

கைத்தவறித்தான் அடிக்க நேர்ந்தது என கத்தினார். வாய் மட்டுமே அசைந்தது. சத்தம் வரவில்லை. அதற்குள் பூரான் சிறு பச்சை ரத்தம் தோய்ந்த இடத்திலிருந்து சற்று நகர்ந்திருந்தது. மூச்சு விட்டால் திணறிவிடுமோ என கவனமாக மூச்சு விடாமல் இருந்தார்.

இல்லை, துன்புறுத்துவதற்காக செய்யவில்லை. கைத்தவறிதான் என மீண்டும் உதடுகளைக் குவித்துச் சொன்னார்.

பூரான் திரும்பிப்படுத்துக் கிடந்தது.

★ ★ ★

“எனது நண்பர்களில் கூட சிலர் முன்வினைப்பயனை அசூசையோடு எதிர்கொள்வதைப் பார்த்திருக்கிறேன். இதெல்லாம் கடவுள் மீது இளக்காரமாகப் பார்க்கப்படுவதால் வருவதல்ல. தங்கள் அறிவின் மீது அபாரமான நம்பிக்கை வைத்திருப்பதால். இதைச் சொல்வதால் நமது அறிவின் மீது நம்பிக்கை வைக்கக்கூடாது எனச் சொல்வதாக நினைக்கக்கூடாது.”

முன்வரிசையில் உட்கார்ந்திருந்த சில கதர் தொப்பிகள் சங்கடமாக நெளிந்தன.

“கர்ம பலன்களைப் பற்றிப் பேசும்போது நமது ஜன்ம பூமியில் விளைந்த அறிவு முதிர்ச்சியைப் பற்றி யோசிக்கிறேன். ஒருவன் இப்போது இருக்கும் நிலைமை அவனாலேயே சீர்

செய்ய முடியும் எனும் நம்பிக்கையைக் கொடுக்கும் வினை தான் இது. சூழலோ, அவனது சொந்தமோ, நண்பர்களோ திருத்தக்கூடியது அல்ல. பாவப்புண்ணியக் கணக்கு என்பது நாம் மேலெழுந்து செல்ல வேண்டிய பாதை."

திரள் திரளாக திடலில் கூடியபடி இருந்தனர் மக்கள். சற்று இடைவெளி விட்டு காந்தி சொல்வதை ஒலிபெருக்கியில் தமிழாக்கிக்கொண்டிருந்தார் ராஜன்.

"எதற்கு நாம் வெட்கப்படவேண்டும்? கர்மவினையின் பயனாக அனுபவிக்கும் இன்றைய நிலையைக் கொண்டு ஒரு மனிதனை கீழ்மைப்படுத்துவதை காணும்போது வெட்கப்படவேண்டும். கலக்கும் அசுத்தத்தை எண்ணி நதி என்றும் வருத்தப்பட்டதில்லை."

கூட்டம் ஆரவாரத்துடன் கைதட்டியது. அப்போது காந்தி அவரது அடுத்த வரியை பேசிக்கொண்டிருந்தார்.

* * *

"முழு இருட்டில் பார்க்கும் திறன் கிடைத்துவிட்டால் நாம் ஆந்தையாகிவிடமுடியுமா?", ராஜாஜியின் தொண்டை குழி அசைவதை விநோதமாகப் பார்த்தபடி உட்கார்ந்திருந்தார் காந்தி. அவரது கை ராட்டினத்தைச் சுற்றியபடி இருந்தாலும் மனம் வேறெங்கோ இருந்தது.

"இப்போது இந்த நேரத்தில் நான் முன்வினைப்பற்றி பேசிக்கொண்டிருப்பேன் என முன்னரே முடிவெடுத்து என் மனதில் எழுதப்பட்டிருக்கும் என நம்புகிறீர்களா?"

காந்தி மையமாகத் தலையசைத்தார். "என் மனம் எனக்கு அதைத்தான் சொல்கிறது. உங்கள் தத்துவம் என்ன சொல்கிறது?"

"தத்துவம் மன இச்சையை ஒரு கயிறு என்கிறது. கம்பத்தில் கட்டப்பட்ட கயிறு. இறுக இழுத்து ஒரு வட்டம் வரை சுதந்திரமாகச் சுற்றி வரலாம்.."

"..என உங்கள் வினை அனுமதித்திருக்கிறது", என ராஜாஜியின் வாக்கியத்தை முடித்தார்.

"அந்த ஜோசியன் சொன்னதை முழுவதுமாக நம்பிவிட்டீர்கள் என நினைக்கிறேன். உங்களுக்குத் தெரியாதது

இல்லை. அவனது பிழைப்பு அது. உங்க ஜாதகத்தைக் கணித்துவிட்டானென பிசினஸைக் கூட்டியிருப்பார்", என ராஜாஜி சிரித்தார்.

"என்னைத் தவிர யாரோ ஒருத்தருக்கு என் முடிவு தெரிந்திருக்கிறது. மற்றவர்கள் நம்புவது மகாத்மாவாக எனக்கு மதிப்பிழப்புதான்", எனச் சொல்லிச் சிரித்தார்.

"சரி, இப்போதைக்கு அப்படியே வைத்துக்கொள்வோம். ஒரு விளையாட்டு ஆடலாம்."

ராட்டினத்தை நிறுத்திவிட்டு தன் முன்னே மண்டியிட்டு அருகே வந்த ராஜாஜியை உற்றுப் பார்த்து அவர் சொல்வதைக் கேட்டார். காந்தியின் கண்களில் குழந்தையின் குறும்புத்தனம்.

"உங்களை ஒருவன் கொல்லப்போகிறான். அதற்குப் பின் இறக்கப்போகிறீர்கள். இந்த ரெண்டு செயல்களைத் தடுக்கும் சாத்தியம் வட்டத்தில் சுற்றும் உங்களுக்கு இருக்கிறது என நான் நினைக்கிறேன்", ராஜாஜி காந்திக்கு மட்டுமே கேட்கும் விதமாக மிக மெல்லிய குரலில் தொடர்ந்தார்.

"இப்போது ரெண்டு சாத்தியங்கள் தான் இருக்கின்றன. நீங்கள் அந்த ஜோதிடர் சொன்னதை நம்பலாம் அல்லது நம்பாமல் இருக்கலாம். அவர் சொல்வதை நம்பினால் ரெண்டு செயல்களில் அதைக் காட்டலாம். கொலையுண்டு இறப்பதைத் தடுக்கும் செயலில் ஈடுபடலாம், அல்லது எதுவும் நடக்காதது போல, இது பற்றித் தெரியாதது போல நடந்துகொள்ளலாம்."

"தத்துவவாதியின் தர்க்கக்குழப்பத்தில் சிக்கிக்கொண்டு விட்டேன் என நினைக்கிறேன். ஆனால் நான் என்னுள் இருக்கும் கடவுளின் ஆணைப்படி நடப்பவன். ஜோதிடத்தை நம்புவது எதிர்காலத்தை மட்டுமல்ல, இந்த ஜகத்தை ஒரு சுழற்சியில் அமைத்துவைத்தவனின் மீது நம்பிக்கை வைப்பது போன்றது", என காந்தி புன்னகைத்தார்.

"நீங்கள் இதைத்தான் சொல்லுவீர்கள் எனத் தெரியும். கொலையிலிருந்து தப்பிக்கும் வழியை எடுத்தால், ஜோதிடத்தின் மீது உங்கள் நம்பிக்கை பொய் என்றாகிவிடும். எதுவும் செய்யாமல் இருப்பது உங்களைப் போன்ற கர்மவீரரின் வாழ்வை முழுமையாக்காது", என ராஜாஜி காந்தியை சிக்க வைப்பது போலப் பார்த்தார்.

“ஆமாம். உண்மை. ஜோதிடன் சொன்னதை நம்பாமல் இருந்துவிடலாம். ஆனால்..”, என இழுத்தார்.

“ஜோதிடம் என்பது விதிவழி அவன் போட்ட கணக்குகளை அடி பிழறாமல் உடனிருந்து நடந்து பார்ப்பது. ஜோதிடத்தைப் பயில்பவன் அதன் வழியில் இருக்கும் இருளையும், தீவினைகளையும் கடந்து முக்காலத்தை ஒரு சேரப்பார்ப்பவன் ஆகிறான் என்கிறது நமது சோதிட சாஸ்திரம். அவனோடு பயணம் செய்பவர்களும் வேறு வகையான அறிதலை அடைகிறார்கள். காலம் என்பது ஒரு அலையாகிறது. கடந்த காலம், எதிர்காலம் என அனைத்தையும் அலையாக்குகிறது. ஜோதிடத்தை நெருங்கிப் பார்ப்பவன் நினைவிலிருந்து எதிர்காலத்தை மீட்கிறான். அதை நீங்கள் நம்பாமல் போனால், உள்ளுணர்வின் மீதும் அண்டத்தை உருவாக்கினவன் மீதும் இருக்கும் உங்கள் அடிப்படை நம்பிக்கை பொய் என்பதாகும். நீங்களே ஒரு பொய் என்றாகும்“

“நீங்க நம்புகிறீர்களா, சி.ஆர்?”

“தத்துவத்தில் நம்பிக்கைக்கு இடமே இல்லையே குருஜி”, என ராஜாஜி சிரித்தார்.

“என் முன் இருக்கும் நிச்சயமான வழி எது சி.ஆர்? நீங்களே சொல்லுங்கள்”

“கயிறின் நீளத்தை சோதிப்பதுதான்”, ராஜாஜி முறுவலித்தார்.

★ ★ ★

பா, தேசாயிடம் நீ சொல்வதை நான் கேட்பேன். “அவரது உடல் நலம் பற்றிய கவலை எப்போதும் என்னைத் தூங்கவிடுவதில்லை”, என்பாய். என் நலத்தைப்பற்றி நான் அக்கறை படாமலா பலவித சொந்த மருத்துவங்களை நான் செய்யத் தொடங்குவேன்? நான் ஒரு சுயநலக்காரன். என் வாழ்வு கீழானது என நிரூபிக்க நினைக்கும் எதிர்காலம் பற்றி மட்டுமே நான் கவலைப்படுவேன்.

★ ★ ★

ஒரு மணல் குன்றை மீள மீள ஏறி உச்சி அடைகிறேன். உச்சி மதியமானாலும் மந்தமான காற்று வீசிக்கொண்டிருந்தது.

ஏறிய வேகத்தில் உயரத்தின் அலைபாய்தலில் தலை இறகுப்போலானது. என் உடலின் பாரம் கொஞ்சமும் தெரியவில்லை. உடலே இருப்பது போலவும் இல்லாதிருப்பது போலவும் மிதப்பு. அதே சமயம் என் மேல் கீழ் பகுதிகள் வெதுவெதுப்பான ஆடையால் மூடப்பட்ட உணர்வு. ஏதோ ஒரு சாமியாரைத் தேடி எளிதில் வந்து சேர்ந்துவிட்ட மன உவகை ஏற்பட்டது.

தள்ளாடியபடி நிலப்பகுதியின் விரிவைக் கண்டேன். நாற்புறமும் விரிந்து சென்றது. வேறொரு காலத்தின் மனிதன் என்னுடன் பேச நினைத்தவற்றின் வார்த்தைகள் போல மணல் வரிகள் விரிந்திருந்தன. அவன் என்னோடு ஏன் வார்த்தைகளால் பேசவேண்டும்? எக்காலத்திய மனிதன் வந்தாலும் அவனை முழுவதுமாக உடனே புரிந்துகொண்டுவிடுவேன் எனும் நிமிர்வு தோன்றியது. உடனே அதை சமன் செய்யும் வகையில் கண்ணுக்கெட்டிய தூரம் வரை தெரிந்த மணல் வரிகள் தீராத விடாய் போல மனப்பாரத்தை அளித்தது.

தூரத்தில் தெரிந்த குடிசை அருகே செல்லச் செல்ல சிறிதானது. சட்டென என் முன் தெரிந்த சிறு வாயில்குடில் பெரிய பணைகுடிலாக மாறியது. மூங்கில் கதவைத் தட்டலாமா என நினைத்திருந்தபோது, “திறந்துவிட்டது. வா”, எனும் மெல்லிய குரல் காற்றின் ஓலத்தை மீறிக்கேட்டது.

உள்ளே ஒரே ஒரு புள்ளி. ரத்தச் சிவப்புப் புள்ளி. உலகின் சிவப்பு அனைத்தின் மூலம். தாய்ப்புள்ளி.

உத்துப்பார்த்தால் அதன் விளிம்பில் வெடிப்புகள். நிலக்குழி போல புகை விட்டுக்கொண்டிருந்தது.

நான் இன்னும் உற்றுப்பார்த்தேன். அதன் விரிப்பில் அறுந்துபோன சிறு நரம்புகளும் தசைகளும் பல்லுயிர்ப்பூச்சிகள் போல சிவப்பை வட்டமிட்டுக்கொண்டிருந்தன. உயிர்ப்புள்ள பொட்டு.

வாயுள்ள சிறு சிவப்பு கொப்பூழ் நுணுக்கமாக மூச்சுவிடுவது போல.

“என்னை எதிர்பார்த்தாயா?”

ஒரு விதத்தில் இந்த சந்திப்பை எதிர்பார்த்ததினால் மட்டுமே இப்பயணத்தை மேற்கொண்டேன் எனத் தோன்றியது. அதை சொல்லாக மாற்றிக்கொள்ள தடுமாறினேன்.

"எப்படி ஒரு கச்சிதமான வட்டம் பார்த்தாயா? பிரக்ரதியைப் போல எளிமையானது வேறேதுமில்லை. வட்டம் அதில் கச்சிதமான ஒழுங்கு"

"உன்னை ஜோதிடர் சொன்ன சமயத்திலிருந்து எதிர்பார்த்தேன். சில சமயம் சிறு வயதிலேயே தெரியும் என்று கூடத் தோன்றுகிறது"

"எப்போதிலிருந்து"

"சின்ன வயது அனுபவம் தெரியலை. ஆனால் முதல் முறை நடாலில்"

"சொல்"

காந்திக்கு அதை நினைக்கும்போதே உதறல் எடுத்தது. கை நடுங்கிற்று.

"நடால் பண்ணையில் திருத்தவே முடியாமல் முரண்டு பிடித்த ஒரு பதினேழு வயது மாணவனை அடித்த அந்த கழி. கழியைப் பற்றியிருந்த தன் கரங்கள். என்னைத் தள்ளிவிட முன்னே வந்த அவனது வேகம். இன்று வரை அந்த ஆக்ரோஷத்தோடு என் முன்னே வருபவர்களைத்தான் மனதின் அடி ஆழத்தில் பார்க்கிறேன். அந்த பையன் முதலில் காட்டிய வெறி. அவன் கலாட்டா செய்து கொண்டிருந்த இடத்தை நோக்கி நான் வருவதை பார்த்தவன் கண்களில் தெரிந்த விலங்குப்பார்வை. இறைத்தன்மை முற்றிலும் காணாமல் போன நொடி அது. மனிதனின் எந்த சாயலும் அதில் படியவில்லை. என்னைத் தள்ளிவிடுவதற்கு அவன் முன்வந்த வேகத்தில் ஒரு தோட்டாவின் குறிக்கோள் தெரிந்தது. சாரமற்ற கண்கள்."

"இது மட்டும் தானா?"

மூச்சிழுப்பதை நிறுத்தி சிவப்பு அவரை உற்றுப்பார்த்தது. ஒரு சிறு துளை. ஒரே ஒரு துளி ரத்தம் அமைதியாகக் காத்திருந்தது.

காந்தி தடுமாறினார்.

"என் கைகள் நடுங்கிக்கொண்டே இருந்தன. கழியைப் பற்றிய கணம் முதல். எங்கிருந்தோ வந்த ஒரு மிருகக்கோபம். என்னால் அந்த நடுக்கத்தைக் கூட என் கை இன்னும் மறக்கவில்லை. என் கையின் மற்றொரு இயல்பாக அது மாறிவிட்டது. அந்த மிருகத்தோடுதான் ஒவ்வொரு நிமிடமும் போராடுகிறேன். ஆனால், என் கை நடுங்கியபடி கழியைப் பிடித்திருந்தபோது வேகமாகத் திமிறிய சிறுவன் ஒரு கனம் தடுமாறினான். என்னையும் நடுங்கும் கையையும் மாறி மாறிப்பார்த்தான். அவன் முகத்தில் சிறு ஏளனம்"

அவரால் தொடர முடியவில்லை. இப்போது நினைத்தால் கூட உச்சகட்ட பதற்றம் தோன்றிவிடுகிறது. காந்தி குனிந்து தனது கரங்களைப் பார்த்தார். வியர்வை பொங்கிய கரங்கள். ஒரு சிறு கத்தி போதும். அந்த விரல்களைத் துண்டாக்கிக்கொள்ள.

"என் அடிமனதின் ஆசை ஒன்று நிறைவேறியது போன்ற குதூகலிப்பு. என் செயலுக்கு ஒரு காரணம் கிடைத்துவிட்ட திருப்தி. அதுவரை தெரிந்த கோபம் குற்றஉணர்வு கூடிய ஒன்று. அவன் முகத்தில் பார்த்துவிட்ட சிரிப்பு அந்த குற்ற உணர்வைப் போக்கிவிட்டது. அவன் கதறல் கேவலாக மாறும் வரை தொடர்ந்து அடித்தேன். என் பலம் எனக்கே வியப்பூட்டியது. ஆஸ்ரமத்தில் இதை நெருங்கி வந்து பார்த்தவர்கள் ரெண்டடி பின்னே சென்றனர். பல முகங்களில் ஏமாற்றம். சிலர் மகிழ்ச்சியை மட்டுப்படுத்தி கடுமையாக முகத்தை வைத்திருந்தனர்."

அடுத்த ஐந்து நாட்கள் தூங்காமல் இருந்தேன். மூளை விளையாட்டுகளுக்கு எல்லையே இல்லை. சடசடவென என் கோபத்துக்குக் காரணங்களைத் தொகுத்துக்கொள்ளத் தொடங்கினேன். பையனால் பெரிதும் பாதிக்கப்பட்ட நடால் ஆஸ்ரம நிர்வாகிகள் என்பக்க நியாயங்களை அடுக்கி என் மகக்குழப்பங்களை மூடப்பார்த்தனர். இப்போது நினைத்தால் மிகக் கேவலமாக இருக்கிறது. ஆனால் அப்போது அந்த நியாயங்களைப்போன்ற களிம்பு வேறேதுமில்லை. அவர்கள் தெய்வங்களாகத் தெரிந்தனர். அவர்களுக்கும். குற்றங்களை வேறு படுத்திப் பார்க்க முடியாதபடி புகைமூட்டம். இந்த நியாயத்தரப்புகளின் சடங்கு இல்லாவிட்டால் உலகம்

எப்போதோ மனிதர்களற்ற இடமாகியிருக்கும். வளரும்முன்பே மனிதன் தற்கொலை செய்துகொண்டிருப்பான்.

"பத்து நாட்களுக்குப் பிறகு நிம்மதி திரும்பியதா?"

தெரியவில்லை. அடுத்த பத்து நாட்களுக்கு நான் பாவின் முகத்தைப் பார்க்கவில்லை.

சிவப்பு சட்டென பூரண வெளிச்சமானது. காந்தி முதல் வெளிச்சத்தின் கீற்று ஜன்னலை மீறி விழிப்பு தட்டிவிட்டதை நிம்மதியுடன் வரவேற்றார்.

★ ★ ★

சேலம், தஞ்சாவூர் என நாகப்பட்டிணத்தை விசுவநாத ஐயர் அடைந்தபோது அதிகாலையாயிருந்தது. காந்தியுடன் வந்த கோஷ்டியினருடன் காய்கறி நறுக்கி சமையலில் உதவியாக இருப்பது ஓரளவு நிறைவைத் தந்தது. இனி ஜோதிடக்கட்டுக்கள் இல்லை. காந்தியுடனேயே பயணம் செய்யலாம். மனதில் ஒரே எண்ணம் தான். காந்தியைப் பாதுகாக்க வேண்டும்.

இதென்ன அபத்தமான எண்ணம்? கணக்குக்கட்டுகளைத் தூக்கிப்போட்டு அவர் பின்னால் செல் என என் முன்வினைப்பயனில் எழுதியிருக்கோ? என் ஜாதகத்தில் இல்லை என்றால் கமலத்தின் கணக்குகளில் இருந்திருக்கும்.

கூடாரத்தை விட்டு வெளியே வந்து வானத்தைப் பார்த்து படுத்தார். இரவு நேரத்தின் கண்கள் மெல்ல துலங்கத்தொடங்கின. உள்ளே ஏதேதோ எண்ணங்கள். எத்தனையோ நபர்களின் விதிக்கணக்கை கண்டு சொல்லி யிருக்கிறேன். ஏதோ ஒரு கரம் கணக்கையும், மற்றொரு கரம் அவர்களையும் அரவணைத்துக்கிடந்திருக்கிறது. எதிர்காலத்தைத் தெரிந்துகொண்டு நொடிந்துபோனவர்களையே நிறைய பார்த்திருக்கிறேன். என் முன்னே கரைந்து அழுத எண்ணற்ற பெண்களும், வயதான ஆண்களும் எந்த விதிக்கு ஒப்புகொடுத்து இந்த வாழ்வை கழித்துப்போக வந்திருக்கிறார்கள்? அவர்களது செயலுக்கும் சிந்தைக்கும் தொடர்புகொடுக்கும்

தத்துவத்தைத் தேடிக் களைத்தவர்கள்.

பிரயாண கால மானஸோ சலேன

பக்தியா யுக்தே யோக பலேன சைவ

பலவாறு உடைந்த செயலுக்கு மூலத்தைத் தேடிப்போவது சக்திவிரயம். எதிர்நிலை இச்சாசக்தி.

மாலை பஜனையின்போது காந்தி சொன்ன கீதை மந்திரம் தனக்காகச் சொல்லப்பட்ட ஒன்று என ஒரு கணம் நினைத்தார். அன்று இரவு முழுவதும் மனம் வழுக்கி அந்த வரியிலேயே விழுந்து கிடந்தது.

★ ★ ★

இம்முறை சிவப்புக்கண் மிகத் தெளிவாகப் பல நிறமிழமிகளோடுத் தெரிந்தது. ஒரு பொட்டுத் துளை. சகஜமாக உரையாடத் தொடங்குவதும் பின்னர் தன்னையே நொந்துகொள்வதுமாக கனவு உரையாடலின் நான்காவது நாள் என காந்தியின் தர்க்கம் ஒரு பக்கம் கணக்குப் போட்டுக்கொண்டது.

"சபாஷ்"

"என்னது?"

"கனவையும் கனவுப்பற்றிய சிந்தையையும் தெளிவாக ரெண்டாகப் பிரித்துக்கொண்டுவிட்டாய்."

காந்தியின் நெற்றி சுருங்கியது.

"உன் பயிற்சியின் விளைவு அது. அகத்துக்கும் புறத்துக்கும் நடுநிலையான இடத்தில் சஞ்சரிக்க முடிகிறது உன்னால். சி ஆருடனான விவாதம் எப்படி இருந்தது?"

"அவர் என்னைக் குழப்பிவிட்டார்"

"தத்துவவாதிகளின் இயல்பு அதுதான். அந்த பையனைப் பற்றிச் சொல்லிக்கொண்டிருக்கும்போது நழுவிவிட்டாய்"

தன் பார்வை துடிப்பதை காந்தி உணர்ந்தார்.

"உண்ணாவிரதத்தோடு கீதையை மீண்டும் படிக்கத் தொடங்கினேன். யோகங்களைக் கடக்கும் தோறும் சாட்டையின் நுனியால் சொடுக்கப்பட்டது போலிருந்தது."

வெளியே வெக்கை இன்னும் அதிகரித்துவிட்ட மாதிரித் தோன்றியது. வெக்கை எங்கிருந்து வருகிறது? அந்த சிவப்பு பொட்டிலிருந்தா, வெளியிலிருந்தா, தன்னிலிருந்தா? கண்ணிமைக்கும் நேரத்தில் வந்து விட்ட நெருப்பின் திசையைக் காண முடியாது திகைத்தார் காந்தி.

"அந்த செயலிலிருந்து இன்னும் நீ விடுபடாதது தெரிகிறது. முழுமையடையாதது உன் செயல்"

புதிராகச் சொடுக்கப்பட்டு நிற்கும் இந்த இடத்திலிருந்து விடுதலையை உத்தேசிக்கும் பாணியில் காந்தி பதற்றத்துடன் குடிலைச் சுற்றிப்பார்த்தார். எங்கும் இடைவெளியற்ற இருள்.

"அந்த கொடுங்கனவிலிருந்து விடுதலை பெறும் வழி தெரியலியா?"

காந்தியின் நெஞ்சு ஒரு முறை சிலிர்த்துக்கொண்டது. எண்ணங்கள் இல்லாத மனம் திளைப்பது போல வானில் பறக்கும்கூட்டமொன்றைப் பார்த்து பெருமூச்சுவிட்டார்.

"யாகங்களில் இடும் அவிசாக உன் மனம் ஆக வேண்டும். தீக்கடை கோல் மட்டுமே தீயை முழுமையாக்க முடியும்"

"எத்தனை யோசித்தாலும் அந்த நொடியின் கோபத்தைத் தாண்டி எதையும் சிந்திக்க முடியவில்லை", காந்தி குடிலின் குறுக்கும் நெடுக்குமாக நடந்தார்.

தன்னுள் ஏதோ ஒன்று கூர்ந்து கவனித்தால் தலை தாழ்த்தி விலகிவிடும் என்பதை உணர்ந்தார். அடுத்த சில நாட்களில் மௌன விரதம் இருந்தபோது சமையலில் வேலை பார்த்த அந்த சிறுவனை மீண்டும் பார்க்க நேர்ந்தது. ஏமாற்றத்தோடு காய்கறிகளை நறுக்கிக்கொண்டிருந்தான்.

முகத்தில் ஒரு வெற்றிச் சிரிப்பு ஒரு நொடி வந்து சேர்ந்ததை இப்போது உணர்ந்து துணுக்குற்றார் காந்தி. அதுவரை இருந்த செயலில் தெரிந்த வெப்பம் சட்டென குளிர்ந்ததை உணர்ந்தார்.

"உன் செயல் எல்லாம் ஒரு கற்பனை எதிரியைக் கொண்டே வளர்ந்திருக்கின்றன"

காந்திக்கு ஒரு உதறல் எடுத்தது. யாரோ கையை இழுப்பது போல.

பாய்க்கு அருகே குனிந்து காந்தியின் முகத்தைப் புரியாமல் பார்த்துக்கொண்டிருந்தாள் பா. நல்ல குளிர் இரவில் அவர் முகம் வியர்த்து வெளிரியிருந்தது.

★ ★ ★

உன்னிடம் அந்த முரட்டுச் சிறுவனைப் பற்றிக் கேட்பேன். வழக்கமாக இது போன்ற சந்தர்ப்பங்களில் இருக்கும் குறுகுறுப்பு இன்றி நிதானமாக, மிக இயல்பாக அந்தக் கேள்வியை உன்னிடம் தொடுத்திருப்பேன். நீ பட்டும் படாமல் ஒரு பதிலைச் சொல்வாய். பிளவுபடாமல் ஒன்றை ஒன்று சுற்றிவரும் இரு வளையங்கள் போல நம்மிடையே பொதுவான உணர்ச்சிகள் இல்லாமலானது போல எனக்கு தோன்றும். மணிலால் மீதான என் கோபத்தைக்கண்ட உன் எதிர்வினையாக அது இருக்கலாமென்றும் அப்போது நினைப்பேன். ஒரே ஒரு நொடி தான். மீண்டும் என் பா மீதான மரியாதை கலந்த பிரியம் என்னை மீட்டுவிடும். முரட்டுப் பையனைப் பற்றி நீ சொன்னவை எதுவும் என் நினைப்பில் தங்காது.

★ ★ ★

சி.ஆர் அறைக்குள் நுழைந்தபோது எனக்கு அது தெரிந்திருக்க வேண்டும். தெரிந்தது. ஆனால் நானாக அதைப் பற்றிப் பேசக்கூடாது என இருந்தேன். அன்றைய பயணத்திட்டம், காலை பிரிட்டோவிடம் எழுதச் சொன்ன கடிதங்களின் சாரம் எனப் பேசினோம். உள்ளுக்குள் ஒரு எண்ணம் குமட்டலாகச் சுழன்று கொண்டே இருந்தது. சி ஆரும் எங்களுக்குள் இருந்த இடைவெளியை உணர்ந்திருந்தார்.

பின் மதியம் நான் அறையில் தனித்திருந்தேன். இப்போது கனவு வரக்கூடாதா என இருந்தது. யங் இந்தியாவுக்கான குறிப்புகளைச் சேகரித்து வழக்கத்துக்கு மாறாக தெரிந்த மொழிகளிலெல்லாம் மொழிபெயர்த்துக்கொண்டிருந்தேன். மதராஸுக்கு அடுத்த வாரம் திரும்பிவிடுவோம். அங்கிருந்து பூனா. மொழிகளுக்குள் புகுந்து இறுகத் தைக்கும் ஊசி போல ஊடுருவியபடி சென்றேன். மிக நொய்மையானது அந்தச் சிந்தனை.

அந்த ஜோசியனை சந்திக்கச் செல்லலாம் என சமையலறை பக்கம் சென்றேன். செம்மண்ணாலான பெரிய முற்றம். அதைத்

தாண்டிய கீத்துக்கொட்டகையில் பெரிய அண்டாக்களை கழுவும் சத்தம். அன்றைய சமையல் பற்றி, சாப்பிட்டுச் சென்றவர்களின் பசி பற்றிய கிண்டலும் கேலியுமாக சமையற்கூடம் சத்தமிட்டது. பெரிய பாத்திரங்களின் மீது படிந்த பிசினை நீக்குவதற்காக அண்டாக்களில் நீரை நிரப்பிக்கொண்டிருந்தார் அவர். அவரது கவனம் அதில் முழுமையாகப் படிந்துகிடந்தது. கண்கள் அரைவாசி மூடியிருந்தன. அவரைச் சுற்றி நான்கு பக்கமும் தண்ணீர். பழுப்பும் சாப்பாட்டு மிச்சமுமான நிற வெளி. அவர் என்னைக் கவனிக்காது நீரை நிரப்புவதும், சாப்பாட்டு மிச்சங்களை ஒதுக்குவதுமாக இருந்தார்.

நான் பின்னால் இருப்பதைத் தெரிந்துகொண்டுதான் திரும்பாமல் இருக்கிறார் என என் உள் மனது சொன்னது. இல்லை, அவர் திரும்பிச் சிரித்தால் அந்தப் பார்வையை என்னால் சந்திக்க இயலாது. அவரது குலத் தொழிலை மறந்து தேச சேவைக்காகத் திரும்ப வைத்திருக்கும் ஜாதகக்காரன் நான் என்பதை அவரது ஜாதகத்தில் கணித்திருப்பாரோ? அப்படியே கணித்திருந்தாலும் அதை ஏன் தொடர வேண்டும்? ஆனால் இன்னொன்றும் தோன்றியது. என்னைத் திரும்பிப்பார்த்தால் அவரது முழங்கால்கள் மீது மோதி, "என்னைக் கொல்லு.. கொல்லு", என்று அழுது அரற்றிவிடுவேன். அவரது உடல்மொழி அதை எனக்குச் சொன்னது. அந்த முகத்தைப் பார்க்க விரும்பாதவன் போல வேகமாக என் அறைக்குத் திரும்பினேன்.

★ ★ ★

அறையின் வாசலிலிருந்து அவனைப் பார்த்தார். நடாலின் குரூர வெயில் மதியம். கூடி நின்ற அனைவரும் வெறி பிடித்த அவனது உடலை இறுகப்பிடிக்க முயன்றனர். கைகால்களை உதறி அவன் திமிறிக்கொண்டிருந்தான். அவன் வாரியிறைத்த காய்கறிகளும், பழங்களும் கூடையிலிருந்து சரிந்து அங்கே தரையில் கிடந்தன. ஒரு வயதானக் கிழவி அங்கே நடக்கும் நாடகத்தைப் பாராது சிதறிய பழங்களை கூடைக்குள் போட்டுக்கொண்டிருந்தார்.

மீண்டும் அந்தக் காட்சி அரங்கேறப்போகிறது. தனது கை தசைகள் துடிப்பதை உணர்ந்தார்.

வேகமாக ஓடி வந்து சொன்ன நடால் கறுப்பன் காந்தியுடன் கூட கோபமாக நடந்துவந்தான். அவனது மூச்சு வேகமாக காற்றின் மீது அறைந்தது. அவர் நடந்து செல்லும் போது சுற்றிலும் இருந்தவர்களின் எதிர்பார்ப்பு அவரது செயல் மீது விழுந்தது. ஆழக்கிடக்கும் ஏரியில் நீர்பாசி அடர்ந்திருப்பது போல மர்மமான சித்திரங்கள் அங்கே உருவாயின.

காந்தி அந்த உருவெளித்தோற்றத்தை தான் பார்ப்பது போல உணர்ந்தார். தன் அசைவுகளை விலகி நின்று பார்ப்பதை விட கூசச்செய்யும் செயலில்லை.

இதுதான் உன் கனவில் வரும் காட்சி என தனக்கே சொல்லிக்கொண்டார். அவரது அலுவலக வாசலிலிருந்து அந்த சிறுவனைச் சென்றடையும் வழியை பலமுறை பார்த்திருந்தார். இப்போது போல. வழியில் தெரிந்த முகங்கள் அனைத்திலும் ததும்பும் அலைவெளி. அவரது நடையின் அதிர்வை இப்போதும் உணர்ந்தார்.

"என்ன செய்யப்போகிறாய்? கயிறின் நீளத்தைச் சோதிக்கலாமா?"

"சி.ஆர்?"

திரும்பிப்பார்த்தார். சி.ஆர் இல்லை.

நடையில் எடையின்மையை உணர்ந்தார். சிறுவனைச் சென்றடையும்போது ரத்தத்துளியுடன் துளையை மின்னலெனக் கண்டார். சுற்றிலும் கன்றிப்போன ஆஸ்ரம வாசிகள். அந்தச் சிறுவன் மீது முழு வெறுப்பைக்காட்டும் கண்கள். முழு எதிர்பார்ப்போடு காத்திருந்தன.

காந்தி அவர்கள் கண்களில் தெரிந்த வெறுப்பின் அலை தன் மீது படாமல் காத்ததைப் பார்த்தார்.

அது யார் பா வா? கீழே குனிந்து பழங்களை பொறுக்கிப் போட்டுக்கொண்டிருந்த கிழவி காந்தியைத் திரும்பிப் பார்க்கவில்லை. எல்லோரும் ஒரு புகைப்படம் போல காந்தியை நோக்கிகொண்டிருக்க அவள் மண் மீது கவனத்துடன் அசைந்தாள். ஒரு நொடியில் அவள் மிதப்பது போலிருந்தது. அவள் எடுக்க எடுக்க சாரி சாரியாக பழங்களும், காய்கறிகளும் தரையில் சிதறியபடி இருந்தன.

அவனருகே சென்றார். அந்தச் சிறுவனின் முகத்தில் ஏளனம் தெரிந்தது. நம்பமுடியாமல் கைகளைக் குனிந்து பார்த்தார். அவரது கைகளில் நடுக்கமில்லை.

நடுக்கமற்ற கைகளைப் பார்த்தேன் பா என நான் உனக்கு எழுதுவேன்.

அருகே இருந்த குச்சியை எடுத்தேன். அவனது கண்கள் என்னை ஊடுறுவின.

இருவரும் கீழே அவன் சிதறிய பழங்களையும், காய்கறிகளையும் பொறுக்கிக்கொண்டிருந்த கிழவியின் வளைந்த கூனைப் பார்த்து நின்றோம். நானும் அந்த கோபக்காரச் சிறுவனும். கையிலிருந்த குச்சி நழுவி விழுந்தது.

★ ★ ★

பா, நீ எங்கிருக்கிறாய்?

★ ★ ★

சி.ஆர், கயிறின் நீளம் எத்தனை எனும் தத்துவக்கணக்குகள் எத்தனை எத்தனை! வினைப்பயனும், நாமாக எடுக்கக்கூடிய முடிவுகளின் பயனும் எதிர் எதிர் தத்துவங்கள் அல்ல என்பதே இப்போதைக்கு என் எண்ணம். இரண்டும் ஒன்றை ஒன்று இறுக்கும் முடிச்சுகள் கொண்டவை. இந்த முடிச்சுகளை நோக்க நோக்க மனம் பேதலித்துப்போகிறது. அதனால் அதிலிருந்து தப்பிக்கும் வழியே என் தத்துவம். என் வாழ்க்கை.

இன்னொன்று சொல்ல மறந்தேன். நான் சென்னை யிலிருந்து கிளம்பும்போது தேடிப்பார்த்தேன். அந்த ஜோசியர் தன் தொழிலுக்குத் திரும்பிவிட்டதாகச் சொன்னார்கள்.

◆

ஆரோகணம்

● சுனில் கிருஷ்ணன்

அந்த உயரத்திலிருந்து கீழ் நோக்கினால் எவருக்கும் மனம் சில கணங்கள் அதன் உச்ச விசையில் ஓடியடங்கும். எந்த நொடியும் விழுந்து விடுவோம் என்ற பயமும் அந்த உயரத்தின் பிரமிப்பில் கடந்து வந்த தொலைவை நோக்க வேண்டும் என்றொரு குறுகுறுப்பும். பாற்கடலைக் கடைந்தபோது பொங்கிய நுரைத் துளிகள் எல்லாம் உறைந்த மலையாகிவிட்டன போலும், பனி மலையல்ல முடிவற்று நீளும் பனிக் கடல் என்று எண்ணிக்கொண்டார் அந்தக் கிழவர். வாழ்க்கையும் நினைவுகளும் எல்லாம் எங்கோ தொலைவின் அடிவானக் கிடங்கில் சென்று ஒளிந்துக் கொண்டன. காலமும், தேசமும், தொலைவும் எதுவும் அவருக்கு புலப்படவில்லை. 'பட்' 'பட்' இரண்டுமுறை அந்த ஒலியை செவிக்கு வெகு அருகில் கேட்டவுடன், அத்தனை ஆண்டுகளாக அந்தக் கணத்தை எதிர்கொள்ளும்போது உதிர்ப்பதற்காக சுமந்து இருந்த சொல்லை முணுமுணுக்க முயன்றது மட்டும் மங்கிய நினைவாக எஞ்சியிருந்தது.

எங்கு தொடங்கிய நடை? எப்போது தொடங்கிய நடை? எதை நோக்கிய நடை? தலைக்குள் கசங்கிய தாள்களாக நினைவுகள் தேங்கிச் சுருண்டுகொண்டு விட்டன. யுகம் யுகமாக கடக்க இயலா சமுத்திரத்தை நடந்தே கடப்பது போல் கால்கள் கனத்தன. எத்திசை நோக்கினும் கண்கூசும் வெண்மை. மெல்லக்

குனிந்து தொட்டுப் பார்த்தார். கையிலெடுத்த துளியை நாக்கு நுனியில் வைத்தார், எரிந்தது.

வேறொரு சீரான மூச்சொலியும் நெருக்கத்தில் கேட்டது. மெதுவாக திரும்பி நோக்கினார். காது மடல்கள் விறைத்து நின்றன, அதன் உலர்ந்த பழுப்பு நிறக் கண்களில் உணர்ச்சியற்ற வெறுமை படர்ந்திருப்பது போலிருந்தது. கூர் அர பல் வரிசைக்கிடையில் சிவந்த நாக்கை வெளிநீட்டி மூச்சிழுக்கவில்லை என்றால் கருவறையிலிருந்து இறங்கி வந்த காலபைரவனின் வாகனம் என்றே தொன்றியிருக்கும். நாயின் வால் நிமிர்ந்து வான் நோக்கி வளைந்து நின்றது. பனியில் அதன் கால் தடங்களும் தன்னுடைய தடங்களுக்கு இணையாக நெடுந்தொலைவு வரை பதிந்திருந்ததைக் கண்டார். மெதுவாக நெருங்கி வந்து நின்ற நாயின் தலையை அன்புடன் வருடிக் கொடுத்தார். விரிந்த கண்களுடன் பொக்கை வாய் குழந்தை சிரிப்பு ஒன்று மலர்ந்தது.

சிரிப்பு. எண்ணங்களும், நினைவுகளும், பிம்பங்களும் ஒன்றாக உள்ளுக்குள் வெந்து நொதிந்து புகை கிளப்பியது. ‘புகையிலிருந்து ஒரு பிம்பம் மந்தமாக துலக்கம் பெற்றது. ‘கஸ்தூர்’ இறுகப் பூட்டிய துறு ஏறிய பூட்டொன்று படீரென்று உடைந்தது. மெல்ல மின்சுற்று ஒன்று உயிர் பெற்றது. உயிர்ப்புடன் சரசரவென்று கிடங்கிலிருந்து எதையெதையோ இழுத்துப்போட்டது. ‘பா’. மனமறிந்து சிரித்த பொழுதுகள் எல்லாம் பா வின் நினைவுகளை முட்டி நிற்பதுதான் வழக்கம், அவளுடைய அறியாமைக்காக, கொஞ்சலுக்காக, உயிர் பிழைப்பாளா என்றொரு நிலையிலிருந்து அவள் மீண்டு வந்தபோது சிரித்த அந்த முதல் சிரிப்பு, பகல் பொழுதின் கனவுகளையும் லட்சியங்களையும் காலடியில் நசுக்கி காமத்தை கிளர்த்தும் அவளுடைய சிரிப்பு. சீ... அருவருப்பான ஏதோ ஒன்றை மிதித்த மாதிரி மனம் பதறியது. அன்னையாக ஏற்றுக்கொண்டேன் என்று சொன்னதெல்லாம் வெறும் பசப்புகள்தானா? ஆளரவமற்ற பனிக்காட்டின் தனிமையில் ஏன் இது நினைவுக்கு வர வேண்டும்? பிரம்மச்சரிய பரிசோதனைகளும், கடும் விரதங்களும், உபாசனைகளும், எல்லாம் வெறும் வேடிக்கைதானா? ஒரு அடிகூட நகர இயலவில்லை. கால்கள் கனத்து பனிக்குள் இறங்கின. நீர் சலசலக்கும் அரவம் கேட்டது. தூய்மையான நீர்.

பனித்திட்டுகளின் ஊடே தென்பட்ட பாறை ஒன்றில் சென்று அமர்ந்து நீரைப் பார்த்துக்கொண்டிருந்தார். நாயும் பின்தொடர்ந்து சென்று நின்றது.

"பா இருந்திருந்தால்?" கண்களில் நீர் தளும்பியது. ஒருவேளை பா இருந்திருந்தால் அவள் காத்திருப்பாள். ஆம் அவள் என் அன்னையும்கூட. எந்த சோதனைகளும் என்னை உணர தேவையாய் இருந்திருக்காது. காமம் என்றைக்கும் ஓடிக்கொண்டிருக்கும் சுனை. நீர் காய்ந்தாலும் மண்ணுக்கடியில் உலராத நீர்த்தடம் இருந்துகொண்டேதானிருக்கும். சலசலக்கும் நீரோட்டத்தை தாண்டிக் கடக்கும் வேளையில் கால்களை விட்டகன்ற காலணிகள் நீரோட்டத்தில் சுழன்று திரும்பி தனித்து மிதந்து எங்கோ சென்றன. குளிர்ந்த நீர்த் தெறிப்புகள் உள்ளங்காலை சில்லிட வைத்தது. மனம் லகுவானது. கொதிப்பின் குமிழ்கள் மனதில் சற்றே ஓய்ந்தன. கால்கள் பூக்காத மரமாயின.

மெதுவாக எழுந்து நடக்கத் தொடங்கினார். கொஞ்சம் கொஞ்சமாக நடை வேகம் பிடித்தது. காலமும் தேசமும் புரியாத வெளி மனதை அச்சுறுத்தியது. அந்த வெட்டவெளியில் ஏதாவது ஒன்றைப் பற்றிக்கொள்ள மூளை அங்குமிங்கும் குதித்தோடியது. பின்தொடர்ந்து வந்த நாய்க்கு அத்தகைய குழப்பங்கள் ஏதுமிருப்பதாக தெரியவில்லை. தெளிவுடனும் தீர்க்கத்துடனும் அது தன் போக்கில் நிதானமாக நடந்து வந்துகொண்டிருந்ததாகப் பட்டது. மூளை! எத்தனை அபாயகரமான உறுப்பு! நிகழ்வுகளை பகுத்து கூறுகளாக்கி கற்பனைகளுடன் இணைத்து புதிய ஒன்றை சலிக்காமல் உருவாக்கிக் கொண்டிருக்கும் இயந்திரம். அச்சம் ஒரு வித்திலிருந்து வெளிமுளைத்து கிளை பரப்பத் தொடங்கி, புதிய புதிய அச்சங்களையும் நம்பிக்கை யின்மைகளையையும் பிறப்பித்தது. கைதவறிய கடந்த காலமும், விளைவுகளை அனுபவிக்கும் கோரமான நிகழ்காலமும், எதிர்காலம் எனும் பிரம்ம ராட்சதனை உருவாக்கிக் காட்டின. பனிச்சிகரத்தின் சரிவு மேலும் குறுகியது. ஏதேதோ காட்சிகள் மனத்திரையில் ஓடின. குருதி தோய்ந்த உதிரித்துண்டுகளாக கைகளும், கால்களும் விரவிக் கிடக்கும் தெருக்கள், தலையை விரித்துக்கொண்டு சுவற்றில் முட்டி அழும் பெண்கள், கரங்களை

கால்களுக்கிடையில் ஒடுக்கிக்கொண்டு சுருண்டு அலமாரியில் ஒளிந்து மூர்ச்சையாகிக் கிடந்த அந்தப் பெண் குழந்தை.

'ராமா!!!" மனதிற்குள் உச்ச விசையில் ஒலித்த குரல் வெறும் புகையாக காற்றில் கலந்தது. உறக்கமற்ற இரவுகளைக் கடக்க அன்னை கற்றுக்கொடுத்த மந்திரத்தை தேடி எடுத்து மனம் உச்சரிக்கத் தொடங்கியது. 'ராமஸ்கந்தம் ஹனுமந்தம்' உதிரம் தோய்ந்த கொடுவாள்கள் 'வைனதேயம் வ்ருகோதரம்' கருகிய பிஞ்சுக் கரங்கள் ' சயநேன ஸ்மறேன் நித்யம்' நிரம்பி வழியும் சவக் கிடங்கு ' துர்சொப்பனம் தஸ்ய நஷ்யதி'. துர்சொப்பணம் தஸ்ய நஷ்யதி. வெறும் கனவுகளாக இருந்துவிடக் கூடாதா? வெறும் தீக்கனாக்கள்தான். தலை சுற்றியது. அக்காலத்து தேதிகளும் நிகழ்வுகளும் இடங்களும் பெயர்களும் பிம்பங்களும் துல்லியமாக நினைவுக்கு வந்தன. வெகு தொலைவு கடந்து விட்டது போல் தெரிந்தது. மெல்ல குறுகலான பாதையின் குறுக்கே கடந்த பாறையில் அமர்ந்தார். மனிதன் ஏன் அத்தனை குரூரமாக நடந்துகொள்கிறான்? ஏன் இத்தனை அகங்காரம் கொண்டவனாக பசித்து அலைகிறான்? அவனுடைய ஆற்றலையும் அறிவையும் அலங்காரமாக அணிந்துகொண்டு திரிவது எல்லாம் மலத்தை கரங்களில் கரைத்து பிறர் மீது அள்ளி வீசத்தானா? எத்தனை ஏன்கள்! மூச்சிரைக்கச் செய்யும் ஏன்கள். மூச்சை நிதானமாக இழுத்து விடத் துவங்கினார். என்ன செய்ய வேண்டும் என்பது புரிந்தது, சிந்திப்பதை நிறுத்த வேண்டும், வேறொன்றும் இல்லை. அயர்ச்சி இன்றி உத்வேகம் கொண்டு ஓடிக்கொண்டிருப்பதை நிறுத்த வேண்டும். தகவல்களால் நிரம்பிய மூளை ஒரு போதும் நிறைவு கொள்ளாது, அதற்கு உண்டு செரித்து உயிர் வாழ மேலும் அதிக தகவல்கள் வேண்டும்.

மூளையின் பரபரப்பு ஓய்ந்து நாகம் அதன் பெட்டிக்குள் அடங்கியது. சென்று சேர வேண்டிய இலக்கைப் பற்றியும் அதற்கு கடக்க வேண்டிய தொலைவைப் பற்றிய போதமேதும் இல்லை. நடக்க வேண்டும், நடந்தே கடக்க வேண்டும் அது ஒன்று மட்டும் உந்தித் தள்ளியது. கொதிநீர் ஊற்றொன்று ஆவியை புகைத்துத் தள்ளியது. மெல்ல அருகில் சென்று சுடுநீரை கையில் வாரி உடலில் தெளித்துக் கொண்டார். எலும்பை நொறுக்கும் குளிருக்கு இதமாக இருந்தது. நீர்

குளிர்ந்த அடுத்த நொடி குளிர் மீண்டும் கவ்விப் பிடித்து உடலெங்கும் ஊறியது. இடுப்புக் கச்சையில் செருகியிருந்த குளிரில் ஸ்தம்பித்த கடிகாரம் குனிந்து எழும்போது நீரின் அடியாழத்திற்குள் தன்னை புதைத்துக் கொண்டது. நாய் சுனை நீரைப் பொருட்படுத்தவில்லை அதற்குள் இறங்கவும் இல்லை. அவருக்காக காத்திருந்தது. "நல்ல வழித் துணைவன் நீ!" நாயை அன்புடன் வருடிக் கொடுத்தார் கிழவர்.

நாய் பின்தொடர மீண்டும் எழுந்து நடக்கத் தொடங்கினார். பயணம் நீண்டது. வழி நெடுகிலும் வெண் பனி மோனத்தில் உறைந்திருந்தது. அன்னையின் சொற்களில் உருப்பெற்ற பால்யத்தின் கனவுகளில் மட்டுமே காணக்கிடைத்த வெண்மை. ஒருவேளை இதுதான் ஈசன் உறையும் கைலாயமோ? அப்பழுக்கற்ற தூய வெண்மையின் அழகு. வெண்மை மட்டுமே எங்கும் நிறைந்திருக்கும் முழுமையின் அழகு. முழுமையே அழகு. முழுமையின் ஒழுங்கும் நேர்த்தியுமே அழகு. ஆனால்! எது முழுமை? முழுமையை எம்பிக் குதித்து எட்டிப்பிடிக்கவே தன் வாழ்நாள் முழுவதும் முயன்று இறுதியில் தோற்று விட்டதாக அவருக்கு தோன்றியது. மனிதர்கள் முழுமையற்றவர்கள். நானும்தான். முழுமை ஒரு தலைச்சுமையாக மனிதனை அழுத்திக் கொண்டிருந்தது. முழுமையற்ற மனிதன் தன்னை சுற்றி இருக்கும் பிறரிடம் முழுமையை எதிர்நோக்குவதில் நியாயம் என்ன இருக்க முடியும்? துக்கம் ஊர்ந்து உடலெங்கும் படர்ந்தது. கண்களை மூடியபடி ஆழத்திலிருந்து ஒரு மந்திரம் போல் உச்சாடனம் செய்தார்.

'ஹரி.' நான் அவனுடைய தலையில் தூக்கி வைத்த முழுமையின் கனம் தாங்காமல் மண்ணுக்குள் புதைந்தவன் அல்லவா அவன். கைநழுவிப் போன வைரம். 'ஹரி, என் பிரிய மகனே!' நெஞ்சில் துக்கம் படர்ந்தது என் முழுமையை நோக்கிய வேட்கையில் ஒளியின் முன் மண்டியிட்டுக் காத்திருக்கும்போது பின்னால் நீண்டு வளர்ந்த நிழலுருவத்தை கவனிக்காமல் போனேனே. அவனை நான் திருத்தியிருக்க வேண்டும். ஆனால் ஏன்? அவனையும் ஆன்ம பரிசோதனைக்காக, ஆன்ம சுத்தியை நிலைநாட்டுவதற்கான சாதனமாக பயன்படுத்திக் கொள்ளவா? எனது கருணையும் அன்பும் அவனை ரணப்படுத்தியிருக்கும். அவன் விரும்பியபடி அவனை நான்

என் எதிரியாக அங்கீகரித்திருக்க வேண்டும். மகிழ்ந்திருப்பான்... ஆசுவாசமடைந்திருப்பான்... சிரித்திருப்பான்... அவன் வாழ்க்கை லட்சியத்தில் வென்றிருப்பான்.. மகனுக்கு அந்த பாக்கியத்தைக்கூட அளிக்க இயலவில்லை.

வெண்பனிக்காட்டுப் பரப்பிலிருந்து துருத்திக்கொண்டு தனித்து உயர்ந்து நின்றது இலைகளற்று கறுத்த நெடுமரம். அது அல்லவா பனிவெளியை நிறைக்கிறது? வெறும் பனிப்பரப்பில் என்ன இருக்கிறது? எண்ணங்களுக்கு இடையிலுள்ள வெளியில் தானும் தன் விசுவாசமுள்ள நாயும் மட்டும் நடந்து கொண்டிருப்பதாக அவருக்கு தோன்றியது. எங்கிருந்தோ சுழன்று வந்த காற்றில் வீசி எறியப்பட்ட பனித்துண்டு ஒரு ஏவுகணையைப் போல் அவருடைய காலில் மோதி சிதைந்தது. மறைவில் எவரோ விளையாடும் உண்டிக்கோல் போல வரிசையாக வீர் வீரென்று பனித்துகள்கள் ஊ வென ஓலமிட்டபடி சீறிப் பாய்ந்தன. கிழவர் நடக்க இயலாமல் கண்களை வலது கையால் மறித்தபடி இடது கையில் தடியை ஊன்றி நின்றிருந்தார். இரண்டு பனித் துண்டங்கள் பாய்ந்து வந்து அவர் கண்ணாடியில் பிளந்து தெறித்தன. கண்ணாடியை வீசி எறிந்தார். நாய் எவ்வித சலனமுமின்றி அருகிலேயே நின்றிருந்தது. சிறிது நேரத்தில் எல்லாம் ஓய்ந்து இயல்பானது. தளர்ந்த நடைதான் ஆனாலும் ஏதோ ஒன்று நிற்க விடாமல் அவரை அழுத்தித் தள்ளியது. "நண்பா, உனக்காவது நாம் எங்கு போகிறோம் என்று தெரியுமா?" என்று நாயிடம் கேட்டபடி முன்செல்ல தொடங்கினார்.

இந்த வெளியில் இரவு என்ற ஒன்றே கிடையாதா? சூரியன் உதிப்பதும் இல்லை மறைவதும் இல்லையா? காலம் வெட்டவெளியாக தன்னை பரப்பிக்கொண்டிருக்கிறது. இத்தனை தொலைவை கடந்த பின்னரும் நின்ற இடத்திலேயே நடந்துகொண்டிருப்பதாக தோன்றியது அவருக்கு. இந்த தொலைவு இத்தனை சிரமம் எல்லாம் எதற்காக? சலிப்பு ஒரு காந்தத்தைப்போல் நரம்புகளிலிருந்து ஆற்றலை பகுத்து நெஞ்சுக் கூட்டில் கனத்து இறக்கியது. கால்கள் தளர்ந்தன. கையைவிட்டு நழுவிய தடியை கண நேர சுதாரிப்பின் வழியாக இறுகப் பற்றிக் கொண்டார். உடன் வந்த நாயை திரும்பிப் பார்த்தார். சோர்வோ, களைப்போ அதற்கில்லை. அதே நிதானத்துடனும்

பின்தொடர்ந்து வந்துகொண்டிருந்தது. இது பாழும் பனிவெளி. என்னை இது எங்கும் இட்டுச் செல்லாது. வாழ்நாள் எல்லாம் எதற்காகவோ போராடி இயங்கி இறுதியில் வெறுமையையும் அவநம்பிக்கையையும் தோண்டி எடுக்கத்தானா? எங்கே சென்றது அந்த போர்க்குணம்? பேரபாயம் சூழ்ந்தபோது மற்றும் ஒரு போராட்டத்திற்கு நான் தயார், நீங்கள் தயாரா என்று கேட்டபோது எவரும் செவிமடுக்கவில்லை. எதுவும் நடக்காது, எதுவும் மாறாது. மனிதர்கள் இப்படித்தான். வாழ்க்கை இப்படித்தான். பெருநியதியின் திட்டம் ஒன்றாக இருக்கும்போது மானுட முயற்சிகளுக்கு என்ன பொருள்? அத்திட்டம் எதுவென அறிவதற்கும் வழியில்லை எனும்போது மானுட யத்தனங்களுக்கு அவசியம்தான் என்ன? கணக்குகள் பிழையான தருணங்கள் ஒவ்வொன்றாக நினைவுக்கு வந்தன, பற்றற்று செயலாற்று, பலனை எதிர்நோக்காமல் செயலாற்று என வாழ்நாள் முழுவதும் எனக்கு நானே சொல்லிக்கொண்டிருந்தேன், ஆனால் தோல்வியை கண்டு அஞ்சினேன். சுமக்க இயலா கனவுகளை சுமந்து திரிந்தேன்.

கால்கள் வெடவெடக்கத் தொடங்கின. குளிரையும் மீறி வியர்வை வழிந்திருந்தது. தடியை ஊன்றி மெல்ல பாறைக்கு அப்பால் ஏற முயன்றார். தடி பனிக்குள் புதையுண்டு கையைவிட்டு நழுவியது. தடியை கைகொள்ள திரும்பிய கணப்பொழுதில் தடிக்கு கீழிருந்த பனி சரியத் தொடங்கியது. ஒட்டுமொத்தமாக பிரம்மாண்டமான கத்தியைக் கொண்டு எவரோ மேற்பரப்பில் மழித்ததுபோல் அவருக்கு பின்னாலிருந்த பனிப்படலம் அதிவேகத்துடன் உருண்டோடியது. நாய் பாறை மீது கால்மடக்கி அமர்ந்து பனிச்சரிவை அமைதியாக பார்த்துக்கொண்டிருந்தது. ஒருவேளை அங்கேயே நின்றிருந்தால்? மனம் அதிர்ந்தது. நாய் உடலை உதறிக்கொண்டு முன் சென்றது. கிழவர் நடக்கத் தொடங்கினார். நிற்பதற்கும் தயங்குவதற்கும் நேரமில்லை. தன் கடமை நடப்பது, இன்னும் கடக்க வேண்டிய தொலைவைப் பற்றி மட்டுமே அவர் எண்ணினார், இல்லை அதையும்கூட எண்ணவில்லை.

குளிர் உடற்பரப்பில் ஆயிரம் குண்டூசிகளைக் கொண்டு துளைத்தது. உடல் நடுங்கி சூடேற்றிக் கொண்டது. பாதை தன்னை குறுக்கியபடி வளைந்து சென்றது. பெரும்

சூறைக்காற்று ஒன்று வெண் பனித்துகள்களை சுழற்றிக்கொண்டு ஓலமிட்டபடி வந்தது. ஓரடி இடைவெளியில் நிற்கும் நாயைக்கூட காண இயலவில்லை. பனித்தூசு எல்லாவற்றையும் மறைத்தது. கிழவரின் கால்கள் தடுமாறின. காற்று அவரைக் கடந்து செல்லும்போது உடலைச் சுற்றி அணிந்திருந்த மேலாடையை கவ்விக்கொண்டு போனது. கைகளை நெஞ்சுக்கு முன் குறுக்கிக்கொண்டு பக்கவாட்டில் சரிந்திறங்கிய சிறிய பள்ளத்தில் கால் வைத்து இறங்கி குந்தி அமர்ந்தார். காலுக்குள் கீழே ஏதோ ஒன்று நறநறத்தது. கையால் அதை நிமிண்டி எடுத்து உற்று நோக்கினார். கீழ்த்தாடை எலும்பு தனியாக என்றென்றைக்குமாக சிரித்து கொண்டிருந்தது. சட்டென்று வீசி எறிந்தார். கீழே குனிந்து நோக்கினார், சரிவு முழுவதும் யானைத் தந்த நிறத்து எலும்புத் திட்டுக்கள் பனிப்பரப்பை தாண்டி துருத்தி நின்றன. அவருடைய உடலை இத்தனை கனமாக அவர் உணர்ந்ததே இல்லை. உடல் என்றுமே அவரை மீறியதில்லை என்றுதான் அவர் நம்பிவந்தார். உடலின் ஒவ்வொரு உயிரணுவையும் அறிந்தவர் என்று நம்பினார். ஆனால் அது அப்படி இல்லை. மனிதன் தன் வாழ்நாளில் அதிகபட்சம் நடத்தும் போராட்டம் அவன் உடலுக்காகத்தான். பெரும்பாலும் உடலுக்கு எதிராகத்தான் அது முடிகிறது. பசி தாகம் இச்சை என பல தொல்மிருகங்களுடன் மனிதன் தன்னுடலைப் பகிர்ந்து கொண்டிருக்கிறான். அவன் காலந்தோறும் அதைப் பழக்க முயன்று கொண்டே இருக்கிறான். வாழ்நாள் முழுவதும், ஒவ்வொரு பிறப்பிலும். உடலெனும் போர்வை குளிரிலும் வெயிலிலும் மழையிலும் அவனைக் காக்கிறது, ஆனால் அதைக் கிழித்து எறியாமல் அவனால் தென்றலை உணர முடியாது. கைகளை மெல்ல அகல விரித்தார். இந்த உடலும் அதன் எச்சங்களும் இங்கேயே கிடக்கட்டும். கிடந்து மட்கட்டும். எடுத்துக்கொள்! ஏற்றுக்கொள்! ஏற்றுக்கொள்! மனம் மீண்டும் மீண்டும் அதே அச்சில் சுழன்றது. கண்களை இறுக மூடி கைவிரித்து காத்திருந்தார்.

ஆயிரம் ஓநாய்களின் ஒற்றைப் பெரும் ஓலம், அடிவயிற்றிலிருந்து எழுந்த கேவல், பிரம்மாண்டமான வனமிருகம் வாய்பிளந்து பாய்ந்து வருவது போல் பேரிரைச்சல். கிழவர் ஓரடிகூட நகரவில்லை. கால் ஊன்றி அப்படியே நின்றார்.

பாய்ந்து வரும் மிருகத்தின் மூச்சு விசை முகத்தில் அறைந்தது. அது அவரைக் கடந்து சென்ற அடுத்த கணம் பேரிரைச்சல் ஓய்ந்து சட்டென்று பேரமைதி சூழ்ந்தது. கரங்களும் கால்களும் நடுங்கிக் கொண்டிருந்தன. மெல்ல கண்விழித்து நோக்கியபோது கரிய நாய் மட்டும் அவருக்கு எதிரில் கால்மடித்து அமர்ந்திருந்தது. திரும்பி நோக்கினார். கடந்து வந்த மலைச் சிகரத்தை காணவில்லை. கால்தடங்களையும் காணவில்லை. உறைந்த பாற்கடலைப் போல் வெள்ளை சமவெளி மட்டுமே எத்திசையிலும் தென்பட்டது. தொடுவானம் அற்ற வெண்மை. வானும் நிலமும் வேறன்று அறிய இயலா வெண்மை.

'திருவாளர் காந்தி' கனத்த குரல் ஒலித்த திசையை நோக்கினார். நாயிருந்த இடத்தில் ஒரு மனிதன் கைகட்டி நின்றிருந்தான். தான் கண்ட கோடிக்கணக்கான சாமானியர்களின் முகங்களில் ஒன்றைதான் அவனும் அணிந்து கொண்டிருந்தான். எவ்வகையிலும் நினைவுகூரத்தக்க அம்சங்கள் கொண்டிராத எளிய முகம். குளிர்ந்து உறைந்த சாந்தம் அவன் முகத்தில் நிறைந்திருந்தது. "குழம்ப வேண்டியதில்லை. நீங்கள் என்னை அறிவீர்கள். ஒவ்வொரு மனிதனும் என்னை அறிவான். அவர்களின் அண்மையில்தான் நான் எப்போதும் இருக்கிறேன். ஆனால் அவர்களுக்கு நான் காட்டும் முகங்கள் வேறு. இப்பயணம் தொடங்குவதற்கு முன்னர் என்னைத்தான் நீங்கள் இறுதியாகக் கண்டீர்கள்" என்றான் நிதானமாக. "கரிய நாயாக துரத்தியும் தொடர்ந்தும் செல்லும், கருத்த எருமையாக நிதானமாக அணுகி வரும், தன்வாலைக் கவ்வி சுருளும் கருநாகமாகவும் மனிதர்கள் அறிந்ததெல்லாம் என்னைத்தான். அவர்கள் அஞ்சியதெல்லாம் எனக்காகத்தான். தொடங்கும் எல்லாவற்றையும் நிறைவு செய்பவன் என்னை காலனென்றும் அழைப்பார்கள். அறத்தை வகுப்பதால் நான் தர்மன் என்றும் நியதிகளை ஒருபோதும் வழுவாதவன் என்பதால் யமன் என்றும் அழைக்கப்படுகிறேன்."

காந்திக்கு எல்லாம் கொஞ்சம் கொஞ்சமாக துலங்கியது. "நான் கேட்ட அந்த இரண்டு ஒலிகள்... நீ... நீங்கள்?" "இரண்டு அல்ல மொத்தம் மூன்று. ஆம் அது நானேதான்." அழுத்திகொண்டிருந்தவை எல்லாம் மெல்ல லகுவானது. கனிந்த

பொக்கை வாய்ப் புன்னகையுடன் "நன்றி" என்றார். "உங்கள் கணக்குகள் முடிந்துவிட்டன. இன்பங்கள் மட்டுமே நிறைந்த மானுடர்களின் கனவுலகம். உங்களுக்காக சொர்க்கத்தின் தாழ்கள் திறந்திருக்கின்றன. நீங்கள் உங்கள் வாழ்வில் துறந்த எல்லா இன்பங்களும் அங்கு உங்களுக்காக காத்திருக்கின்றன."

காந்தி திகைத்து நின்றார். நொடிப்பொழுது மவுனித்து "மன்னிக்கவும். அப்படிப்பட்ட ஒழுக்கக்கேடான உங்கள் சொர்க்கம் எனக்குத் தேவை இல்லை. சொர்க்கத்தை அடைவதற்காக என்று நான் வாழவில்லை. மேலும் அங்கு நான் செய்வதற்கு ஏதுமில்லை. இத்தனை ஆண்டுகாலம் என்னை வருத்திக்கொண்டதெல்லாம் எங்கோ கண்ணுக்கு தெரியாமல் மறைந்து கட்டற்று இருக்கத்தானா? அகக்கொந்தளிப்புகளுக்கும் அல்லல்களுக்கும் எவ்வித பொருளுமில்லையா? வெறும் இன்பம் மட்டும் நிறைந்திருக்கும் இடத்தில் எனக்கென்ன வேலை? என்னை அங்கு அழைத்துச் செல்ல வேண்டியதில்லை"

"ஆனால் எங்கும் எவருடைய தியாகங்களுக்கும் எவ்வித பொருளும் இல்லை புனிதரே. அவை நீரால் எழும்பும் அலைச் சிகரங்களை போலத்தான் எத்தனை உயரம் எழும்பினாலும் நீர்ப்பரப்பில் வீழ்ந்து கலந்துதான் ஆக வேண்டும். சொர்க்கத்தை விட்டால் நரகத்திற்குதான் சென்றாக வேண்டும். அதை விதிமுறைகள் அனுமதிப்பதில்லை..."

"நான் நரகத்திற்கே செல்கிறேன். அங்கே இன்னும் மனிதர்கள் வாழக்கூடும்."

" அங்கே நிணம் கொதிக்கும் சிறுமை கொண்டவர்கள்தான் இருப்பார்கள்"

"அப்படியானால் அங்குதான் நான் தேவைப்படுவேன். எனக்கது மற்றொரு சோதனைக்களம். என்னை அங்கேயே அழைத்துச் செல்லுங்கள். எனது நன்மையை உத்தேசித்து செய்வதானால் நான் விடுக்கும் இக்கோரிக்கையை ஏற்றுக் கொள்ளுங்கள். சொர்க்கம் அல்ல அதற்கான விடாய் மனிதர்களை இயக்குகிறது"

"உத்தமரே, நீங்கள் தேர்வு செய்வது மீள முடியாதொரு பயணத்தை. அதன் விளைவுகள் உங்களை மட்டுமே சார்ந்தது. உங்களால் ஒருபோதும் சொர்க்கத்திற்கு மீள முடியாது..."

“இல்லை நான் மீள விரும்பவில்லை” என்றார் உறுதியாக.

நீண்ட மவுனத்திற்கு பின்னர்” அப்படியானால் சரி... கண்களை இறுக மூடித் திறவுங்கள்” என்றான் காலன்.

பெரு வாயில் ஒன்றை திறந்துவிட்டான். “இதோ நீங்கள் கேட்ட உலகம்” விழி விரிய வாயில் மீதேறி நின்று நோக்கினார். சீழ் வடிந்து கொண்டிருந்த ஒருவனின் காலைத் துடைத்து மருந்திட்டு கொண்டிருந்தான் ஒருவன். அவனை எங்கோ கண்டது போலிருந்தது. அவன் தன்னுருவம் கொண்டிருந்ததை அப்போதுதான் கவனித்தார். சீழ் வடியும் புண் உடையவனும் அவ்வுரு கொண்டிருந்தான். திமிறி வந்த காளையொன்று புண்ணுக்கு மருந்திட்டவனை முட்டி வீச சீறி வந்தது, அதன் கொம்பின் குத்துக்களை வாங்கி அதை தடுத்து நிறுத்தினான் மற்றொருவன். அவனும் அதே உருவம் கொண்டவன்தான். ஒரு காந்தி முட்டி நிற்கும் காளைக்கு புல்லறுத்துப் போடுகிறார். அதோ ஒரு காந்தி மலக்கூடையை சுமந்து செல்கிறார். மற்றுமொரு காந்தி சாக்கடை அடைப்பை அகற்றுகிறார். அதோ ஒரு காந்தி சடலங்களை எரியூட்டுகிறார். எரிந்த சடலங்களின் மிஞ்சிய சாம்பலில் இருந்து ஒரு காந்தி எழுந்து வருகிறார். அவ்வுலகம் காந்திகளால் நிறைந்தது. காந்தி மலர்ந்த முகத்துடன் உட்புகுந்தார். வாயில் மூடிக்கொண்டது. காலன் முறுவலித்தான்.

◆

ஆசிரியர் குறிப்பு

பா.வண்ணன் – (1958–) இயற்பெயர் பாஸ்கரன். முப்பதாண்டுகளுக்கு மேலாக தொடர்ந்து சிறுகதைகள், நாவல், மொழிபெயர்ப்புகள் மற்றும் கட்டுரைகள் எழுதி வருகிறார். 'ஏழுலட்சம் வரிகள்', 'வெளியேற்றப்பட்ட குதிரை' மற்றும் தேர்ந்தெடுத்த கதைகளை கொண்ட 'பிரயாணம்' என்றொரு சிறுகதை தொகுப்பும் வெளியாகியுள்ளன. 'சிதிலங்கள்' மற்றும் 'பாய்மரக்கப்பல்' ஆகியவை குறிப்பிடத்தக்க நாவல்கள். அண்மைய காலத்தில் காந்திய ஆளுமைகள் பற்றி எழுதிய 'எல்லாம் செயல்கூடும்' மற்றும் 'சத்தியத்தின் ஆட்சி' ஆகிய கட்டுரை நூல்கள் பரவலாக பேசப்பட்டது. தொலைத்தொடர்புத் துறையில் பணியாற்றி ஓய்வு பெற்று தற்போது பெங்களூரில் வசிக்கிறார்.

பி.எஸ். ராமையா– (1905– 1983) மணிக்கொடி காலத்து தமிழ் எழுத்தாளர். முந்நூறுக்கும் அதிகமான சிறுகதைகள் எழுதியுள்ளார். 1982 ஆம் ஆண்டு 'மணிக்கொடி காலம்' எனும் இலக்கிய வரலாற்று நூலுக்காக சாகித்திய அகாதமி விருது பெற்றார். திரைப்படங்களிலும் பங்காற்றியுள்ளார்.

ஆர். சூடாமணி– (1931– 2010) தமிழின் முதல்தலைமுறை பெண் எழுத்தாளர்களில் ஒருவர். சிறுகதைகள், நாவல்கள், என தொடர்ந்து இயங்கியவர். உள்ள போக்குகளை கூர்ந்து எழுதுபவர் என அவருடைய எழுத்துபாணியைப்பற்றி விமர்சகர்கள் குறிப்பிடுகின்றனர்.

எஸ். ராமகிருஷ்ணன்– (1966–) தற்போது தமிழில் எழுதிக்கொண்டிருக்கும் முதன்மை எழுத்தாளர்களில் ஒருவர். ‘தாவரங்களின் உரையாடல்’, ‘புத்தனாவது சுலபம்’ உட்பட பல சிறுகதை தொகுதிகளும், ‘உப பாண்டவம்’, ‘யாமம்’ ‘நெடுங்குருதி’, ‘இடக்கை’, ‘சஞ்சாரம்’ உள்ளிட்ட நாவல்களும் எழுதியுள்ளார். சினிமா கட்டுரைகள், விமர்சனக் கட்டுரைகள், இலக்கிய பேருரைகள், சிறார் கதைகள், திரைப்படங்கள் என முனைப்புடன் இயங்கி வருகிறார். 2018 ஆம் ஆண்டுக்கான சாகித்திய அகாதமி விருது அவருடைய ‘சஞ்சாரம்‘ நாவலுக்கு கிடைத்தது.

அசோகமித்திரன்– (1931– 2017) இயற்பெயர் தியாகராஜன். தமிழின் முதன்மையான படைப்பாளிகளில் ஒருவர். ஒரு எழுத்து பாணியையே தோற்றுவித்தவர். அபாரமான சிறுகதையாசிரியர். அற்புதமான பத்தி எழுத்தாளரும் கூட. நேரடியாக ஆங்கிலத்திலும் எழுதியவர். ‘ஒற்றன்’, ‘18 ஆவது அட்சக்கோடு’, ‘தண்ணீர்’ போன்ற நாவல்கள் முக்கியமானவை.

ஜெயமோகன்– (1962–) இன்று எழுதிக்கொண்டிருக்கும் தமிழின் முதன்மைப் படைப்பாளி. ‘அறம்’, ‘ஊமைச்செந்நாய்’ உட்பட சிறுகதை தொகுதிகளும், மகாபாரத மறு ஆக்க நாவல் தொடரான ‘வெண்முரசை’ தவிர்த்து ‘விஷ்ணுபுரம்’, ‘கொற்றவை’ உள்ளிட்ட பெருநாவல்களும் எழுதியவர். ‘இலக்கிய முன்னோடிகள்’ வழியாக விமர்சனத்திலும் முக்கிய பங்காற்றுபவர். அவருடைய ‘இன்றைய காந்தி’ காந்தி குறித்து சிறப்பான அறிமுக நூல்.

நகுல்வசன்– இயற்பெயர் நம்பி கிருஷ்ணன். அமெரிக்காவில் வசிக்கிறார். தமிழிலிருந்து ஆங்கிலத்துக்கு தொடர்ந்து மொழிபெயர்ப்புகள் செய்து வருகிறார். மேற்கிலக்கிய அறிமுக கட்டுரைகள் அடங்கிய ‘பாண்டியாட்டம்’ எனும் கட்டுரைத் தொகுப்பு முக்கியமானது. விமர்சனக்கட்டுரைகளும் அறிவியல் புனைவுகளும் எழுதி வருகிறார்.

புதுமைப்பித்தன்– (1906– 1948) இயற்பெயர் சொ. விருத்தாச்சலம். நவீனத்தமிழ் இலக்கியத்தின் தொடக்க ஊற்று. சிறுகதைகளில் பெரும் சாதனைகளை நிகழ்த்தியவர். மணிக்கொடி எழுத்தாளர்களில் ஒருவர். ‘அகலிகை’, ‘கடவுளும்

கந்தசாமிப்பிள்ளையும்', 'காஞ்சனை', 'கபாடபுரம்' உட்பட அபாரமான சிறுகதைகளை எழுதிய ஆசான்.

சி. சரவண கார்த்திகேயன்– (1984–) புதிய தலைமுறை எழுத்தாளர்களில் ஒருவர். காந்தியை மையப்பாத்திரமாக கொண்ட 'ஆப்பிளுக்கு முன்' முக்கிய நாவல். 'இறுதி இரவு', 'கன்னித்தீவு' உள்ளிட்ட நூல்களின் ஆசிரியர்.

தேவிபாரதி– (1957–) இயற்பெயர் ராஜசேகரன். 'நிழலின் தனிமை' 'நட்ராஜ் மகராஜ்' உள்ளிட்ட நாவல்களும் 'பலி' உள்ளிட்ட சிறுகதைகளும் குறுநாவல்களும் எழுதியவர். தற்போது ஈரோட்டில் வசிக்கிறார். என் நோக்கில் 'பிறகொரு இரவு' அவருடைய மிகச்சிறந்த கதைகளில் ஒன்று.

கலைச்செல்வி– (1974–) 'கூடு', 'அற்றைத்திங்கள்', 'மாயநதி' உள்ளிட்ட நூல்களின் ஆசிரியர். சிறுகதைகள் நாவல்கள் என தொடர்ந்து இயங்கி வருபவர். காந்தியை முதன்மை பாத்திரமாக கொண்டு ஐந்துக்கும் மேற்பட்ட கதைகள் எழுதி கவனம் பெற்றார். காந்திக்கும் ஹரிலாலுக்கும் இடையிலான உறவை அடிப்படையாகக் கொண்ட நாவல் ஒன்றும் வெளிவர உள்ளது.

ஜி. நாகராஜன் – (1929–81) 'நாளை மற்றொரு நாளே', 'குறத்தி முடுக்கு' உள்ளிட்ட படைப்புகளின் ஆசிரியர். முக்கியமான சிறுகதையாசிரியரும் கூட. தமிழின் தனித்துவமான எழுத்து முறை அவருடையது. தமிழிலக்கிய உலகில் துணிவுடன் அதுவரை பதிவாகாத பகுதிகளை கதைகளில் பதிவு செய்தவர்.

ரா. கிரிதரன் – (1979–) லண்டனில் வசிக்கிறார். புதுச்சேரியைச் சேர்ந்தவர். 'காலத்தின் முடிவுக்காக ஒலித்த இசை' எனும் சிறுகதை தொகுப்பு பெரிதும் கவனிக்கப்பட்டது. இசை குறித்து 'காற்றோவியம்' என்றொரு கட்டுரை நூலும் எழுதியுள்ளார்.

சுனில் கிருஷ்ணன்– (1986–) 'அம்புப் படுக்கை', 'விஷக் கிணறு' ஆகிய சிறுகதை தொகுப்புகளும் 'நீலகண்டம்' எனும் நாவலும் வெளியாகியுள்ளன. 'அம்புப் படுக்கை' தொகுப்புக்கு 2018 ஆம் ஆண்டுக்கான சாகித்திய அகாதமி யுவ புரஸ்கார் விருது பெற்றவர். 'அன்புள்ள புல்புல்' எனும் காந்திய கட்டுரை நூல் கவனம் பெற்றது. சிறுகதைகள், விமர்சனங்கள், கட்டுரைகள்

மற்றும் மொழிபெயர்ப்புகள் என தொடர்ந்து இயங்கி வருகிறார். இந்நூலின் தொகுப்பாசிரியரும் கூட. www.gandhitodaytamil.com <http://www.gandhitodaytamil.com/> எனும் இணையதளத்தையும் நடத்தி வருகிறார்.

தொடர்புக்கு

drsuneelkrishnan@gmail.com